ब्लॅक लिस्ट ही सत्य आणि कल्पित यांच्यामधील रेषा धूसर बनवून टाकते. ब्रॅड थॉर या काळातील सर्वोत्तम चित्तथरारक कथालेखक आहेत याबद्दल शंकाच नाही.

— सस्पेन्स मॅगझिन

तुम्ही कल्पना करू शकणार नाही. इतके सत्य पुस्तकाच्या पाना-पानात दडलेले आहे.

— द ब्लेझ

अत्यंत वेगवान घटनांनी भरलेली साहसकथा लिहावी असे ब्रॅड थॉर यांनी ठरवले की ते नक्कीच यशस्वी होतात.

— स्क्रिप्स ट्रेझर कोस्ट न्यूजपेपर्स

वाचायला सुरुवात केल्यावर तुम्ही हातातून खाली ठेवू शकणार नाही अशी साहसकथा.

— आयमस इन द मॉर्निंग

लाखो अमेरिकन्सच्या घरात आढळेल असे पुस्तक.

— मिशिगन ॲव्हेन्यू

जिथे वास्तव कल्पनेला भिडते.

— किलीयन डेली हेरल्ड

अभिप्राय

वास्तव कल्पनेला भिडणारी कादंबरी...

दैनिक लोकमत १३-१-२०१९

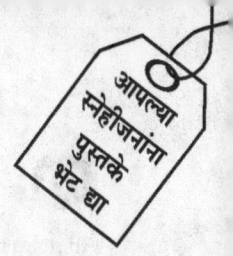

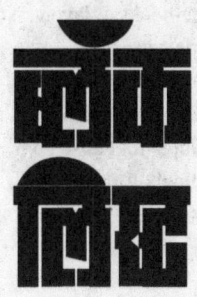

आपल्या स्नेहीजनांना पुस्तके भेट द्या

ब्लॅक लिस्ट

ब्रॅड थॉर

अनुवाद

बाळ भागवत

मेहता पब्लिशिंग हाऊस

Please contact us at **Mehta Publishing House,** Pune.
Email : production@mehtapublishinghouse.com
Website : www.mehtapublishinghouse.com

BLACK LIST by BRAD THOR

Copyright © 2012 by Brad Thor

Translated into Marathi Language by Bal Bhagwat

ब्लॅक लिस्ट / अनुवादित कादंबरी

TBC-27 Book No. 6

अनुवाद : बाळ भागवत
Email : author@mehtapublishinghouse.com

मराठी अनुवादाचे व पुस्तक प्रकाशनाचे हक्क मेहता पब्लिशिंग हाऊस, पुणे.

प्रकाशक : सुनील अनिल मेहता, मेहता पब्लिशिंग हाऊस,
१९४१, सदाशिव पेठ, माडीवाले कॉलनी, पुणे - ३०.

अक्षरजुळणी : एडी कोऑथर्स डॉक्युमेन्टेशन सर्व्हिसेस प्रा. लि.,
न्यू अजंठा अॅव्हेन्यू, कोथरूड, पुणे - ४११०३८.

मुखपृष्ठ : फाल्गुन ग्राफिक्स

प्रथमावृत्ती : नोव्हेंबर, २०१८

P Book ISBN 9789353171438
E Book ISBN 9789353171445
E Books available on : play.google.com/store/books
www.amazon.in

एक विलक्षण द्रष्टा... देशभक्त
आणि परम मित्र बॅरेट मुरी याला अर्पण...

प्रस्तावना

१७ ऑगस्ट १९७५. एनबीसी चॅनेलच्या *मीट द प्रेस* या कार्यक्रमात सिनेटर फ्रँक चर्च बोलत होता. त्यानेच सखोल चौकशी केलेल्या अमेरिकन इन्टेलिजन्स एजन्सींच्या माहिती मिळवण्याच्या कार्यक्षमतेबाबत चर्चा केल्यानंतर त्याने शेवटी धक्कादायक अशी माहिती उघड केली आणि अमेरिकेच्या प्रत्येक नागरिकाला उद्देशून अत्यंत धोकादायक सूचना दिली :

शत्रूंबद्दल माहिती काढण्याची ही क्षमता कोणत्याही वेळी अमेरिकन जनतेवरच उलटू शकेल आणि कोणत्याही अमेरिकन नागरिकाच्या आयुष्यात खासगी असे काही शिल्लकच राहणार नाही. टेलीफोनवरील संभाषण, टेलीग्राम्स आणि अशा प्रत्येक गोष्टीवर लक्ष देणारी ही भीतिदायक ताकद कुणाला लपून बसण्यासाठी जागाच शिल्लक ठेवणार नाही.

हे सरकार कधी जुलमाने राज्य करायला लागले किंवा या देशाचा कारभार कधी हुकूमशहाच्या ताब्यात गेला, तर इन्टेलिजन्स एजन्सींनी माहिती गोळा करण्याचे जे अफाट तंत्रज्ञान सरकारला उपलब्ध करून दिले आहे, त्याचा वापर करून ते अत्यंत रानटीपणाने राज्य करतील आणि त्याच्याविरुद्ध कुणाला आवाजच उठवता येणार नाही; कारण प्रतिकार करण्यासाठी कितीही गुप्तपणे प्रयत्न केले तरी ती माहिती सरकारला कळल्याशिवाय राहणार नाही. या अद्ययावत तंत्रज्ञानाची कार्यक्षमता थक्क करणारी आहे.

या देशामधल्या कुठल्याही सरकारने ती सीमारेषा पार केलेली बघण्याची माझी इच्छा नाही. त्या तंत्रज्ञानाच्या कार्यक्षमतेची मला पूर्ण जाणीव झालेली असल्यानेच मी म्हणेन की, एनएसए आणि हे तंत्रज्ञान उपलब्ध असणाऱ्या इतर एजन्सी योग्य त्या देखरेखीखाली कायद्याच्या मर्यादेत आणि आखून दिलेल्या कार्यक्षेत्रातच काम करतील आणि त्या भीतिदायक गर्तेत आपला देश कधी पोहोचणारच नाही. *एकदा का त्या गर्तेत पोहोचलो की परतीचा मार्गच शिल्लक असणार नाही.*

लेखकाचे टिपण

या पुस्तकात वापरलेल्या अत्याधुनिक तंत्रज्ञानाबद्दल बोलायचे तर आज ते अमेरिका आणि तिची मित्रराष्ट्रे खरोखरच उपयोगात आणत आहेत किंवा त्यांचे त्याबद्दलचे संशोधन तरी अंतिम टप्प्यापर्यंत पोहोचलेले आहे.

आठ

आरंभ

पेन्टॅगॉन शहर
आज

आपला खून करण्याचा प्रयत्न होऊ शकेल अशा अनेक जागांचा कॅरोलाइन रोमेरोने विचार केला होता- अंधाऱ्या गल्ल्या, पार्किंग लॉट्स, अभयारण्ये, राष्ट्रीय उद्याने यांच्यासारख्या राखीव आणि सुरक्षित जागादेखील. पण शॉपिंग मॉलचा- तोही भर दिवसाच्या वेळा- विचार तिच्या कधीही मनात आला नव्हता. हा मॉल तर पेन्टॅगॉनपासून काही पावलांवर होता आणि त्या वेळी ती मॉलमध्येच होती.

तिच्या पाठलागावर बहुधा तीन माणसांची एक टीम होती. त्यातल्या एकाला तिने ओळखले. पारदर्शक असावी असा भास होणाऱ्या स्वच्छ गोऱ्या कातडीचा उंच असा माणूस. केसही गर्द, पण पांढरेच. तिघेही आळीपाळीने तिला दिसत होते आणि नाहीसे होत होते. त्यांच्या हेतूबद्दल कुठल्याही तऱ्हेची चूक घडण्याची तर अजिबातच शक्यता नव्हती. ती काय करण्यात गुंतली आहे, हे त्यांनी ज्या वेगाने शोधून काढले होते, त्यामुळेच ती चकित झाली होती. ती कितीही हुशार असली, तरी ते जादाच हुशार निघाले होते.

प्रश्न फक्त काळजीपूर्वक वागण्याचा किंवा आपला माग न ठेवण्याचा नव्हता, ते सर्व तिने केले होते; पण त्यांची संघटनाच मोठी होती, सर्वत्र अस्तित्व राखणारी होती. त्यांच्यापासून सुटका तशी अशक्यच असे. आणि आता ती संघटना तिच्यामागे लागली होती.

तिला घाई करायला लागणार होती. ते एकदा जवळ पोहोचले की कोणी काही करू शकणार नव्हते. त्यांना कोणी थांबवूही शकणार नव्हते. त्यांनी प्रथम तिची चौकशी केली असती आणि नंतर तिचा जीव घेतला असता. ती त्यांना स्वतःला

पकडू देणार नव्हती आणि तिच्याजवळ जे काही होते ते त्यांना ताब्यातही घेऊ देणार नव्हती.

मॉल प्रचंड मोठा होता. जगप्रसिद्ध ब्रॅन्ड्सची दुकाने होती. क्लोज्ड सर्किट कॅमेरे सर्वत्र बसवले होते. तिला माहीत होते. तिने स्वतःच तसा पाठलाग किती तरी वेळा केला होता. कॅमेरे कसे काम करणार माहीत असणे, ही तिच्या दृष्टीने श्रेयस्कर बाब होती.

ती घाईगर्दीने चालत नव्हती. कुठे जायचे ठाऊक असल्याप्रमाणे निघालेली होती. घाबरल्यासारखी वाटत नव्हती. ती तशी वागली असती तर ते तिच्या मागे आहेत हे तिला कळले आहे, हे त्यांच्या ध्यानात आले असते आणि एकत्र येऊन त्यांनी तिच्यावर झडप घातली असती. ती ते होऊ देणार नव्हती. निदान शेवटची एक गोष्ट करेपर्यंत तरी.

आजूबाजूला माणसे रमतगमत दुकानात शिरत होती, बाहेर पडत होती. दुःखद गोष्ट म्हणजे बाहेरच्या जगात काय घडते आहे याची त्यांना काडीमात्र कल्पना नव्हती. शेवटी ते त्यांचेही जग होते. गदगदा हलवून त्यांना भानावर आणावे अशी प्रबळ इच्छा तिच्या मनात निर्माण होत होती. तसे काही केले असते तर तिला बहुधा वेड लागले आहे अशा तऱ्हेने त्यांनी तिच्यावर एक नजर टाकली असती. पण तिने लावलेला शोध म्हणजे वेडसरपणा नव्हता. अत्यंत भीतिदायक असा शोध होता तो.

तिला एकच आज्ञा दिली होती. अगदी साधे काम. थोडीफार शिल्लक असतील ती कामे पुरी करायची. विणलेल्या वस्त्रातून डोकावणारे धागे कापून टाकण्यासारखे काम. पण मध्येच तिने घोडचूकच म्हणण्यासारखी नको ती चूक केली. धागा कापून टाकण्याऐवजी तो खेचला आणि आता त्या चुकीचे प्रायश्चित घेण्याची वेळ आली होती.

तिचा खरा हेतू दडवण्यासाठी पहिल्या दुकानात तिने बऱ्याच वस्तू रोख पैसे देऊन विकत घेतल्या. पावतीची गरज नाही असेही सभ्यपणे सांगितले.

बाहेर पडल्यावर ती इतरांबरोबर गर्दीत मिसळली. तिला वाटणारी चिंता ताब्यात ठेवायचा प्रयत्न करायला लागली. एक मोठा दीर्घ श्वास घेत तिने भीती खोल खोल दाबून टाकली. आता एकच पाऊल, तिने स्वतःला बजावले.

पण त्या आधी तिला पुन्हा थोडी बनवाबनवी करायला लागणार होती. पुढल्या दोन दुकानांमध्येही अजिबात गरज नसणाऱ्या वस्तू रोखीने विकत घेऊन ती दोन पिशव्या घेऊन बाहेर पडली. तिच्या पाठलागावर असणाऱ्या माणसांच्या मनात तिला गोंधळ निर्माण करायचा होता. इतका धूर निर्माण करायचा की आग कुठे लागली आहे, हेच फार उशीर होईपर्यंत कळू नये.

शेवटचे दुकान खरे महत्त्वाचे होते. मोठ्या जुगारामधील फासे फेकण्याची शेवटची संधी. खुळखुळत फेकले जाणारे फासे काय दान पदरात टाकतात यावर सर्वकाही अवलंबून होते. ते नीट मिळाले नाही तर या कामगिरीसाठी पत्करलेले सर्व धोके व्यर्थ जाणार होते.

स्त्रियांची अंतर्वस्त्रे विकणाऱ्या एका दुकानात शिरून कॅरोलाइनने कॅमेरे कुठे रोखून ठेवले आहेत याचा अंदाज घेतला. तीन कॅमेरे होते. दोन दुकानांमध्ये रोखून ठेवले होते आणि तिसरा कॅश रजिस्टर असणाऱ्या टेबलवरती.

एक-एका रॅकजवळ जाऊन ती त्यावरची वस्त्रे बघत बसली. फिरता-फिरता तिच्या पाठलागावर असणाऱ्या तिघा जणांपैकी कुणी तिच्या मागोमाग आत शिरला आहे का हे तिने वळून बघितले. तिला त्याबाबत शंकाच होती. पुरुष आपल्या पत्नीसाठी किंवा मैत्रिणीसाठी काही विकत घ्यायला आले तरी ते अशा प्रकारच्या दुकानात रेंगाळत वेळ काढू शकत नाहीत. त्यांच्याकडे ताबडतोब लक्ष वेधले जाते.

तिच्या मागावर असणाऱ्यांच्या ही गोष्ट लक्षात आली असावी आणि म्हणून ते बाहेरच उभे राहिले होते. त्यांनी तसेच करावे याबद्दल ती मनात प्रार्थना करत होती. शेवटचे पाऊल टाकण्याची वेळ आली होती.

हातात बरेच कपडे घेऊन तिने ड्रेसिंग रूमची चौकशी केल्यावर एका क्लार्कने तिला तो भाग दाखवला. वरती कॅमेरे नव्हते हे बघून कॅरोलाइनने एक निःश्वास सोडला.

क्लार्कने एक खोली उघडून दिली. ती आत शिरल्यावर, खट्ट आवाज करत दार बंद झाल्यावर, तिने हातामधल्या पिशव्या खाली ठेवल्या. बऱ्याच वस्तू काढून ती कामाला लागली. वेळ फार महत्त्वाचा होता. तिच्या मागे असणाऱ्यांना ते ज्यांच्या पाठलागावर असतात ती माणसे अशी दिसेनाशी झालेली आवडत नाहीत. त्यांना ती सारखी त्यांच्या नजरेच्या टप्प्यात हवी असतात.

ड्रेसिंग रूमचा दरवाजा थोडासा उघडून तिने एक कॅमिसोल- अंतर्वस्त्र- क्लार्कच्या समोर धरत मोठ्या आवाजात, मोठ्या आकारातला दुसरा कॅमिसोल आणायला सांगितले. तो निघून गेल्यावर कॅरोलाइनने दार बंद करून घेतले आणि अगदी हळू आवाजात तिला पाठवायचा होता तो संदेश रेकॉर्ड केला.

तो संदेश पाठवण्याचा पुढला भागच कठीण होता. तिने कमीत कमी तंत्रज्ञान वापरायचे ठरवले. गुपचूप, कुणाच्या लक्षात न येता पाठवायचा तर तीच एक आशा होती. तिचे काम होऊ दे अशी तिने देवाची प्रार्थना केली.

ड्रेसिंग रूममधून बाहेर पडून ती सरळ पैसे भरण्यासाठीच्या टेबलच्या दिशेने निघाली. अगदी आरामात, कुठलीच काळजी नाही अशा तऱ्हेने. बडबडणाऱ्या क्लार्कशी हसून गप्पा मारताना तिला सर्व धीर एकवटायला लागला होता. तिने

डोळ्याच्या कोपऱ्यातून बघितले तर पांढरे केस असणारा माणूस दुकानाच्या दारासमोरून फेरी मारत होता.

खरेदी आटोपल्यावर तिने आणखी एक नवीन पिशवी उचलली आणि खांदे ताठ करून ती बुटिकबाहेर पडली. तिने काम पार पाडले होते.

बुटिकबाहेर पाऊल टाकताना तिची छाती धडधडत होती. करण्यासारखे काहीही आता राहिले नव्हते. दुसरीकडे जाण्यासारखेही नाही. याचा शेवट कसा होणार हे तिला कळत होते. मॉलमधून बाहेर पडणाऱ्या लोकांच्या गर्दीमध्ये ती मिसळली. बाहेर पडण्याचे काचेचे दरवाजे दिसताच ती झपाट्याने चालायला लागली.

धावत सुटण्याची जबरदस्त इच्छा तिच्या मनात निर्माण होत होती आणि या वेळी ती स्वतःला आवरू शकली नाही. तिच्या मनात येणारे विचार तिचा पाठलाग करणाऱ्या टीमच्या ध्यानात आल्याप्रमाणे त्यांनी त्याच वेळी तिच्यावर हल्ला केला.

पण त्यांना खूप उशीरच झाला होता.

प्रकरण १

व्हर्जिनियाचा ग्रामीण भाग
शुक्रवार
अठ्ठेचाळीस तासांनंतर

*त्या*ची निस्सान सबकॉम्पॅक्ट गाडी इस्टेटीच्या खडीच्या मोटर कोर्टवरून जात असताना कर्ट श्रोडरने आपल्या आयफोनवर नजर टाकली. सिग्नल नाही. गाडीच्या नॅव्हिगेशन सिस्टिमचीही तीच अवस्था होती.

या इस्टेटीचे मालक जेव्हा इथे राहत असत तेव्हाच फक्त सिग्नल मिळत नसे, ही गोष्ट मात्र स्थानिक लोकांच्या कधी लक्षात आलेली नव्हती. तो संबंध ध्यानात आला नव्हता.

काही जण वातावरणातील फरकाने असे घडले म्हणत, काही जणांना यात सरकारचे कटकारस्थान दिसे आणि त्यांचे शेजारी त्यांचे मत हसण्यावारी नेत. त्या शेजाऱ्यांना माहीत नव्हते की कटकारस्थाने बघणारे लोकच सत्याच्या खूप जवळ पोहोचत होते.

अफगाणिस्तान आणि इराकमधील अमेरिकन सैन्य दलांच्या उपयोगी पडावी म्हणून अडॅप्टिव्ह टेक्नॉलॉजी सोल्यूशन्स- 'एटीएस'- नावाच्या कंपनीने सिग्नल्स अडवण्याचे हे तंत्रज्ञान विकसित केले होते. अत्यंत यशस्वी गणल्या जाणाऱ्या या अमेरिकन कंपनीचे नाव मात्र जवळजवळ कोणालाच माहीत नव्हते.

नॅशनल सिक्युरिटी एजन्सीपासून ही कंपनी वेगळी काढणे फार अवघड होते. ऑफिस ऑफ द डायरेक्टर ऑफ नॅशनल इन्टेलिजन्स, सेन्ट्रल इन्टेलिजन्स एजन्सी, डिफेन्स डिपार्टमेंट, स्टेट डिपार्टमेंट, फेडरल ब्यूरो ऑफ इन्व्हेस्टिगेशन्स, डिपार्टमेंट ऑफ होमलॅन्ड सिक्युरिटी, ट्रेझरी डिपार्टमेंट, डिपार्टमेंट ऑफ जस्टिस आणि बहुतेकांनी ऐकलेल्या नसणाऱ्या युनायटेड स्टेट्स सायबर कमांड आणि इतर

अनेक एजन्सींसाठी अत्यंत गोपनीय आणि संवेदनाक्षम कामे 'एटीएस' हाताळत असे.

सॉफ्टवेअर, हार्डवेअर, कर्मचारी, त्यांचे प्रशिक्षण याबाबतच्या इंटरनेटसंबंधित प्रत्येक गोष्टीशी 'एटीएस'चा संबंध होता.

अमेरिकेच्या राजकीय, लष्करी, इन्टेलिजन्स खात्यांशी 'एटीएस' इतकी एकरूप झाली होती की सरकारचा अंमल संपून 'एटीएस'च्या ताब्यात सर्व काही कधी जाते हेच कुणाला कळेनासे झाले होते. या कंपनीबद्दल कुणालाच विशेष माहिती नव्हती आणि 'एटीएस'ला तेच हवे होते. त्यांच्या बोर्ड ऑफ डायरेक्टर्सची नावे कधी प्रसिद्ध झाली असती तर लक्षात आले असते की वॉशिंग्टनमधील प्रत्येक ताकदवर व्यक्ती डायरेक्टर बोर्डावर होती. एके काळी इन्टेलिजन्स चीफ म्हणून कामे बघणाऱ्या दोघांबरोबर एक भूतपूर्व उपाध्यक्ष, तीन निवृत्त फेडरल जजेस, ॲटर्नी जनरल, सेक्रेटरी ऑफ स्टेट, फेडरल रिझर्व्ह चेअरमन, ट्रेझरी सेक्रेटरीज म्हणून पूर्वी कामे बघितलेले दोघे जण, तीन सिनेटर्स, सेक्रेटरी ऑफ डिफेन्स यांची नावेही डायरेक्टर बोर्डावर दिसली असती.

काही जणांची कल्पना होती की 'एटीएस'च्या नावाखाली एनएसएच सर्व कारभार बघते आहे म्हणून. काहींना वाटे ती कंपनी सीआयएची निर्मिती आहे. 'एटीएस'बरोबर ज्या कामासाठी इतरांचा संबंध येत असे, तेवढीच बाजू त्यांच्या लक्षात येत असे. पण तशी खूप माहिती कळत नसेच. आपला आवाका इतरांच्या लक्षात येणार नाही अशाच तऱ्हेने कंपनीने कायम अत्यंत गुप्तता राखून काम केले होते. कुणाच्याही लक्षात येणारा भाग म्हणजे हिमनगाचे एक टोक असे.

कंपनीमध्ये प्रवेश देण्याच्या बाबतीत खूप काळजी घेतली जात असे. इथे जितकी कसून तपासणी केली जात असे, तितकी दुसऱ्या कुठल्याच ठिकाणी केली जात नसावी. जगाकडे बघण्याचा त्यांचा एक विशिष्ट दृष्टिकोन होता. सर्व सदस्यांचा गाढ विश्वास होता की राष्ट्रीय आणि आंतरराष्ट्रीय घटना त्यांची इच्छा आहे त्याप्रमाणे घडवून आणणे, हे त्यांचे कर्तव्य आहे. वर्तमानपत्रात किंवा इंटरनेटवर त्यांच्या ध्येय-धोरणांवर चर्चा व्हावी अशी त्यांची मुळीच इच्छा नव्हती. ते अभिमानानेच त्याबाबत गुप्तता बाळगत होते.

विचारविनिमय करण्यासाठी ग्रामीण व्हर्जिनियामध्ये एकांतात त्यांनी एक स्थळ निवडले होते. दोनशे एकर जागेमध्ये ते पसरलेले होते. आजूबाजूच्या हिरव्यागार टेकड्यांमध्ये काही इमारती होत्या. लक्ष वेधून घेणारी मध्यवर्ती इमारत म्हणजे रोमन आणि ग्रीक पद्धतीने बांधलेली, समोर दणकट पांढरे स्तंभ असणारी, सुरेखशी, लाल विटांची मोठी वास्तू होती.

स्वातंत्र्याच्या लढ्याच्या आधीपासून या ठिकाणी एक बंदिस्त असे शेत होते,

जे उद्‌ध्वस्तावस्थेत पडले होते. यावरूनच या इस्टेटीला वॉलवर्थ नाव पडले होते. लॅन्ड ट्रस्ट्स, ऑफशोअर कॉर्पोरेशन्स यांच्या जंजाळात या इस्टेटीचे खरे मालक कोण आहेत हे ओळखणे जाणीवपूर्वक अत्यंत अवघड बनवले होते. काउंटी रेकॉर्डरच्या कार्यालयात या जागेची नोंदच नव्हती. उपग्रहांद्वारा या प्रॉपर्टीचे फोटो घेता येत नसत. प्रत्यक्षामध्ये ही प्रॉपर्टी जशी काही अस्तित्वातच नव्हती. अडॅप्टिव्ह टेक्नॉलॉजी सोल्यूशन्स मागे उभ्या असणाऱ्या शक्तिमान संस्थांची अगदी हीच इच्छा होती.

संगणक आणि सुरक्षा व्यवस्था यांच्या संदर्भात कर्ट श्रोडर थोड्याफार वेळा वॉलवर्थला मदतीसाठी येऊन गेला असला तरी फर्मचे डायरेक्टर बोर्ड येणार असताना तो कधीही प्रॉपर्टीवर हजर नव्हता. एका हिवाळ्यात ग्रॅन्ड केमनवरच्या 'एटीएस'च्या प्रॉपर्टीवर डायरेक्टर बोर्डाची सभा असताना एकदाच फक्त त्याने त्यांना बघितले होते; कारण त्याच्या वरिष्ठानेच त्याला त्याच्याबरोबर यायचे निमंत्रण दिले होते.

अफाट संपत्ती बाळगणाऱ्या कंपनी डायरेक्टर्सची सभा असल्याने व्हर्जिनिया इस्टेटीचे मोटर कोर्ट अत्यंत आरामदायक युरोपियन कार डीलरशिपच्या पार्किंग लॉटसारखे भासत होते. अनेक बीएमडब्ल्यू, ऑडी, मर्सिडिज, रेंज रोव्हर्स गाड्या उभ्या होत्या. थोड्या बाजूला सिक्युरिटी टीम्सच्या काळ्या चिलखती शेवी सबर्बन्स उभ्या होत्या.

श्रोडरने एक रिकामी जागा शोधून तिथे आपली गाडी उभी केली. आरशात बघून कपाळावरचा घाम पुसला, टाय घट्ट केला आणि एक दीर्घ श्वास घेतला. 'एटीएस'चा बॉस आणि त्याची आई यांच्यात एक साम्य होते. दोघेही भडक डोक्याची माणसे होती.

त्याच्या साध्या पण वापरायला उत्कृष्ट अशा निस्सान गाडीमधून खाली उतरताच त्याला एका घराच्या चिमणीमधून बाहेर पडणाऱ्या धुराचा वास आला. लाकूड जाळल्यावर येणारा वास. मोटर कोर्टवरून तो पुढे येत असताना कॉर्पोरेट सिक्युरिटीचा प्रमुख मार्टिन व्हिन्यॉन याने दारातच त्याचे स्वागत केले. सुरक्षारक्षकांच्या सर्व टीमप्रमाणे त्यानेही काळा सूट चढवला होता, सीक्रेट सर्व्हिस एजन्ट्ससारखाच एका कानामागे इअरपीस होता. अगदी शुभ्र गोऱ्या कातडीचा उंच माणूस. पांढरे केस, त्यांचा व्यवस्थित भांग पाडलेला. त्याच्या बॉसला प्रत्येकालाच फार अपमानकारक टोपणनाव ठेवायची सवय होती. तो व्हिन्यॉनचा उल्लेख त्याच्या मागे 'पावडर' म्हणून करायचा. त्या वेळी इतर जण ती वेळ कशीबशी हसण्यावारी उडवून लावायचा प्रयत्न तरी करायचे किंवा ऐकलेच नाही दर्शवायचे.

व्हिन्यॉनच्या पूर्वेतिहासाबद्दल श्रोडरला काही माहिती नव्हती. तो कुठून आला,

त्याला हे काम कसे काय मिळाले याची त्याला कल्पना नव्हती. काही जण म्हणत-पूर्वी तो सैन्यात होता, काही म्हणत तो इन्टेलिजन्स एजन्सीत होता. तो अत्यंत उद्धट होता, याबद्दल मात्र सर्वांचे एकमत होते. त्याचा पूर्वेतिहास शोधून काढायचा श्रोडरने एकदा प्रयत्नही केला होता; पण तो माणूस म्हणजे कृष्णविवरासारखा होता. कुठेही काहीही कळले नाही. त्याचा इतिहासच पुसून टाकला होता. त्याच्या कठोर आणि भीती निर्माण करणाऱ्या वर्तणुकीमुळे एक विचित्र कल्पना प्रसृत झाली होती. त्याला म्हणे मृत माणसे दिसायची नाहीत, तर तो ती निर्माण करायचा.

सुरक्षारक्षकांच्या टीममधला तो एकमेव अमेरिकन होता. बाकी त्याने स्वतः निवडलेले इस्रायली होते.

व्हिन्यॉनने मान डोलावून श्रोडरला त्याच्या दोन माणसांच्या दिशेने पाठवले. एकाच्या हातात धातुशोधक यंत्राची छोटीशी काठी होती. 'एटीएस'साठी तो जे काम करत होता ते लक्षात घेता, ही खरी तर अपमानास्पद वागणूक होती. सीक्रेट सर्व्हिसमध्ये जाण्याची इच्छा बाळगणारी ही अर्धवट बुद्धीची माणसे ताब्यातून निसटायला लागली असावीत.

पण उगाच तमाशा नको म्हणून श्रोडर शांतपणे उभा राहिला. सुरक्षारक्षकांनी त्याची पूर्ण तपासणी करायच्या आधीच त्याचा बॉस हजर झाला.

"कुठे होतास तू?" त्याने खेकसूनच विचारले.

मूर्खासारखाच प्रश्न! तो कुठे होता हे त्यालाच तर माहीत होते. श्रोडरने उत्तर द्यायचे कष्ट घेतले नाहीत.

"निदान वाईट बातमी देऊ नकोस मला."

श्रोडर उत्तर द्यायला तोंड उघडणार एवढ्यात त्याच्या बॉसने त्याला अडवले.

"इथे नको." त्याच्या मागे यायची खूण करून तो त्याला एका रुंद हॉलवेमधून ऐश्वर्यसंपन्न अशा अभ्यासिकेमध्ये घेऊन गेला. भिंतींवर वेगवेगळ्या देशांतील चित्रविचित्र प्राण्यांची डोकी दिसत होती. बाहेरच्या गारव्यावर मात करत एक शेकोटी पेटलेली होती.

बॉस आपल्याला बसून घ्यायला सांगायची श्रोडर वाट बघत होता. त्याने तसे सुचवलेदेखील नाही. तेव्हा तो तसाच उभा राहिला.

बारजवळ जाऊन स्वतःसाठी एक पेय बनवत बॉसने विचारले, "काय झाले मग?"

एक मोठा श्वास घेऊन श्रोडर म्हणाला, "अजून तरी काही नाही."

"अजून तरी काही नाही याचा अर्थ काय समजायचा मी?"

"आम्ही काही शोधून काढू शकलेलो नाही."

"आम्ही म्हणू नकोस," तो रागाने उद्गारला. "मी स्पष्ट केले होते की हे

काम तुझेच आहे. आणि अपयशी होऊन चालणार नाही म्हणून.''

पांढऱ्या केसांचा सडपातळ असा क्रेग मिडलटन साठीमधला माणूस होता. भांडी घासायच्या तारेच्या घासणीसारखे राठ असे केस, लेझरने पांढरे शुभ्र केलेले दात, कायम तांबूस दिसणारी कातडी. चेहऱ्याकडे बघताच त्याचे डोळेच लक्ष वेधून घेत. खोलवर गेल्यासारख्या वाटणाऱ्या डोळ्यांभोवती काळी वर्तुळे उमटली होती. त्याची स्वतःची कल्पना होती त्याप्रमाणे क्रेग मिडलटन अजिबात आकर्षक व्यक्तिमत्त्वाचा नव्हता.

त्याचा तो जांभळा रेशमी टाय आणि तशाच रंगाचा खिशात ठेवलेला हातरुमाल श्रोडरला अजिबातच आवडत नसला, तरी शब्दांची काळजीपूर्वक निवड करत तो उत्तरला, ''थोडा वेळ लागेल एवढेच. तू काळजी करू नकोस.''

स्कॉचचा एक मोठा घोट घेत मिडलटन आपल्या हाताखाली काम करणाऱ्या माणसाकडे बघत बसला. ''तुझे काम तुला आवडते ना कर्ट?''

''काय?''

''मी विचारले तुला तुझे काम आवडते ना?''

''अर्थातच...मी...''

म्हाताऱ्याने त्याला शांत राहाण्याची खूण केली. ''माझे काम करण्यासाठी मी कुणाचीही निवड करू शकलो असतो. मी तुझी निवड केली होती.''

''त्याबद्दल मी कृतज्ञ आहे.''

''पण मला तसे वाटत नाही, कर्ट. सध्याच्या हवे ते मिळणाऱ्या पिढीप्रमाणेच तूदेखील पार फुकट गेला आहेस. कष्ट घेणे याचा अर्थ तरी तुला कळतो की नाही

याची मला शंकाच आहे. आणि त्यापेक्षा वाईट म्हणजे इमानदारी तुला समजत नाही. तुला या कंपनीमध्ये प्रवेश मिळवून देण्यासाठी आणि आजच्या उच्च पदापर्यंत आणण्यासाठी मी काय-काय केले आहे याची कल्पना आहे तुला? थोडी तरी कल्पना आहे?''

होती, श्रोडरला पूर्ण कल्पना होती. क्रेग मिडलटन नसता तर तो तुरुंगात सडत पडला असता किंवा त्याहूनही काहीतरी वाईट घडले असते. ''मी इमानदारच आहे हे ठाऊक आहे तुला.''

आणखी एक घोट घेत मिडलटनने हातावरल्या घड्याळाकडे नजर टाकली. ''आहे माहीत मला? दहा मिनिटांनी मला डायरेक्टर बोर्डाच्या सभेला हजर राहायचे आहे. आणि केवळ तू तुझ्यावर सोपवलेली कामगिरी पार पाडलेली नाहीस म्हणून या कंपनीवर माझा काही ताबाच राहिलेला नाही, असे त्यांना वाटणार आहे.''

''आपण गवताच्या गंजीमधली सुई शोधण्याबद्दल बोलतो आहोत.''

''पण ही गंजी आपल्या मालकीची आहे. त्यातली अगदी प्रत्येक काडी,

प्रत्येक दगड, पाइप, पोकळ झाड आपले आहे. आमच्या नकळत तू तुझा विचारही बदलू शकत नाहीस. तेव्हा अजून तरी काही नाही असे सांगूच नकोस. हवी ती प्रत्येक गोष्ट तुला पुरवलेली आहे. तेव्हा आता माझ्यासाठी काहीतरी मिळव तू. लवकर मिळव. आलं लक्षात?''

श्रोडरने मान हलवली.

''मान हलवू नकोस,'' मिडलटन ओरडला. ''तोंडाने उत्तर दे.''

''हो सर, आलं लक्षात.''

त्याच्या बॉसने हात वर करून दाराच्या दिशेने बोट दाखवले. उत्साह निर्माण करण्यासाठी केलेले भाषण संपले होते.

घराबाहेर पडून श्रोडर आपल्या गाडीत बसत असताना मिडलटनने त्याच्या टेबलवरचा फोन- एसटी ३ किंवा सिक्युअर टर्मिनल इक्विपमेंट- उचलला. एनक्रिप्टेड फोन होता. त्याच्यावरचे संभाषण कुणी चोरून ऐकले तरी अर्थबोध होणार नाही असा फोन. एक डमी एनएसए क्रिप्टो कार्ड फटीत सरकवून त्याने नंबर फिरवला.

दोन वेळेला घंटी वाजताच तो उचलला गेला. ''काय मत झाले आहे तुझे?''

''मला वाटते तो खोटे बोलतो आहे,'' मिडलटनने उत्तर दिले.

''मग मी काय करावे अशी इच्छा आहे तुझी?''

''त्याच्या मागावर राहा.''

''आणि तो खरोखर खोटे बोलत असला तर?''

''यादीत त्याचेही नाव घाल.''

प्रकरण २

पॅरिस
सोमवार संध्याकाळ

गोळ्यांच्या भडिमाराने दरवाजाच्या लाकडी फ्रेमचे तुकडे उडत असतानाच स्वतःला अपार्टमेंटमध्ये झोकून देत स्कॉट हॉर्वाथ ओरडला, "पिस्तूल!"

रायली टर्नरला जमिनीवर ढकलून तो पाठीवर कोसळला आणि लाथ मारूनच त्याने दार बंद केले.

स्वतःच्या पायांवर उभे राहायचा प्रयत्न करता करता त्याने रायली टर्नरला आज्ञा दिली, "चल नीघ! नीघ इथून! नीघ!" ती हललीही नाही.

त्याने खाली वाकून बघितले तर हॉर्वाथला रक्त आणि मांसाचे उडालेले टवके दिसले. एका गोळीने तिच्या डोक्याचाच वेध घेतला होता. नाडी लागते का बघायचाही प्रश्न नव्हता. काही उपयोग झाला नसता. ती मेली होती. एक क्षणभर तरी सर्व जगच स्तब्ध झाल्याचा त्याला भास झाला.

पण दुसऱ्या क्षणी स्वतःचा जीव तरी वाचवायला पाहिजे याची त्याला आपोआप जाणीव झाली. आजपर्यंत त्याला मिळालेल्या प्रशिक्षणाने त्याच्या मनाचा ताबा घेतला. रायली जिवंत नाही हा धक्का मनाच्या एका कोपऱ्यात ढकलून आता इथे काय करता येईल यावर त्याने लक्ष केंद्रित केले. तिच्या शरीरावर चाचपडून त्याने एखादे शस्त्र मिळते का बघितले. कोणतेही शस्त्र हाताला लागले नाही.

आपल्या मृत साथीदाराला हॉलमधल्या जमिनीवर सोडून त्याने उडी मारूनच बैठकीच्या खोलीकडे धाव घेतली. इथून जिवंतपणे निसटायला हवे. बस्, तेवढाच विचार.

कार्लटन समूहाची सर्व सुरक्षित घरे एकाच तऱ्हेने सज्ज ठेवलेली होती. झोपायच्या दोन सोफ्यांकडे धाव घेऊन त्याने एका सोफ्यावरच्या उशा ओढल्या.

चटईच दिसल्यावर तो दुसऱ्या सोफ्याकडे वळला. तिथेच केपेबिलिटी किट असायला हवे.

कामगिरीवर अवलंबून साधनसामग्रीत फरक पडत असला, तरी परदेशात काम करणाऱ्या एजन्टला तिथे मिळवण्यात अडचण पडणाऱ्या गरजेच्या सर्व वस्तू केपेबिलिटिज किट्स – एस्पिओनेज १०१मध्ये असत. रोख पैसे, सुरक्षित सिम कार्ड्स, सेल फोन्स, कुलपे उघडायची साधने, वैद्यकीय साधनांची छोटी बॅग, माग काढता येतील अशी इलेक्ट्रॉनिक्सची साधन- बग्ज, एकदा वापरून फेकून देता येतील अशा तऱ्हेची हात-पाय बांधून ठेवण्याची साधने- टफ टाइज, टेझर, मिरीचा धुक्यासारखा स्प्रे पसरवणारे ओसी फॉगर्स, चाकू, डेसिग्नेटर स्ट्रोब, छोटेसे पिस्तूल, त्यासाठीच्या गोळ्या वगैरे वगैरे.

दुसऱ्या सोफ्यावरच्या उशा फेकून देऊन त्याने खालचे पॅनेल फाडून काढल्यावर एक धातूची लांब पेटी दिसायला लागली. त्याने पेटीवरच्या पॅडवर सांकेतिक क्रमांक दाबल्यावर पेटीची इलेक्ट्रॉनिक कुलपे उघडली.

पेटीचे झाकण उघडत असतानाच त्याला हॉलवेमध्ये बुटांचे आवाज यायला लागले. त्याला जास्ती वेळ मिळणार नव्हता. गोळ्या झाडणाऱ्यांनी वापरलेले पिस्तुलांवरचे सप्रेसर्स आणि त्यांनी सुरक्षित घराचा लावलेला शोध या बाबी लक्षात घेता, ते नक्कीच व्यावसायिक खुनी होते.

हा विभाग म्हणजे पॅरिसमधला एखादा घेटो नव्हता की जिथल्या गोळीबारांच्या आवाजांकडे आणि हिंसक कृत्यांकडे दुर्लक्ष केले गेले असते. पिस्तुलांवर सप्रेसर्स बसवले तरी गोळ्या झाडल्यावर ती एक विशिष्ट आणि ऐकू जाईल असा आवाज करतातच. कोणत्या तरी शेजाऱ्याने आधीच पोलिसांना फोन केला असण्याची दाट शक्यता होती. त्यांच्यावरती सोपवलेली कामगिरी पूर्ण करून इमारतीबाहेर पळ काढण्याचा दबावही हल्लेखोरांवर होताच. हॉर्वथला घाईघाईने कामे उरकायला लागणार होती.

हृदयाची धडधड वाढत असताना आणि रक्तात ॲड्रिनालिन वाहायला लागले असतानाच त्याने पॉइंट ४५ कॅलिबरचे ग्लॉक २१ पिस्तूल उचलले आणि नळीच्या आट्यांवर गोलगोल फिरवत सप्रेसर बसवून टाकला. जादा दोन मॅगझिन्स आणि फॉगर्स खिशात कोंबले.

फक्त त्याच खोलीत चालू असलेले दिवे त्याने बंद केले. परिस्थितीचा जास्तीत जास्त फायदा कसा उठवता येईल याचाच तो विचार करत होता.

अंधाऱ्या हॉलमध्ये डोकावून बघितल्यावर त्याला रायलीचे शव अजूनही ती जिथे कोसळली होती त्याच जागेवर पडलेले दिसले. त्याने फॉगरची वरची बाजू मांडीवर आपटत तो हॉलमध्ये फेकला.

जमिनीवर पडताच थोडा गडगडत जाऊन त्यातून हिस्स् आवाज आला आणि काळ्या मिरीचा ढग हवेमध्ये सुटायला लागला. यामुळे व्यावसायिक खुनी प्रवेश करू शकले नसते असे नाही, पण तरीही याला तोंड देण्याची तयारी करून ते आले असतील याची अजिबात शक्यता नव्हती. प्रशिक्षण देताना फर्निचर आणि इतर जड वस्तू त्यांना घुसताना अटकाव करतील आणि लक्ष्य शस्त्रसज्ज असणार हेच मनावर ठसवलेले असते. धुक्यासारखा ढग निर्माण करणाऱ्या ओसी फॉगरचा विचार कुणीच केला नसता. म्हणूनच हॉर्वाथने त्यांचा वापर केला होता.

व्यावसायिक एजंट्सना त्यांच्या प्रशिक्षणाचा भाग म्हणून मिरी पावडरच्या फवाऱ्याला तोंड द्यायला शिकवले जाते. त्या फवाऱ्यातही ते हालचाल चालू ठेवू शकत असले तरीही डोळ्यांतून पाणी वाहणे, तोंडातून लाळ गळणे आणि फुफ्फुसात टाचण्या टोचल्यासारखे वाटणे यांचा भयंकर त्रास होतोच. याशिवाय डोळे जळजळायला लागतात आणि डोळ्यांपुढे अंधारीही येते.

कोणत्याही सुरक्षित घरामध्ये आत शिरण्यासाठी आणि बाहेर पडण्यासाठी फक्त एकच मार्ग नसे. निदान दोन तरी असत. या खुनी टोळीने सुरक्षित घर शोधून काढले होते, एवढेच नाही तर गोळीबार सुरू करण्यापूर्वी तो इथे येण्याची वाटसुद्धा बघितली होती. असा विचार करता त्यांना खूपच माहिती होती आणि ते नीट अभ्यास करून आले होते, हे नक्की होते. तेव्हा त्यांनी आत-बाहेर करण्याच्या सर्व मार्गांवर माणसे ठेवलेली असणारच. तो कठीण परिस्थितीत सापडला होता खराच.

या सुरक्षित घरामध्ये तो यापूर्वी कधीच आला नसला, तरी पॅरिसमधल्या अशा तऱ्हेच्या इतर अपार्टमेंट्समध्ये गेला होता. तशा तऱ्हेच्या जुन्या इमारतींमध्ये नोकरचाकरांना वापरण्यासाठी, परस्पर स्वयंपाकघरामध्येच आणणारे एक सर्व्हिस प्रवेशद्वार असे.

तसे ते या अपार्टमेंटसाठीही असलेच तर दुसरी एक टोळी तिथूनच आत शिरण्यासाठी तयार होत असणार. हॉर्वाथने तशी खात्री पटवून घेण्यात मुळीच वेळ दवडला नाही.

स्वयंपाकघरामध्ये येऊन, इकडेतिकडे बघत तो अगदी स्तब्ध उभा राहिला. कुठलाही आवाज येतो का ते ऐकण्यासाठी त्याचे कान टवकारलेले होते. काचेच्य मोठ्या खिडक्यांमधून थोडाफार प्रकाश आत शिरत होता. त्याने कल्पना केल्याप्रमाणे दुसऱ्या टोकाला एक दार होते.

त्याने हळूहळू श्वास घेत पिस्तूल नीट पकडले. दारापलीकडून काही आवाज येत नव्हते, पण आवाज ऐकण्याची त्याला गरजच नव्हती. तो सर्वोत्कृष्ट शिकारी होता. त्याला त्यांचे अस्तित्वच जाणवत होते. इतर लोक त्याची पारध करू शकणार नव्हते. शिकारी तो होता. तो इतरांची शिकार करणार होता. त्याच्याच

पाठीवर फुली मारून कुणी तरी त्याला लक्ष्य बनवले होते. फार मोठी चूक केली होती त्यांनी.

डावीकडे सरकून त्याने सिंकखालचे फडताळ उघडले आणि इकडेतिकडे हात फिरवत त्यांने भांडी धुण्याच्या साबूची बाटली वर काढली. झाकण उघडून साबूचे सगळे पाणी दारामध्ये ओतून दिले. रिकामी बाटली सिंकवर ठेवून तो स्वयंपाकघरामधून मागे सरकला.

हॉलमध्ये धुक्याचा ढग तरंगायला लागला होता आणि तो उभा होता तिथे त्याला त्याचा वास येत होता. अजून त्याच्या डोळ्यांमधून पाणी वाहायला सुरुवात झाली नसली तरी ते वाहणारच होते.

पिस्तूल रोखून धरत असताना तो अत्यंत थंड डोक्याने विचार करत होता. कोणत्याही क्षणी ते आत घुसणार होते.

पाच सेकंदांनी अपार्टमेंटच्या पुढल्या दाराबाहेर स्वयंचलित टायमरने विशिष्ट असा थॉक आवाज केला आणि दिवे बंद झाले.

"एक-एक हजार-दोन-दोन हजार," तो स्वत:शी पुटपुटत होता.

पाचचा आकडा मोजण्यापूर्वीच एकाच वेळी हल्ला सुरू झाला आणि अपार्टमेंटच्या पुढल्या आणि मागल्या दारांवर बाहेरून लाथा हाणल्या गेल्या.

प्रकरण ३

दोन्ही टीम्स आत घुसताच त्यांचा खराखुरा गोंधळ उडाला.

स्वयंपाकघरामधले दोघे जण घसरून एकमेकांत अडकून जमिनीवर कोसळले. आत पाऊल टाकत हॉर्वाथने एकाच्या डोक्यात गोळी हाणली आणि दुसऱ्याच्या पाठीत.

तो पुन्हा बाहेर पडत असताना पाठीत गोळी बसलेल्या माणसाने पिस्तूल उचलत त्याच्यावर गोळी मारायचा प्रयत्न करताच हॉर्वाथने त्याच्याही डोक्यात दोन गोळ्या हाणल्या आणि तो कोसळला. त्याची हालचाल बंद झाली.

पटकन पुढे होऊन हॉर्वाथने एका माणसाचे जाकीट सरकवून आत हात घातला. त्या माणसाने आतमधून गोळ्यांना दाद न देणारे जाकीट घातले होते.

हॉलमधून गोळी झाडल्याचा आवाज आला. रायली मेली आहे याची खात्री पटवून घेण्यासाठी कुणीतरी तिच्यावर आणखी एक गोळी मारली असणार.

त्याला कळत होते की तो तिच्यासाठी काहीही करू शकला नसता. ती जिवंत असती तरी तिच्या हल्लेखोरांवर गोळ्या झाडण्याशिवाय दुसरी कुठलीच मदत तो करू शकला नसता. दुसऱ्या कुणाच्या जखमा बघत बसलात तर दोघेही मराल. रायलीला त्याच्यासारखेच प्रशिक्षण मिळाले होते आणि आत्ता तो जसा वागत होता तशीच ती वागली असती.

तिचा साथीदार नुकताच ठार मारला गेलेला असता तरी तिनेही थंड डोक्याने प्रथम बाहेर पळ काढण्याचाच विचार केला असता. जबाबदारीने वागून, व्यावसायिकपणे विचार करून तोच निर्णय घेतला असता. त्यानेही तेच करायची गरज असताना त्याचा संताप अनावर झाला होता. अत्यंत धोकादायक आणि हिंसक योजना त्याने

आखली होती. प्रत्येक हल्लेखोर ठार होईपर्यंत तो इथून बाहेर पडणार नव्हता.

धक्के देण्याची क्षमता अजून त्याच्याकडेच होती. तो बैठकीच्या खोलीमधून हॉलवेकडे निघाला. तो अपार्टमेंटमध्येच आहे हे हल्लेखोरांना ठाऊक असले तरी तो कुठे असेल याची त्यांना कल्पना नव्हती. पण ते कुठे आहेत हे माहीत असल्याने हॉर्वाथने प्लायवुडच्या भिंतीमधून गोळ्या झाडायला सुरुवात केली.

चौथ्या गोळीने कुणाचा तरी वेध घेतल्याचे आणि तो माणूस खाली कोसळल्याचे त्याने ऐकले. काय घडते आहे ते तोपर्यंत ध्यानात आल्यावर त्याच्या साथीदारानेही भिंतीमधून उलट गोळीबार करायला सुरुवात केली. तोपर्यंत आपल्या पिस्तुलात नवीन मॅगझिन सरकवून हॉर्वाथने आपली जागा बदलली होती.

तो माणूस भिंतीमधून गोळ्या झाडत असताना हॉर्वाथ एखाद्या भुतासारखा हॉलवेच्या कोपऱ्यात पोहोचला. हवेत सुटलेल्या मिरीच्या फवाऱ्याने त्याचे डोळे चुरचुरायला लागले आणि डोळ्यांवर परिणाम होण्याआधीच त्याने नेम धरून त्या माणसावर गोळी हाणली.

त्याच्या डोक्यात गोळी घुसताच तो तत्काळ खाली कोसळला. मग हॉर्वाथने भिंतीमधून मारलेली गोळी ज्या माणसावर बसली होती त्याच्याकडे लक्ष दिले. तो खाली पडलेला असला तरी जिवंत होता. तो पिस्तूल वर करत असताना हॉर्वाथने त्याच्या घशातच गोळी मारली.

त्याचे पिस्तूल खाली पडले. त्या जखमेमधून रक्त वाहायला सुरुवात होत असतानाच हॉर्वाथने पुढील गोळी त्याच्या नाकावर हाणली. गरज असलीच तर म्हणून एक दुसऱ्या माणसावरही हाणली.

त्याच्या छातीत जळजळ सुरू झाली. नाका-डोळ्यांतून पाणी वाहायला लागले. तो हॉलमधून परत बैठकीच्या खोलीत आला. खिडकी उघडून थंडगार हवेचा एक श्वास घ्यायची प्रबळ इच्छा मनात होत असतानाच तो तसे करू शकणार नाही हे त्याला समजत होते. आणखी काही हल्लेखोर, एखादा नेमबाजसुद्धा, बाहेर सज्ज असायचा. खिडक्यांपासून दूर राहून तो अंधाऱ्या अपार्टमेंटमधून झपाट्याने निघाला. दूर अंतरावरून त्याला पॅरिसमधल्या पोलीस गाड्यांचे जवळ येणारे आवाज कानांवर पडायला लागले.

रायलीचे पैशांचे पाकीट, पासपोर्ट आणि इतर वस्तू असणारा कॅमलबॅक बॅकपॅक त्याने शोधला. केपेबिलिटिज् किटमधले सामानही बॅकपॅकमध्ये टाकून त्याने चेन लावली.

एका छोट्याशा जागेत वेगवेगळ्या आकारातील कपडे होते. आपली पाच फूट, दहा इंच उंचीची बळकट शरीरयष्टी लक्षात येऊ नये म्हणून त्याने एक ढगळ

जाकीट चढवले. तपकिरी रंगाचे केस झाकण्यासाठी बेसबॉलची टोपीही घातली. चांगले म्हणण्यासारखे वेषांतर नसले तरी काहीच न करण्यापेक्षा बरे होते इतकेच.

रायलीचा बॅकपॅक खांद्यावर टाकून तो पुन्हा हॉलमध्ये आला. रायली आणि दोन मृत हल्लेखोरांचे झटपट फोटो घेण्याइतका वेळच तिथे थांबला. दोघेही विशीतले तरुण दिसत होते.

त्यांच्या कपड्यांच्या खिशात त्याला एखादा कागदाचा कपटाही आढळला नाही. फक्त शस्त्रे आणि त्यांच्यासाठी आवश्यक त्या गोळ्या घेऊनच ते आले होते. एकमेकांच्या संपर्कात राहण्यासाठी स्वस्त वॉकी-टॉकीज् आणि हेडसेट्स होते. आसपासच्याच कुठल्या तरी इलेक्ट्रॉनिक स्टोअरमधून वगैरे विकत घेतलेले असणार.

टर्नरचा नीट निरोप घेण्याइतका वेळही त्याच्याकडे नव्हता. स्वयंपाकघरामध्ये येऊन त्याने तिथल्या हल्लेखोरांचे कपडेही तपासले; त्यांच्याही खिशात काही नव्हते. तेदेखील विशीमधलेच तरुण होते.

व्यावसायिक खुनी सर्वसाधारणपणे अनुभवी असतात आणि म्हणून वयाने मोठेही. पण त्यांच्या वयाचा विचार मनात आणला नाही तर ते पूर्णतः व्यावसायिकपणे वागले होते.

स्वयंपाकघरामधून त्याने एक टॉवेल उचलला आणि दुधाची बाटलीही. तिथल्या हल्लेखोरांचेही फोटो घेतल्यावर त्याने आणखी एका फॉगरचा वरचा भाग मांडीवर आपटून तो मागच्या जिन्यामध्ये टाकून दिला. खालून कुठल्याही हालचालींचे आवाज आले नाहीत तेव्हा तो पायऱ्यांवरून सावधपणे खाली उतरायला लागला.

तळमजल्यावर पोहोचल्यावर तो फॉगरपासून लांब झाला. दुधात भिजवलेल्या टॉवेलने त्याने आपला चेहरा आणि केस पुसले आणि टॉवेल फेकून बेसबॉलची टोपी डोक्यावर चढवली.

मग त्याने आपल्या फोनची बॅटरी काढली. मेमरी आणि सिम कार्ड्सही काढली आणि सर्व वस्तू कोटाच्या खिशात घातल्या. ग्लॉकवरचे सप्रेसर वेगळे काढून त्याच खिशात टाकले. ग्लॉक मात्र जाकिटाच्या उजव्या बाजूच्या एका मोठ्या खिशात ठेवले. गरज पडली तर खिशातच धरून तशीच गोळी झाडता आली असती. आता बाहेर पडायची वेळ झाली होती.

एका अंडाकृती पटांगणाभोवतीच्या इमारतींमधल्या एका अपार्टमेंट बिल्डिंगमध्ये हे सुरक्षित घर शोधलेले होते. इमारतीमधून बाहेर पडून, पटांगणामधून चालत जात तो दुसऱ्याच रस्त्यासमोरच्या एका इमारतीच्या सर्व्हिस कॉरिडॉरमध्ये पोहोचला. या खुनी टोळक्याने बाहेर पडण्याच्या प्रत्येक मार्गावर कुणी तयार ठेवले आहे का शोधण्याचा फक्त एकच मार्ग होता.

डाव्या हाताने कोटाची कॉलर वर करत तो बाहेर पडला.

त्याने पटकन रस्त्याच्या दोन्ही बाजूंना बघितले. ज्या तऱ्हेच्या माणसांचा तो शोध घेत होता त्यांना ओळखणे तसे कठीण नव्हते. त्यांची अंगलट लक्षात आली असती आणि वयेही. वागण्याची ढबही. थोडीफार माणसे दिसली, पण कुणी त्याच्याकडे पाहिलेही नाही. उत्तर दिशेला वळून त्याने चालायला सुरुवात केली.

त्याला लवकरात लवकर पॅरिस सोडायला हवे होते. सुरक्षित ठिकाणी पोहोचून कार्लटन समूहाचा प्रमुख आणि त्याचा बॉस रीड कार्लटन याला कळवायला हवे होते की रायली मरण पावली आहे आणि सुरक्षित घर आता सुरक्षित राहिलेले नाही.

पोलीस गाड्यांचे आवाज आता सर्व बाजूंनी येत होते. थोड्याच वेळात या भागाला पोलिसांचा वेढा पडणार होता. हॉर्वाथने भराभर पावले उचलायला सुरुवात केली.

शेवटी ते सिक्युरिटी कॅमेऱ्यांवरचे चित्रणही बघणार होते. लंडन आणि शिकागोप्रमाणेच पॅरिस शहरातही अशा कामगिऱ्या हातात घेणे धोक्याचेच होते. असंख्य ठिकाणी सिक्युरिटी कॅमेरे बसवले होते. त्यांच्या नेटवर्कमध्ये प्रत्येक माणूस आणि घडणारी प्रत्येक घटना यांची नोंद होत होती. डोके खाली करून आणि हनुवटी छातीला टेकवत त्याने आपला फोटो येणार नाही असा प्रयत्न केला.

त्याला काय-काय करता येण्यासारखे आहे याचा तो मनातल्या मनात विचार करत होता. त्याला एखादी गाडी चोरता येईल... पण त्यामुळे पकडले जाण्यासाठी नवीन संधीही निर्माण होईल. कुणाच्याही लक्षात न येता त्याला तातडीने फक्त पॅरिसमधूनच नाही, तर फ्रान्समधूनही पळ काढण्याची गरज होती. आगगाडी हा त्यासाठीचा सर्वोत्कृष्ट मार्ग होता.

पॅरिसमध्ये सात प्रमुख रेल्वे स्थानके होती. तिथून फ्रान्समधल्या कानाकोपऱ्यात आणि बाहेरच्या देशात जाण्यासाठी गाडी पकडता आली असती. कुठे जायचे हे हॉर्वाथला ठरवायला लागणार होते.

सध्या तरी युरोपीय युनियनमध्ये राहणे आवश्यक आहे, हे त्याला माहीत होते. त्याच्याकडे एक बनावट इटालियन पासपोर्ट होता. पण युरोपीय युनियनबाहेरच्या देशामध्ये जायचे झाले तर कस्टमच्या तपासणीला सामोरे जावे लागले असते. रायली टर्नरच्या बॅकपॅकमध्ये असणाऱ्या वस्तू लक्षात घेता, तो धोका पत्करण्यात अर्थ नव्हता.

त्याला असे शहर हवे होते की जिथे त्याला मदत करणारे कुणी तरी असेल. काय घडले आहे कळेपर्यंत मदत करणारा माणूसही त्याला त्याच्या व्यवसायामधला नको होता. मगच त्याचा माग लावणे इतर कुणालाही कठीण बनले असते.

मोहपारनास दफनभूमी शेजारून जात असताना विश्वास टाकता येण्यासारख्या

व्यक्तींच्या नावांचा तो विचार करत होता. गार् मोहपारनास हे रेल्वे स्थानक त्याला सर्वांत जवळचे होते. तिथून फ्रान्सच्या दक्षिणेला किंवा दक्षिण-पश्चिमेला जाऊन तिथून तो स्पेन किंवा बास्क प्रदेशात जाऊ शकला असता. तिथे त्याला मदत करू शकेल असे कुणीतरी होते. पण रात्री इतक्या उशिरा मोहपारनासहून सुटणारी गाडी असेल का?

त्यापेक्षा गार् द ऑस्टेरलीझ या स्थानकावर गेलो तर बरे पडेल बहुधा. इतर ठिकाणी जाणाऱ्या गाड्यांप्रमाणे तिथून थेट स्पेनला जाणाऱ्या गाड्याही निघत.

गार् द ऑस्टेरलीझ हे स्थानक नदीच्या अलीकडच्या काठावर होते आणि गार् द लीआँ नदीपलीकडे होते. रीऊ ब्वास्सोनाद रस्त्याजवळ त्याला टॅक्सी मिळाली आणि त्याने ड्रायव्हरला गार् द लीआँ रेल्वे स्थानकावर टॅक्सी घेऊन जायला सांगितले. तिथे त्याने लीआँला जाण्यासाठी हाय स्पीड टीजीव्हीचे- बुलेट ट्रेनचे फर्स्ट क्लासचे तिकीट काढले. त्या वेळी ओळखपत्र विचारल्यावर त्याने त्याचा अमेरिकन पासपोर्ट पुढे केला. तो लीआँला जाणारच नव्हता. कुणी पाठलाग केलाच तर फसवण्यासाठी केलेली एक युक्ती. आपल्या मार्गात पदोपदी अशा जितक्या गोष्टी करता येतील तेवढे चांगलेच होते.

गार् द लीआँमधून बाहेर पडल्यावर त्याने आपल्या पाठलागावर कुणी नाही याची खात्री पटवून घेण्यासाठी उलटसुलट जाऊन शेवटी नदी पार करून तो पुन्हा गार् द ऑस्टेरलीझ स्टेशनवर आला.

रात्री आँन्दाय्य शहरासाठी निघणारी एक गाडी होती. स्पॅनिश सरहद्दीवरचे फ्रेंच बास्क विभागामधले एक शहर. सर्वांत सरळ मार्गाने आणि लवकरात लवकर पोहोचवणारी गाडी. त्याने रोख पैसे देऊन तिकीट घेतले. गरज पडली तर इटालियन पासपोर्टही दाखवायला तयार ठेवला; पण तिकीट देणाऱ्याने काही विचारले नाही.

हातात तिकीट ठेवून, कुणाचे लक्ष वेधले जाणार नाही याची काळजी करत वेळ काढणे एवढेच आता त्याच्या हातात होते.

गाडी सुटण्याच्या आधी पाच मिनिटे म्हणजे रात्री ११.०६ वाजता तो गाडीत चढला.

पॅरिसच्या उपनगरांबाहेर पडल्यावर त्याने प्रथम डोळे मिटले. पण त्याला झोप येणे शक्यच नव्हते. फारच घटना घडल्या होत्या आणि त्यांचा अर्थ लागत नव्हता. त्याचे मन त्या सर्वांचा विचार करून पुढे काय करायचे याचा विचार करत होते.

त्याला त्याच्या बॉसशी संपर्क साधायचा होता. पण नेहमीचे नियम पाळणे तर भागच होते. आत्तासारखी परिस्थिती असेल, तर नियम फारच सरळ आणि स्पष्ट होते. संपूर्ण सुरक्षित अशा ठिकाणी पोहोचल्याशिवाय कुठलाही संपर्क साधायचा

नाही. प्रत्येक हालचाल अत्यंत काळजीपूर्वक करायची.

त्याच्या मनात सारखे पॅरिसमधल्या सुरक्षित घरामध्ये घडलेल्या घटनांचे पडसादच उमटत होते. जिच्याबरोबर व्यावसायिक संबंधांपलीकडचे नाते- हळूहळू का होईना- निर्माण होत होते ती रायली मरण पावली आहे यावर त्याचा विश्वासच बसत नव्हता. तो पार खचला होता.

हे सर्व घडलेच कसे? कार्लटन समूहाबाहेरच्या कुणालाच त्यांच्या सुरक्षित घरांबद्दलची माहिती असायला नको होती. त्याच्या मनात निर्माण होत असणाऱ्या अनेक प्रश्नांची ही तर केवळ सुरुवात होती. कार्लटनने एका विवक्षित कामासाठी त्याला पॅरिसला धाडले होते. ते काम झाल्यावर त्याला सुरक्षित घरी जायला सांगितले होते. रायली तिथे असणार याची तर हॉर्वाथला कल्पनाही नव्हती. पण दार उघडल्यावर ती दिसताच त्याला काय आनंद झाला होता. पुढल्या क्षणाला गोळीबार सुरू होऊन ती ठार झाली होती.

ती काय करत होती तिथे? त्यांच्यासाठी कार्लटनने कुठली योजना आखली होती? कुणीतरी त्यांचा विश्वासघात केला होता का? समूहामधल्याच कुणीतरी ? अपार्टमेन्टच्या इमारतीमधून बाहेर पडतानाच त्याने स्वतःशी जी शपथ घेतली होती तिचा त्याने पुन्हा स्वतःशीच पुनरुच्चार केला. शरीरात रक्ताचा शेवटचा थेंब शिल्लक असेपर्यंत तो या हल्ल्याला जबाबदार असणाऱ्या माणसांचा शोध घेत राहणार होता आणि त्यांना ठार मारूनच त्यांच्या कर्माची फळे भोगायला लावणार होता.

प्रकरण ४

रिओ ग्रान्दे व्हॅली
टेक्सास

अमेरिका आणि मेक्सिको यांच्या सरहद्दीवरच्या रिओ ग्रान्दे नदीवरच्या उत्तर किनाऱ्यावरची रिओ ग्रान्दे व्हॅली म्हणजे टेक्सासचा दक्षिण टोकाचा भाग. टेक्सासचा हिरवळीचा प्रदेश.

स्थानिक लोक कुठल्या भाषेत बोलतात त्यावर अवलंबून त्या भागाला फक्त 'द व्हॅली' किंवा 'एल वाये' म्हणतात. चार काउंटींमध्ये पसरलेल्या या प्रदेशाची लोकसंख्या साधारण अकरा लाख आहे. सर्वांत मोठी दोन शहरे आहेत, मॅकूॲलन आणि ब्राऊनव्हील आणि दोन कायदेशीर उद्योग आहेत, शेती आणि पर्यटन व्यवसाय. दोन बेकायदा उद्योगांचासुद्धा शेती आणि पर्यटनाशी संबंध आहे म्हणा. उत्तरेकडे जाणारी मादक द्रव्ये आणि अमेरिकेत घुसण्याचा प्रयत्न करणारे प्रवासी.

सरहद्दीपलीकडल्या मेक्सिकोमधील हिंसाचारापासून थोडा काळ तरी सुटका मिळवण्यासाठी श्रीमंत मेक्सिकन्सच्या दृष्टीने हे आवडते ठिकाण आहे. अनेकांनी इथे दुसरी घरे बांधली आहेत. श्रीमंत टेक्सान्सनाही या भागाचे आकर्षण आहे. अत्यंत विलासी जीवन जगता येईल अशी रँचेस आहेत. खासगी विमानतळही बांधलेले आहेत.

अशाच एका खासगी विमानतळावर सायटेशन एक्स हे विमान नुकतेच उतरले होते.

धावपट्टीच्या टोकाला वाट बघत थांबलेल्या एका फोर्ड-१५० ट्रकपाशी जाऊन जेट विमान उभे राहिले. ट्रकच्या बाजूवर थ्री पीक्स रँच असे मोठ्या अक्षरात लिहिले होते. त्याखाली त्या रँचचा लोगो होता- रँचची ओळख पटवणारे चिन्ह. टोकदार पर्वतशिखरांचा भास करून देणारे तीन त्रिकोण.

ट्रकपाशी जेट येऊन थांबल्यावर इंजिने बंद झाली. कर्मचाऱ्यांनी पुढच्या बाजूचे दार उघडून शिडी खाली सोडली.

मे ते सप्टेंबर या काळात इथे हवा फारच गरम असते. दिवसा शंभर फॅरनाइटच्यावर तापमान पोहोचते आणि संध्याकाळी सत्तरच्या आसपासच स्थिर असते; पण ऑक्टोबर-नोव्हेंबरमध्ये हा वेगळाच भाग बनतो. दिवसाचे तापमान सत्तर-ऐंशी फॅरनाइट, तर संध्याकाळी पन्नास साठपर्यंत.

खासगी जेटने आपले प्रवासी- एक बुटका माणूस आणि दोन प्रचंड मोठे पांढरे कुत्रे- उतरवले. तेव्हा तापमान बरोबर सदुसष्ट डिग्री फॅरनाइट होते.

पश्चिमी देशातील इन्टेलिजन्स एजन्सीज त्याला फक्त ट्रोल या नावाने ओळखत असत. अत्यंत गोपनीय आणि संवेदनाक्षम माहितीच्या खरेदी-विक्रीचा धंदा त्याने अत्यंत फायदेशीर उद्योग बनवला होता. तो स्वतः कोणत्याही सॉफ्टवेअरमध्ये अनधिकृतपणे प्रवेश मिळवणारा उत्कृष्ट असा हॅकर होता. शेअर बाजारासाठी लागणारे अत्यंत उच्च दर्जाचे ट्रेडिंग सॉफ्टवेअर विकसित करून आणि जगामधल्या मोठमोठ्या बँकांना विकून त्याने प्रतिष्ठा आणि प्रसिद्धीही कमावली होती.

त्याच्या मागोमाग खाली उतरणारे आर्गोस आणि ड्रॅको हे कुत्रेही डोळ्यांत भरणारे होते. रशियन ओवचार्का किंवा कॉकेशिअन शीपडॉग्ज जातीच्या या कुत्र्यांची खांद्यांपर्यंतची उंची एक्केचाळीस इंच भरत होती आणि वजन दोन-दोनशे पौंडांहून जास्ती. रशियन सैन्य दले आणि एकेकाळच्या पूर्व जर्मनीच्या सीमा सुरक्षा दलाची अत्यंत आवडती कुत्र्याची जात. अत्यंत वेगवान, इमानी आणि गरज असेल तर तसेच हिंस्त्र बनू शकणारे कुत्रे. तीन फुटांपेक्षा कमी उंची असणाऱ्या आणि या ग्रहावरील अत्यंत ताकदवर शत्रू असणाऱ्या या बुटक्याच्या रक्षणासाठी अशाच कुत्र्यांची आवश्यकता होती.

धावपट्टीवर उतरताच कुत्र्यांची नाके वर झाली आणि कान पुढे. नवीन वातावरणातले गंध आणि आवाज यांचा ते अंदाज घेत होते. त्यांचा मालकही तेच करत होता. त्याला मधाचा वास येत होता. टेक्सासच्या या भागात तीस-एक फुटांपर्यंत वाढणाऱ्या आणि तशाच लांब फांद्या असणाऱ्या काटेरी झाडांचा वास. अमेरिकेच्या या भागात तो कधीही आला नव्हता. त्याने आजपर्यंतचे आयुष्य काढलेल्या प्रदेशांपेक्षा फार वेगळाच प्रदेश.

तो लहान असतानाच त्याच्या रशियन आई-वडिलांनी त्याचा त्याग केला होता. काळ्या समुद्रावरील सोची या पर्यटन स्थळाबाहेरच्या एका कुंटणखान्यालाच खरे तर विकून टाकले होते. तिथे त्याची उपासमार करण्यात आली, त्याला मारहाण करण्यात आली आणि एखाद्या मुलाने बघू नयेत अशी भयंकर कृत्ये करण्यास भाग पाडण्यात आले.

पण तिथेच त्याला कुठलीही माहिती असण्याची खरी किंमत कळली. कुंटणखान्यात येणाऱ्या मातब्बर व्यक्ती दारूच्या धुंदीत काहीही बोलत. काय ऐकायचे आणि त्या माहितीचा कसा फायदा घ्यायचा हे कळायला लागल्यावर, त्याच्या हाताला सोन्याची खाणच लागली.

त्याच्याचप्रमाणे कुंटणखान्यातील अनेक स्त्रियाही समाजाने बहिष्कृत केल्यामुळेच तिथे पोहोचल्या होत्या. त्यांनीच त्याच्यावर दया दाखवली, प्रेम केले, सन्मानाने वागवले. त्याला माहीत असणारे हेच एकमेव कुटुंब बनले. त्या स्त्रियांची मुक्तता करून त्याने एक दिवस याची परतफेड केली. त्यांच्यावर वर्षानुवर्षे अत्याचार करणाऱ्या, अत्यंत क्रूरपणे वागणाऱ्या, कुंटणखाना चालवणाऱ्या मालकिणीचा आणि तिच्या नवऱ्याचाही व्यवस्थित काटा काढला.

त्याच्या भयानक अवस्थेत गेलेल्या तारुण्यापासून तो आता खूप दूर आला असला, तरी त्या अनुभवांनी त्याच्या स्वभावावर फार वाईट परिणाम केला होता. त्या काळाचे लाजिरवाणे ओझे तो कायम वाहत आला होता. सोचीच्या कुंटणखान्यामधून बाहेर पडल्यानंतरही त्याच्याकडून अनेक दुष्कृत्ये घडली होती.

मनाच्या खोल खोल अशा कप्प्यात, आत्माच राहिलेला नाही अशा तऱ्हेच्या अंधारातही थोडासा प्रकाश शिल्लक राहिला असावा; कारण त्याने केलेली प्रत्येक गोष्ट वाईट या सदराखाली येत नव्हती. गेल्या अनेक वर्षांत कमावलेल्या अफाट पैशांचा वापर त्याने उदात्त म्हणता येण्याएवढ्या काही काही चांगल्या कामांसाठीही केला होता.

त्याच्या स्वभावात विसंगती असली तरी तो दुर्बल आहे असा समज करून घेणे फार चुकीचे ठरले असते. सर्व प्राणिमात्रांत मानवजात यशस्वी ठरली; कारण तिच्याकडे शिकण्याची देणगी आहे. दुसऱ्यांकडून कायम छळ होत राहणारे जनावरसुद्धा स्वतःचे रक्षण करायला शिकते- आणि फार कमी जणांवर विश्वास ठेवते- तोही ठेवलाच तर.

ज्या थोड्याफार लोकांना त्याने जवळ केले होते, ते त्याला निकोलस म्हणून ओळखत. ते काही त्याचे ठेवलेले नाव नव्हते. पण शेवटी कुठल्याही नावाएवढे चांगलेच. लहान असताना ज्याला आई-वडिलांनी सोडून दिले होते अशा माणसाने, लहान मुलांच्याच संरक्षक संताचे नाव स्वतःसाठी स्वीकारावे, हादेखील त्याच्या स्वभावातला विरोधाभासच होता.

तो ज्या क्षेत्रात काम करून तग धरून जिवंत राहिला होता, तिथे अत्युच्च पातळीवरली बनवाबनवी त्याला करावी लागत होती. हाताच्या बोटांवर मोजण्याइतके काही मित्र त्याला निकोलस म्हणून ओळखत असले, तरी बाकीचे सर्व जग त्याला वेगवेगळ्या नावांनी ओळखत होते. अनंत टोपणनावे आणि ओळखी. खोटेपणाने

उभारलेले वलय तो टिकवून धरू शकला होता, हीच आश्चर्यकारक बाब होती. त्याचमुळे की काय, तो इतरांचा खोटेपणा सहज हुडकून काढू शकत होता. पण आज, या क्षणाला, प्रथमच त्याला कशाचीच खात्री वाटेनाशी झाली होती. त्याच्याशी इतर जण खरे बोलत आहेत की खोटे, हेच त्याला कळेनासे झाले होते.

विमानातून उतरताना तो ज्या स्त्रीला भेटण्यासाठी आला होता, तिचाच विचार त्याच्या मनात येत होता.

अनेक कारणांनी आणि मुख्यतः त्याच्या बुटक्या चणीने तो कायमच इतरांबरोबर मिसळणे टाळत असे. इंटरनेट म्हणजे व्यवसायात आणि समाजात वावरण्यासाठी त्याला लाभलेली अमूल्य देणगी होती. डिजिटल वर्ल्डमध्ये तो महाराजा होता. मर्त्य मानवांमधला देव. त्याच्या हुशारीच्या ताकदीवर त्याच्याबद्दलचे मत बनत होते, त्याच्या दिसण्यावर नव्हे.

इंटरनेटच्या सुरुवातीच्या काळात त्याला भेटलेले लोकही तशाच तऱ्हेने जगाकडे बघत होते. तेही त्याच्यासारखेच सर्वसामान्य जगात वावरू शकत नव्हते. कॉकटेल पार्टीमध्ये नाही, तर की-बोर्डसमोर बसले की मजेत असणारी, समाधानी असणारी माणसे.

त्या काळात त्याची अनेकांशी दाट मैत्री झाली आणि अनेक वर्षे नाही नाही म्हणत असताना त्याने शेवटी आपल्या डिजिटल कॉम्रेड्सना वार्षिक हॅकिंग कॉन्फरन्समध्ये भेटण्यास संमती दर्शवली.

आता खूप काळ लोटला होता त्या कॉन्फरन्सला. एका मोठ्या अमेरिकन शहरामधल्या मोठ्या हॉटेलमध्ये ती ठरवली होती. आजपर्यंत कधी नाही इतक्या उत्साहात निकोलस होता.

जेट लॅगचा त्रास निघून जावा म्हणून दोन दिवस आधीच तो पोहोचला होता आणि खोलीमधून बाहेरही पडला नव्हता. अजून तरी कुणाला भेटण्याची त्याची मनाची तयारी झाली नव्हती.

शुक्रवारी संध्याकाळनंतर आमंत्रित यायला लागले. स्वागत समारंभाच्या आधी सायबर क्षेत्रातील त्याच्या मित्रांनी एकत्र भेटायचे ठरवले होते.

आपली कशा तऱ्हेची छाप पडणार आहे या काळजीने त्याने पाच वेळा वेगवेगळ्या तऱ्हेचे पोशाख घालून बघितल्यानंतर त्याचा काय कपडे घालायचे हा निर्णय झाला. खाली जाण्याची वेळ होईपर्यंत कपडे चढवून तो बिछान्याच्या कडेवर बसून राहिला.

एकदा पुन्हा कपडे झटकत, आरशात शेवटची नजर टाकून तो खोलीबाहेर पडण्यासाठी वळला. एलिव्हेटर्सचे दरवाजे उघडल्यावर त्याने आत पाऊल टाकून लॉबीचे बटण दाबले. त्याच्या हृदयात धडधड होती. दोन मजले खाली जाऊन

एलिव्हेटर थांबला आणि काही तरुण आत शिरले. त्यांनी आधीच दारू घ्यायला सुरुवात केलेली दिसत होती. त्यांचे एकसारखे कपडे बघून त्याने अंदाज केला की कॉलेज फुटबॉल मॅचसाठी हॉटेलमध्ये राहायला आलेल्या अनेकांपैकी ते असणार म्हणून.

एलिव्हेटर पुन्हा खाली जायला लागल्यावर खुसुखुसु हसण्याचे काही आवाज आले. निकोलसने त्यांच्याकडे दुर्लक्ष करून नजर समोर ठेवली. एलिव्हेटर लॉबीमध्ये थांबता थांबता एकाने विचारले, ''कुठून आलास तू दोस्त?'' तोपर्यंत एलिव्हेटरचे दरवाजे बाजूला सरकायला लागले होते, तेव्हा निकोलसने त्याला काही ऐकूच आले नाही असे दर्शवले. एकदा सभ्यपणे मान डोलावून तो एलिव्हेटरबाहेर पडला आणि बारच्या दिशेने निघाला. त्याचे ऑनलाइन मित्र तिथेच त्याची वाट बघत होते.

'हॅकर' म्हटल्यावर प्रत्येकाच्या कल्पनेनुसार त्याच्या मनासमोर जी प्रतिमा उभी राहत असेल तशा प्रत्येक प्रतिमेचा माणूस तिथे हजर होता. तरुण होते, वृद्ध होते, मध्यमवयीन होते. अत्यंत लठ्ठ होते, चिंता वाटावी इतके हडकुळे होते. अनेक ठिकाणी भोके पाडून त्यात रिंग्ज अडकवलेले होते, कलप वापरणारे होते, काळी काउबॉय हॅट घातलेले होते, निरनिराळ्या रंगांच्या फ्रेम्स आणि नानाविध आकारांतील काचा यांचे चश्मे वापरणारे होते. काहींच्या चश्म्यांवरून ते पुस्तकी किडे वाटत होते. तसेच काही जण काही कामाचे नाहीत, असे दिसणारेही होते.

त्याने आपला फोटो कधीच कुणाला दिलेला नसल्याने निकोलस कसा दिसतो याची कुणालाही कल्पना नव्हती. तो टेबलशी येता क्षणी सर्वांचे बोलणे थांबले.

आपली ओळख करून देताना निकोलसच्या गळ्याशी आवंढा आला. क्षणभर तरी त्याला वाटून गेले की या कॉन्फरन्सला येण्यात त्याने आयुष्यातली मोठी घोडचूक केली आहे. पुढल्या क्षणाला कोणीतरी निःसंकोचपणे मुद्द्यालाच हात घालत म्हटले, ''माझ्या अपेक्षेपेक्षा जास्तीच उंच आहेस की तू!'' सर्व जणांनी हसूनच निकोलससाठी जागा केली.

स्वागत समारंभाची वेळ होईपर्यंत सर्व जण पीत होते, गप्पा मारत होते, मैत्री जुळत होत्या.

शेजारच्या बॉलरूममध्येच कॉन्फरन्स होती. खूप गर्दी होती. एका गटाने टेबल पटकावून निकोलसला तिथे बसवले आणि पेये आणि खाद्य पदार्थ आणण्यासाठी ते निघून गेले.

काही जण विचित्र नजरेने त्याच्याकडे बघत असतानाही निकोलसची आजची संध्याकाळ खूप मजेत चालली होती. त्याला सार्वजनिक ठिकाणी जायला आवडत नसले, तरी खराखुरा मानवी सहवास अशाच ठिकाणी तर लाभत असतो.

पण शेवटी रेस्टरूमला- प्रसाधनगृहात जायची वेळ आलीच. दुसऱ्या कुणाला

यायचे आहे का अशी त्याने सहज विचारणा केली. त्या क्षणाला तरी कुणाची तशी इच्छा दिसली नाही. तेव्हा तोच निघाला.

त्याने बरीच दारू घेतली होती. अत्यंत चांगल्या मनःस्थितीत होता. बॉलरूमच्या दरवाजाबाहेर पडताना त्याला एक काळ्या केसांची, केस खूप कमी केलेली, चामडी पॅन्ट घातलेली देखणी स्त्रीही बाहेर पडताना दिसल्यावर त्याने मागे राहून जास्तीच आदराने मान लववून तिला प्रथम बाहेर पडू दिले.

सर्वसाधारणतः इतर लोक अशा वेळी आश्चर्यानेच टक लावून त्याच्याकडे बघत असत. तसे काही एक न करता, खरेखुरे हसत तिने त्याचे आभार मानले.

याच्याहून जास्ती आनंद कुठला असू शकेल हे निकोलसला सांगताच आले नसते. आजची संध्याकाळ न विसरण्यासारखीच होती. आता त्याला पुरुषांचे प्रसाधनगृह शोधायचे होते, एवढेच.

पहिल्या रेस्टरूम्सशेजारी स्त्रियांच्या प्रसाधनगृहासमोर रांग असली तरी पुरुषांच्या प्रसाधनगृहात तो सरळ आतमध्ये जाऊ शकला. एकच प्रश्न निर्माण झाला- अपंगांसाठीची जागा उपलब्ध नव्हती आणि इतर जागा फार उंच असल्याने तो वापरू शकत नव्हता. थांबता येईल तेवढा वेळ त्याने कळ काढली आणि त्याचा धीर सुटला. तो घाईघाईने दुसरी जागा शोधायला निघाला.

दुसऱ्या बॉलरूम्सशेजारच्या प्रसाधनगृहात त्याला हवी ती जागा रिकामी होती. तो काम आटपून खास अपंगांसाठीच्या स्टॉलमधून बाहेर पडायला लागला.

"कमाल झाली, बघ तरी याच्याकडे," त्याच्याबरोबर एलिव्हेटरमधून खाली आलेल्या आणि आतापर्यंत खूपच दारू ढोसलेल्या एकाने म्हटले. त्याचा दोस्त स्टॉलमध्ये हेलकावे घेत त्याच्या शेजारीच उभा होता.

निकोलसने फक्त हसून सभ्यपणे मान डोलावली आणि तो पुन्हा निघणार इतक्यात त्याने त्याचा रस्ता अडवला.

"कुठे चाललास रे छोट्या दोस्ता?" त्याने विचारले.

निकोलसने उत्तर दिले नाही. त्याचा अनुभव होता की गप्प बसले तर इतर जण बऱ्याचदा त्याचा नाद सोडून देतात. त्यांच्याशी बोलण्यात गुंतला, तर त्यांना जास्तीच चेव येतो.

"मी विचारले कुठे चालला आहेस तू?" त्या माणसाने पुन्हा उद्धटपणे विचारले.

निकोलसने त्याच्या शेजारून जायचा प्रयत्न केला तर त्याने पुन्हा त्याला अडवले.

"तुला उत्तर देता येत नाही का?" तो दारुड्या त्याची पाठ सोडायला तयार नव्हता. "कुठल्या पुलाखाली किंवा आणखी कुठे तुला जायचे आहे रे बिंट्या?"

"त्याला बहुतेक तू आवडत नाहीस, स्टु," दुसरा उद्गारला.

"तुला का वाटते तसे?"

"त्याच्याकडले सोने तू काढून घेशील का अशी भीती वाटत असेल त्याला."

"तू तो आहेस का? लेप्रेचॉन?" त्याने जरा अडखळतच विचारले. आयरिश परीकथांमधला हिरवा किंवा तांबडा कोट घातलेला म्हातारा. त्याच्या हातात असलेल्या भांड्यामध्ये सोने असते अशी एक समजूत आहे.

निकोलस अजूनही गप्प होता. चेहऱ्यावर कुठलीच प्रतिक्रिया नाही. ते त्याला छळत आहेत याचे समाधान तो त्यांना लाभू देणार नव्हता.

"तुझ्याकडे सोने आहे?"

"विचारू नकोस तसे, स्टु. प्रथम धर त्याला."

क्षणभर विचार करून दारुड्याने निकोलसवर झडप घातली. छोट्या पायांचा निकोलस वेळेत पळून जाऊ शकला नाही.

निकोलसचा शर्ट पकडून त्याने त्याला वर उचलले आणि हलवत म्हटले, "आता मला माझे सोने हवे आहे. माझे सोने दे मला." त्याने एक अपशब्दही उच्चारला.

"खाली ठेव त्याला, स्टु."

"गप्प बस," असे मित्राला सांगत तो पुन्हा निकोलसकडे वळला. "तुझ्याकडे मला देण्यासाठी सोने असणार, बुटक्या. दे ते मला."

निकोलसला असे अनुभव नवीन नव्हते आणि अशा प्रसंगांना तोंड देण्यासाठी त्याच्याकडे काहीतरी गुप्त अस्त्र असायचेच. आज त्याच्याकडे पट्ट्यात खोचून ठेवलेला एक वस्तरा होता. पण त्या माणसाने त्याला असे पकडून ठेवले होते की त्याला कुठलाच हात हलवून तो काढता येत नव्हता. त्याला एक गोष्ट करता येण्यासारखी होती.

त्याने पुटपुटायला सुरुवात केली आणि त्याचा अपेक्षित परिणामही झाला.

"तू काय सांगायचा प्रयत्न करतो आहेस?" दारुडा ओरडला.

निकोलस तसाच पुटपुटत बसल्यावर त्या माणसाने तो काय बडबडतो आहे ते ऐकण्याचा प्रयत्न करण्यासाठी त्याला जवळ धरले आणि निकोलसने संधी साधली.

क्षणार्धात त्याने आपले डोके खाडकन त्या दारुड्याच्या नाकावर इतक्या जोराने हाणले की, नाकाचे हाड मोडून रक्ताचा फवारा उडाला.

निकोलसला टाकून तो वेदनांनीच किंचाळला आणि मागे धडपडला.

काय झाले ते बघण्यासाठी दुसऱ्या माणसाने मागे नजर वळवली. तो दुसरा दारुडा त्याच्यासमोर येऊन उभा राहीपर्यंत निकोलसने पट्ट्यातला वस्तरा खेचला

होता आणि त्याने काही करण्याआधीच निकोलसने तो फिरवला.

त्या माणसाच्या गुडघ्याच्या वरतीच पॅन्ट फाडून वस्तऱ्याने मांडीवर एक फराटा उठवला.

संतापानेच तो ओरडला, "आता मात्र मी बघतोच तुला."

"ठारच कर त्याला," नाकातून रक्त वाहणारा त्याचा दोस्त उद्गारला.

निकोलसने रेझर तयार ठेवला होता, पण त्या माणसाने तो लाथेनेच उडवून निकोलसच्या डोक्याच्या बाजूला फटका हाणला आणि निकोलस घसरतच मागे गेला.

त्याला काही दिसेनासे झाले. त्याच्या कानांमधून आवाज यायला लागले. त्याच्याकडे शस्त्रही नव्हते. याचा शेवट काय होणार हे दुसऱ्या कुणी सांगण्याची आवश्यकता नव्हती. प्रश्न फक्त तो किती वाईट असणार आहे एवढाच होता.

त्याने ज्याचे नाकाड फोडले होते त्या माणसाच्या शर्टचा पुढला भाग रक्ताळलेला होता. तो माणूसही उभा राहून आपल्या दोस्ताच्या मदतीला पुढे सरकताना निकोलसने बघितले.

"आता तुला याची किंमत चुकवावी लागणार आहे, बिंट्या," तो फूत्कारला.

तो बोलत असतानाच वाऱ्याचा झोत आत आला. रेस्टरूमचा दरवाजा उघडून कुणीतरी आत शिरले होते.

निकोलसच्या दृष्टीला फक्त चामड्याची पॅन्ट घातलेले दोन पायच तेवढे दिसू शकत होते.

एक दंडुका हवेमधून फेकला गेल्याचा आवाज त्याच्या कानांवर पडला आणि खरा हल्ला सुरू झाला.

उजव्या गुडघ्यामागे बसलेल्या फटक्याने नाक फुटलेला माणूस कोसळला. त्यांच्यामागे कोण आहे बघण्यासाठी त्याचा मित्र वळला आणि तिच्या दंडुक्याने त्याच्या उजव्या दंडाचे हाड मोडले. तो किंचाळायला लागला असतानाच पुढला फटका त्याच्या डाव्या पायावर बसला आणि तोही आपल्या मित्राशेजारी आडवा आला.

एक शब्द न उच्चारता तिने दोघांची पाकिटे त्यांच्या खिशातून खेचली, त्यांची ओळखपत्रे नीट बघितली आणि त्यांचा उद्योग दर्शवणारी कार्ड्स खिशात घालून पाकिटे परत त्यांच्याकडे फेकली. "या हॉटेलमधून बाहेर पडण्यासाठी मी तुम्हाला पाच मिनिटांचा अवधी देते आहे. तुमच्यापैकी कुणीही मला पुन्हा दिसले तर तुम्ही माझ्याबरोबर अतिप्रसंग करायचा प्रयत्न केला होता असे मी जगाला ओरडून सांगेन. फक्त तुमच्या अर्ध्या उंचीच्या माणसाने मला वाचवले असेही सांगेन. निघा आता."

आपले बोलणे त्यांच्या मनावर ठसवण्यासाठी तिने आपल्या बुटांनी त्यांना

ढोसायला सुरुवात केल्यावर त्यांनी घसपटतच दाराकडे जायला सुरुवात केली.

कसेबसे उभे राहून ते लंगडत निघाल्यावर ती निकोलसकडे वळली. "जरा भारी वजनाच्या गटातच हाणामारी करत होतास की तू, बरोबर?"

त्याचे डोके ठणकत असूनही निकोलस हसला.

"मी मदत करते तुला उभे राहायला."

ती त्याला वॉश बेसिनजवळ घेऊन गेली. एक कागदी हातरुमाल ओला करून तिने त्याच्या हातात दिला. "आभारी आहे," तो म्हणाला.

"मी कॅरोलाइन," ती स्त्री म्हणाली, "कॅरोलाइन रोमेरो."

या गोष्टीला वीस वर्षे उलटून गेली होती. या संपूर्ण काळात कॅरोलाइन रोमेरोने मैत्रीपेक्षा दुसरे काहीही निकोलसकडे मागितले नव्हते- म्हणजे आत्तापर्यंत.

अनेक तऱ्हांनी ती त्याच्याशी संपर्क साधू शकली असती; पण तिने फार वेगळी पद्धत वापरली होती. आणि तिने दिलेला धोक्याचा इशाराही तसाच होता.

रँचचा ट्रक जवळ आला आणि कर्मचाऱ्यांनी त्याचे सामान विमानातून उतरवायला सुरुवात केली. कॅरोलाइनने त्याला कधी नव्हे ते एकांतवासातून का बाहेर काढले होते, याचीच निकोलसला काळजी पडली होती.

प्रकरण ५

फेअरफॅक्स काउंटी
उत्तर व्हर्जिनिया
मंगळवार

धूरच धूर पसरलेल्या खोलीमध्ये जाग आल्यावर रीड कार्लटन ताडकन गादीवरून उठला आणि दाराकडे धावला. ते उघडता येईना तेव्हा जवळच्या खिडकीजवळ गेला. तिच्यावरची सुरक्षिततेसाठी असणारी शटर्स घट्ट बंद केलेली होती.

आपले आयपॅड खेचून त्याने घराचा इलेक्ट्रॉनिक ब्लूप्रिन्ट बघितला. त्याच्या प्रत्येक सुरक्षारक्षकाच्या हातावर बसवलेल्या खास सलकड्यामुळे तो प्रॉपर्टीवर नक्की कुठे आहे ते कळू शकत असे. तो निद्रिस्त असताना त्याचे आणि त्याच्या प्रॉपर्टीचे रक्षण करणारी सर्व माणसे, त्याने आजपर्यंत ज्यांच्याबरोबर काम केले होते अशा माणसांमधली अत्यंत व्यावसायिक तऱ्हेने काम करणारी आणि संपूर्ण विश्वासू होती. त्यांच्यापैकी कुणीच हालचाल करताना दिसत नसण्याचा अर्थ एकच होता. ती जिवंत नव्हती आणि आता त्याच्यावरच हल्ला सुरू होता.

ज्याने कुणी आग लावली होती त्याने ती झपाट्याने पसरावी या हेतूने काहीतरी इतर पदार्थांचा वापर केला असल्यानेच ती इतकी भडकलेली होती. अग्निशामक दलाची माणसे कितीही लवकर इथे पोहोचली असती तरी ती त्याचे घर वाचवू शकणार नव्हती.

स्नानगृहामध्ये धाव घेतल्यावर त्याच्या ध्यानात आले की धूर झाला की इशारे देणारी आणि पाण्याचे फवारे उडवणारी यंत्रणाही काम करत नव्हती. नळ उघडले तर पाण्याला जोर नव्हता. कुणीतरी त्याला आत कोंडले होते आणि त्याच्यासकट त्याचे घर बेचिराख करण्याचा प्रयत्न चालवला होता.

त्यांनी हे कसे जमवून आणले हा प्रश्न या क्षणी निरर्थक होता. प्रथम बाहेर

पडायला हवे होते.

त्याची झोपायची खोली एखाद्या बँकेच्या व्हॉल्टसारखी सुरक्षित बनवलेली असली, तरी कार्लटनला कल्पना होती की कुठल्याही सुरक्षा यंत्रणेचा भेद केला जाऊ शकतो किंवा त्याहून वाईट म्हणजे ती त्याच्या मालकाविरुद्धच वापरता येऊ शकते. तेव्हा त्याने दुसऱ्या राज्यामधली माणसे आणून झोपायच्या खोलीमधून आणि घरामधूनही सुटका करून घेण्यासाठी एक छुपी चोरवाट बनवून घेतली होती. तिची माहिती सुरक्षारक्षकांना किंवा दुसऱ्या कुणालाही नव्हती. पासष्ट वर्षांचा कार्लटन या बाबतीत जुन्या पठडीतला माणूस होता. वाईटातील वाईट गोष्टही घडू शकते हे कायम गृहीत धरत असल्यानेच तो जगामधल्या अत्यंत धोकादायक व्यवसायात गेली कित्येक दशके जिवंत राहू शकला होता.

तीस वर्षे तो सेंट्रल इन्टेलिजन्स एजन्सीचा अत्यंत निष्णात गुप्तहेर होता. प्रत्येक माहिती वेगवेगळी ठेवण्याची त्याची सवय सीआयए सोडून स्वतःची कार्लटन ग्रुप ही संघटना स्थापन केल्यावरही कायम राहिली होती. या उद्योगामधल्या काही बाबी कधीच मुदतबाह्य होत नसतात. आता अनेक विचारांनी भराभरा त्याच्या मनाचा ताबा घ्यायला सुरुवात केली.

आगीमुळे जबरदस्त भीती निर्माण होऊ शकते. मन शांत राखणे सोपे नसले तरी महत्त्वाचे होते. झोपायच्या खोलीमधले तापमान इतके वाढले होते की त्याच्या दंडावरचे केसही भुरुभुरु जळायला लागले. मोठी लाट कोसळावी तशी धडाडणाऱ्या आगीची गर्जना ऐकू येत होती. दाट धुराच्या लोटांचा वास पसरला होता. त्याला जास्ती वेळच मिळणार नव्हता. स्वतःच्या माणसांचा जीव तो वाचवू शकला नसला, तरी स्वतःचा जीव वाचवणे, हे तो करू शकत होता.

झोपायच्या खोलीमधून एक पॅसेज त्याला घराखालच्या बोगद्यापर्यंत घेऊन जात होता. घरापासून जरा लांब अंतरावर तो रात्रीच्या थंड गारव्यात बाहेर पडला आणि मागे वळून त्याने भडकलेल्या आगीकडे बघितले. त्याने घरामध्ये काय-काय गमावले आहे याचा विचारही त्याला करायचा नव्हता. अनंत वस्तू त्याला कधीही परत मिळू शकणार नव्हत्या. काय गमावले आहे याचा विचार तो करत बसला असता तर त्याचा संताप अनावर झाला असता. आत्ता अलिप्तपणे आणि शांतपणे विचार करायची गरज होती.

त्याचे जग त्रिमितीत खेळल्या जाणाऱ्या बुद्धिबळासारखे होते. यशस्वी व्हायचे असेल तर थंड डोक्याने, प्रतिपक्षापेक्षा चार पावले पुढे जाऊन विचार करता यायला हवा. डोके फिरवून घेऊन पाऊल उचलणे फार मोठी चूक ठरू शकते. कुठलीही चूक करायची ही वेळ नव्हती.

हल्ल्यामधून वाचून त्याने हल्लेखोरांवर सध्यापुरती तरी मात केली होती.

भडकलेली आग लवकर आटोक्यात येणारी नव्हती. आतमध्ये शिरून शोध सुरू करण्यासाठी त्याहूनही जास्ती वेळ लोटणार होता. प्रेते कुणाची आहेत याचा माग घेताना नाकीनऊ येणार होते. थोडक्यात या क्षणाला काळ त्याच्या बाजूचा होता आणि त्याचा तो कसा उपयोग करून घेतो यावर अवलंबून खूप फरक पडू शकत होता.

बनवलेले नियम स्वच्छ होते. अशा परिस्थितीत प्रथम सुरक्षित जागा शोधायला हवी. मगच काय घडले या कोड्याचा विचार करत यानंतर काय करायचे ते ठरवायचे.

प्रकरण ६

बास्क पिरेनिस
स्पेन

तपकिरी केस आणि निळे डोळे असणारा स्कॉट हॉर्वाथ स्थानिक माणसासारखा दिसूच शकत नव्हता. तरुणपणात अनेक फ्लाइट अटेन्डन्ट्सशी मैत्री असण्याच्या काळात त्याने पत्करलेले सांकेतिक नाव नॉर्समॅन असले, तरी तो खरा तर जास्ती करून जर्मनच भासे, दुसरा कुणी नाही.

चाळिशीमधल्या या देखण्या तरुणाकडे बघितले की त्याची वागणूक सर्वसामान्य माणसाला आत्मविश्वासपूर्ण वाटे. प्रशिक्षित माणसाच्या ध्यानात येई की मुद्दामहून काही न करता त्याची नजर आपोआप आजूबाजूच्या प्रत्येक माणसावर घडणाऱ्या प्रत्येक गोष्टीवर, लक्ष ठेवून असते. आसपासचे काहीही त्याच्या नजरेतून निसटत नसे. एजंट्सच्या बोलीभाषेत त्याचा स्विच कायम जाणीवपूर्वक चालू ठेवलेला असे. त्याने नक्कीच लष्करी शिक्षण घेतले असणार किंवा पोलीस खात्यामधले तरी.

खरे होते ते. त्याला पोलीस आणि सैन्य दल या दोघांकडूनही सर्वोत्कृष्ट प्रशिक्षण मिळाले होते. तो उत्कृष्ट खेळाडू बनला असता; पण त्याने तो मार्ग स्वीकारला नाही. वडिलांच्या मृत्यूनंतर त्यांच्याच पावलावर पाऊल टाकत, अत्यंत खडतर असा अभ्यासक्रम पार पाडत तो एक नेव्ही सील बनला. नवीन आव्हाने शोधायच्या आवडीने सील टीम दोनमधून तो ज्यांच्याबद्दल आख्यायिका पसरलेल्या आहेत अशा नेव्ही सील सहामध्ये गेला. अध्यक्षांनी नौदलाला दिलेल्या एका भेटीच्या वेळी सीक्रेट सर्व्हिसचे त्याच्याकडे लक्ष वेधले. सीक्रेट सर्व्हिस त्या वेळी व्हाइट हाउसमध्ये घातपातविरोधात यंत्रणा उभी करत होती आणि त्याचे नैपुण्य बघून त्यांनी त्याला मदतीसाठी बोलावले. हा मोठाच सन्मान असला तरी वर्षानुवर्षे

दहशतवाद्यांच्या मागे लागून त्यांचा नायनाट करण्याची सवय असताना त्यांची वाट बघत बसण्याची कल्पना काही हॉर्वाथला पटेना. या तरुण माणसाचे कसब पूर्णतः वापरले जात नाही, याची अध्यक्षांनाच उमज पडायला वेळ लागला नाही.

अमेरिकेचे नागरिक आणि अमेरिकेचे हितसंबंध यांच्या रक्षणासाठी अमेरिकेच्या अध्यक्षांनी अत्यंत गुप्त असा एपेक्स प्रोजेक्ट बनवला होता. हॉर्वाथला त्यांची एकच आज्ञा होती- पकडला जाऊ नकोस.

प्रोग्रॅम अत्यंत यशस्वी ठरला. अध्यक्ष म्हणून काढलेल्या दुसऱ्या कालावधीनंतर त्यांनी कार्यभार सोडला. नवीन अध्यक्षांचा जगाकडे बघण्याचा दृष्टिकोन भिन्न होता. अमेरिकेच्या शत्रूंना ठार मारण्याऐवजी त्यांना त्यांच्याबरोबर बसून बोलणी करायची होती. एपेक्स प्रोजेक्ट बंद पडला. पैशांचा ओघ दुसरीकडे वळला. हॉर्वाथचे कामच सुटले.

त्याने कोलोरॅडोच्या पर्वतराजीतील एका कंपनीमध्ये काम स्वीकारले. माहिती मिळवणे आणि खास प्रशिक्षण देणे हे काम ती कंपनी करत होती. कधी कानावर नावही न पडलेल्या 'कार्लटन ग्रुप' या खासगी संघटनेने लवकरच ती ताब्यात घेतली. कार्लटन ग्रुपला सर्व पैसा डिफेन्स डिपार्टमेंटकडून मिळत असे. हा पैसा अंदाजपत्रकात कधी दिसला नसता.

९/११ नंतरच्या जगात योग्य माहिती काढणे आणि त्यानुसार तत्काळ पावले टाकणे या गोष्टी सर्वश्रेष्ठ ठरत होत्या. सीआयएमधली आळसावलेली नोकरशाही आणि संरक्षणसिद्धतेमधल्या त्रुटी लक्षात घेऊन कार्लटन ग्रुपची स्थापना झाली होती. फक्त मतांच्या मागे लागलेले राजकीय नेते आणि स्वतःची कातडी वाचवण्यात दंग असलेली नोकरशाही जे करू शकत नव्हती ते कार्लटन ग्रुप दणक्यात करून दाखवेल अशी अपेक्षा होती.

सीआयएच्या आधीच्या, दुसऱ्या महायुद्धाच्या काळात कार्यरत असलेल्या ऑफिस ऑफ स्ट्रॅटेजिक सर्व्हिसेस- ओएसएस- या इन्टेलिजन्स सर्व्हिसच्या धर्तीवर तिची स्थापना झाली होती. एपेक्स प्रोजेक्टची काम करण्याची पद्धतही तशीच होती. माहिती मिळवण्याची आज्ञा तर त्यांना नेहमीच होती. पण कार्लटन- ज्याला म्हातारबुवा या नावाने ओळखले जाई- याने खास प्रशिक्षण असलेल्या सैन्य दलांच्या किंवा इन्टेलिजन्सचा अनुभव असलेल्या एजंट्सचा विशेष कामगिऱ्या पार पाडण्यासाठी एक गट बनवला होता.

त्यांच्यासाठी साधी आज्ञा होती : शोधा, गाठा आणि ठार करा. दहशतवाद्यांच्या नेत्यांची नावे मिळवायची, त्यांचा माग काढून त्यांना कुठल्या तरी विशिष्ट ठिकाणी येणे भाग पाडायचे आणि पकडायचे किंवा ठार करायचे. हे काम करण्यासाठी कार्लटनने हॉर्वाथची नेमणूक केली होती. त्यांच्याकडून मिळालेल्या माहितीच्या

आधारावर पुढली योजना आखून पार पाडायची, अशी अपेक्षा होती. ध्येय एकच- त्यांच्यावर दाब ठेवत पुन्हापुन्हा इतके हल्ले चढवत राहायचे की, त्यांचेच अस्तित्व डळमळीत होईल. उसंत मिळून अमेरिकेवर हल्ले चढवण्याचा विचारच त्यांच्या मनात येणार नाही. कामाचे स्वरूप कळताच तिथल्या तिथे हॉर्वाथने कार्लटनने दिलेली नेमणूक स्वीकारली होती.

पुढले एक वर्ष कार्लटनने स्वतः हॉर्वाथला माहिती गोळा करण्याच्या तंत्रामधले सर्व बारकावे तपशीलवार शिकवले. हा अनुभवही हॉर्वाथच्या दृष्टीने सर्वस्वी नवा होता. हेराफेरीच्या जगामध्ये वावरताना कार्लटनला मिळालेले सर्व शिक्षण त्याने हॉर्वाथच्या गळी उतरवले.

इन्टेलिजन्सबरोबर दहशतवादविरोधी सर्व क्षेत्रांत हॉर्वाथने पारंगत होणे अपेक्षित होते. हातघाईच्या लढाईचे शिक्षण त्याने इस्रायली आणि रशियन्सकडून घेतले. नवनवीन शस्त्रास्त्रे आणि गाड्या चालवणे, परकीय भाषा शिकणे यात तर कधीच खंड नसे.

त्याने विलक्षण प्रगती केली. तिशीमधून चाळिशीत प्रवेश करूनही तो चांगलाच बळकट होता. कोणत्याही तऱ्हेच्या प्रसंगाला तोंड देण्यासाठी त्याला तयार केले असतानाही पॅरिसमधल्या घटनांनी तो पार हादरला होता.

रायली टर्नर अविश्वसनीय म्हणावी इतकी उत्कृष्ट एजंट होती. अमेरिकन सैन्य दलाने ते निर्माण करत असलेल्या, उत्कृष्ट आणि फक्त स्त्रिया असणाऱ्या डेल्टा फोर्स युनिटसाठी- अथवा प्रोजेक्टसाठी- निवड केलेली पहिली स्त्री. काही कामगिऱ्यांवर हॉर्वाथने तिच्याबरोबर काम केल्यावर तिचे नैपुण्य आणि कसब यांच्याबद्दल त्याच्या मनात आदरच निर्माण झाला. खरे तर त्याला तिच्याबद्दल आकर्षण वाटायला लागले. पण सर्व संबंध व्यावसायिक पातळीवरच ठेवायचा त्याने मनापासून प्रयत्न केला.

अनेक वर्षांपूर्वी त्याने एका सत्याचा स्वीकार केला होता. त्याच्या कल्पनाविश्वाप्रमाणे अमेरिकन्सना जगता येण्यासाठी कोणीतरी त्यांचे संरक्षण करणे भाग आहे. तो तशा लोकांपैकी एक जण होता. आणि अमेरिकन्सना त्यांच्या इच्छेप्रमाणे जगू द्यायचे तर त्याच्या स्वतःच्या खासगी आयुष्याचा मात्र त्याला त्याग करावा लागेल. तेही त्याला मान्य होते. जगामध्ये चांगली माणसे आहेत आणि त्यांच्यापासून लांडग्यांना दूर ठेवायचे तर शीपडॉग्ज- धनगरी कुत्रे- असावेच लागतात. ग्रेड स्कूलमध्ये असल्यापासून हॉर्वाथ त्याच स्वभावाचा होता. शेजारी राहणाऱ्या मंद बुद्धीच्या मुलाचे त्याने गुंड पोरांपासून कायम रक्षण केले होते. तो उत्कृष्ट धनगरी कुत्र्यासारखाच होता. आयुष्याचे उद्दिष्ट कळले असले तरी त्या पलीकडचे काहीतरी त्याला मनापासून हवे होते- स्वतःचे असे कुटुंब.

मोटरगाडीच्या मागच्या बम्परला लावलेल्या रिकाम्या डब्यांप्रमाणे अनेक स्त्रियांशी ठेवलेल्या संबंधाचे लोढणे त्याच्यामागे होते. पण ते संबंध जास्ती काळ टिकले नव्हते. तो योग्य व्यक्तीच्या शोधात फिरतच राहिला. तो कोण आहे, काय करतो, जे करतो ते का करतो हे सर्व समजून घेऊन त्याच्याबरोबर आयुष्य काढायला तयार होईल अशी स्त्री. त्याला वाटायला लागले की रायली टर्नर हीच ती स्त्री असू शकेल आणि त्याने ठरवले होते की पुढल्या वेळी तिची भेट होईल तेव्हा स्वतःची खात्री पटवून घ्यायची. पण ती संधी आता त्याला कधीच लाभणार नव्हती.

पर्यटन स्थळ असणाऱ्या सागर किनाऱ्यावरच्या आँन्दाय्य या शहरात गाडीमधून उतरत असताना हॉर्वाथने मनातले सर्व विचार झटकून टाकायचा प्रयत्न केला. या नंतर काय करायचे हे ठरवण्यावर लक्ष केंद्रित केले.

संध्याकाळ असती तर एखाद्या हॉटेलच्या पार्किंग लॉटमधली गाडी त्याने चोरली असती; कारण दुसऱ्या दिवशी सकाळपर्यंत तरी गाडी चोरीला गेली आहे हे पाहुण्यांना कळले नसते. एखाद्या वेळी काही दिवसांनंतर त्या पाहुण्याला गाडीची गरज पडली असती आणि तेव्हाच तसे समजले असते. पण आत्ता सकाळचे साडेसात वाजले होते. या विचाराला अर्थ नव्हता.

जवळच्या दुसऱ्या रेल्वे स्थानकावर चालत जाऊन त्याने खाण्यासाठी पदार्थ आणि कॉफी घेतली आणि मग तो स्पेनमध्ये जाणाऱ्या आगगाडीत बसला.

इरूनला उतरून त्याने बिलबाओची बस पकडली. उन्हाळ्यात तिथे गेला असल्याने त्याला ते शहर माहितीचे होते.

मध्ययुगीन काळापासून अस्तित्वात असलेल्या कास्को व्हिएओ भागात त्याने एक छोटे हॉटेल शोधले. इटालियन पासपोर्ट दाखवून दोन रात्रींच्या मुक्कामासाठी रोख पैसे भरले. तेवढा काळ त्याला खोलीची गरज पडणार आहे की नाही याची कल्पना नसली, तरी गरज पडली तर तेवढा काळ राहायला जागा नक्की होती.

स्नान करून, येताना घेतलेले कपडे घालून, तो आपल्या ठिकाणाच्या शोधात निघाला.

पॅरिसपेक्षा इथली हवा गरम होती. जाकीट घालता आले नसते. रायलीच्या बॅकपॅकमुळे तो त्याच्या सर्व गोष्टी बरोबर बाळगू शकत होता आणि पॅन्टच्या आत शर्ट न खोचता चालायला काळजी नव्हती. त्याचे पिस्तूल दिसणार नव्हते.

कॅमलबॅक कंपनीने हा बॅकपॅक खास स्पेशल ऑपरेशन्सवर जाणाऱ्या एजंट्ससाठीच बनवला होता. पाठीच्या पोकळीशी येणाऱ्या भागात पिस्तूल ठेवण्यासाठी एक खण मुद्दाम बनवला होता. एखाद्या पर्यटकाप्रमाणे फिरत असतानाही पिस्तूल कधीही काढता येत असे.

पर्यटकाचे सोंग पुरे करण्यासाठी त्याने इटालियन भाषेतले एक गाइडबुक विकत घेतले आणि नकाशाही. सिएते कायेस- सात रस्ता या विभागात आपल्या मागावर कुणी नाही याची खात्री करून घेण्यासाठी उलटसुलट फिरत तो अधूनमधून पुस्तक चाळत होता आणि नकाशाही बघत होता.

काये दे ला तेन्देरिया रस्त्यावरच्या कॅथिड्रलमागे असणाऱ्या एका छोट्या बास्क रेस्टॉरंटमध्ये तो शिरला. पूर्वी आला असताना तो ज्या टेबलशी बसला होता, तेच खिडकीपासून दूरचे टेबल त्याने आत्ताही निवडले आणि तो खुर्चीवर बसला.

आरामात बसून त्याने खाद्य पदार्थांच्या यादीवर नजर टाकत खाण्यासाठी पदार्थ मागवले. आता सिगारेट विक्रेता काही हालचाल करणार की नाही आणि केली तर कधी करेल याच्याबद्दल तो काहीच सांगू शकत नव्हता.

प्रकरण ७

सिगारेटविक्रेत्याचे वय लक्षात घेता, तो स्पॅनिश परंपरा पाळेल आणि दुपारची वामकुक्षी चुकवणार नाही, असा हॉर्वाथचा कयास होता. त्याची निराशा झाली नाही.

दुकान बंद करून, वर्तमानपत्र काखेत ठेवून, सिगारेट पेटवून त्याने चालायला सुरुवात केली तेव्हा हॉर्वाथ बघत होता.

या वेळी खूप माणसे आसपास होती. सिगारेटविक्रेत्याच्या लक्षात न येता त्याचा पाठलाग करण्यात हॉर्वाथला कुठलीच अडचण आली नाही. त्याने चुकून मागे वळून बघितलेच, तर त्याच्या नजरेस येऊ नये म्हणून त्या अरुंद रस्त्यावर तो खूप मागे राहत होता. अनेक माणसे दोन्ही बाजूंनी ये-जा करत होती.

त्याच्याशी पूर्वी एकदा थोडाफार संबंध आल्यापासून तो खूप खालच्या पातळीवर काम करणारा माणूस असावा, असे हॉर्वाथचे मत झाले होते. खरे तर त्याच्यासाठी एजंट हा शब्दच चुकीचा ठरेल, असे त्याला वाटत होते.

आपल्या मागावर कुणी आहे का बघण्यासाठी सिगारेटविक्रेत्याला अनेक संधी प्राप्त झाल्या होत्या; त्यातल्या एकाही संधीचा त्याने लाभ उठवला नाही. तो व्यावसायिक एजंट असूच शकत नव्हता.

आपल्या व्यवसायाच्या जागेपासून चालत जाण्याइतक्या अंतरावर तो राहत असेल अशी त्याला आशा होती. त्याने कुठले वाहन पकडले किंवा घरी जाऊन झोप घेण्यासाठी दुसरीकडेच कुठे गाडी उभी करून ठेवली असेल तर हॉर्वाथची खूप पंचाईत होणार होती.

दोन चौक चालल्यानंतर तो डावीकडे वळला आणि आणखी एक चौक

चालला असेल तर हॉर्वाथची सगळी काळजीच मिटली. एका इमारतीच्या दुसऱ्या मजल्यावरच्या एका खिडकीमधून झगझगीत लाल रंगाचे केस असणारी एक गुटगुटीत स्त्री अगदी वाकून बघत होती. सिगारेट विक्रेत्याच्या अर्ध्याच वयाची असेल. त्याला बघताच तो चाळवला जाईल अशी मोहक हालचाल तिने केली. हॉर्वाथची पूर्ण खात्री होती की ती त्याची बायको नसणार.

हॉर्वाथने तत्काळ आपल्या चालण्याचा वेग मंदावला आणि शहराचा नकाशा काढून तो बघायला सुरुवात केली. सिगारेटविक्रेता इमारतीमध्ये शिरून नाहीसा झाला. दहा मिनिटांनी हॉर्वाथही त्याच इमारतीत शिरला.

कुलपे फोडणे फार सोपे काम होते. छोट्याशा अशा अपार्टमेंटमध्ये शिरल्यावर जिथून आवाज येत होते त्या झोपायच्या खोलीच्या दिशेने तो निघाला.

त्या खोलीच्या दारात तो क्षणभर उभा राहिला. दोघांपैकी कुणाचेच लक्ष त्याच्याकडे गेले नाही, तेव्हा त्याने घसा खाकरला.

सिगारेटविक्रेत्याला अंगाखाली घेतलेल्या स्त्रीने मागे वळून बघितले आणि किंचाळी फोडून क्षणात उताणे पडून चादर हनुवटीपर्यंत खेचून घेतली. नग्नावस्थेत असणारा विक्रेता पार उघडा पडला.

स्वतःच्या अंगावर ओढून घेण्यासाठी काही शोधायच्या आत त्याची नजर हॉर्वाथच्या हातामधल्या पिस्तुलाकडे गेली आणि चेहऱ्यावरच्या संतापाच्या भावनेचे भीतीत रूपांतर झाले. स्पॅनिश भाषेत ओरडून त्याने प्रथम त्या स्त्रीला गप्प राहायला सांगितले.

चादरीकडे मुक्यानेच हात दाखवत त्याने ती दोघांच्या अंगावर ओढून घेऊ का, असे खुणेनेच हॉर्वाथला विचारले.

हॉर्वाथने मान डोलावली. ''ठीक आहे, पण सावकाश.''

''इंग्लिश? अमेरिकन?'' सिगारेटविक्रेत्याने विचारले.

त्याच्या प्रश्नाकडे दुर्लक्ष करत हॉर्वाथ म्हणाला, ''ओळखले नाहीस तू मला?''

क्षणभर त्याच्याकडे निरखून बघत सिगारेटविक्रेता म्हणाला,''नाही.''

''गेल्या उन्हाळ्यात मी तुझ्याकडून सिगारेट्स विकत घेतल्या होत्या.''

तो हसला. ''सिन्योर, मी दिवसभर पर्यटकांना सिगारेट्सच विकत असतो.''

''त्या इटीए सिगारेट्स होत्या,'' हॉर्वाथने सांगितले. स्पेनपासून फुटून निघण्याच्या इच्छेने लढत असणाऱ्या संघटनेचे नाव हॉर्वाथने घेतले होते. ''मला आर्गोस आणि ड्रॅको ब्रॅन्ड्स विचारायला सांगितले होते.''

त्या माणसाने ते अर्थपूर्ण वाक्य ओळखले होते की नाही याची त्याला खात्री नव्हती. पण क्षणार्धात एक भावना त्या माणसाच्या चेहऱ्यावर उमटून गेली होती. सीक्रेट सर्व्हिसमध्ये असताना अशाच सूक्ष्म गोष्टींकडे लक्ष द्यायला हॉर्वाथला

शिकवले होते. खोटे बोलत असेल तर अशा वेळी त्या माणसाच्या मनावर एका तऱ्हेचा ताण असतो, नाहीतर त्याचा हेतूच तुम्हाला इजा करण्याचा असतो.

"मी कुठल्याही तऱ्हेच्या इटीए सिगारेट्स विकत नाही. तू सांगितलेल्या ब्रँडच्याही नक्कीच नाहीत. तुझी काही तरी चूक होते आहे."

पुन्हा एकदा सिगारेटविक्रेत्याच्या चेहऱ्यावर वेगळीच छटा उमटून गेली. "मला नाही तसे वाटत. मला तुझी आणि फक्त तुझीच भेट घ्यायला सांगितली होती. मी त्या ब्रँडच्या सिगारेट्स विचारल्यावर तू मला एक पाकीट विकले होतेस. आतमध्ये एका मोटरगाडीची चावी आणि जवळच्याच एका गराजचा पत्ताही लिहिलेला होता."

हॉर्वाथकडे टक लावून बघणाऱ्या स्त्रीला तो काय बोलतो आहे कळण्याइतके इंग्लिश बहुधा येत असावे. तिने सिगारेट विक्रेत्याकडे वळून विचारले, "त्याच त्या?"

तिच्या बोलण्याकडे लक्ष न देता त्याने स्टॅन्डवर ठेवलेल्या सिगारेटच्या पाकिटाच्या दिशेने नजर टाकली. हॉर्वाथने मान हलवून संमती दिली.

पाकिटामधली सिगारेट काढून आणि पेटवून त्याने त्याच्या पाठीशी असलेल्या उशा व्यवस्थित लावल्या आणि तो नीट बसला. सिगारेटचा एक मोठा झुरका घेऊन तो म्हणाला, "कधीकधी मी इतरांना मदत करतो."

"माहीत आहे मला. मलाही मदतीचीच गरज आहे."

"काय करू शकतो मी तुझ्यासाठी?"

"तू मला सिगारेट्स विकल्यानंतर मी जेव्हा तुझ्या दुकानातून बाहेर पडलो तेव्हा दोन माणसांनी माझा पाठलाग केला होता."

"दोन माणसे? कुठली दोन माणसे?"

हॉर्वाथने त्यांचे व्यवस्थित वर्णन केले.

आणि सिगारेट विक्रेत्याचे डोळे विस्फारले. "तो आहेस तर तू !"

"म्हणजे आठवण आहे तुला."

"तू जे काही केलेस त्यामुळे ती माणसे खूप संतापली होती."

"त्याला माझा इलाज नाही," हॉर्वाथने उत्तर दिले. "या क्षणी तू माझ्यासाठी त्यांच्या बॉसशी फक्त संपर्क साधून दे."

तोंड वाकडे करून सिगारेटविक्रेत्याने एकदा मोठा श्वास घेतला. "तू त्याच्या माणसांच्या बाबतीत जे काही केलेस त्यामुळे तो काही खूश नव्हता."

हॉर्वाथने पिस्तूल उचलून त्याच्या कपाळावर रोखले. "आत्ता फक्त एकाच माणसाच्या खुशीचा तू विचार कर. ज्याच्या हातात पिस्तूल आहे तो माणूस."

सिगारेटविक्रेत्याने हात वर केले, "पण मला त्याच्याशी संपर्क साधता येत

नाही. तोच माझ्याशी संपर्क साधतो.''

हॉर्वाथने त्याच्या हातामधल्या बोटावरच्या अंगठीकडे नजर टाकत विचारले, ''आत्ता तू कुठे आहेस ते तुझ्या बायकोला माहीत आहे?''

''अरे देवा!'' ती स्त्री उद्‌गारली आणि हे त्याच्या बायकोला का कळता कामा नये म्हणून जोराजोराने ओरडतच बसली.

''गप्प बस!'' असे पुन्हा एकदा स्पॅनिशमध्ये त्या स्त्रीला सांगून तो हॉर्वाथकडे वळला. ''मी आधीच म्हटल्याप्रमाणे मला त्याच्याशी कसा संपर्क साधायचा ते माहीत नाही, पण त्याला निरोप पोचवेल असा दुसरा एक जण मला माहीत आहे.''

हॉर्वाथने पिस्तूल खाली घेतले. ''तुमच्यापैकी कुणाकडे गाडी आहे?''

एकदा आपल्या प्रेमपात्राकडे नजर टाकून तो माणूस हॉर्वाथकडे वळला आणि त्याने मान डोलावली.

''छान,'' हॉर्वाथ म्हणाला, ''कपडे चढवा दोघांनी. आपण गाडीतून फिरायला निघणार आहोत.''

प्रकरण ८

बिलबाओ शहराबाहेरच्या एका विशेष रहदारी नसणाऱ्या रस्त्यावर गाडी थांबवून हॉर्वाथने प्रथम आपल्या पाहुण्यांना गाडीमधून खाली उतरू दिले. इग्निशनमधून चावी काढून ती आपल्या खिशात टाकली.

ती स्त्री गवतावर जाड चादर पसरत असताना सिगारेटविक्रेत्याने आणखी एक सिगारेट पेटवली. अपार्टमेंटमधून निघताना हॉर्वाथने त्या स्त्रीला काही खाद्य पदार्थ घेण्यास सुचवले होते. ते ज्या माणसांची वाट बघणार होते, ते काही घाईघाईने येणाऱ्यांमधले नव्हते.

आता सहलीसाठी तिने खाद्य पदार्थ आणले म्हणावेत तर विशेष काही नव्हते. पण ज्या घाईने ते निघाले होते ते लक्षात घेता, ठीकच होते. तिने पाव, चीज, सफरचंदे, चमचमीत मांसाचे काही तुकडे आणले होते. घरीच बनवलेल्या वाइनने भरलेली एक प्लास्टिकची बाटलीही होती. हॉर्वाथने वाइन प्यायचे मात्र नाकारले.

सिगारेटविक्रेत्याने तिला काय सांगितले होते ते हॉर्वाथला माहीत नव्हते; पण तिची भीती कमी झालेली दिसत होती. एक-दोन वेळा तिने त्याच्याकडे बघत हसण्याचाही प्रयत्न केला. पण हॉर्वाथची मनःस्थिती ठीक नव्हती. त्याच्या तोंडावर काहीच भाव दिसले नाहीत.

तो अजून रायली आणि तिचा मृत्यू यांच्या विचारांमध्येच अडकला होता. तो नियमांप्रमाणे वागत असला तरी हे सर्व फार वेळकाढू होते. त्याला कार्लटनशी बोलायचे होते. म्हातारबुवांनी यानंतर काय करायचे सांगून या हल्ल्याचा शोध घेण्यासाठी आकाशपाताळ एक केले असते. चित्रकोड्यातले सर्व तुकडे आपापल्या जागी बसताच हॉर्वाथला सूड घेण्यासाठी पाठवले असते.

पण आताची वेळ आणि तो क्षण या मधल्या काळात दुसरे कुठले तरी विचार मनात आणायला हवे असताना त्याच्या समोर फक्त रायलीचीच प्रतिमा उभी राहत होती.

तो विचारात गढलेला असताना सिगारेटविक्रेत्याचे लक्ष दूरवरून येत असणाऱ्या एका गाडीकडे वळले आणि त्याने हॉर्वाथचे लक्ष तिच्याकडे वेधले.

हॉर्वाथने गाडी ओळखली. आज कोण गाडी चालवत असेल असा विचार त्याच्या मनात आला. पण जास्ती वेळ विचार करायलाही लागला नाही.

काळी प्यूजो गाडी जवळ येऊन उभी राहिली. उन्हाळ्यामध्ये दोन फुटीरतावादी बास्क एजंट्सशी त्याचा संबंध आला होता. तेच त्या गाडीत होते. जाडजूड माणसे. एकाचे कपाळ उतरते होते. मोरी घासायच्या ब्रशच्या तारांप्रमाणे ताठ आणि गर्द अशा भुवया. दुसऱ्याच्या उजव्या गालावर एक व्रण होता. हॉर्वाथने त्यांना आयब्रोज आणि स्कारफेस अशी नावे ठेवली होती.

गेल्या उन्हाळ्यात बास्क भागातल्या एका बैठकीसाठी हॉर्वाथ सुखरूप पोहोचेल हे बघण्याची जबाबदारी त्यांच्यावर टाकली होती. त्यांनी त्याच्या नजरेला न पडता काम करायचे होते. पण बिलबाओ सोडल्यानंतर पंधरा किलोमीटर अंतर जाईपर्यंतच हॉर्वाथने ते त्याच्या मागावर आहेत ओळखले. ऑतोपिस्तावरच्या एका विश्रांतिस्थानावर त्याने त्यांच्यावर झडप घातली आणि एकाकी रस्त्यावर गाडी चालवत नेणे भाग पाडले. मग त्यांची गठडी वळून त्याने त्यांना प्यूजोच्या ट्रंकमध्ये कोंबले आणि मगच तो बैठकीला गेला.

एझकुतात नावाच्या एका छोट्या गावात त्याने त्यांची सुटका करून त्यांना सोडून दिले. त्यानंतर आत्तापर्यंत हॉर्वाथने त्यांना बघितलेही नव्हते. त्यांच्या चेहऱ्यावरचे भाव बघता आत्ताही त्याला बघून त्यांना काही विशेष आनंद झालेला दिसला नाही. पण हॉर्वाथला त्याची चिंता नव्हती. तेच त्याला योग्य ठिकाणी घेऊन जाणार होते.

खिशातल्या गाडीच्या चाव्या काढून त्याने त्या सिगारेटविक्रेत्याकडे फेकल्या. तो प्यूजोजवळ गेला. "कुठे बसायचे मी? मागच्या बाजूला का ट्रंकमध्ये?" त्याने स्कारफेसला विचारले.

दोघांनाही इंग्लिश येत नसले तरी आपला अपमान होतो आहे एवढे त्यांना कळत होते. पण हॉर्वाथला आणण्याची कामगिरी त्यांच्यावर सोपवली होती. ते गप्प होते.

आयब्रोज गाडी चालवायला बसला होता. त्याने खिडकीमधून बाहेर बघत एकदा गुरगुरल्यासारखा आवाज केला. हॉर्वाथने त्याचा अर्थ काढला. त्याला हवे त्या ठिकाणी तो बसला तरी चालेल. तो मागच्या बाजूला बसला आणि आपला

बॅकपॅक त्याने त्याच्या शेजारी ठेवला.

दरवाजा बंद करून आरामात मागे टेकत तो उद्‌गारला, "तुमची तयारी झाली असेल तर मी तयारच आहे, पोरींनो."

डोंगरदऱ्यांमधला प्रवास त्याला आठवत होता त्यापेक्षा मोठाच होता. पण अप्रतिम सृष्टीसौंदर्य होते. त्याला स्वित्झर्लंडचीच आठवण झाली. स्वित्झर्लंडमध्ये छोटे छोटे बंगले दिसतात. इथे लाल रंगाची कौले असणाऱ्या दगडी इमारती दिसत होत्या.

मध्येच बैलगाड्या दिसत. कुरणांमध्ये मेंढ्या दिसत. कधीकधी दणकट आणि जंगली पिरेनियन घोडे दिसत.

अनेक शहरांमधून आणि खेडेगावांमधून जात शेवटी त्यांनी एझकुतात हे खेडेगावही मागे टाकले. चौकोनी बसकी घरे आणि चर्चचा उंच मनोरा यांची त्याला बरोबर आठवण होती. काळाने जसा काही या भागाला स्पर्शसुद्धा केला नव्हता. एझकुतातमध्ये शिरलो आहोत याची जाणीव होते न होते तोपर्यंत त्यांनी ते गाव मागेही टाकले.

पुढला प्रवास त्याने एकदाच आणि पूर्ण अंधारात केला होता. कुठल्या तरी मार्गदर्शक खुणांशिवाय तो तोच प्रवास पुन्हा करू शकला नसता.

डोंगरांवर चढता चढता मध्येच उतार लागे, तर मध्येच चढण, वळणे आणि पुन्हा मागे वळल्याचा आभासही. बदलत्या हवेच्या दाबाचा त्याच्या कानांना त्रास व्हायला लागला.

शेवटी ते दोन्ही बाजूला उंच कडे असणाऱ्या एका खडीच्या रस्त्यावर आले. हॉर्वाथ गाडी चालवत असता आणि तेवढ्यात त्याच्या डोळ्यांची उघडझाप झाली असती तर त्याच्या नजरेतून तो निसटलाच असता.

त्या रस्त्यावर वळून तीन-एकशे यार्ड गेल्यावर एक गेट दिसले. पलीकडे खूप गुरेढोरे होती आणि त्यांच्यावर लक्ष देणारे बास्क शेफर्ड कुत्रे. गाडी थांबताच दोन कुत्रे गेटजवळ येऊन भुंकायला लागले.

उंच खडकांआडून दोन दणकट माणसे पुढे झाली आणि गाडीजवळ पोहोचली. प्रत्येकाच्या हातात इटालियन्स जिला लुपारा म्हणतात ती परंपरागत शॉटगन होती. शॉटगनच्या दोन्ही नळ्या कापून त्यांची लांबी छोटी केलेली, पिस्तुलाप्रमाणे धरता येणाऱ्या आणि लाकडी दस्त्यावर बुद्धिबळाच्या पटाप्रमाणे डिझाइन असणाऱ्या शॉटगनला बास्कमध्ये काय म्हणत ते हॉर्वाथला ठाऊक नव्हते. पण नळ्या छोट्या केल्याने शस्त्र लपवता यायचे, जंगलात वापरणे सोपे पडायचे. चाप ओढला की मोठ्या भागात पोलादी छोट्या छोट्या गोळ्यांचा मारा व्हायचा. जवळून वापरता आले तर विनाशकारी शस्त्रच.

एक गार्ड आयब्रोज आणि स्कारफेसशी बोलत असताना दुसऱ्याने गेट सताड उघडले आणि कुत्र्यांना गप्प केले. प्यूजो आत शिरली. गार्ड्सच्या वापरासाठी असलेले प्रॉपेन हीटर असणारे, लाकडी फळ्यांनी बांधलेले गार्डहाउस हॉर्वाथला दिसले. थंडीला तोंड देण्यासाठी गरम जाकिटे चढवलेले आणि बास्क बिरेट्स घातलेले शस्त्रसज्ज असे अनेक गार्ड्स दिसत होते.

आयब्रोज आणि स्कारफेस डिस्ट्रिक्ट इटीए कमांडरचे दूरचे भाऊ आणि मेहुणा होते. ही रँच कमांडरचीच होती. पण हॉर्वाथ त्याला भेटायला आलेला नव्हता. इतरांच्या मनात कमांडरबद्दल जेवढा आदरभाव होता तेवढाच किंवा एखाद्या वेळी थोडा जास्तच आदरभाव असणाऱ्या अशा माणसाला त्याला भेटायचे होते.

आयब्रोजने घोड्यांच्या पागेसमोर गाडी उभी केली, हनुवटी हलवून पायऱ्यांकडे लक्ष वेधले. काय करायचे ते हॉर्वाथला माहीत होते.

गाडीबाहेर पडून त्याने दोघांनाही हात केला. गाडी मागे घेत ते पुन्हा गेटच्या मागे निघताना तो बघत होता.

क्षणभर उभे राहून त्याने सर्वत्र नजर फिरवली. सूर्य क्षितिजाला टेकला होता. या उंचीवर तापमान आधीच कमी असते. आता तर ते आणखी खाली-खाली जायला लागले होते. रात्री खूप थंडी पडणार होती.

जिन्याच्या पायऱ्या चढून त्याने पागेवरच्या छोट्या अपार्टमेंटचे दार उघडले. स्टोव्हवर गेल्या वेळी त्याच्यासाठी राखून ठेवलेले तेच खाण्याचे पदार्थ होते. बास्क प्रदेशातील शेंगांची भाजी, चीज, डुकराच्या मांसाची सॉसेजेस इत्यादी. स्वयंपाकघराच्या मध्यावर असणाऱ्या जेवणाच्या लाकडी टेबलवर वाइनची अर्धी बाटली आणि एक ग्लास ठेवला होता.

गेल्या उन्हाळ्यात त्याने या अपार्टमेंटमध्ये चार-एक तासच काढले होते. तरीही ओळखीची वाटणारी जागा दिसताच त्याच्या मनावरचा ताण हलका व्हायला लागला. या क्षणी तो सुरक्षित होता.

रायलीचा बॅकपॅक खाली ठेवून त्याने ग्लासमध्ये वाइन ओतून घेतली. पुढले पाऊलच खूप धोकादायक होते. वाइनचा घोट घेण्यापूर्वी त्याने प्रार्थना केली की ज्या माणसाला भेटायला तो आला होता, तो त्याचे काम करू शकेल.

प्रकरण ९

टेक्सास

निकोलसने फार थोड्या लोकांसाठी स्वतःचा जीव धोक्यात घातला असता. कॅरोलाइन रोमेरो ही त्यांच्यापैकीच एक.

पण याचा अर्थ, मागचा-पुढचा काहीच विचार न करता तो धावतच तिच्या मदतीला निघाला, असे मुळीच नव्हते. त्याला सावधगिरी बाळगावीच लागणार होती. सर्वांत पहिला प्रश्न- तो कुठे राहून आपले काम करणार, हा होता.

वीस हजार एकरांहून मोठी असणारी थ्री पीक्स रँच सध्या पीटर नाईट हा कुटुंबप्रमुख असणाऱ्या टेक्सासमधल्या श्रीमंत नाईट कुटुंबाच्या मालकीची होती. गुरेढोरे, एरोस्पेस, खाणी, बायोटेक्नॉलॉजी या क्षेत्रातील त्यांचे उद्योग जगभर पसरले होते. निकोलसने अनेक वर्षांच्या कालावधीत त्याला बऱ्याच व्यवहारांमध्ये मदत केली होती.

रँच हे कुटुंबाचे राहण्याचे प्रमुख स्थळ होते. आवश्यक तो सर्व कर्मचारी वर्ग तिथे कायमचा नेमलेला होता. नाईट कुटुंबीय राहत असताना त्यांची काळजी घेण्याबरोबर वर्षभर येत राहणाऱ्या पाहुण्यांची काळजी घेण्याची जबाबदारीही त्यांच्यावर होती.

निकोलस पोहोचण्यापूर्वी त्यांना कशाची अपेक्षा धरायची हेच कळत नव्हते. मिस्टर नाईट याने फोन करून एवढेच सांगितले होते की अत्यंत महत्त्वाचा असा पाहुणा राहायला येणार आहे. त्याचे वास्तव्य किती काळ असेल माहीत नाही आणि त्याची प्रत्येक गरज त्यांनी भागवावी.

पाहुण्याची पहिली मागणी दुसऱ्या दिवशी सकाळी गेस्टहाउसबाहेर उभी होती. एक काळा युकॉन देनाली ट्रक. अपंग ड्रायव्हर्सना गाड्या पुरवणाऱ्या ब्राऊनव्हील

येथील एका कंपनीकडून भाड्याने घेतलेला. दिसायला आणि वापरायलाही इतर कोणत्याही एसयूव्हीसारखाच असला तरी अशा गाड्यांना हातांचा उपयोग करून वापरायचे कन्ट्रोलही दिलेले असतात. पेडल्सचा उपयोग न करता ड्रायव्हर वेग आणि ब्रेक्सवर नियंत्रण राखू शकतो. निकोलसच्या सूचनांप्रमाणे कुत्र्यांसाठी जास्तीत जास्त जागा मिळावी म्हणून मागच्या बाजूच्या सीट्स काढून टाकल्या होत्या आणि काचाही काळ्या केल्या होत्या.

पकड, तारा कापण्यासाठी कटर, चाकू इत्यादी गोष्टी असणारे आपले लेदरमन टूल घेऊन निकोलस पुढल्या सीटवर बसला आणि त्याने चिकटपट्टी काढून वाहनाच्या सेल फोनला जोडलेल्या तारा कापून टाकल्या. जीपीएस आणि ऑनस्टार नॅव्हिगेशन सिस्टिम्सना जोडलेल्या ताराही काढून टाकल्या. वाहनाची आतून-बाहेरून पूर्ण तपासणी करून गाडीचा माग काढता येईल अशी इतर कुठली साधने बसवलेली नाहीत ना, याची खात्री करून घेतली. खूप वेळ खाणारे काम होते आणि त्यासाठी त्याला गाडीखाली झोपणे, स्टेप-स्टूल वापरून इंजिनच्या कम्पार्टमेंटमध्ये तपास करणे या सर्व गोष्टी कराव्या लागल्या. तो कुठे जातो यावर दुसऱ्या कुणी लक्ष ठेवाव, अशी त्याची इच्छा नव्हती.

शेवटी त्याचे समाधान झाले. त्याने ड्रायव्हरच्या जागेवर बसण्यासाठी एक बूस्टर सीट आणली होती. ती जागेवर ठेवून, कुत्र्यांना घेऊन तो देनालीची चाचणी घेण्यासाठी म्हणून आणि रँचची माहिती व्हावी या हेतूनेही गाडी चालवत निघाला.

नाईट कुटुंबीयांनी निरनिराळ्या देशांमधले जंगली प्राणी आणून रँचवर वाढवले होते. इथे येताना विमानप्रवासात तो रात्रभर जागा राहिला नसता, तर त्याचा विश्वास बसला असता की आफ्रिकेमधील एखाद्या नॅशनल पार्कमध्ये त्याला सोडले आहे म्हणून. त्यांना ठेवलेल्या बंदिस्त आवाराजवळून जाताना त्याला हरणाच्या जातीचे अडॅक्स, ओरिक्स, वाईल्डबीस्ट वगैरे प्राणी आणि कुडू, इम्पाला, रानरेडे, झेब्रा, काळवीट वगैरे नानाविध प्राणीही दिसले. गाडीच्या खिडक्यांबाहेर डोके काढून कुत्रेही त्यांच्याकडे बघत होते.

वाहतुकीच्या रस्त्यांवर ही गाडी त्याला चालवता येईल अशी खात्री पटल्यावर तो परत फिरला.

गेस्टहाउसच्या पुढल्या पायऱ्यांवर रँच मॅनेजर मॅगी रोझ बसली होती. तीस-एक वर्षांची आकर्षक स्त्री. निकोलस जवळ आल्यावर तिने त्याला हात केला.

त्याने पार्कच्या खुणेवर गिअर ठेवून गाडी उभी केली, इग्निशन बंद केले. बाहेर पडून एसयूव्हीच्या की-फॉबवरचा रिमोट वापरून टेलगेट उघडले आणि कुत्र्यांना बाहेर पडू दिले.

"कसा काय वाटतो ट्रक?" तिने विचारले.

"चांगला आहे," त्याने उत्तर दिले. त्याला मॅगी आवडली होती कारण ती सहजपणे कुणाशीही बोलू शकत होती. खरे तर त्याला बघताक्षणी प्रथम लोक बावचळत असत. पण काल रात्री ती त्याला उतरवून घ्यायला विमानाजवळ भेटली तेव्हा इतर पाहुण्यांसारखा तो एक पाहुणा अशाच तऱ्हेने ती वागली होती. अगदी व्यावसायिकपणे. पद्धतशीर. पण वागण्यात टेक्सान्सचा उपजत मोहकपणाही होताच.

"तू इथे नव्हतास तेव्हा मी आतमध्ये जाऊन तू मागवलेल्या वस्तू ठेवून आले आहे. आशा आहे की तुझा काही आक्षेप नसेल."

होता, आक्षेप होताच. तो नसताना कुणी गेस्टहाउसमध्ये यावे ही कल्पनाच त्याला पसंत नव्हती. पण तो पाहुणा होता. काही बोलू शकत नव्हता. त्याला खात्री होती की तिने हे फार सभ्यपणे केले होते.

"आभारी आहे," त्याने उत्तर दिले.

तिने आर्गोस आणि ड्रॅको या कुत्र्यांकडे हसून बघत म्हटले, "काल रात्री मी तुझ्या कुत्र्यांबद्दल थोडे संशोधन केले. आश्चर्यकारक जात आहे."

"दुसऱ्या कुठल्याही जातीचे कुत्रे मी कधीही बाळगणार नाही," निकोलसने सांगितले.

"खाण्याच्या बाबतीत फार खर्चीक असतील ना?"

कुत्र्यांना थोपटत निकोलस म्हणाला, "पण अशा जातिवंत कुत्र्यांची किंमत कुणी करू शकत नाही."

जवळ येत मॅगीने विचारले, "मी हात लावू त्यांना?"

निकोलसने मान डोलावली. मॅगी हळूच आर्गोस आणि ड्रॅको यांच्याजवळ जाऊन उभी राहिली. आपला हात पुढे करत तिने दोघांनाही हाताचा वास घेऊ दिला आणि मग त्यांच्या कानामागे खाजवले.

"वाढदिवसाच्या पार्टींना त्यांच्या पाठीवरून स्वारी करण्यासाठी त्यांना भाड्याने दिलेस तर तुझा खाण्यापिण्याचा अर्धा खर्च तरी निघेल."

निकोलस पुन्हा हसला.

हात खाली घेऊन मॅगीने एक पाऊल मागे घेतले. "तुला काहीही हवे असेल तर फक्त फोन कर मला. स्वयंपाकघरामधल्या फोनजवळच माझा फोन नंबर चिकटवून ठेवला आहे."

"ठीक आहे."

तिच्या ट्रकजवळ जात ती आत चढताना तो बघत होता. तिने एकदा हॉर्न वाजवला, हात हलवून हसली आणि ट्रक सुरू केला. निकोलसनेही हात हलवून तिला निरोप दिला.

एकदा ती निघून गेल्यावर तो कुत्र्यांना घेऊन पायऱ्या चढला आणि आत शिरला. कुत्र्यांच्या खाण्याची वेळ झाली असली, तरी प्रथम त्याला आपली साधनसामग्री बघायची होती. मॅगीवर अविश्वास दाखवण्याचे कारण नसले तरी पूर्ण विश्वास टाकायचेही कारण नव्हते. चांगली स्त्री होती; पण अशा अनेक चांगल्या स्त्रियांनी यापूर्वी त्याच्या कुशीत सुरा खुपसायचा प्रयत्न वर्षानुवर्षे केला होता.

मुख्य पाहुण्यांच्या झोपण्याच्या खोलीमध्ये जाऊन त्याने साधनसामग्रीवर नजर टाकली. सर्व बॅगांची कुलपे जागच्या जागी होती. काही हलवाहलव झालेलीही वाटत तरी नव्हती.

त्यातल्या दोन बॅगा उघडून त्याने त्याचा लॅपटॉप उपग्रहाद्वारा इंटरनेटला जोडण्याची तयारी केली. सर्व जोडणी कार्यान्वित होईपर्यंत त्याने कुत्र्यांना खाणेपिणे दिले. आता तो इंटरनेटवर जाण्यासाठी तयार होता.

जेवणघरामधल्या टेबलशी बसून कॅरोलाइन रोमेरो जे संकेतस्थळ माहितीच्या देवाणघेवाणीसाठी वापरत असे, ते संकेतस्थळ त्याने लॅपटॉपच्या पडद्यावर आणले. तो टेक्सासमध्ये येऊन पोचल्याच्या संदेश त्याने तिला आधीच पाठवून दिला होता. आता त्याच्यासाठी तिने पाठवलेले उत्तर त्याला दिसले. 'आज रात्री ८ वाजता. कासा दे पाल्मास हॉटेल, मॅक्‌ॲलन. पार्किंग गराज, वरचा मजला. मला करत असलेल्या मदतीबद्दल आभार.'

कॅरोलाइनने मदतीची हाक दिली तेव्हा फक्त त्या दोघांनाच ठाऊक असू शकतील असे व्यक्तिगत आणि खासगी तपशील दिले होते. तेव्हा संदेश तिनेच पाठवला होता आणि ती अत्यंत कठीण परिस्थितीत सापडली होती याबद्दल त्याच्या मनात थोडाही संशय नव्हता.

त्याच्या स्वभावाप्रमाणे तत्काळ उडी ठोकून तिला सुरक्षित ठिकाणी आणण्याची ऊर्मी त्याच्या मनात उसळली होती; पण काळजी घेणे फार महत्त्वाचे होते. रँचबद्दल किंवा तो कुठे राहतो आहे याबद्दल काही सांगण्याचा तर प्रश्नच उद्‌भवत नव्हता, निदान या क्षणी तरी. एकमेकांना भेटून बराच काळ लोटला होता. लाखो गोष्टी बदललेल्या असू शकत होत्या. त्याच्या मनात कुठेतरी सारखे येत होते की या सर्वच प्रकरणात काहीतरी गडबड आहे. सार्वजनिक ठिकाणी भेटणे, हा पर्याय चांगला होता.

गाडीतून बाहेर पडावे लागणार नाही अशा कुठल्या तरी ठिकाणी भेट होऊ शकेल, ही कल्पनाही त्याला आवडली होती. मॅक्‌ॲलनला जाण्यासाठी निघताना त्याला बरे वाटत होते.

कासा दे पाल्माससाठी शोध घेतला, तेव्हा ते शहराच्या मध्यवर्ती भागातले थ्री-स्टार हॉटेल आहे एवढे त्याला कळले. उपग्रहाद्वारा मिळालेले फोटो बघितल्यावरही

त्याला बरे वाटले. नीट पत्ता लक्षात आल्यावर त्याने हॉटेलवर जाण्यासाठी आणि तिथून परत येण्यासाठी रस्ते ठरवायला सुरुवात केली. दबा धरून कुठे कुठे त्याच्यावर हल्ला होऊ शकेल, याचाही विचार त्याच्या मनात होताच. काहीही घडू शकले असते.

प्रकरण १०

टेक्सासमधील मॅक्‌ॲलन शहर मेक्सिकोच्या सरहद्दीपासून केवळ पाच मैलांवर आहे आणि मेक्सिकन सरहद्दीपलीकडे रेनोसा हे अत्यंत धोकादायक शहर आहे. निकोलसने मेक्सिकोच्या संघटित गुन्हेगारीमधल्या उच्चपदस्थांना माहिती जशी विकली होती तशी ती त्यांच्याकडून चोरली पण होती. काय काय घडू शकेल याबाबत अनेक चित्रे त्याच्या डोळ्यांसमोर तरळत होती. कुठलीच चांगली नव्हती. शक्य होते की 'कासा दे पाल्मास'मध्ये ठरवलेली भेट म्हणजे त्याला सरहद्दीपलीकडे पळवून नेण्यासाठी आखलेला डाव असेल. मेक्सिकोमध्ये त्याचा कसा शेवट होईल याची तर त्याला कल्पना करायचीही इच्छा नव्हती. तेव्हा त्याने खूप काळजी घेतली होती.

त्याच्या लहानसर चणीमुळे मुलांसाठी बनवलेली शस्त्रेही त्याला बोजड पडत, हाताळणे कठीण बने. पुन्हा ती फक्त छोट्या कॅलिबरच्या गोळ्या झाडू शकत. त्यांच्यामध्ये दुसऱ्यांना पार आडवे करण्याइतकी ताकद नसे. यावर उपाय म्हणून त्याने स्वतःसाठी जगामधल्या निष्णात गनस्मिथ्सकडून- बंदुका बनवणाऱ्या कारागिरांकडून आणि तंत्रज्ञांकडून- खास शस्त्रे बनवून घेतली होती.

त्याचे सर्वांत आवडते शस्त्र होते तीन गोळ्या झाडू शकणारे पॉइंट-४५ कॅलिबरचे पिस्तूल. पिस्तुलाची नळी ही पिस्तुलाचा वेगळा भाग नव्हती. त्यामुळे गोळी झाडल्यावर पिस्तुलाचा झटका कमी जाणवे आणि नळी वर उचलली जात नसे. इतक्या हुशारीने डिझाइन बनवलेले असूनही शस्त्र ताब्यात ठेवून नंतरच्या गोळ्या झाडण्यासाठी पुन्हा नेम धरणे त्याला थोडे कठीण पडायचेच. तरीही समोरासमोर सामना झालाच तर तो तोडीस तोड ठरू शकत होता.

इतर अशी अनेक साधने बरोबर घेतल्याशिवाय निकोलस कधीही बाहेर पडत नसे. तेव्हा देनालीमध्ये सामान भरताना त्याने अजिबात घाई केली नाही. तो रँचवर परत येऊ शकला नाही, त्याला तसाच पळ काढावा लागला, कुठल्याही तऱ्हेची परिस्थिती उद्‌भवली, तरी तो तयार होता. फारच लहान वयात तो शिकला होता की कुणीही त्याच्यासाठी लढणार नव्हते. त्याची काळजी त्यालाच घ्यायची होती. जिवंत राहायचे तर सर्व गोष्टींचा पूर्ण विचार करून कुठल्याही प्रसंगाला तोंड द्यायला शक्य तितके तयार राहायला हवे. प्रश्न एवढाच होता की सर्वच प्रसंगांना तोंड देण्याची सिद्धता कोणीच करू शकत नाही.

काय होणार असेल ते होईल. एवढ्या लांब आल्यावर निकोलस नसत्या शंका-कुशंका काढत, हात-पाय गाळून बसणार नव्हता. तो उपकाराची परतफेड करायला आला होता.

सर्व सामान भरून झाल्यावर त्याने कुत्र्यांना काही मिनिटे व्यायाम करायला वेळ दिला आणि मगच त्यांना गाडीच्या मागच्या बाजूला चढू दिले. टेलगेट बंद करून तो पुढल्या बाजूला आला आणि ड्रायव्हरच्या जागी बसला.

पांढऱ्या शेपटीचा एक बहिरी ससाणा उंचावर गोल-गोल फिरत असताना देनाली रँचवरून काउंटी रोडला आली आणि दक्षिणेला मॅक्ॲलनच्या दिशेने निघाली.

इच्छा असती तर निकोलस रँचवरच्या सुरक्षरक्षकांची मदत घेऊ शकला असता, पण त्याने ती घ्यायची नाही असे ठरवले. ही वैयक्तिक बाब होती. शक्य असेल तेव्हा खासगी बाबतीत इतरांना सामावून घेणे तो टाळत असे. त्याच्याबद्दल लोकांना जितकी कमी माहिती असेल तेवढे चांगले- मग ते रँचवरचे सुरक्षारक्षक असले तरीही.

कॅरोलाइनने स्पष्ट शब्दांत त्याला एकटेच यायला सांगितले नसले, तरीही तिचा संदेश स्वच्छ होता. ती भलत्याच भानगडीत अडकली होती आणि तिने त्याची मदत मागितली आहे हे इतरांना कळावे अशी तिची इच्छा नव्हती. तो हे समजू शकत होता. त्याच्याकडे त्याचे कुत्रे होते आणि गरज पडलीच तर इतर काही युक्त्या-प्रयुक्त्या होत्या.

गाडी चालवत असताना त्याच्या मनात भावनांचा कल्लोळ होता. भीती तर होतीच. परिचित असलेल्या वातावरणातून तो बाहेर प्रवासाला निघाला की नेहमीच तशी भीती वाटायची. पण तो उत्साहातही होताच. कॅरोलाइनची भेट होऊन खूप वर्षे उलटली होती. ती फक्त फार हुशार होती एवढेच नाही, तर सुंदरही होती. हॅकर्स कॉन्फरन्सला जाताना त्याने जसे अनेक वेळा कपडे बदलले होते, तसेच आजही तिला भेटायला निघण्यापूर्वी बदलले होते.

सर्व हास्यास्पद प्रकार आहे, हे त्याला कळत होते. ते दोघे फक्त चांगले मित्र होते; दुसरे काहीही नाही. पण तरीदेखील ती फार मौल्यवान मैत्री होती आणि भेटीच्या वेळी छान दिसावे अशी त्याची प्रामाणिक इच्छा होती. तिला भेटायला जाताना तो उत्कृष्ट पोशाखातच जाणार होता. अचानक मनात आले म्हणून त्याने अनेक वर्षे राखलेली दाढीही उडवून टाकली.

नियतीने विचित्र दान पदरात टाकून ज्याचा आयुष्यभर छळ केला होता त्याच्या मनात आशा राहावी, हीदेखील विचित्र दैवगतीच म्हणायला हवी. म्हणूनच त्याच्या अगदी जवळच्या व्यक्तींना त्याला वाटत असणारी असुरक्षितता एकाच वेळी अत्यंत हृदयद्रावक आणि तितकीच प्रिय वाटे.

पण तो मूर्ख नव्हता. जग कशा तऱ्हेने त्याच्याकडे बघते याची त्याला पूर्ण जाणीव होती. प्रेमाबिमाच्या गुंतागुंतींची त्याला कधीच काळजी करावी लागणार नव्हती, याचीही त्याला खात्री होती. जसेजसे त्याचे वय वाढत गेले तसे उरलेले आयुष्य त्याला एकट्यानेच काढायचे आहे, हे सत्य त्याने स्वीकारले आणि त्यामुळेच की काय त्याची ज्या थोड्याफार जणांशी मैत्री होती, ती त्याच्या दृष्टीने अत्यंत अनमोल होती. त्याने कॅरोलाइनच्या मदतीला धाव घेण्याचे ते एक महत्त्वाचे कारण होते.

टेक्सासच्या ग्रामीण भागातून मॅक्ॲलन शहराच्या उपनगरात प्रवेश करायला लागल्यावर त्याचे विचार पुन्हा हातातल्या कामाकडे वळले.

फक्त शंभर वर्षे जुने असणाऱ्या मॅक्ॲलनचा समावेश अमेरिकेमधील अत्यंत झपाट्याने मोठ्या होणाऱ्या शहरांमध्ये होत होता. नॉर्थ अमेरिकन फ्री ट्रेड ॲग्रिमेन्टमुळे शहराला खूप फायदा झाला होता. माकिलदोरा अर्थव्यवस्थेमुळे मेक्सिकोमधल्या कारखान्यांना लागणाऱ्या कच्च्या मालावर निर्यातकर आकारला जात नव्हता आणि तयार माल ते अमेरिकेत विकण्यासाठी पाठवू शकत होते. मेक्सिकन्स आणि अमेरिकन्स दोघांच्याही गरजा पुरवणारे मॅक्ॲलन त्यामुळे अत्यंत भरभराटीला आले होते. आंतरराष्ट्रीय व्यापार, सरहद्दीपलीकडचे उद्योगधंदे, आरोग्य सेवा, मादक द्रव्यांचा व्यापार, बेकायदा घुसखोरी यांत गुंतलेल्या अनेकांमुळे लोअर रिओ ग्रान्दे व्हॅलीमधले अनेक लोक अत्यंत श्रीमंत बनत होते.

दक्षिण टेक्सासच्या सरहद्दीवर जेव्हा एक माणूस खरोखर श्रीमंत बनत असे, त्या वेळी किमान हजार माणसांची तसेच श्रीमंत बनण्यासाठी काहीही करायची तयारी असे. मॅक्ॲलनमध्ये शिरताना या अशाच तऱ्हेच्या माणसाचा निकोलस शोध घेत होता.

तत्काळ श्रीमंत होण्याचा मेक्सिकोमधला एक झटपट मार्ग होता, अपहरण आणि खंडणी. सरहद्द पार करून अमेरिकेच्या दक्षिण भागातही हा प्रकार फोफावत

होता. खंडणी मिळेपर्यंत अशा ओलिसांना अडकवून ठेवण्याच्या काळात हल्ली एक्स्प्रेस अपहरणांचाही एक प्रकार लोकप्रिय व्हायला लागला होता. एकाकी माणसावर हल्ला करून लुबाडायची वरची पायरी. प्रथम त्याचे पाकीट खाली करायचे आणि मग जवळच्याच एटीएममध्ये नेऊन बँकेच्या नियमांनुसार एका दिवशी जितकी जास्तीत जास्त रक्कम काढता येत असेल तेवढी त्याला काढायला लावायची. बहुतेक वेळा अशांची मग मुक्तताही केली जायची. काही वेळा अशा माणसांना दुसऱ्या दिवसापर्यंत अडकवून ठेवून पुन्हा तशीच रक्कम काढायला लावत. अशा कुठल्याच प्रकारांना बळी पडण्याचा निकोलसचा विचार नव्हता.

प्रत्येक वेळी वाहतुकीचा वेग कमी होऊन चौकात गाडी उभी करायची वेळ आली की पुढल्या गाडीचे मागचे टायर्स दिसतील एवढे अंतर राखून तो गाडी उभी करायचा. वेळ पडली तर गाडी वळवून पुढे काढता यायला पाहिजे. अडकून राहायचे नाही.

मौल्यवान गाड्या पळवून नेण्यासाठी मुद्दाम छोटे अपघात घडवून आणणाऱ्या टोळ्यांचीही त्याला पूर्ण माहिती होती. तो कायम सावध होता. आपल्या गाडीच्या पुढे काय घडते आहे यावरच नाही, तर आजूबाजूला आणि मागेही काय घडते आहे यावर लक्ष ठेवून होता.

साउथ मेन स्ट्रीटवरचे रस्त्यावरचे दिवे जुन्या काळातले होते. एक एक मजल्याची दुकाने १९५०च्या काळात बांधली गेली असावीत. दुकानांवरच्या पाट्या इंग्लिश आणि स्पॅनिश भाषेमध्ये होत्या. बाजूला पिक-अप ट्रक्स, मिनी व्हॅन्स, स्वस्त अमेरिकन सेदान्स यांच्याबरोबर बीएमडब्ल्यू, पोर्शे, मर्सिडिजसारख्या गाड्याही उभ्या होत्या, हा प्रचंड विरोधाभास होता.

साउथ मेन स्ट्रीटवरून उत्तरेला जाणे म्हणजे लोहमार्गाच्या एका बाजूकडून दुसऱ्या बाजूला जाण्यासारखे होते. रस्त्याच्या दोन्ही बाजूंना एक एक मजली दुकानांऐवजी भव्य पाम वृक्ष दिसायला लागले. एक छोटा हिरवागार चौक दिसला-आर्चर पार्क. आणि समोर 'कासा दे पाल्मास' हॉटेल.

निकोलस सर्वांकडे निरखून लक्ष देत हळूहळू गाडी चालवत होता. जवळचे पार्किंग स्ट्रक्चरही त्याच्या नजरेतून निसटले नाही.

शेजारच्या हात ठेवण्याच्या जागी असणाऱ्या साधनाने आवाज केल्यावर त्याने खाली नजर टाकली. स्क्रीनवर अक्षरे उमटली होती : कासा दे पाल्मास वाय-फाय (बिनतारी) नेटवर्क प्राप्त झाले आहे. त्याच्या चेहऱ्यावर हसू उमटले. आजूबाजूच्या इमारती, रस्ते बघत तो शांतपणे गाडी चालवत होता. हॉटेलमधून बाहेर पडल्यावर कुठले रस्ते आहेत ते लक्षात ठेवत होता.

अर्ध्या तासाने मॅक्ऑलन कन्व्हेन्शन ब्यूरो ॲन्ड व्हिजिटर्स सेन्टर पार्किंग

लॉटमध्ये शिरून त्याने आर्चर पार्क आणि पलीकडे असणारे 'कासा दे पाल्मास' हॉटेल दिसेल अशा जागी गाडी उभी केली. तो ज्या क्षेत्रात पारंगत होता तेच काम करायची वेळ झाली होती.

प्रकरण ११

'कासा दे पाल्मास'ची इमारत एखाद्या धार्मिक मिशनसारखी होती. कमानी असणारे पॅसेजेस, एक बेल टॉवर, समोरच्या बाजूला वेगवेगळ्या रंगांमधले प्लॅस्टर आणि लाल रंगाच्या टाइल्स बसवलेले स्पॅनिश पद्धतीचे छप्पर. मूळ इमारत १९०० सालाच्या आसपास बांधलेली असावी आणि सुरक्षा व्यवस्थाही बहुधा त्याच काळापासून चालत आलेली असावी, असा निकोलसचा अंदाज होता.

हॉटेलमधील वाय-फाय नेटवर्कचाच उपयोग करून त्याने हॉटेलच्या इंटरनेटच्या सर्व संरक्षक भिंती काही वेळातच पार केल्या. एकदा आत शिरकाव करून घेतल्यानंतर त्याने जणूकाही हॉटेलचा ताबाच घेतला. 'कासा दे पाल्मास'च्या संगणक प्रणालीला स्पर्श करणारी प्रत्येक गोष्ट आता त्याच्या ताब्यात होती.

त्याने प्रथम हॉटेलमधल्या पाहुण्यांची नावे स्क्रोल करून बघितली. त्याला कॅरोलाइन रोमेरोचे नाव दिसले नाही. हॉटेलच्या बार आणि रेस्टॉरंट्समधील क्रेडिट कार्ड्स वापरून केलेले व्यवहार बघितले, तरी तिचे नाव सापडले नाही. जॅनिटरच्या संगणकाचा शोध घेतला. काही नाही. 'कासा दे पाल्मास' हॉटेलमध्ये कॅरोलाइनने कुठलाच माग ठेवला नव्हता. त्याला आश्चर्य वाटले नाही.

त्याने हॉटेलच्या सीसीटीव्हीवर लक्ष दिले. खूप चांगली यंत्रणा नव्हती. बरोबर आणलेल्या थर्मासमधल्या एक्स्प्रेसो कॉफीचा छोटा कप भरून त्याने एक घोट घेतला. वेगवेगळ्या कॅमेऱ्यांवर चित्रण झालेल्या व्यक्तींकडे बघायला सुरुवात केली.

सर्व क्लोज्ड सर्किट कॅमेरे अपेक्षित ठिकाणीच रोखून ठेवले होते. लॉबी, माल चढवण्याची जागा, गराजचे वेगवेगळे मजले वगैरे. सुरक्षारक्षकांच्या कार्यालयात

ठेवलेल्या आणि परिसरातील हालचालींमुळे कार्यान्वित होणाऱ्या दोन स्वस्त डिजिटल व्हिडीओ रेकॉर्डरवर सर्व चित्रण रेकॉर्ड केले जात होते. त्याच्या लक्षात येत असल्याप्रमाणे एक आठवडाभरानंतर सर्व रेकॉर्ड पुसून टाकण्यात येत असावे. डीव्हीडीच्या एखाद्या हार्ड कॉपीवर किंवा वेगळ्या ड्राइव्हवर बॅक-अप घेतला जात असेलही. त्याने त्याला काही फरक पडत नव्हता. एक आठवड्याचे फूटेज त्याच्यासाठी खूप होते.

कॅमेऱ्यावर आत्ता रेकॉर्ड होत असणारे चित्रण बघत त्याने डीव्हीआरमध्ये घुसून मागे जात-जात त्या दिवसाचे चित्रण बघितले. कॅरोलाइनला भेटायला अजून खूप वेळ असल्याने त्याला घाई नव्हती. तो काही वेगळे दिसते आहे का, तो कुठल्या सापळ्यात तर अडकत नाही ना, याचा तपास करत होता.

आजच्या दिवसाचे चित्रण बघून झाल्यानंतर त्याने आदल्या दिवसाचे चित्रण बघायला सुरुवात केली. हॉटेलमध्ये कोण आले होते, हॉटेल सोडून कोण निघाले होते, त्यांच्यावर त्याचे बारीक लक्ष होते. ज्या श्रीमंत स्त्रिया आपल्या मैत्रिणींना घेऊन जेवायला जाताना सुरक्षारक्षक अवतीभोवती दिसत होते त्यांच्याकडे तो काही वेळा थांबून नीट बघत होता. पण धोक्याचा इशारा देणारे कोणतेच दृश्य त्याला दिसले नाही. आत्तापर्यंत ठीक वाटत होते सर्व.

तरी खात्री पटवण्यासाठी त्याने आणखी एक दिवस आधीचेही चित्रण बघितले आणि मगच तो पुढल्या टप्प्याकडे वळला.

हल्ली प्रत्येक उद्योगात संगणकाचा वापर होत असतोच. 'कासा दे पाल्मास' हॉटेलही त्याला अपवाद नव्हते. त्याने हॉटेलच्या मनुष्यबळ विभागाच्या डायरेक्टरचा संगणक बघून संध्याकाळी कुठला गार्ड ड्यूटीवर असेल ते बघितले. याआधी तो त्याच पाळीवर कधी होता, तेही बघितले. या माहितीच्या आधारे तो गराजमधल्या सीसीटीव्हीमधील त्याला पाहिजे असलेल्या चित्रणाचा भाग निवडून तेच चित्रण सुरक्षारक्षकाच्या पडद्यावर वारंवार दिसेल अशी सोय करू शकणार होता.

डीव्हीआरचा एक भाग वेगळा काढून त्याने दोन रात्रींपूर्वीच्या चित्रीकरणाची कॉपी काढली. नंतर त्याला त्या चित्रणावरील जुनी तारीख बदलून आजची तारीख दिसेल अशी सोय करायची होती, म्हणजे त्याला संशय आला नसता. रात्रीच्या पाळीचा गार्ड चित्रण बघत असताना गराजच्या बनावट चित्रणामध्ये दिवसाची वेळ असून चालली नसती.

कंटाळवाणे काम होते एवढेच. थोड्याच वेळात निकोलसने गराजचे चित्रण स्वतः अदृश्य राहून फक्त तोच ते बघू शकेल, अशी व्यवस्था केली. त्याहून चांगली बाब म्हणजे गराजच्या कॅमेऱ्याचे थेट चित्रण जेव्हा तो बघत होता, तेव्हा सिक्युरिटी कार्यालयातील गार्ड दोन रात्री आधीचे चित्रणच तो त्या वेळेचे चित्रण बघतो आहे

अशा कल्पनेत होता.

वरच्या मजल्यावर आपल्या गाडीत बसून गराजमध्ये चालणाऱ्या घडामोडी बघत असतानाच हॉटेलमधल्या इतर कॅमेऱ्यांचे थेट चित्रणही निकोलस आता बघू शकत होता. ही बाब जीवन आणि मृत्यू यांच्यामध्ये बदल घडवून आणण्याइतकी महत्त्वाची होती.

किती वाजले आहेत बघून निकोलसने हॉटेलमध्ये आत्ताच येणाऱ्या पाहुण्यांचे चित्रण बघायला सुरुवात केली. 'कासा दे पाल्मास'च्या शटल बसने बहुधा विमानतळावरून आणलेले बरेच पाहुणे उतरवले होते. अत्यंत महागड्या स्पोर्ट्स गाड्यांमधून आकर्षक, उत्कृष्ट पोशाखातल्या अनेक स्त्रियांना हॉटेलवर आणून सोडण्यात येत होते. त्यांपैकी अनेक जणींची पूर्वीची ओळख असावी; कारण भेटी होताच त्या थेट बारच्या दिशेने निघत होत्या.

काळ्याभोर केसांच्या, लॅटिन देशांमधून आलेल्या सुंदरींकडे बघता बघता निकोलसच्या ध्यानात आले की तो नक्की कुणाला शोधतो आहे याचीच त्याला खरे तर कल्पना नाही. गेल्या वेळेला भेट झाली होती तेव्हा कॅरोलाइन जशी दिसत होती त्यापेक्षा आज ती पार वेगळी दिसत असेल. स्त्रिया किती सहजतेने त्यांचा चेहरामोहरा बदलू शकतात. ती तपकिरी केसांची गोरी स्त्री असेल, नाहीतर गेल्या अर्ध्या तासात हॉटेलवर आलेल्या स्त्रियांसारखीसुद्धा दिसत असेल.

हॉटेलमधली संपूर्ण सीसीटीव्ही यंत्रणा बुद्धी चालवून हातात घेतल्यामुळे सर्व काही आता आपल्या ताब्यात आहे अशा भ्रमात असताना आपण काय बघायचा प्रयत्न करतो आहोत तेच आपल्याला कळत नाही, हे समजल्यावर निकोलस अस्वस्थ झाला.

थोडी आणखी एक्स्प्रेसो कॉफी ओतून घ्यायचा मनात आलेला विचार त्याने उडवून लावला. एकाग्र चित्ताने विचार कर असे स्वतःला बजावत तो 'कासा दे पाल्मास'मधील प्रत्येक स्त्रीचा चेहरा निरखून बघायला लागला. कोणतीच स्त्री कॅरोलाइन रोमेरोसारखी दिसत नव्हती. ती इथे असेल तर त्याला ओळखता यायलाच हवी होती.

आणखी पंचेचाळीस मिनिटे तो व्हिडिओ चित्रण बघत होता. आता ठरलेली जागा पकडायची वेळ आली होती. त्याने आपले पिस्तूल बाहेर काढून मांडीवर ठेवले आणि अंगावरचे जाकीट त्यावर सरकवून झाकून टाकले.

पार्किंग स्पेसमधून गाडी मागे घेऊन त्याने ती बाहेर पडण्याच्या दिशेने वळवून उभी केली. तिथून त्याने दुसरे एक चित्रण क्षणार्धात हॉटेलच्या सिक्युरिटी कार्यालयातील मॉनिटर्सवर पाठवून दिले. एक निमिषार्ध पडदा पांढरा पडला आणि पुढल्या क्षणाला सर्व काही सुरळीत बनले. गार्ड कागदपत्रे बघत नसला, सेल फोनवर टेक्स्ट मेसेजेस

पाठवत नसला आणि त्याचे लक्ष मॉनिटर्सवर असते तर त्याला वाटले असते की क्षणभर वीजप्रवाह कमी झाला होता. बास्! गार्ड फार बारकाईने बघत असता तरच त्याच्या लक्षात आले असते की हॉटेलच्या समोरून ज्या गाड्या व्हॅले- हॉटेलचे कर्मचारी- गराजमध्ये उभ्या करण्यासाठी घेऊन निघाले होते, त्यापेक्षा वेगळ्याच गाड्या घेऊन ते पार्किंग गराजमध्ये पोहोचत होते.

निकोलसला गार्डची काळजी वाटतच नव्हती. त्याच्यासमोर वेगवेगळ्या कॅमेऱ्यांचे चित्रण येत होते. तो ते बघण्यात दंग असणार होता. त्याच्या फाइलप्रमाणे तो अठ्ठावीस वर्षांचा अविवाहित तरुण होता. स्पोर्ट्स गाड्यांमधून उतरणाऱ्या, तोकडे पोशाख घातलेल्या इतक्या सुंदर स्त्रियांचे चित्रण वेगवेगळ्या कॅमेऱ्यांवर दिसत असताना गार्डचे लक्ष कुठे खिळेल हे निकोलसला स्पष्ट कळत होते.

त्याच्या मागे कुणी निघालेले नाही याची खात्री करून घेऊन निकोलस कोपऱ्यावरून वळला आणि कासा दे पाल्मासच्या प्रवेशद्वारासमोरून पुढे जात हॉटेलच्या पार्किंग स्ट्रक्चरमध्ये शिरला.

तिथे असायला नको होत्या अशा आणि डिलिव्हरी ट्रक किंवा मोठ्या खिडक्या नसलेली व्हॅन अशा धोकादायक ठरू शकणाऱ्या गाड्यांवर त्याचे लक्ष होते. वळत- वळत तो तिसऱ्या मजल्यावर पोहोचला.

तिसऱ्या मजल्यावर उभ्या केलेल्या गाड्यांवर हळूहळू नजर फिरवून झाल्यावरच त्याने साधारण मध्यभागी जागा शोधली आणि गाडी उभी केली. सूर्य तासाभरापूर्वीच अस्ताला गेला होता. उंच खांबांवरचे काही दिवे गराजच्या छतावर थोडा प्रकाश टाकत होते.

गाडीच्या बाजूच्या आरशात हॉटेलपर्यंत घेऊन जाणारा एक पूल- छोटासा वॉकवे- किंवा चालत जाण्याचा छोटा अरुंद रस्ता दिसत होता. तो त्या पुलाकडे बघत असताना त्याच्या संगणकावर आवाज झाला.

त्याने खाली वळून संगणकाच्या पडद्याकडे बघितले व त्याला अपेक्षित असलेली विंडो माउसच्या साहाय्याने उघडली. कॅरोलाइनने एवढ्यातच त्याच्यासाठी मेसेज पाठवला होत- बाहेर येत आहे.

निकोलसने आसपास नजर फिरवली. ती एखाद्या गाडीत आहे? हॉटेलमध्ये? त्याला खात्री नव्हती.

कोणत्याही गाडीचा दरवाजा उघडलेला दिसला नाही, तेव्हा त्याला वाटले की ती हॉटेलमधूनच येणार असणार. हॉटेलमधल्या कॅमेऱ्यांचे चित्रण संगणकाच्या पडद्यावर आणून त्याने तिचा शोध सुरू केला.

तळमजल्यावरच्या बारजवळच्या भागात एक स्त्री एलिव्हेटरची वाट बघत उभी होती. तीच कॅरोलाइन असेल? पण कॅमेऱ्यामध्ये तिचा चेहरा दिसत नव्हता. मान

खाली घालून ती हातामधल्या फोनकडे बघत होती. शरीराची ठेवण बरोबर वाटत होती. पण त्या रात्री हॉटेलमध्ये आलेल्या प्रत्येक स्त्रीच्या बाबतीत तेच म्हणता आले असते. एलिव्हेटरचे दरवाजे उघडले. तिने आत पाऊल टाकले आणि ती दिसेनाशी झाली.

मिनिटभरात एलिव्हेटर तिसऱ्या मजल्यावर पोहोचला आणि एका स्त्रीने बाहेर पडून चालायला सुरुवात केली. आत्ताही तिचा चेहरा बघता येत नव्हता. निकोलसच्या हृदयाची धडधड अचानक वाढली. कॅरोलाइन रोमेरो भेटणार म्हणून नाही, तर त्याला वाटायला लागले होते की कुठेतरी फार मोठा घोटाळा आहे.

त्याने प्रथम प्रयत्नपूर्वक मन शांत केले. कॅरोलाइन फार बुद्धिमान स्त्री होती. त्याला मदतीला हाक मारण्याइतक्या कुठल्या तरी भयानक कठीण परिस्थितीत जर ती अडकली असेल तर तिचा चेहरा कुठल्याही सिक्युरिटी कॅमेऱ्यात टिपला जावा अशी तिची इच्छा नसणारच. निकोलसला तिच्या बुद्धीवर संपूर्ण विश्वास ठेवायची इच्छा असूनही ते त्याला कठीण पडत होते. हात खाली घेऊन त्याने पिस्तूल हातात पकडले. आपल्या मालकाच्या मनातील अस्वस्थता कुत्र्यांच्याही लक्षात आली आणि ते गाडीच्या मागच्या भागात उड्या मारायला लागले. खिडकीमधून बाहेर बघत काय चालले आहे याचा तेही विचार करत बसले.

अचानक ती स्त्री वॉकवेवर दिसली. पार्किंग एरियात आल्यावर थांबून तिने इकडेतिकडे बघितले. कुठे जावे अशा विचारात पडल्यासारखी दिसत होती.

निकोलसने एकदा एक दीर्घ श्वास घेतला. ब्रेक लाइट्सची उघडझाप केली. ती पुढे यायला लागली. त्या रात्री हॉटेलमध्ये उंच टाचांचे बूट, अंगाला घट्ट बसणारे तोकडे पोशाख घालून येणाऱ्या अनेक स्त्रियांसारखीच वाटत होती. डाव्या खांद्यावर एक छोटी पर्स लटकावलेली. हातातला फोन नाहीसा झाला होता. दोन्ही हात रिकामे होते. त्याची नजर तिच्या हातांवरून चेहऱ्याकडे वळली. तो अजूनही स्पष्ट दिसत नव्हता. ती मान खाली घालून चालत होती. ती या क्षणीदेखील कुठल्याही कॅमेऱ्यात तिचा चेहरा दिसू नये याचाच प्रयत्न करत होती का? का यानंतर तोच कधी कुणाला दिसणार नाही अशी व्यवस्था करणार होती? ती गाडीजवळ येत असताना त्याच्या डोक्यात धोक्याच्या घंटा घणघणायला लागल्या. त्याच्या शरीरातला प्रत्येक अणुरेणू सांगत होता की संकट कोसळणार आहे म्हणून. गिअर टाक आणि नीघ – गाडी चालवायला सुरुवात कर आणि मागे वळूनही बघू नकोस. त्याच्या कानात आवाज येत होते. त्याने त्या आवाजांकडे दुर्लक्ष केले. आर्गोस आणि ड्रॅको गुरगुरायला लागले.

तो काही करू शकण्याची वेळ निघून गेली. ती देनालीला स्पर्श करू शकेल इतकी जवळ असतानाच पुन्हा दिसेनाशी झाली.

मागच्या खिडक्यांवर धडका मारत दोन्ही कुत्रे मोठमोठ्याने भुंकत होते. निकोलस इकडेतिकडे मान वळवून ती स्त्री कुठे नाहीशी झाली बघायचा प्रयत्न करत होता. सापळाच होता तो. कळायला हवे होते त्याला.

इंजिन सुरू करून तो गिअर टाकणार इतक्यात त्याच्या शेजारच्या प्रवाशाच्या सीटच्या खिडकीत त्याला एक चेहरा दिसला. विचारसुद्धा न करता त्याने आपले पिस्तूल वर उचलले.

त्या स्त्रीच्या कपाळाच्या मध्यावर नेम धरून चाप खेचायच्या तयारीत असतानाच त्याने ते खाडकन बाजूला घेतले.

कुत्रे इतके प्रचंड भुंकत होते की त्याचेच विचार त्याला कळेनात. पॅसेंजर सीटवर उडी मारून त्यांना बाहेरच्या व्यक्तीवर झडप घ्यायची होती. त्याने मोठ्याने ओरडूनच त्यांना गप्प बसवले.

त्याने आपल्या आयुष्यात या स्त्रीला पूर्वी कधी बघितले नव्हते. ती कॅरोलाइन नव्हती. पण तरी त्याला काहीतरी ओळखीचा भास होत होता.

तिने दरवाजा उघडायचा प्रयत्न केला तर तो लॉक केलेला होता. तिने निकोलसकडे बघितले.

"तिने त्या वेळी चामड्याची पॅन्ट घातली होती," ती काचेमधून म्हणाली. "केस काळे आणि खूप कमी केलेले."

ती काय करते आहे कळायच्या आत तिने आपल्या पर्समध्ये हात घातला. निकोलसचे पिस्तूल तत्क्षणी पुन्हा तिच्यावर रोखले गेले.

पण ती पिस्तूल काढत नव्हती. तिने एक जुना फोटो काढून त्याला दिसेल असा खिडकीच्या काचेवर टेकवून धरला. त्या स्त्रीला बघताना ओळखीचा भास का होत होता हे आत्ता त्याच्या लक्षात आले.

पिस्तूल खाली घेऊन त्याने डावा हात मागे केला. लॉक काढायचे बटण दाबले. खट् करून लॉक वरती आलेले दिसताच तिने दार उघडले आणि ती आत शिरली. "मी सर्व समजावून सांगते," निकोलसला काही बोलण्याची संधी मिळायच्या आतच ती उद्गारली. "पण प्रथम इथून निघायला हवे. ताबडतोब."

प्रकरण १२

बास्क पिरेनीस
स्पेन
बुधवार

सूर्य क्षितिजावरून वर यायला लागला होता, एवढ्यात दारावर थाप पडली.

"उघडंच आहे," हॉर्वाथ स्टोव्हजवळून म्हणाला. त्याने मागे वळूनही बघितले नाही. कोण आले आहे हे माहीत होते त्याला.

चाळिशीतला एक बास्क माणूस हळूच आत शिरला आणि त्याने दार ओढून घेतले.

"टेबलवर कॉफी ठेवलेली आहे."

तो माणूस पुढे झाला आणि खुर्ची मागे सरकवून बसला. त्याने खिशातून सिगारेटचे पाकीट बाहेर काढले, सिगारेट काढून पेटवली. "अगदी वेळेत आलो म्हणजे."

काळे केस, गुळगुळीत दाढीही केलेली, चेहरा प्रसन्न, पण त्याची ठेवणच सांगत होती की तो लष्करी माणूस होता. त्याच्या पेशाचा विचार केला, तर त्याचे तपकिरी डोळे फारच सावधपणे सगळीकडे फिरत होते.

"तुझा घोडा जवळ येताना कुत्र्यांना भुंकताना ऐकले," हॉर्वाथ हातात सुरी आणि एक पसरट भांडे घेऊन येता येता म्हणाला. "अंडी आवडतात तुला अशी आशा आहे, फादर."

त्या धर्मगुरूने एक मोठा झुरका घेतला, क्षणभर धूर तसाच राहू दिला आणि हवेत सोडून मान डोलावली.

खाणे वाढल्यावर भांडी सिंकमध्ये ठेवून हॉर्वाथ आपल्या पाहुण्याशेजारी येऊन बसला. तो खायला सुरुवात करणार एवढ्यात धर्मगुरूने आपली नजर त्याच्यावर

रोखली. हॉर्वाथने काटा खाली ठेवून दिला आणि तो तसाच थांबला.

टेबलच्या कडेवर सिगारेट ठेवून पाद्रे पेईओ याने मान लववून परंपरागत आशीर्वाद दिले, शरीरावर क्रूसाची खूण केली आणि वर बघितले. "मी बहुधा म्हणायला हवे की तुला बघून आश्चर्यच वाटले; पण माझी खात्री आहे की तुलाही आश्चर्याचा धक्का द्यायचीच इच्छा होती म्हणून."

"मला सुरक्षित अशी जागा हवी होती."

सिगारेट उचलून, आजूबाजूला हात दाखवत धर्मगुरू म्हणाला, "आणि इटीए कमांडरच्या रँचपेक्षा कुठली जागा सुरक्षित असणार? पण तुझ्या हातातल्या साधनसामग्रीचा विचार करता याहून चांगली जागा शोधणे शक्य होते तुला."

काट्याने अंड्याचे तुकडे उचलत हॉर्वाथने मान डोलावली. " मला अशी जागा हवी होती की जिथे सहज पोहोचता येणार नाही."

क्षणभर विचार करत धर्मगुरूने विचारले, "काय झाले?"

"मला तपशिलात शिरायची इच्छा नाही."

"ठीक आहे. तपशील नको सांगू. साधारण कल्पना दे."

हॉर्वाथ क्षणभर गप्प राहिला. तो त्याला पेईओबद्दल काय माहिती आहे याचा विचार करत होता.

तो काही प्रथमपासूनच धर्मगुरू नव्हता. आपल्या पूर्वायुष्याचा त्याग करून उत्तर आयुष्य परमेश्वचरणी लीन होण्यात घालवणाऱ्या लोकांमध्येही पेईओचे पूर्वायुष्य अत्यंत वेगळेच होते.

हायस्कूलमध्ये पहिल्या वर्षी शिकत असताना पेईओ आणि त्याचे कुटुंब बास्क प्रदेशामधून माद्रिदला गेले. फुटीरतावादी चळवळीमध्ये कुटुंबामधल्या इतक्या व्यक्ती गुंतल्या होत्या की त्यांना पेईओ आणि त्याच्या मोठ्या भावाबद्दल तेदेखील इटीएला जाऊन मिळतील अशी काळजी निर्माण झाली. त्यांची ती चिंता योग्यही होती.

हायस्कूलमधून ग्रॅज्युएट झाल्यानंतर वर्षभरातच त्याचा मोठा भाऊ बास्क प्रदेशात परतला आणि इटीएला जाऊन मिळाला. तीन महिन्यांनी पोलिसांबरोबरच्या चकमकीत ठार झाला. पेईओने मात्र वेगळाच मार्ग चोखाळला.

सक्तीचे लष्करी शिक्षण घेतल्यानंतर लष्करी माहिती मिळवण्यात तो तरबेज बनला. कॉलेजमधली पदवीही त्याने लष्करात असतानाच संपादन केली. शेवटी त्याची बदली स्पेनच्या नॅशनल इन्टेलिजन्स सर्व्हिसमध्ये झाली. त्याची पत्नीही त्याला त्याच ठिकाणी मिळाली.

त्यांचे एकमेकांवर जिवापाड प्रेम होते, तसेच त्यांच्या कामावरही. त्यांनी ठरवले की, आणखी पाच वर्षे इन्टेलिजन्स क्षेत्रात घालवायची आणि मग जरा कमी

धोक्याची कामे पत्करायची, मुलाबाळांचा विचार करायचा. त्यांनी ठरवलेल्या मुदतीला केवळ सहा महिने राहिले होते. २००४ चा मार्च महिना होता. हवा खूप थंडगार होती. ॲलिशियाने माद्रिदला जाण्यासाठी नेहमीच खूप गर्दी असणारी उपनगरी गाडी पकडली.

सकाळचे ७.३८ वाजले होते. गाडी स्टेशनाबाहेरच पडत होती. इतक्यात मुस्लिम दहशतवाद्यांनी आगगाडीत ठेवलेल्या स्फोटकांचा प्रचंड स्फोट झाला आणि तत्क्षणी तिचा मृत्यू ओढवला.

अत्यंत योजनाबद्ध कट आखून त्या दिवशी घडवून आणलेल्या अनेक बॉम्बस्फोटांपैकी तो एक ठरला. स्पेनच्या दृष्टीने तो ९/११चा दिवस होता. संपूर्ण देशाला प्रचंड धक्का बसला. पेईओ तर पार उद्‌ध्वस्त झाला. मुस्लिम दहशतवाद्यांशी सामना देण्याचे खास कसब असणारा तो इन्टेलिजन्स एजंट होता. त्याला वाटायला लागले की स्वतःच्या पत्नीचा आणि देशाचाही तोच गुन्हेगार आहे. तोच कुठेतरी कमी पडला. आपल्या शिरावर ओढवून घेतलेल्या या भलत्याच जबाबदारीने तो अंतर्बाह्य पार खचून गेला.

चौकशीसाठी नेमलेल्या अधिकाऱ्यांमध्ये स्वत:चा समावेश व्हावा म्हणून त्याने खूप धडपड केली. त्याच्या वरिष्ठांनी साफ नकार दिला. बसलेल्या मानसिक धक्क्यामधून सावरण्यासाठी त्याला सक्तीने वैद्यकीय रजेवर पाठविले. तीन दिवसांनी तो नाहीसा झाला.

त्याची विचारपूस करण्यासाठी घरी आलेल्यांशी त्याची भेट झाली नाही तेव्हा त्यांनी गृहीत धरले की सगळ्या प्रकारापासून दूर राहाण्यासाठी तो माद्रिद सोडून बास्क प्रदेशात गेला असावा. ते किती मोठी चूक करत आहेत, याची त्यांना कल्पनाच नव्हती.

पुढले छत्तीस तास त्याने अनेक मुस्लिम दहशतवाद्यांचा माग काढून, त्यांचा अतोनात छळ करून त्यांची चौकशी केली. खरे तर या स्फोटांच्या मालिकेचा तपास करणाऱ्या स्पेनच्या अधिकृत चौकशी अधिकाऱ्यांच्या कामातच त्याने अडथळा आणला. त्यांनी तपास करून अगदी ताजा माग लावला, तरी त्यांच्या आधीच कुणीतरी त्या दहशतवाद्यांना गाठलेले असायचे. तो कुणीतरी म्हणजे पेईओ होता.

शेवटी त्याने या हल्ल्यांची आखणी करून ते प्रत्यक्षात आणणाऱ्या दहशतवादी गटाच्या दोन प्रमुख संशयितांना पकडले आणि तीन दिवस यातना देऊन त्यांना ठार मारले. अत्यंत वेगाने स्वतःच्या विनाशाकडे निघालेल्या पेईओच्या बाबतीत तो एक महत्त्वाचा टप्पा होता.

बँकेमधून स्वतःच्या खात्यामधले सर्व पैसे काढून घेऊन तो माद्रिदहून काब्रेरा या स्पेनच्या छोट्या बेटावर गेला. त्याने अफाट दारू प्यायला सुरुवात केली. दारूत

दुःख बुडवता येईना, तेव्हा मादक द्रव्यांच्या आहारी गेला. पैसे संपले तेव्हा त्याने आत्महत्येचाही प्रयत्न केला.

भावनिकदृष्ट्या विचार केला, तर तो कधीच मेला होता. आता शरीर मरायचेच बाकी राहिले होते. पण तिथल्या एका स्थानिक धर्मगुरूने त्याचा जीव वाचवला.

बेटावरचा तो धर्मगुरू कनवाळू असला तरी मनाने कणखर होता. त्याने पेईओला मृत्यूच्यां दाढेतून परत आणले. तुझ्यासाठी देवाने वेगळ्या योजना आखल्या आहेत, असे त्याने पेईओला सांगितले. माद्रिदला परत जायचे की नाही ठरवायची आणि नव्याने आयुष्य सुरू करायची वेळ आली तेव्हा देव सरळ त्याच्याशीच बोलला आणि त्याच्यासाठी काय योजना आखली आहे, हे त्याला कळले.

त्यांची भेट झाल्यानंतर एकदा त्याने हॉर्वाथला अगदी स्पष्टपणे सांगितले की यातना देऊन केलेल्या चौकशा, छळ, पकडलेल्या दहशतवाद्यांना दिलेले देहान्त शासन याबद्दल त्याला खूप दुःख वाटत नव्हते. त्याला पश्चात्ताप झाला होता आणि योग्य वेळी तो देवाकडे जाब देणारच होता. त्याला एकाच गोष्टीचे खूप दुःख वाटत होते- तिच्यापासून मुले न झाल्याचे. त्यांना मुले- अगदी एक मूल असते तरी ॲलिशियाच्या मृत्यूनंतरच्या काळात त्याचे आयुष्य किती वेगळे गेले असते याची तो कल्पनाही करू शकत नव्हता.

हॉर्वाथला यावर विश्वास ठेवणे जरा कठीणच गेले. कोणताही पुरुष आणि पेईओसारखे पूर्वायुष्य असणारा पुरुष तर नक्कीच, पेईओ जसा वागला होता तसाच वागला असता. त्याने आपल्या पत्नीच्या खुन्यांचा माग काढून त्यांना ठारच केले असते. हॉर्वाथच्या लक्षात आले होते की धर्मगुरूची वस्त्रे चढवली असली तरी अनेकदा त्याची उक्ती आणि त्याची कृती यांच्यात फार परस्परविरोध असे. हॉर्वाथला दुसऱ्याच्या मनातले विचार वाचायची सवय असली, तरी पेईओने त्याला का जवळ केले हे कधीही त्याच्या लक्षात आले नव्हते. दोघांच्याही कामाचे स्वरूप एकच होते म्हणून, का धर्मगुरूला मनापासून वाटत होते की हॉर्वाथच्या आत्म्यालाही वाचवण्याची गरज आहे म्हणून.

त्या दोघांची ओळख करून देणाऱ्या निकोलसशी- किंवा इन्टेलिजन्सच्या जगात ज्याला ट्रोल म्हणून ओळखत होते त्याच्याशी- संबंध आला की त्याच्यामधली विसंगती फार उघड कळून येत असे.

पेईओ आणि निकोलस यांची ओळख बेलारूसमधल्या एका अनाथाश्रमात झाली होती. निकोलस त्यांचा एक आश्रयदाता होता आणि पेईओ अनाथ मुलांसाठी मिशनरी काम करत असे. त्यातली अनेक मुले तर चेर्नोबिलचा वारसा होती. अनाथाश्रमातल्या कामामुळे ओळख झाल्यावर त्यांच्यात आश्चर्यकारकपणे दाट मैत्री जुळून आली होती.

यामुळेच निकोलसला जेव्हा नाहीसे होण्यासाठी एका सुरक्षित जागेची गरज भासली, तेव्हा तो हॉर्वाथप्रमाणेच मदतीसाठी पेईओकडे वळला होता.

डोंगरदऱ्यात पुढे अडीच तास अंतरावर असणाऱ्या एकाकी ठिकाणी सेन्ट फ्रान्सिस झेविअर्स यांना समर्पित असणाऱ्या एका मॉनेस्ट्रीमध्ये पेईओ राहत असे. इटीए कमांडर त्याचा बालपणीचा मित्र होता. सुरक्षित अशा त्याच्या रँचचा उपयोग पुढे मॉनेस्ट्रीमध्ये जाण्यासाठी एक तळ म्हणून होत असे.

त्याची आणि पेईओची फारतर एक वर्षापूर्वी गाठ पडली होती, यावर हॉर्वाथचा कधीकधी विश्वास बसत नसे. निकोलस हा त्यांना एकत्र आणणारा दुवा होता; कारण दोघेही त्याला आपला मित्र मानत होते.

त्याच निकोलसने पेईओला त्याच्या जुन्या क्षेत्रात आणि जीवनपद्धतीत खेचले होते. हॉर्वाथला दाट संशय होता की धर्मगुरूनेही या बाबतीत तसा काही खूप विरोध वगैरे केला नव्हता.

एका कामगिरीवर एकत्रपणे काम करत असताना हॉर्वाथने त्याच्या कामाची पद्धत बघितली. त्याची अंतःप्रेरणा नेहमी योग्य ठिकाणी बोट ठेवत असे. तो इतक्या सहजतेने इन्टेलिजन्स क्षेत्रात वावरत होता की कधीकधी हॉर्वाथच्या मनात येई की हा धर्मगुरू म्हणून काम करत राहू शकेल, का देवाच्या मनात त्याच्यासाठी आणखी एखादी वेगळी योजना आहे.

देवाच्या मनात तशी काही योजना आहे की नाही याच्याशी हॉर्वाथचा संबंध नव्हता. त्याला पेईओच्या मदतीची नितांत आवश्यकता होती. त्याचा अर्थ त्याला त्याच्यावर पूर्ण विश्वास टाकावा लागणार होता.

त्याने कॉफीच्या कपाकडे हात नेला आणि धर्मगुरूशी बोलण्यासाठी शब्दांची जुळवाजुळव सुरू केली. नंतरच त्याने सर्व काही त्याला सांगितले.

प्रकरण १३

पाद्रे पेईओ ॲशट्रे आणण्यासाठी म्हणून एकदाच फक्त उठला आणि त्या वेळीसुद्धा त्याने हॉर्वाथला बोलणे चालू ठेवण्याची खूण केली. हॉर्वाथनेही बोलण्यात खंड पडू दिला नाही. त्याचे बोलणे संपल्यावर पेईओ धुराचा एक लोट सोडून मागे टेकून बसला.

''तुझ्या सहकाऱ्याच्या मृत्यूचे मला खूप दुःख वाटते आहे. मी तिच्यासाठी आणि तुला ज्यांना ठार मारणे भाग पडले त्यांच्यासाठीही प्रार्थना करेन.''

रायलीच्या खुन्यांसाठीही पेईओ प्रार्थना करणार होता, ही कल्पनाच हॉर्वाथला असह्य होत असली तरी तो काही बोलला नाही.

''सुरक्षित जागा देण्याव्यतिरिक्त मी तुझ्यासाठी आणखी काही करू शकतो?'' धर्मगुरूने विचारले, ''तुला तुझ्या वरिष्ठांशीही संपर्क साधायचा असणार हे मी गृहीत धरू का?''

''हो. संपर्क साधायलाच हवा.''

''तुझी एकूण परिस्थिती बघता फोन करण्यात अर्थ नाही, निदान इथून तर अजिबातच नाही.''

''मान्य आहे. फोन कुठून केला हे तर फारच सहज शोधून काढता येते. पण मला जर संगणक मिळू शकला तर मी तो भलत्याच ठिकाणाहून वापरला जातो आहे असे दाखवून त्याचा वापर करू शकेन. इथे मला वापरता येईल असा संगणक आहे?''

''आहे, मी तुझ्या यजमानांशी बोलून काही करता येते का बघतो.''

वीस मिनिटांनी हॉर्वाथ मुख्य घरामध्ये एक लॅपटॉप घेऊन बसला होता. अनेक

सांकेतिक खुणा आणि इंटरनेटच्या जाळ्यातील विविध देशांमधील संगणकांमधून मार्ग काढत त्याने स्काइपवर लॉगइन केले. त्याच्या संपर्क सूचीमधल्या रीड कार्लटनच्या खुणेवर क्लिक करत त्याने फक्त कार्लटनच अर्थ लावू शकेल असा संदेश टाइप केला. त्याला कळवले की, तो सध्या भूमिगत झाला आहे आणि रायलीचा खून झाला आहे. मी मार्गावर आहे. माझा सहकारी ट्रिपला येऊ शकला नाही.

याहून जास्ती काही सांगण्याची गरज नव्हती. कार्लटन कायम त्याच्या स्काइप अकाउंटला चिकटून असे. कामगिरीवर असणाऱ्या इतरांशी संगणकावरून संपर्कात नसेल, तर स्मार्टफोनवरून तेच करत असे. संदेश पाठवून तो उत्तराची वाट बघत बसला. पंचेचाळीस मिनिटांनंतरही तो वाटच बघत होता.

कार्लटनचे चिन्ह तर संगणकावर दिसत होते. म्हणजे तो ऑनलाइन होता. तरीही तो उत्तर देत नसेल तर एकच कारण असू शकत होते- तो कुठल्या तरी बैठकीत असणार. पण दोन ठिकाणांमधला वेळेचा फरक लक्षात घेता तसे म्हणण्यातही अर्थ नव्हता. त्याला वाट बघणे आवडत नसले, तरी त्याशिवाय दुसरा पर्यायही नव्हता.

तासाभराने उघड्याच असणाऱ्या दारावर टकटक करत, पेईओने विचारले, ''ठीक आहे ना सर्व?''

हॉर्वाथने नकारार्थी मान हलवली. ''अजून उत्तर नाही.''

''पण आत्ता अमेरिकेत मध्यरात्र आहे.''

''मला निकोलसशीही संपर्क साधता येत नाही. तो कायम ऑनलाइन असतो.''

''मीही त्याच्याशी संपर्क साधू शकलेलो नाही,'' धर्मगुरू म्हणाला.

''कधीपासून?''

''कालपासूनच. तू मला भेटण्याचा प्रयत्न करतो आहेस कळल्यापासून मी त्याच्याशी संपर्क साधायच्या प्रयत्नांत आहे.''

''सेल फोनवरून का वेबवरून?'' हॉर्वाथने विचारले.

''वेब,'' पेईओने उत्तर दिले.

हॉर्वाथ परत संगणकाकडे वळला आणि त्याने संपर्क सूची शोधून निकोलस त्याच्या स्काइप अकाउंटवर आहे का बघितले. तो ऑफलाइन होता. निकोलस कधीच ऑफलाइन नसायचा. काहीतरी चूक होती.

त्याच्या स्काइप संपर्क सूचीमधून त्याने कार्लटन समूहातील ज्या दुसऱ्या एका एजंटबरोबर पूर्वी काम केले होते त्या फ्रँक कॉयनीच्या चिन्हावर क्लिक केले. तो ऑनलाइन आहे असे दिसत असले तरी त्याच्याकडून कोणताच प्रतिसाद मिळाला नाही. त्याने स्काइपवरून त्याच्याशी बोलायचे ठरवले. की-बोर्डवरची योग्य क्रमांकाची

बटणे दाबून त्याने फोन केला. फोनची घंटी बराच वेळ वाजून तो शेवटी त्याच्या व्हॉइस मेल बॉक्सवर गेला

मग त्याने मॉस नावाच्या दुसऱ्या एजंटशी संपर्क साधायचा प्रयत्न केला. परिणाम तोच. त्याने नंतर दोन डझन एजंट्सशी तरी संपर्क साधायचा प्रयत्न केला; एकाकडूनही उत्तर मिळाले नाही. काहीतरी भानगड झाली होती. चांगलीच मोठी भानगड होती.

पेईओने हॉर्वाथच्या चेहऱ्याकडे बघत विचारले, ''काय झाले?''

''मी कुणाशीच संपर्क साधू शकत नाही. त्यांच्या स्काइप अकाउंट्सवरून नाही. मोबाइल फोन्सवरून नाही.''

''काही कारण असू शकेल?''

कारण असणार याची तर हॉर्वाथला खात्रीच होती. पण जे कारण असू शकेल असे त्याच्या मनात येत होत, ते इतके भीतिदायक होते की त्याला त्याचा विचारसुद्धा करायची इच्छा नव्हती. पण तो तर त्याला करावाच लागणार होता. योगायोग असत नाहीत. तो ज्या तऱ्हेचे काम करत होता त्या व्यवसायात हा शब्द अस्तित्वात नव्हता. काहीतरी अत्यंत वाईट अशी गोष्ट घडलेली आहे, असे गृहीत धरणे त्याला भाग होते.

''मला परत जायला पाहिजे,'' हॉर्वाथ म्हणाला.

''अमेरिकेला?''

''हो. आत्ताच. शक्य तितक्या लवकर.''

''ते शहाणपणाचे ठरेल असे वाटते तुला?'' पेईओने विचारले. ''तिथे कशा तऱ्हेची परिस्थिती आहे याची तुला काहीही कल्पना नाही.''

पेईओचा मुद्दा अगदी बरोबर होता. तो स्वतःहूनच सापळ्यात चालत जायचा. पण म्हणून काही तो स्वस्थ बसून राहू शकत नव्हता. त्याला काहीतरी हालचाल करणे भाग होते.

त्याने मनातल्या मनात वेगवेगळ्या पर्यायांचा विचार सुरू केला आणि तेवढ्यात संगणकामधून एक घंटीवजा आवाज आला. संगणकाच्या पडद्यावर म्हातारबुवांकडून आलेला संदेश उमटला. तुझा मेसेज मिळाला. तू ठीक आहेस ना?

पेईओनेही घंटीचा आवाज ऐकला होता. हॉर्वाथच्या चेहऱ्यावरचे भाव पालटताना त्याला दिसले. ''काय झाले?'' त्याने विचारले.

''म्हातारबुवांकडून मेसेज आला आहे,'' उत्तर देण्यासाठी बटणे दाबत असतानाच हॉर्वाथने सांगितले. ठीक आहे. काहीही खराबी नाही.

त्याला आपल्या वरिष्ठाला लाखो गोष्टी सांगायच्या होत्या; पण ते करता कामा नये, अगदी स्काइपवरसुद्धा, एवढे त्याला कळत होते. तेव्हा तो पुन्हा थांबला.

काही क्षण उलटले. म्हातारबुवांनी टाइप केले, तू कुठल्या तरी सुरक्षित ठिकाणी आहेस का?

हो.

ते चांगले आहे. तिथेच थांब. पुढल्या संदेशाची वाट बघ.

म्हातारबुवांच्या स्वभावाला धरून होते हे. जास्ती माहिती द्यायची नाही आणि बसून वाट बघायला सांगायची. पण त्याने हॉर्वाथला तो कुठे आहे विचारले नव्हते आणि कार्लटन समूहाच्या दुसऱ्या कुठल्या सुरक्षित घरामध्ये जायलाही सांगितले नव्हते, हे चिन्ह वाईट होते. कुणीतरी त्यांच्या संघटनेमध्ये अगदी जबरदस्त घुसखोरी केली होती.

आले लक्षात, हॉर्वाथने उत्तर दिले.

दुसऱ्या कुणाशीही संपर्क साधू नकोस, म्हातारबुवांनी पुढे टाइप केले. काय चालले आहे ते मी शोधून काढेपर्यंत तरी.

ही बंदी तर अपेक्षितच होती. तांत्रिकदृष्ट्या विचार केला तर त्याने इतर सदस्यांशी संपर्क साधलाच होता. पण त्याबद्दल आता तो काही करू शकत नव्हता. त्याने गप्प राहण्याचे ठरवले.

पॅरिसमधल्या हल्ल्याबाबत त्याला काय कळले आहे, असे हॉर्वाथला विचारावेसे वाटत होते. कार्लटनचे सगळीकडे संबंध होते. त्याने या आधीच फ्रेंच इन्टेलिजन्सशी संपर्क साधला असण्याचीही शक्यता होती. त्याने हॉर्वाथला काही तपशीलही विचारला नव्हता. त्याला गरज असेल तेव्हा तो हॉर्वाथला आपला अहवाल द्यायला सांगेलच. मधल्या काळात तो त्याच्या सूचनांचे पालन करणार होता.

आले लक्षात, त्याने टाइप केले. स्काइप संकेताचा रंग बदलला. कार्लटनने स्काइपवरून लॉगऑफ केले होते.

प्रकरण १४

एटीएस मुख्यालय
ॲनापोलिस जंक्शन
मेरिलँड

कर्ट श्रोडरच्या खांद्यांवर थोपटत क्रेग मिडलटन म्हणाला, ''छान काम केलेस.
अगदी झोपेतून उठून बघण्यासारखे.''

कर्ट श्रोडरने दातांवर दात घट्ट दाबून धरले. या माणसाचे डोके कधी फिरेल
किंवा तो कधी खूश होईल, हे सांगताच येत नसे. तो नेहमीच खत्रूडपणे बोलायचा.
कोणत्या क्षणी काय बोलेल खात्री नसायची. पाण्याचा नळ उघडल्यावर उकळते
पाणी यायचे, नाहीतर बर्फासारखे थंड, अशीच कायम परिस्थिती. शेवटी गटारगंगाच
नक्की. शिवाय किंचाळून ओरडायचा, हाताला लागतील त्या वस्तू फेकून मारायचा.
एटीएसच्या कर्मचाऱ्यांनी उपहासाने त्याला 'चकल्स' असे नाव ठेवले होते.
गालातल्या गालात हसणारा बॉस. प्रोत्साहन देण्याच्या प्रवृत्तीतही खोचकपणाच
जास्ती. हाताखालच्या लोकांकडून काम करवून घेण्याची एकच पद्धत. मानसिकता
बदलेपर्यंत फटके मारत राहीन. श्रोडरच फक्त त्याच्यासमोर टिकाव धरून राहू
शकला होता, कारण त्याच्या ब्रीदवाक्यांकडे तो काणाडोळा करायला शिकला
होता.

श्रोडरला आणेपर्यंत मिडलटनचा एकही सहायक वर्षाहून जास्ती काळ टिकला
नव्हता. त्या दोघांपैकी एकानेही कधी कबूल केले असते अशी शक्यता नसली, तरी
ते दोघे एकमेकांना अगदी पूरक होते.

कधीही खंड नसणारे मिडलटनचे खोचक बोलणे आणि अपमानास्पद वागणूक
चालवून घेण्याच्या श्रोडरच्या सहनशीलतेचे त्याच्या सहकाऱ्यांना आश्चर्य वाटे.
'बदकाच्या पाठीवरून वाहणाऱ्या पाण्यासारखे,' ते म्हणत. पण प्रत्येक अपमान

असा नाहीसा होत नव्हता. त्याची शांतपणे नोंद करूनच श्रोडर तो मनाच्या कुठल्या तरी कोपऱ्यात पुरून टाकत होता. मनात डोके वर काढणाऱ्या सैतानी विचारांना पळवून लावायचा प्रयत्न करतानाही तो त्याच्यावर कायम नजर ठेवून असणाऱ्या एटीएस आणि क्रेग मिडलटन यांच्यापासून खूप दूर जात असे. कुठलीही माहिती हवी असेल तर त्याचा बॉस किती टोकाला जाऊ शकतो, हे श्रोडर पूर्णपणे जाणून होता.

मिडलटनचाच पूर्ण अभ्यास केला असल्याने तो त्याच्या सान्निध्यात राहून काम करू शकत होता. मिडलटनसारखे व्यक्तिमत्त्व शोधण्यासाठी त्याला त्याचा स्वतःचा तारुण्याचा काळ आठवला तरी खूप होते.

श्रोडरचा जन्म एका श्रीमंत घरात झाला होता आणि एके दिवशी दुपारी त्याला जन्मतः प्राप्त झालेली प्रत्येक गोष्ट त्याच्यापासून हिरावून घेतली गेली. त्याची उत्कृष्ट शाळा, राजवाड्यासारखे घर, ऐशआरामी गाड्या, बँकेच्या खात्यामधले कधी न संपणारे पैसे, या सर्वांमुळे प्राप्त झालेली सामाजिक सुरक्षितता, अगदी सर्व काही. पण वडील दुरावल्याचे दुःख सर्वांत मोठे होते.

त्या वेळी चौदा वर्षांचा श्रोडर नुकताच हायस्कूलमध्ये आला होता. प्रचंड फसवणुकीने वडिलांनी उभा केलेला नेत्रदीपक डोलारा कोसळला तेव्हा झालेले परिणाम महाभयानक होते. त्या वर्षी ऑटम ऋतूत सारखा पाऊस पडत होता. हवा कुंद असे. तरुण श्रोडरच्या मनावर हवेचे प्रतिबिंब म्हणावे असे सावट आले होते. प्रसारमाध्यमांनी त्यांच्या कनेक्टिकटमधील ग्रीनविच येथील घराबाहेरच्या हिरवळीवर बिनदिक्कत संचार करत पार चिखल करून टाकला आणि कुटुंबाचा मानसन्मानही पार गाडून टाकला.

त्या दिवसापर्यंत श्रोडर कुटुंबाकडे आदराने, कौतुकाने बघितले जात होते, थोड्या भीतीनेही. अफाट पैसा आणि मोठेपणा ही त्याच्या कुटुंबाची ओळख होती. पण ते खोटे होते. सर्व सर्व खोटे होते. त्याच्या वडिलांनी जे काही केले होते त्याचे वर्णन करताना प्रसारमाध्यमांनी एक वेगळाच शब्द वापरात आणला होता. त्याने तो कधी ऐकलाही नव्हता. पॉन्झी स्कीम. अत्यंत लबाडीने आणि अप्रामाणिकपणे बनवलेली पैसे गुंतवण्याची योजना.

एका क्षणार्धात ज्यांच्यावर त्याची देवासारखी भक्ती होती, ज्यांचे नाव त्याला दिले गेले होते ती व्यक्ती, त्याचे वडील, हुशार, जादूगार, अलौकिक बुद्धिमत्ता लाभलेले अशी ओळख असणारा माणूस, एक खोटारडा, चोर, लफंगा ठरला. पुन्हापुन्हा ऐकू येणाऱ्या या शब्दांनी त्याच्या हृदयावर इतके आघात केले की खरे तर ते बंदच पडायचे.

त्याचे त्याच्या वडिलांवर प्रेम होते. तो लहान असला तरी त्याला त्यांचा बचाव

करायचा होता. इतर जणांच्या बोलण्यावर त्याचा विश्वास बसत नव्हता. ते त्याच्या वडिलांबद्दल बोलत होते. त्याचे वडील, किती चांगले होते. ते त्यांचा छळ करत होते म्हणून तो त्या माणसांचा द्वेष करत होता.

पण त्यांच्याकडे जाऊन त्याने या सर्वांचे कारण समजावून घेण्याचा, सर्वकाही ठीक होईल असे आश्वासन मिळवण्याचा प्रयत्न केल्यावर त्याचे वडील त्याच्यापासून लांबच गेले आणि नंतर तो स्वप्नातही विचार करू शकला नसता असा प्रकार घडला.

जामिनावर सुटका होऊन, घरी येऊन, खटला सुरू होण्याची वाट बघत असतानाच त्याच्या वडिलांनी आत्महत्या केली. त्याचे हृदय शतशः विदीर्ण झाले. त्या क्षणापासून खोल खोल गर्तेमध्ये तो फेकला गेला.

कुटुंबाकडे असणारी प्रत्येक वस्तू त्यांनी गमावली. बँकेमधील प्रत्येक खाते गोठवण्यात आले. प्रत्येक किमती वस्तू, प्रत्येक गाडी... सर्व काही गेले. सर्वस्वाबरोबर समाजातले स्थान नाहीसे झाले. त्यांची ओळखच पुसली गेली. सहन न करता येणाऱ्या शरमेशिवाय, अप्रतिष्ठेशिवाय काहीही राहिले नाही. आधीच दुःखी असलेल्या, उदासीनतेने पछाडलेल्या त्याच्या आईने त्यांचे सर्व जगच आसपास कोसळायला लागलेले बघून व्होडका आणि नशेच्या गोळ्यांचा आश्रय घेतला. ती कायम धुंदीतच पडून राहायला लागली.

आधीच तिला प्रत्येकाला हुकूम सोडायची सवय होती. आता ती शिवीगाळच करायला लागली. ग्रीनविचचे ऐशआरामी आयुष्य संपले होते. मुलाला घेऊन ती हार्टफोर्डमधल्या एका छोट्या अपार्टमेंटमध्ये राहायला आली. कोर्टापासून तिने स्वतः साठवलेले थोडे पैसे लपवून ठेवले होते. ते पैसे दारूत संपल्यावर सरकारच्या दयेवर जगायची पाळी आली. श्रोडरच्या ज्या थोड्याफार मित्रांनी वाईट परिस्थितीतही त्यांच्याशी संबंध तोडले नव्हते, त्यांनीही आता यांच्याकडे पाठ फिरवली. कुणीही भेटायला येईनासे झाले. जगाच्या दृष्टीने त्यांचे अस्तित्वच जसे काही नाहीसे झाले.

आईने त्याला ज्या पब्लिक स्कूलमध्ये ढकलले होते, तिथली मुले आधीच जरा गुंड प्रवृत्तीची होती. त्याच्या वडिलांची आत्महत्या, त्यांच्यामुळे धुळीला मिळालेली हजारो कुटुंबे यावर रकानेच्या रकाने भरून वर्तमानपत्रात छापून येत असताना हा कुणाचा मुलगा आहे हे कळायला त्यांना वेळ लागला नाही. त्यांनी क्रूरपणे त्याचा छळ करायला सुरुवात केली.

गरीब बिचारा श्रीमंत मुलगा, ते त्याला टोमणे मारत. त्याच्या वडिलांबद्दल त्याला अत्यंत अपमानास्पद बोलत. जो तोतरेपणा घालवायचा त्याने पूर्वी कसून प्रयत्न केला होता, तो आता उलट उफाळून वर आला. पोरांना त्याचा छळ करण्यासाठी आणखी एक साधन मिळाले. मानसिक छळाची जागा हळूहळू मारहाणीने

घेतली. दररोज शाळा संपली की मुलांनी त्याला बडवून काढायला सुरुवात केली. एक दिवस हनुवटीचे हाड तीन ठिकाणी मोडल्यावर आणि डावा कान प्रचंड सुजल्यावर त्याने शाळा सोडली.

त्याने थाई पद्धतीचे खाण्याचे पदार्थ पोहोचवण्याची नोकरी पत्करली. आईच्या एक तर काही लक्षातच येत नव्हते किंवा तो शाळेत जात नसला तरी तिला काही पर्वाच राहिली नव्हती. सामाजिक कार्यकर्ते चौकशीला आल्यावर तिने शिवीगाळ करून त्यांना बाहेरचा रस्ता दाखवला. तिच्या मुलाला घरीच शिकवण्याचा तिचा हक्क आहे, असा कांगावा केला. तिच्याशी बोलण्याचा प्रयत्न करणाऱ्यांचा अत्यंत घाणेरड्या शब्दांत उद्धार करायला तिला फार आवडे.

तिला जे तिचे हक्क वाटत ते वापरण्यात तिला एक प्रकारचा विकृत आनंद मिळत असावा. जो सरकारी विभाग तिचे भाडे, वाणसामान, वीज, पाणी यांच्यासारख्या सुविधा यांचा थोडाफार भार उचलत होता, त्याच विभागाच्या लोकांवर दादागिरी करण्यात तिला धन्यता वाटे. त्यांचे तिच्याबाबत काय मत आहे याची पर्वा तिला राहिलेलीच नव्हती.

मुलाला कोणत्याही तऱ्हेचे शिक्षण मिळते आहे किंवा नाही याच्याशीही तिला काही देणेघेणे नव्हते. त्याच्यासाठी ती तिचा वेळ फुकट दवडणार नव्हती.

श्रोडरच्या दृष्टीने सर्व छानच होते. त्याला कुणाशीही संबंध ठेवायचा नव्हता. काम नसले तर तो एकटाच राही.

त्याने पुस्तके वाचण्यात स्वतःला बुडवून घेतले. रात्रभर दारू पिऊन आई तर्र होऊन पडली असेल किंवा तिच्यापासून दूर पळ काढता येत असेल तर तो पुस्तके वाचत बसे.

त्याच्या उद्ध्वस्त आयुष्यात काही सुधारणा होत नाही बघितल्यावर ज्यांची त्याला खूप आठवण येत असे त्या वडिलांना आणि आई म्हणायला लागणाऱ्या स्त्रीला त्याने त्याच्या परिस्थितीबद्दल दोष द्यायला सुरुवात केली. ज्या दिवशी त्याला वाटले की बरेच पैसे शिल्लक टाकले आहेत, त्या दिवशी त्याने घर सोडले.

त्याची आई करत असणारा त्याचा छळ सहन करण्याच्या पलीकडे गेला होता. दारूने तिला तिच्या मुलाबद्दलही काही वाटेनासे झाले होते. अर्धवट संपलेल्या व्होडकाच्या बाटलीवर नरकात जा अशी चिठ्ठी चिकटवायला तो विसरला नाही. ती तिला मिळेल याची खात्री होती त्याला.

पुढली दोन वर्षे तो दररोज हार्टफोर्डहून प्रसिद्ध होणारी वर्तमानपत्रे बघत असे. ज्या दिवशी त्याने तिच्या मृत्यूची बातमी वाचली त्या दिवसानंतर त्याने पुन्हा कुठलेही वर्तमानपत्र हातातसुद्धा धरले नाही.

तो आपल्या पुस्तकांच्या एकाकी विश्वातून संगणकाकडे आणि नंतर इंटरनेटकडे

वळला. तिथे तोतरेपणाची अडचणच होत नव्हती. तो घालवण्यासाठी तो मनःपूर्वक प्रयत्न करत राहिला. त्याच वेळी बिनधास्तपणे इतरांशी संवाद साधायला लागला.

इंटरनेटमुळे त्याच्या मैत्री जुळल्या, आयुष्याला काहीतरी उद्दिष्ट मिळाले आणि त्याचा राग काढण्यासाठी मार्ग मिळाला. त्याला विलक्षण बुद्धिमत्ता लाभलेली होती, त्याच्यावर कुणाचा वचक नव्हता, चांगले काय, वाईट काय दाखवणारा कंपास त्याच्या आयुष्याच्या रणगाड्याखाली पार भुईसपाट झाला होता. नेटवरचा एक प्रमुख हॅक्टिविस्ट व्हायला त्याला वेळ लागला नाही.

त्याने एक-दोन वर्षे कमीत कमी सुरक्षा असणाऱ्या संकेतस्थळांमध्ये घुसखोरी करण्यात घालवली आणि मग जास्ती सुरक्षित अशा संकेतस्थळांची सुरक्षाकवचे भेदून तो घुसखोरी करायला शिकला. बराच काळ त्याने प्रसारमाध्यमांनाच लक्ष्य बनवले. त्यात त्याला एक तऱ्हेचा असुरी आनंदही लाभत होता. पण त्याचाही त्याला कंटाळा आला. शेवटी तो त्याची बुद्धिमत्ता आणि त्याचे कसब यांचा कस बघणाऱ्या आव्हानांकडे वळला. जगभरच्या सरकारी आणि लष्करी नेटवर्क्समध्ये त्याने अनधिकृतपणे शिरकाव करून घ्यायला सुरुवात केली.

सामर्थ्याची प्रतीके असणाऱ्या नेटवर्क्सवर त्याचे लक्ष असले तरी त्याच्या चांगल्या-वाइटाच्या कल्पनांप्रमाणे त्याला न आवडणाऱ्या स्वयंसेवी संस्था आणि दानधर्म करणाऱ्या ट्रस्ट्सच्या नेटवर्क्समध्येही घुसखोरी करायची त्याची तयारी असे. ज्या संघटना त्याला खोट्या वाटत, आपल्या ठरवलेल्या कार्यात कुचराई करत आहेत असे वाटे, त्यांच्यावर तर त्याचा फार राग असे. तो कायमच संतापलेला असे आणि रेडक्रॉसपासून ॲम्नेस्टी इंटरनॅशनलपर्यंत कुणाशीही भांडण उकरून काढायची त्याला खुमखुमी असे. शेवटी त्या संस्थांनीच त्याचा माग काढून त्याचा पत्ता शोधला. त्या वेळी तो एटीएसने कामाला ठेवायलाच पाहिजे असा माणूस बनलेला होता.

आपण इतर सर्वांपेक्षा हुशार आहोत असे त्याला नुसते वाटत नव्हते, तर ते पूर्णतः माहीत होते. मूर्खांशी संबंध आला की त्याचे डोके फिरायचे आणि त्याचेच मत सांगायचे तर त्याच्याशी संबंध येणारा प्रत्येक माणूस मूर्खच होता. मीच सर्वश्रेष्ठ ही त्याच्या स्वभावाची छटा क्रेग मिडलटनने बरोबर ओळखली होती आणि तिचा पूर्ण फायदा तो उठवत होता.

त्याच्या हातात थोडे अधिकार आले की जास्ती अधिकार मिळावेत अशी श्रोडरला हाव सुटे. मिडलटनने हात अगदी आखडता घेऊनच हळूहळू त्याला अधिकार दिले होते. तो त्यांचा कसा उपयोग करतो यावर लक्ष ठेवले होते.

श्रोडरने लपवून ठेवायचा कितीही प्रयत्न केला असला, तरी त्याला त्यांचीच नशा चढायची. अगदी वादातीतपणे त्याचा बुद्ध्यंक मोठा असला तरी मिडलटनच्या

दुसरीच बाब लक्षात आली होती. श्रोडरकडे धैर्य ही चीजच नव्हती. खरे सांगायचे तर तो अतिशय भित्रा होता. हातामधल्या सत्तेचा उपयोग इतरांना शिक्षा देण्यात केला की त्याला स्वतःबद्दल जास्ती बरे वाटे. तो स्वतः भित्रा असला तरी दुसऱ्याचा छळ करण्यात त्याला खूप आनंद वाटे. त्याच्या मागे मिडलटन त्याला रेनफिल्ड म्हणत असे. ब्रॅम स्टोकरच्या कादंबरीमधला ड्रॅकुलाच्या हातातले बाहुले बनलेला मर्त्य मानव.

मिडलटनला खूप आशा होती की त्याच्या कंपनीमध्ये एक दिवस श्रोडर खूप वरच्या पदावर असेल. पण व्यवस्थापनाच्या क्षेत्रात श्रोडरची ती उपजत बुद्धी अजिबात साथ देत नव्हती हे खूप प्रयत्न केल्यावर मिडलटनच्या लक्षात आले. संगणकाच्या क्षेत्रातील इतर अनेकांप्रमाणे संगणक हाताळण्यात त्याचा हात धरणारा कुणी नसला तरी इतर लोकांशी संबंध प्रस्थापित करणे त्याला अजिबात जमत नसे. तो इतरांपेक्षा स्वतःला वेगळाच मानत असे. त्याहून वाईट म्हणजे तो त्यांच्याचसारखा एक आहे असे खोटे खोटे भासवणेही त्याला जमत नव्हते.

श्रोडरला असाधारण अशी ईश्वरदत्त देणगी असली, तरी तिलाही एक मर्यादा होती हे शेवटी मान्य करण्याशिवाय मिडलटनला गत्यंतर राहिले नाही आणि त्याने श्रोडरला दुसरे एक टोपणनाव दिले, रेन मॅन. क्वचित प्रसंगी मिडलटनचे डोके पार फिरले की तो खुर्ची मागेपुढे हलवत बसत त्याच नावाच्या चित्रपटातील वाक्येच्या वाक्ये श्रोडरला ऐकवत असे. अधूनमधून जेव्हा श्रोडरचा आपल्या तोतरेपणावर ताबा राहत नसे, तेव्हा तो कुत्सितपणे एकच ओळ पुन्हापुन्हा बडबडत राही. मी न--न--नक्की एक चांगला ड्रायव्हर आहे.

इतर अपमानांप्रमाणेच श्रोडर या अपमानाचीही यादीत नोंद करून तोही मनाच्या कप्प्यात पार पुरून टाकत असे.

आत्ता कार्लटनच्या स्काइप अकाउंटमधून बाहेर पडत श्रोडरने आपल्या बॉसकडे बघत विचारले, "त्याला काही संशय आला असेल?"

"शक्यच नाही. त्याला का संशय यावा?"

"कारण त्याच्यासारख्या माणसांना संशयी राहण्यासाठी तर पैसे मिळत असतात."

"आपल्या सगळ्यांनाही त्यासाठीचे पैसे मिळत असतात. सवय करून घे त्याची. आपण असेच पैसे कमावतो."

"हो, पण..." श्रोडरने पुढे बोलायला सुरुवात केली.

"ती काळजी सोड," मिडलटनने त्याला अडवले. "त्याच्या अकाउंटवर कोणीच त्याच्याशी संपर्क साधू शकणार नाही अशी व्यवस्था तू केली आहेस ना?"

"हो, केली आहे."

"छान. आणि त्या दुसऱ्या बुटक्या जादूगाराचे काय? भूमिगत धनाचा ठेंगू

रक्षक असतो तो? ग्नोम का कुणी तरी.''

काय मूर्ख माणूस आहे हा, श्रोडरच्या मनात विचार आला. साधे सांकेतिक नाव नाही लक्षात ठेवता येत. ''ट्रोल या नावाने ओळखतात त्याला,'' श्रोडरने स्पष्ट केले. ''आणि त्याच्याबद्दल काही कळलेले नाही मला. अंधारात गुडूप झाला आहे तो.''

''एकविसावे शतक आहे हे आणि त्या शतकातल्या सत्ताकेंद्रात काम करतो आहेस तू. तेव्हा गुडूप अंधार कुठे असू शकत नाही.''

''माहीत आहे मला. काम चालू आहे त्यावर.''

''हो का? मग जरा जास्ती कष्ट घे. माणसे पळून जात असतील, पण ती दडून राहू शकत नाहीत आणि आपण वाट बघत होतो त्या कॉरोनरच्या अहवालाचे काय?''

''अजून दिला गेलेला नाही. इतक्या भयानक आगीत सापडलेल्या कुणाची ओळख पटविणे सोपे नसते. खूप वेळ लागतो. त्यांच्या सर्व्हरवर अहवाल आला की आपल्याला मिळेल, ताबडतोब.''

''त्यांच्या सर्व्हरवर येण्यापूर्वीच तो हवा आहे मला. लक्षात आलं?''

त्याला गाढव म्हणायचे किंवा एखादी पेन्सिल घेऊन तिचे टोक त्याच्या डोक्यात खुपसायचे असे श्रोडरच्या फार मनात येत होते. पण त्याच्या समंजस बुद्धीने योग्य ते उत्तर दिले. ''उपलब्ध झाला की ताबडतोब पाठवतो तुला.''

मिडलटनने उठत म्हटले, ''ठीक आहे आणि हॉर्वाथची जागा कधी कळेल?''

श्रोडरने संगणकावर नजर टाकली. ज्या-ज्या सर्व्हर्समधून हॉर्वाथने स्काइप कनेक्शन फिरवले होते त्याचा नकाशा संगणकावर उमटत होता.

''बल्गेरियात असावा. नाही, बल्गेरियात नाही.''

''मग आहे कुठे तो?'' मिडलटन फार आतुर झाला होता.

''जवळ जवळ पकडलाच आहे त्याला. एक सेकंद ... सापडला. स्पेनमध्ये आहे.''

''स्पेन? खात्री आहे तुझी?''

''नक्की. एझकुतात गावाजवळ.''

''ऐकले नाही कधी.''

''बास्क प्रदेशात आहे. पिरेनीस.''

''माझ्या संगणकावर पाठव सर्व,'' दार उघडत उघडता मिडलटनने आज्ञा दिली. हॉलवेमध्ये पाऊल टाकता टाकता तो थबकला आणि वळला. ''विसरलोच होतो जवळ जवळ. कॅरोलाइन रोमेरोने चोरलेल्या माहितीचे काय?''

''तिचे काय?''

“तिला एक बहीण आहे हे माहीत आहे तुला?”

श्रोडरने संगणकावरून नजर वर केली. “बहीण?”

“इंग्लिशमध्येच विचारतो आहे ना गाढवा? बहीणच.” श्रोडर अगदी मठ्ठ असल्याप्रमाणे त्याने तो शब्द उच्चारला होता. “खरं तर सावत्र बहीण. एकच आई, वेगळे वडील.”

“कधी बोलली नाही तिच्याबद्दल.”

“खरंच? तुम्ही दोघे शूज विकत घ्यायला किंवा हातापायांची नखे साफ करायला जात होता तेव्हा कधी बोलली नाही ती?”

हा अपमानही गिळत, पण या वेळी नेहमीपेक्षा जरा रागानेच त्याने विचारले, “माझी जर कॅरोलाइनशी मैत्री नसती तर ती काय करते आहे हे आपल्याला कळलेच नसते, हे ध्यानात येते आहे ना तुझ्या?”

मिडलटन मोठ्याने हसला. “त्या गप्पा सोड. इथल्या प्रत्येक पुरुषाच्या मनात जी इच्छा होती तीच तुझ्याही मनात होती. तिच्याशी मैत्री होती म्हणून हे तुला कळले नव्हते, तर तिच्या कायम मागे लागत होतास म्हणून कळले.”

“मी तिच्या मागे कधीच नव्हतो. ती माझ्याशी खूप चांगली वागत असे.”

“मठ्ठ आहेस तू. माहीत आहे तुला? ती तुझ्या मागे होती, मूर्खा, कारण तू माझ्यासाठी काम करतोस. स्त्रिया याला कामाची शाश्वती म्हणतात. जगाकडे बघ एकदा. असे सख्य हा एक सैनिकी डावपेचाचा भाग असतो. छक्का आहेस तू झालं, बस्! मी तुला आज्ञा दिली नसती, तर तू तिच्याशी एक शब्दही बोलला नसतास आणि तरीही तिला संशय आला असताच की ती काय करते आहे ते आपल्याला कळले आहे. तुझ्या मैत्रीच्या काळात तू तिला किती माहिती देऊन बसला आहेस ते तर देवच जाणे.”

आपला संताप आटोक्यात ठेवत तो बोलायचा प्रयत्न करायला लागला. “मी-.मी...मी...” आणि अडखळला.

“तू..तू...तू...काय?” मिडलटनने नक्कल करत विचारले. “बोल, बोल एकदा.”

त्या तरुण माणसाचे गाल लाल पडले. त्याने हाताच्या मुठी वळत नखे तळहातात घुसवली. एक मोठा श्वास घेत तो उद्‌गारला, “मी..मी तिला काहीही दि..दि.. दिलेले नाही. आणि स्पष्टच सांगतो. मी...मी...तिच्याबद्दल वाईट इच्छा बाळगली नाही. ती...ती..ती मला हवी तशी मुलगी नव्हतीच,”

मिडलटन आणखीच जोराने हसला. “तू एक मूर्ख आहेस, नाहीतर खोटारडा तरी. ती सर्वांनाच हवीशी वाटणारी मुलगी होती आणि म्हणूनच तुला कोण पोसते आहे हे विसरलास तू.”

"मी मुळीच वि..वि...विसरलो नव्हतो.''

"त्या मूर्ख पॉवडरला फ्लॅश ड्राइव्ह आणि कॉफीचा कप यांच्यामधला फरक कळत असता ना तर मी त्याच्यावरच काम सोपवले असते. त्याला आपण इथे काय करतो आहोत कळतच नाही. म्हणून मी तुला आणले इथे. फार मोठी चूक झाली ती.''

"ती..ती.. अजिबात चू..चू...चूक नव्हती.''

"आणि ते तोतरत बोलणे थांबव आता,'' मिडलटन रागानेच म्हणाला.

"मग माझी न..न...नक्कल करणे थांबव तू,'' श्रोडर म्हणाला. "त्याने माझे बो..बो...बोलणे जास्तीच वाईट होते.''

मिडलटनने थंड नजरेने त्याच्याकडे रोखून बघितले. "त्याच्याहून वाईट गोष्ट आहे ती मी तुझ्यावर विश्वास ठेवू शकत नाही ही.''

"खोटे आहे ते. मी..मी नेहमीच तुझ्याशी प्रा..प्रा.. प्रामाणिकपणे वागलो आहे.''

"तेच ठीक होईल.''

"मी..मी..मी माझ्याकडून सर्व शोध घेतो आहे.''

"आणि तरी तिच्या बहिणीबद्दल माहीत नव्हते तुला.''

श्रोडरने त्याच्यावरची नजर काढून संगणकाच्या पडद्याकडे बघितले. "शेवटी सापडलीच असती ती मला.''

"अर्थातच,'' आपण फार मेहेरबानी करतो आहोत अशा थाटात बघत मिडलटन म्हणाला, "कुणावर तरी कायम विश्वास टाकायचा आणि त्याने कायम निराशा करायची म्हणजे काय असते, हे तुला कसे कळणार, कर्ट?''

श्रोडरला पूर्ण कल्पना होती. आपला बॉस कधी आपल्याला सोडतो आणि आपण कधी कामाला लागतो, असे त्याला झाले होते.

"मी..मी..मी त्या बहिणीचा शोध घ्यावा अशी इच्छा आहे तुझी?'' ही चर्चा एकदाची संपविण्याची आशा धरत त्याने उत्सुकतेने विचारले.

"सावत्र बहीण,'' मिडलटनने पुन्हा त्याला टोमणा मारायची संधी सोडली नाही. "नको. मीच शोधतो आहे तिला. मी तुला फक्त सांगितले की ती बाहेर कुठे तरी आहे आणि मलाच तिला शोधण्यात वेळ फुकट घालवावा लागतो आहे. निदान यामुळे आता तरी तू जास्ती कष्ट घ्यायला उद्युक्त होशील अशी आशा आहे माझी.''

कर्ट श्रोडरला तो आता करत होता त्याहूनही जास्ती काम करायला लावेल अशी एकच गोष्ट होती. पण तो क्रेग मिडलटनला काहीही सांगणार नव्हता. त्याने दुसरे कुठलेही शब्द उच्चारायच्या आधीच त्याचा बॉस खोलीतून बाहेरही पडला होता.

प्रकरण १५

आपल्या कार्यालयात शिरून मिडलटनने दरवाजा लावून घेतला. आपल्या टेबलशी बसला. संगणकाच्या पडद्यावर हॉर्वाथच्या ठिकाणाचे अक्षांश-रेखांश आणि आसपासची थोडीफार माहिती दिसत होती. मिळालेल्या माहितीचा कीस काढून त्यातून योग्य तो अर्थ लावणे, ही मिडलटनला मिळालेली एक देणगी होती. जगात अशा बोटांवर मोजण्याएवढ्याच व्यक्ती होत्या ज्यांना अशी माहिती गोळा करणे, तिचे संकलन करणे आणि त्यामधून योग्य तो अर्थ लावणे शक्य होते. मिडलटन या बाबतीत नुसता वाकबगारच नव्हता, तर त्या बाबतीत त्याचा हात धरणारा दुसरा कुणीही नव्हता.

प्रत्येकाला आठवत होते तेव्हापासून मिडलटन एटीएसमध्येच होता. हायस्कूलमध्ये असतानाच त्याच्या बुद्धीची चमक आयबीएमच्या लक्षात आली. त्याच्या कॉलेज आणि पदव्युत्तर शिक्षणासाठी त्यांनी कोरा चेकच त्याच्या हातात ठेवला. शिक्षण संपल्यानंतर अमेरिकन सरकारच्या अत्यंत गुप्त आणि अत्याधुनिक तंत्रज्ञान वापरणाऱ्या योजनांवर कामे चालू असणाऱ्या आयबीएमच्या फॅदम डिव्हिजनमध्ये त्याने कामाला सुरुवात केली.

मॅनहॅटन प्रोजेक्टनंतर प्रथमच विलक्षण बुद्धिमान अशी अनेक माणसे आयबीएमने फॅदममध्ये एकत्र आणली होती. अशा तऱ्हेची माणसे एकत्र येतात तेव्हा काही व्यक्ती वागण्यात विचित्र असणार हे अपेक्षितच असते. अफाट बुद्धिमत्ता आणि विक्षिप्तपणा अनेकदा एकाच नाण्याच्या दोन बाजू असतात.

पण क्रेग मिडलटनची अलौकिक बुद्धिमत्ता त्याच्या तोलामोलाच्या व्यक्तींची मनःस्थिती बिघडवून टाकायला कारणीभूत ठरत असे. इतर जण कुठल्याही

योजनेवर काम करत असले, तरी तिच्यात कुठली तरी सुधारणा कशी करता येईल हे क्रेग मिडलटन तत्काळ सांगू शकत असे. त्यांचे कशाकडे दुर्लक्ष झाले आहे किंवा एखाद्या छोट्याशा गोष्टीचा जास्ती चांगल्या तऱ्हेने कसा वापर करता येईल, हेसुद्धा तो आपल्या सहकाऱ्यांना बिनदिक्कत सांगत असे. त्याच्या सूचना नेहमीच योग्य असत. प्रश्न होता त्याच्या सांगण्याच्या पद्धतीचा. तो फार उद्धटपणे बोलत असे. त्याच्याबरोबर काम करणारेच नव्हे, तर त्याचे वरिष्ठही कायम नाराज होत.

उद्धटपणाबद्दल आणि गावंढळ वागण्याबद्दल त्याची बदनामी करण्याची एकही संधी ते सोडत नसले, तरी त्याची हुशारी कुठल्याही मापदंडावर मोजता येणे शक्य नाही, हे त्यांनाही पटत होते. त्याची निंदानालस्ती करत असतानाही फॅदममधले सहकारी त्याचा उल्लेख करताना आइनस्टाइन आणि दा विंची अशी नावे वापरत. कधीकधी हिटलर आणि माओ या नावांनीही त्याचा उल्लेख होत असे.

इतरांची पत्रास न बाळगण्याच्या त्याच्या या सवयीने शेवटी त्याचे कुणाशीही पटेनासे झाले. आयबीएमने शेवटी त्याला फॅदममधून बाहेर काढले. हे बोलणेही बरोबर नाही म्हणा. त्यांनी त्याच्यापासून फॅदम डिव्हिजनच लांब ठेवली. कॅम्पसमधल्या एका नवीन इमारतीत त्याला आणून बसवले आणि अमर्याद पैसे उपलब्ध करून त्याच्या पसंतीच्या कोणत्याही क्षेत्राची निवड करायला सांगितले. अट एकच- त्या क्षेत्रात त्याने फक्त एकट्यानेच काम करायचे. त्याची निवड ऐकताच आयबीएमच्या उच्चपदस्थांमध्येही खळबळ उडाली.

१९३०च्या काळात इंटरनॅशनल बिझिनेस मशिन्सने अडॉल्फ हिटलर आणि नाझींबरोबर लोकसंख्येच्या संपूर्ण माहितीचा साठा पूर्वी कधी वापरला गेला नसेल अशा मोठ्या प्रमाणात वापरायला सुरुवात केली. कंपनीच्या इतिहासातल्या या कालखंडाबद्दल आज कुणालाही बोलायचे नसते. सर्वांना तो पार विसरून जायचा आहे. पण मिडलटनला त्याच कालखंडाबद्दल फार आकर्षण होते. नाझींनी ही माहिती संपूर्ण जनतेवर लक्ष ठेवण्यासाठी आणि त्यांना ताब्यात राखण्यासाठी कशी वापरली असेल याचेच त्याला कौतुक होते.

स्वतः तयार केलेली पंच कार्ड्स आणि त्या कार्ड्सचे वर्गीकरण करणारी सॉर्टिंग मशिन्स यांच्या साहाय्याने आयबीएम कंपनीने नाझींना ज्यू वंशाच्या लोकांची छळवणूक आणि वंशविच्छेद हे कार्यक्रम राबवण्यासाठी पावलोपावली मदत केली होती. जनगणनेमधल्या माहितीचा उपयोग करून त्यांनी ज्यूंची ओळख पटवून घेतली. त्यांना वेगवेगळ्या क्षेत्रांतून हद्दपार केले. मग प्रत्येक ज्यू कुठे राहतो आणि प्रत्येकाच्या कुटुंबात किती सदस्य आहेत, याची नोंद घेतली म्हणजे त्यांना त्यांच्या घरांमधून हुसकून काढून बळजबरीने त्यांची घेटोमध्ये रवानगी करता येईल.

वॉशिंग्टनमध्ये राहणाऱ्या हर्मन हॉलरिथ या अमेरिकन माणसाने पंचकार्ड

सिस्टिमचा शोध लावला होता. नाझी साम्राज्याच्या भरभराटीच्या काळात आयबीएम कंपनीने जर्मनीमध्ये निरनिराळ्या ठिकाणी दोन हजार सॉर्टिंग मशिन्स आणि नाझींच्या टाचेखाली भरडणाऱ्या युरोपमध्ये हजारो मशिन्स भाड्याने दिली होती. त्यांची देखभाल ती कंपनी करत होती, त्यांच्यामध्ये वरचेवर सुधारणा करत होती. फक्त जर्मनीमध्ये १.५ बिलियन कस्टम पंच कार्ड्स तयार करत होती.

सर्व यातनातळांवर हॉलरिथ विभाग होता. प्रत्येक कैदी गुलाम म्हणून काम करण्यासाठी कधी आला, तो किंवा ती कोणते काम करू शकेल आणि किती काळ जगू शकेल, याची माहिती एकत्रित करत होता.

आयबीएमबरोबरच्या या भागीदारीमुळे नाझींनी एक कार्यक्षम अशी ठार मारण्याची यंत्रणा उभी केली होती, जी त्यांना स्वतःला तयार करणे जमले नसते. या यंत्रणेच्या प्रत्येक कार्यक्षेत्रात आयबीएमचा हात होता. हिटलर आपले साम्राज्य वाढवत असताना आपली जगातली टक्केवारी किती वाढणार आहे, या कल्पनेनेच आयबीएमच्या तोंडाला पाणी सुटत होते.

आयबीएमच्या संस्कृतीप्रमाणे कोणतीही कागदपत्रे, त्यातल्या त्यात कोणत्याही तऱ्हेची माहिती, कधीही, मग ती कितीही वाईट किंवा धोकादायक असो, नष्ट केली जात नसे.

हे माहीत असल्यानेच मिडलटनने नाझींनी केलेल्या हत्याकांडाबद्दलची संगणकांमध्ये साठवलेली माहिती उपलब्ध करून देण्याची विनंती केली. आयबीएमने ती तत्काळ अमान्य केली. एक पाऊल पुढे जाऊन तशी कुठलीही माहिती अस्तित्वातच नाही, असे सांगितले. ते खोटे बोलत आहेत हे तर त्याला माहीतच होते. त्याने पुन्हा एकदा तीच विनंती केली.

या वेळी ती नाकारताना अगदी सरळ शब्दांत त्यांनी स्पष्ट केले की, त्याने पुन्हा कधी तशी विनंती केली किंवा नाझी प्रोग्रॅमबद्दल तो कुठे नुसता बोलला तरी आयबीएमबरोबरचे त्याचे संबंध संपुष्टात येतील. आयबीएमने त्यांच्या बाजूने प्रकरण संपवून टाकले होते.

ते सरळपणे माहिती देत नाहीत हे लक्षात आल्यावर मिडलटनने ती चोरण्याची योजना आखली.

त्याने थोडा काळ जाऊ दिला आणि आयबीएम खूश होईल अशा अनेक योजनांवर कॅम्पसच्या एका कोपऱ्यात लपवलेल्या आपल्या खासगी जागेत काम करायला सुरुवात केली. आयबीएमच्या उच्चपदस्थांच्या एकच लक्षात आले नाही की, प्रत्येक योजनेचा तो आपला मुख्य हेतू दडवण्यासाठी वापर करत हळूहळू नाझींच्या वंशविच्छेदाच्या प्रोग्रॅममध्ये शिरकाव करून घेत होता आणि त्याच्या प्रती काढून घेत होता.

शेवटी चुकूनच तो कुठल्या उद्योगात गढला आहे याचा त्याच्या वरिष्ठांना सुगावा लागला. तोपर्यंत मिडलटनने फारच प्रगती केली होती. नाझींनी आणि आयबीएमने संगणकाच्या सुरुवातीच्या काळात उपलब्ध असलेल्या अगदीच प्राथमिक अवस्थेत असणाऱ्या साधनसामग्रीने आणि साध्या गणिताने बनवलेल्या प्रोग्रॅमवर पुन्हा काम करून मिडलटनने वंशविच्छेदाची योजना भलत्याच पातळीवर नेऊन ठेवली. आगगाड्यांची सुधारित वेळापत्रके, मालगाड्यांची क्षमता, यातनातळांची उभारणी, त्यासाठी शोधलेल्या जागा, प्रत्येक कैद्याला द्यायचे काम, त्यांचे खून, प्रेतांची विल्हेवाट...मिडलटनने केलेला तपशीलवार अभ्यास अत्यंत घृणास्पद होता. वंशविच्छेदाबद्दल त्याला वाटत असणारे कौतुकच इतरांच्या मनात त्याच्याबद्दल भयानक तिरस्कार निर्माण करण्यास कारणीभूत ठरले.

त्याच्या मते आयबीएमने त्या काळी मोठीच संधी गमावली होती. हिटलर आणि नाझी, ज्यूंना आणि इतर खऱ्याखोट्या शत्रूंना ठार मारण्याच्या त्यांच्या योजना निदान ऐंशी टक्के जास्ती कार्यक्षमतेने अमलात आणू शकले असते.

मिडलटनचे संशोधन लक्षात आल्यावर त्याला तडकाफडकी काढून टाकण्यात आले. कंपनीच्या इतिहासात प्रथमच एका कर्मचाऱ्याचे सर्व कागदपत्र जाळून टाकण्यात आले. कंपनीचे वरिष्ठ अधिकारी एवढेच करून थांबले नाहीत; त्याला काढून टाकल्यावर त्यांनी त्याचे ओळखपत्र, किल्ल्या ताब्यात घेऊन त्याला कॅम्पसबाहेर नेऊन सोडले. मग त्याच्या कार्यालयामधील फोल्डर्स, फाइल्स, वह्या, प्रत्येक पुस्तक आणि खरे तर प्रत्येक वस्तू जाळून टाकली. त्याच्या वागणुकीमुळे त्याच्यावर रागच असणाऱ्या सहकाऱ्यांना मिडलटनच्या संशोधनाबद्दल काहीच माहिती नसली तरी त्याला जाऊ दिले याबद्दल त्यांना आश्चर्य वाटले नाही. त्याची तुलना ते नेहमी हिटलर आणि माओसारख्या सैतानांबरोबर करत होते. ते किती अचूक होते हेदेखील त्यांना कधीच कळणार नव्हते.

अजाणतेपणी आयबीएमने जी पेटी कधीच उघडता कामा नव्हती, तीच उघडण्यासाठी मिडलटनला मदत केली होती. बाटलीमधील 'जिनी'- अर्थात इतक्या सरळ शब्दांत वर्णन करायचे झाले तरच, बाहेर आली होती. मिडलटनला त्याला नक्की काय करायचे याचा शोध लागला होता.

आयबीएमच्या स्पर्धक असणाऱ्या इतर अनेक कंपन्यांमध्ये त्याने कामे केली आणि शेवटी तो इक्विफॅक्स या अमेरिकेतील पहिल्या ग्राहक पतमोजणी संस्थेत रुजू झाला. या संस्थेमध्ये तो त्याच्या आवडीच्या क्षेत्रात- प्रचंड माहिती गोळा करणे आणि तिचा योग्य तो उपयोग करणे- अक्षरशः पोहत होता.

त्याने संस्थेमध्ये एक नवीनच खाते सुरू केले. या खात्याचे काम होते प्रत्येक ग्राहकाची माहिती गोळा करणे, तिचे सुसंबद्ध विश्लेषण करणे आणि संकलन

केलेली माहिती सरकारला आणि कायदा व सुव्यवस्था राबवणाऱ्या खात्यांना देणे. या कामामुळे तो गब्बर बनला आणि अत्यंत प्रभावशालीही. त्याने सुरू केलेले हे खाते, यथावकाश 'चॉइसपॉइंट' या नावाने वेगळ्या कंपनीच्या स्वरूपात उभे राहणार होते. माहिती गोळा करणाऱ्या या कंपनीचे वर्णन 'एक खासगी गुप्तहेर संस्था' असेच केले जाणार होते. तिचे काम होते माहिती गोळा करायची आणि संकलित करून सरकारला किंवा इतर खासगी उद्योगांना पुरवायची. पण तरीही त्याच्या अफाट महत्त्वाकांक्षेपुढे 'इक्विफॅक्स' आणि 'चॉइसपॉइंट' या कंपन्याही तशा लहानच होत्या. त्याला जी झेप घ्यायची होती ती या कंपन्या चालवून घेता येणार नव्हती.

त्याची बुद्धी आणि त्याचे नैपुण्य या गोष्टी लवकरच एटीएसच्या सर्वेसर्वा असणाऱ्या अत्यंत ताकदवान लोकांच्या ध्यानात आल्या. त्यांनी त्याला वर्षाला फक्त एक डॉलर पगार दिला असता, तरी तो त्यांच्याकडे धावत गेला असता. त्या कंपनीची गुप्त ताकद त्याच्या ध्यानात आली होती. ते अपघाताने त्याच्याकडे आले नव्हते, हेदेखील त्याला समजू शकत होते.

नेहमीच्या पद्धतीप्रमाणे निवड प्रक्रियेचे सर्व टप्पे पार करता करता एटीएस बोर्डाच्या एका सदस्याने ज्या नाझी प्रोग्रॅमवर काम केल्याने त्याला आयबीएममधून डच्चू मिळाला होता, त्याबद्दल त्याच्याकडे चौकशी केली. त्यांनी ही माहिती कशी मिळवली होती, हे त्याला कळले नाही; पण नको तेवढी माहिती त्यांच्याकडे होती, हे खरेच.

उत्तरे देताना मिडलटन सुरुवातीला हातचं राखून बोलत होता; पण नंतर त्याच्या लक्षात आले की त्याने जे काही केले होते त्याबद्दल त्यांच्या मनात थोडी सहानुभूतीच होती. त्या क्षणाला त्याला जाणीव झाली की एटीएस आणि तो एकमेकांसाठी काम करायलाच जन्माला आले आहेत.

त्यांच्या योजना हातात घेण्यासाठी एटीएसला मिडलटनसारखाच माणूस हवा होता. आयुष्यात एकदाच येणारी संधी अशी चालून आल्यावर मिडलटन ती सोडणेच शक्य नव्हते. तो तिथे काय करू शकेल एवढे कळण्याइतका तो बुद्धिमान होताच. आत्तापर्यंत त्याने एटीएसबद्दल कधी ऐकलेही नव्हते. पण त्यांनी जे काही निर्माण केले होते त्याचा आवाका लक्षात येताच तो थक्क झाला. पुढे झेप घ्यायला त्याला असेच तर ठिकाण हवे होते.

एटीएससाठी काम करायला सुरुवात केल्यावर त्याला जे प्रशिक्षण द्यायला सुरुवात झाली ते लक्षात घेता, आयबीएमने दिलेले शिक्षण शून्यात जमा होणारे होते. व्हॅटिकनच्या अत्यंत गुप्त अशा दफ्तरखान्याची दारेच जणू त्याच्यासाठी खुली झाली. नाव घेता येण्यासारख्या प्रत्येक अमेरिकन व्यक्तीची माहिती मिळवून एटीएसने

त्यांच्या फाईल्स बनवल्या होत्या. माहितीच्या थक्क करून सोडणाऱ्या अफाट साठ्याच्या किल्ल्याच त्यांनी हस्तगत केल्या होत्या.

फक्त महत्त्वाच्या अमेरिकन्सचीच माहिती का मिळवायची; प्रत्येक अमेरिकनची का नको, असे त्याने विचारल्यावर एटीएसच्या भीतिदायक विचारसरणीशी त्याचा जवळून परिचय व्हायला लागला.

एटीएस प्रत्येक अमेरिकनची एक फाइल बनवण्याचा हेतूच मनात धरून होती. त्याला तिथे आणण्यात या विचाराचा मोठा भाग होता. त्याने पूर्वी केलेले काम, अगदी ज्या संशोधनामुळे त्याला आयबीएम सोडणे भाग पडले होते ते कामसुद्धा, त्यांना पसंत होते.

त्यांचा ठाम विश्वास होता की देश ही संकल्पनाच मोडीत निघणार आहे आणि ती कोसळून पाडण्यासाठी त्यांना जास्तीत जास्त हातभारही लावायचा होता. माहिती हीच खरी ताकद, अशी त्यांची धारणा होती. ते जेवढी जास्ती माहिती गोळा करतील, तेवढेच ते अजून ताकदवान होतील. सरतेशेवटी त्यांचे ध्येय होते की प्रत्येक अमेरिकनाचीच नाही, तर या ग्रहावरच्या प्रत्येक व्यक्तीच्या माहितीचीच एक फाइल बनवायची.

पण या क्षणाला त्यांनी आपले संपूर्ण लक्ष अमेरिकेवर केंद्रित केले होते. इच्छित परिणाम घडवून आणण्यासाठी दबावतंत्राचा वापर करू शकता येईल अशी प्रत्येक यंत्रणा एटीएसने ताब्यात घेतलेलीच होती. कोणाला निवडून आणायचे, कुठले कायदे पास करायचे, कोर्टाकडून कुठले निर्णय लावून घ्यायचे, शेअर बाजारामध्ये कसे आणि कधी चढउतार करायचे, वस्तूंच्या किमती काय ठरवायच्या, अमेरिकेने कुणाबरोबर युद्ध पुकारायचे आणि त्यासाठी काय कारण द्यायचे, कुणाची चिंता न करणाऱ्या आणि स्पष्टपणे बोलणाऱ्या लोकांना कधी पुढे आणायचे आणि कधी अडगळीत टाकायचे, शाळांमध्ये अमेरिकन मुलांना काय शिकवायचे ... एटीएसने धर्मशास्त्रातसुद्धा यशस्वीपणे शिरकाव करून घेतला होता. अनेक चर्चेसमध्ये कुठली शिकवण दिली जाईल यावर प्रभाव टाकला होता. त्यांच्या नजरेसमोर जगाचे एक चित्र तरळत होते. तिच्या केंद्रस्थानी पोहोचण्यासाठी त्यांनी एकाग्रपणे लावलेली नजर अचूक आणि विलक्षण धारदार अशी होती. ज्या वेगाने तंत्रज्ञानात बदल घडत होते ते लक्षात घेतले, तर लवकरच ते आपल्या देशात आणि नंतर जगात त्यांच्या इच्छेप्रमाणे बदल घडवून आणणार होते.

घरामधले प्रत्येक फर्निचर कुठे आहे याची पूर्ण खात्री बाळगून आत्मविश्वासाने अंधारात चालायला लागावे आणि कुणीतरी दिवा लावून लक्षात आणून द्यावे की कुठलीच वस्तू अपेक्षित ठिकाणी नाही, असा मिडलटनला अनुभव आला. आत्तापर्यंतचे सर्व आयुष्य झोपेमध्ये चालण्यात गेले आहे, असे मिडलटनला वाटायला लागले.

आता त्याचे डोळे उघडले गेले होते. फसवणूक इतकी आश्चर्यकारक होती की मिडलटनसारख्यालाही तिचे वर्णन करता येईनासे झाले. त्याला आयुष्यभर जे हवेहवेसे वाटत होते, ज्याच्याबद्दल त्याने फक्त विचारच केला होता, ते आता त्याच्या हाताला लागण्याइतके जवळ आले होते. एटीएसमध्ये आल्यावर तो घरीच पोहोचला होता.

हातामधल्या माहितीचा हवा तसा उपयोग करण्यात तो आधीपासूनच खूप वाकबगार असला तरी एटीएसमधल्या अनुभवी सल्लागारांनी त्याच्या नैपुण्यात सूक्ष्म आणि मार्मिक बदल घडवून आणले. ज्या अनेक बाबींची शक्यताही त्याने गृहीत धरली नव्हती, त्या त्याला शिकवल्या. अत्यंत सामर्थ्यवान व्यक्तींनाही कसे गुडघे टेकायला लावता येतात, ते सिद्ध केले.

कोणत्या व्यक्तींना इच्छेप्रमाणे वाकवता येईल ते शोधून काढण्यासाठी सुरुवाती-सुरुवातीलाच मिडलटनने एक सॉफ्टवेअर विकसित केले होते. अशाच तऱ्हेचा एक प्रोग्रॅम त्यांनी आयकर विभागाला विकला होता. उपग्रहांवरून कायम काढल्या जाणाऱ्या चित्रांच्या साहाय्याने ते सॉफ्टवेअर घरात केलेल्या दुरुस्त्याही शोधून काढे. तशाच तऱ्हेचे प्रोग्रॅम्स मिडलटनने अमेरिकन सरकार, इंटेलिजन्स एजन्सीज, सैन्य दले यांच्या वापरासाठी बनवले होते. प्रत्येकाच्या व्यक्तिगत माहितीमधली विसंगती प्रोग्रॅम शोधून काढत असे, धोक्याचा इशारा देत असे, नक्की काय घडले याचा अर्थ लावून तो प्रश्न मिटवून टाकायचा प्रयत्न करत असे.

अशाच सॉफ्टवेअर प्रोग्रॅमने शोधून काढलेल्या एका माणसाला मिडलटन आता फोन करणार होता.

आपल्या एसटी३ फोनचा हॅन्डसेट उचलून मिडलटनने क्रिप्टो कार्ड फटीत सरकवले आणि फोन लावला.

"आत्ता किती वाजले आहेत याची कल्पना आहे तुला?"दुसऱ्या बाजूने फोन उचलणारा माणूस म्हणाला.

"तुझा हरवलेला कुत्रा शोधला आहे आम्ही," मिडलटनने उत्तर दिले. पडद्यावरच्या हॉर्वाथच्या माहितीकडे पुन्हा एकदा नजर टाकून त्याने ती फाइल इ-मेलने पाठवून दिली. टेलीफोन यंत्रणा किती सुरक्षित आहे याची मिडलटनला पर्वा नसे. खात्रीचे सुरक्षित स्थळ आणि व्यक्ती समोरच बसलेली आहे अशी स्थिती नसेल तर तो नेहमी सांकेतिक भाषेतच बोलत असे. "आत्ताच फाइल पाठवली आहे तुला."

"सकाळी बघतो."

"सकाळ तर झालेलीच आहे. आत्ताच बघ."

"जरा फोन धरून ठेव," पलीकडला माणूस म्हणाला आणि उठून खालच्या

मजल्यावरच्या आपल्या अभ्यासिकेमध्ये गेला. संगणक सुरू करून थांबला. इ-मेल उघडली आणि योग्य तो तपशील वाचला. मग त्याने पुन्हा फोन उचलला. ''या सर्व माहितीची खात्री पटवून घेतली आहे ना?''

''तसे नसते तर फोन केलाच नसता. कॉफी घेऊ या?'' भेटू या सांगण्यासाठी मिडलटनने सांकेतिक शब्द उच्चारले होते.

''नंतर. माझ्याकडे आधीच बरीच कामे आहेत.''

''तर्क करू? पत्नी आणि प्रेयसी यांना एकाच वेळी जेवायला बोलावलेस की काय?''

''जहान्नममध्ये जा तू.''

''तासाभरात भेटतो,'' असे म्हणत मिडलटनने फोन बंद केला.

प्रकरण १६

मिडलटन पेन्टॅगॉनमध्ये पोहोचला तेव्हा कर्नल चार्ल्स-चक-ब्रेमर त्याची वाटच बघत होता.

पन्नाशी उलटलेला, डोक्याचे बरेचसे केस पांढरे झालेला ब्रेमर मिडलटनपेक्षा फूटभर तरी उंच होता. त्याच्याकडे बघताच तो एक सच्चा आणि पराक्रमी वीर असावा अशी मनाची धारणा होत असली, तरी तो एक आभास होता. त्याच्या कारकिर्दीभोवती पसरलेल्या वलयासारखाच संपूर्ण खोटा आभास.

स्वतःला धडधाकट ठेवण्यासाठी कधीच कष्ट न घेतलेला, सुखासीन आयुष्य जगलेला चक ब्रेमर एक सर्वसाधारण सैनिक होता. सामान्य सैनिकांपेक्षा थोडी जास्ती बुद्धी असलेला ब्रेमर रणांगणावर कधीही न लढता कर्नल या पदावर चढला होता. सैनिकांच्या बोली भाषेत तो एक आरामखुर्चीत आयुष्य काढलेला रेंजर होता. दणके हाणत नाही, तर वरिष्ठांचे लांगूलचालन करून वर चढत गेलेला माणूस. वीस वर्षांपूर्वी इराकी फौजांना कुवेतमधून अमेरिकेने हुसकावून लावल्यानंतर महिनाभराने तो कुवेतला पोहोचला होता. ही त्याने अनुभवलेली सर्वांत धोकादायक कामगिरी होती.

त्या वेळी लेफ्टनंट असलेल्या ब्रेमरला गाडीमधून घेऊन जात असताना त्याच्या गाडीच्या ड्रायव्हरला हृदयविकाराचा झटका आला. त्याने गाडीवरचा ताबा गमावला आणि ती कुवेती शिशा कॅफेत घुसली. दोन माणसे गाडीखाली अडकली. आधीच वाईट तऱ्हेने घडलेला अपघात ब्रेमरच्या प्रतिक्रियेमुळे जास्ती वाईट बनला. टाकी फुटलेली दिसल्यावर स्फोट होऊन गाडी आगीच्या भक्ष्यस्थानी पडेल या भीतीने ड्रायव्हरला मृत्युमुखात सोडून ब्रेमर पळाला आणि रस्त्याच्या विरुद्ध बाजूला

जाऊन उभा राहिला.

नंतर त्याने त्याला मानसिक धक्का बसला होता वगैरे बतावणी केली असली, तरी तो भेकडपणे वागला होता, हेच खरे होते. तो स्वार्थी होता. त्याच्या लक्षात आले की तो किती मूर्खासारखा वागला होता. ही तर शूरपणा दाखवण्याची चालून आलेली संधी होती.

परत कॅफेच्या दिशेने धाव घेऊन त्याने गाडीमधून ड्रायव्हरला बाहेर खेचायचा प्रयत्न केला. दुःखाची गोष्ट म्हणजे तो आधीच मेला होता. त्यानंतरच्या त्याच्या वागण्यानेच परिस्थिती पार बिघडवून टाकली.

गाडीखाली अडकलेल्या कॅफेमधल्या दुसऱ्या दोन माणसांची सुटका करायची धडपड करत असलेले कुवेती किंचाळत होते, आक्रोश करत होते. मध्यपूर्वेमधले पुरुष किती नाटकीपणाने वागू शकतात याची त्याला कल्पना नव्हती. त्याला अरेबिकचे काडीमात्र ज्ञान नव्हते. त्याचा लष्करी गणवेश आणि वागणूक बघून ते त्याला ओरडून-ओरडून मदत करायला सांगत होते; पण त्या मूर्ख माणसाला वाटले की ते त्याला अपराधी समजत आहेत, मदत करण्यासाठी रस्त्यावरून धावत कॅफेमध्ये शिरणारी परोपकारी माणसे त्याला फाडून काढायला तयार होत असणाऱ्या, संतापलेल्या जमावाची सुरुवात आहे. त्याला काहीतरी करणे भाग होते आणि ते त्याने केलेही.

गर्दी वाढत असताना, लोक त्याच्या गणवेशाची बाही धरून त्याने त्या अडकलेल्या माणसांच्या सुटकेसाठी काहीतरी करावे असा आग्रह धरत असताना, ब्रेमरने कमरेचे पिस्तूल बाहेर काढले आणि इशारा म्हणून एक नाही, तर चार गोळ्या कॅफेच्या छताच्या दिशेने झाडल्या.

गाडी वर उचलून गाडीखाली अडकलेल्या, गंभीर जखमा झालेल्या माणसांच्या सुटकेचा प्रयत्न करणाऱ्यांसह सर्व स्थानिक लोक घाबरून मागे झाले- तात्पुरते तरी.

ज्यांच्याबद्दल त्याला उगीचच संशय आला होता ते लोक आता खरेखुरे खवळले. आता त्यांना रक्ताची तहान लागली ...त्याच्या रक्ताची... ते आता त्याला सोडणारच नव्हते.

हातात खुर्चीचा मोडका पाय धरून एक जण त्याच्याकडे वळल्यावर लेफ्टनंट ब्रेमरने तो चांगला नेमबाज नसतानाही नऊ एमएमच्या दोन गोळ्या त्याच्या हृदयातच हाणल्या आणि तो तत्क्षणी मरण पावला.

त्याचे प्रेत जमिनीवर कोसळायच्या आधीच ब्रेमर वळला आणि धावत सुटला.

एक चौक अंतर पार करेपर्यंत त्याची पार दमछाक झाली. त्याला श्वास घेता येईना. आणि एक चौक. त्याला वाटले की आपल्या पोटातले सर्व बाहेर पडणार

बहुधा. तिसरा चौक. आणि ते तसे बाहेर पडलेच.

मळमळ थोडीशी थांबली. ब्रेमरने आसपास नजर फिरवली. आणि तो भयंकर धास्तावला. आपण कुठे आहोत याची त्याला काडीमात्र कल्पना नव्हती. बैठकीसाठी जात असताना त्याने बाहेर विशेष लक्ष दिले नव्हते. त्याला शहराची माहिती नव्हती. तो पार हरवून गेला होता.

रस्त्यावरून बाहेर पडून कुठेतरी सुरक्षित ठिकाणी जाण्याची आणि विचार करण्याची त्याला गरज होती. त्याला दिसलेल्या पहिल्याच अपार्टमेंट बिल्डिंगमध्ये तो घुसला आणि त्याने अनेक प्रयत्न करून लॉबीचे दार तोडले.

छोटी इमारत. प्रत्येक मजल्यावर दोन अपार्टमेंट्स. पायऱ्या चढून तो वरपर्यंत गेला. तो कुठे आहे हे कळून घ्यायला हवे होते.

सर्वांत वरचा मजला म्हणजे एकच अपार्टमेंट असणारे छोटे पेंटहाउस होते. बाहेर टेरेस आणि बाग दिसत होती. त्याने दाराला खांदा लावला आणि दार उखडले. आतमध्ये एक स्त्री आणि दोन छोटी मुले होती.

ती स्त्री किंचाळायच्या आतच त्याने आपले पिस्तूल तिच्यावर रोखले आणि आपल्या ओठांवर बोट टेकले. गप्प राहण्याची सूचना कळली तिला. तिने दोन्ही मुलांना जवळ ओढले. तिच्या डोळ्यांमधून अश्रुधारा वाहत होत्या, पण तिने आवाज केला नाही.

मुलांचे खाणे चालू असावे. खाण्याच्या पदार्थांकडे बोट दाखवत त्याने तिला ते सर्व उचलायला लावले आणि तिघांनाही स्नानगृहामध्ये बंद केले.

बैठकीच्या खोलीतल्या एका कपाटात दारूच्या बाटल्या होत्या. अमेरिकन ब्रँड्स वाटत असले, तरी बनावट. या क्षणी लेफ्टनंट ब्रेमरला काहीही चालणार होते. जॅक डॅनिएलची असावी अशी वाटणारी बाटली त्याने उचलली. त्याला आपली छातीतली धडधड कमी करायची होती.

त्याने झाकण फिरवून काढले आणि खाली फेकले. बाहेर टेरेसवर पाऊल टाकले, तत्क्षणी त्याच्या पोटात गोळा आला. त्याला कुठेही ओळखीची अशी एक खूण म्हणून दिसत नव्हती. त्याने बाटली उपडी करत एक मोठा घोट घेतला. कमी प्रतीची असली तरी दारूच होती. त्याच्या शरीरात उष्णता खेळायला लागली. त्याने आणखी दोन मोठे घोट घेतले. त्याला तर शुद्ध जाईपर्यंत दारू प्यायची होती; पण नंतर. सर्वप्रथम त्याला एक कथा तयार ठेवायला हवी होती.

ब्रेमरने आज घडलेल्या घटनांचा तपशीलवार विचार केला. ड्रायव्हर मेला असल्याने त्याची कथा खोटी आहे असे म्हणणारा दुसरा अमेरिकन नव्हता. स्थानिक लोकांनी काहीही सांगितले तरी आणि ते तसे सांगणारच होते, अमेरिकन लष्कराने कुणाची बाजू घेतली असती, हे त्याला माहीत होते. कथा तयार

करतानासुद्धा जास्तीत जास्त खरे बोलणे महत्त्वाचे. तो तेवढेच करू शकला, तर स्थानिक लोक शेवटी त्याच्याच गोष्टीला चुकून खरी आहे असेच म्हणायला लागतील. आणि त्याने अप्रतिम कथा बनवलीही.

त्याला सोडवून घेऊन जाण्यासाठी टीम आली तोपर्यंत त्याने तपशीलवार अशी कथा बनवून ठेवली होती. इतकी साधी, सरळ आणि कल्पक की त्याचे त्यालाच आश्चर्य वाटले.

लष्कराने ती स्वीकारली, एवढेच नाही तर त्यांच्या चौकशी अधिकाऱ्यांनीही त्यालाच पाठिंबा दिला. ब्रेमरला चक्क एक पदकही मिळाले. सर्व व्यवस्थित झाले; पण एक भानगड झाली. गाडीखाली चिरडला गेलेला एक जण स्थानिक सीआयए एजंटचा भाऊ होता. त्याने त्याच्या वरिष्ठाकडे इतका आरडाओरडा केला की कुवेत शहराच्या सीआयए स्टेशन चीफने स्वतःच, शांतपणे, कुणाच्या नकळत खरोखर काय घडले होते ते शोधून काढले.

तो स्टेशन चीफ जेव्हा त्याच्या शोधाचे निष्कर्ष घेऊन लष्कराच्या उच्च अधिकाऱ्यांकडे गेला, तेव्हा त्यांनी त्याला स्पष्ट सांगितले की त्यांनी चौकशी केली आहे आणि त्यांच्या मतात बदल होणार नाही. त्यांनी उलट स्टेशन चीफलाच सज्जड दम मारला. त्याने त्याच्या मर्यादेबाहेर पाऊल टाकले तर त्याला कशाकशाला तोंड द्यावे लागेल याची स्पष्ट जाणीव करून दिली.

मृत झालेल्या काही कुवेतींसाठी ब्रेमर त्याची कारकीर्द धोक्यात आणू देणार नव्हता. स्टेशन चीफने आपला अहवाल लँग्लेला दिला आणि त्यावर काही कार्यवाहीची गरज नाही असे सुचवले. नंतर कोणीच काही केले नाही. ब्रेमर त्याच्या गळ्याभोवती आवळत आलेल्या पाशातून मुक्त झाला आणि इतिहासात त्याची शूर वीर म्हणून नोंद झाली. पण ज्या दिवशी क्रेग मिडलटन त्याच्या आयुष्यात आला, त्या दिवशी त्याचे सर्व आयुष्य बदलले. कुवेत शहरातल्या सत्यकथेव्यतिरिक्त त्याच्याकडे ब्रेमरच्या इतरही अनेक भानगडींचे पुरावे होते.

कर्नल ब्रेमरने स्वतःभोवती जे वलय निर्माण केले होते, त्याच्याच तो फार आहारी गेला होता. त्याच्या वरिष्ठांनीही त्याच्या नसलेल्या कार्यक्षमतेवर अवाजवी विश्वास टाकला. स्वतःबद्दलच्या भ्रामक कल्पनांनी तो फार विलासी जीवन जगायला लागला. लष्कराला पुरविल्या जाणाऱ्या वस्तूंच्या करारांच्या वेळी दबाव टाकून त्याने बराच पैसा कमावला. इतर स्त्रियांशी संबंध ठेवले.

मिडलटनने जेव्हा स्वतःबरोबर आणलेली जंत्री अणुबॉम्ब टाकावा तशी ब्रेमरच्या टेबलवर टाकली तेव्हा त्याच्याकडे दोनच पर्याय होते. सहकार्य द्यायचे अथवा सर्व काही गमवायचे. त्याच्या स्वभावात दोष असले तरी स्वतःची कातडी वाचवण्याच्या बाबतीत तो नक्कीच हुशार होता. त्या क्षणापासून तो मिडलटनचा गुलाम बनला.

मिडलटनने ब्रेमरच्या कार्यालयात पाऊल टाकले तेव्हा तो त्याच्या निळ्या गणवेशात होता. व्हाइट हाउसमधून कधी बोलावणे येईल याचा नेम नसे.

ब्रेमरच्या एससीआयएफकड- सेन्सिटिव्ह कम्पार्टमेंटलाइज्ड इन्फर्मेशन फॅसिलिटीच्या दाराकडे बोट दाखवत मिडलटनने विचारले, ''जाऊ या?''

कॉफीचा कप उचलून घेता घेता कर्नल स्वतःशीच विचार करत होता. शुभेच्छा नाहीत, अभिवादन नाही, काय माणूस आहे हा.

त्याने दाराजवळ जाऊन छोट्या कीपॅडवर स्वतःचे सांकेतिक आकडे दाबताच कुलपे उघडली. दार उघडून त्याने मिडलटनला हाताने खूण करत सुरक्षित अशा कॉन्फरन्स रूममध्ये शिरायला सांगितले.

दार बंद होताच त्यांचे संभाषण पुढे चालू झाले. ''तुझी खात्री आहे की जागेबद्दलची माहिती योग्य आहे म्हणून?''

चामड्याचे वेष्टण असलेली खुर्ची पुढे ओढून मिडलटन ती स्वतःचीच जागा असल्याप्रमाणे आरामात बसला. ''आधीच सांगितले आहे मी तुला तसे.''

''पाहणी केली असेल ना? टीमला काहीतरी सूचना द्याव्या लागतील.''

''मी देऊ शकेन ती सर्व माहिती मिळेल तुला. तुझी टीम किती लवकर जाऊ शकेल तिथे?''

''लीऑंमध्ये माझी एक टीम आहे. हॉर्वाथने परवाच्या रात्रीचे पॅरिसहून सुटणाऱ्या हाय स्पीड ट्रेनचे तिकीट काढले होते.''

''मला याबद्दल का सांगितले नव्हते?'' मिडलटनने विचारले.

''सांगतोच आहे आत्ता.''

''माझ्याकडे असणाऱ्या साधनसामग्रीचा विचार करता हा गाढवपणा नाही?''

''ती व्यावसायिक माणसे आहेत,'' त्याच्या बोलण्याकडे दुर्लक्ष करत ब्रेमर म्हणाला, ''ते काय करत आहेत ते कळते त्यांना.''

''खरंच? म्हणूनच स्पेनमध्ये असणाऱ्या माणसाचा ते फ्रान्समध्ये शोध घेत आहेत?''

''त्यांच्यावर दुसरी कामगिरी सोपवली जाईल. आणखी काही विचारायचे आहे?''

''आहे. विचारायचे आहे. कर्ट श्रोडरबद्दल तुझ्याकडून काहीच कसं कळलं नाही?''

''श्रोडर? म्हणजे तुझ्या कार्यालयात काम करणारा पोरगा?''

''छे! छे! पीनट्स व्यंगचित्रांमधला पोरगा,'' मिडलटन कुत्सितपणे म्हणाला, ''अर्थातच मी माझ्या कार्यालयातील मुलाबद्दलच विचारतो आहे.''

ब्रेमरच्या गालावरली एक नस उडायला लागली. काय नालायक माणूस आहे

हा. ''त्याच्याबद्दल तू काही ऐकलेले नाहीस याचा अर्थ पाठलागावर असणाऱ्यांना काही सापडलेले नाही.''

''तसे होणे शक्यच नाही. काहीतरी मिळायलाच हवे. माहीत आहे मला.''

''तुझी जर एवढी खात्री असेल तर ताबडतोब त्याला बाजूला काढ. कॅरोलाइन रोमेरोसारखे आणखी एक प्रकरण आपल्याला नको आहे,'' ब्रेमर म्हणाला.

मिडलटनच्या मनात क्षणभर कॅरोलाइन रोमेरोचे विचार येऊन गेले. मग तो म्हणाला, ''त्याला खूप माहिती आहे. त्याला तसा काढता येणार नाही.''

''मग आपण त्याचे नावही यादीत घालू. काय ते ठरव नक्की.''

मिडलटनला त्याच्या बोलण्याचा स्वरच खटकला. ''तू मलाच आज्ञा देतो आहेस का, कर्नल?''

''काय हवा तो अर्थ काढ. माझ्यापुढे आधीच खूप प्रश्न आहेत. त्यात तुझ्या प्रश्नांची भर नको आहे मला.''

''कान उघडे ठेवून ऐक, चक. माझे प्रश्न हे तुझेच प्रश्न आहेत, हे कधीही विसरू नकोस. सर्व देशाच्या सुरक्षिततेशी निगडित आहेत. त्या यादीत असणाऱ्या माणसांकडून या देशाला फार मोठा धोका संभवतो. ही बाब नीटपणे हाताळली नाही, तर अनेक जणांचा संपूर्ण नाश होईल. अगदी तुझासुद्धा.''

''ही धमकी आहे का?''

''मी धमकी देणार? एका कर्नलला? नॅशनल सिक्युरिटी कौन्सिलच्या खास सल्लागाराला? शक्यच नाही. मित्रत्वाचा सल्ला समज तो.''

''ठीक आहे, आणखी काय?''

''कॉंसीएर्जचे काय? ते प्रकरण संपले आहे ना?'' कॉंसीएर्ज हे रीड कार्लटनला दिलेले सांकेतिक नाव होते.

''तुला तर सगळीकडे तोच दिसतो,'' ब्रेमर उद्गारला. ''त्या आगीची चित्रे बघितलीस तू. जळून राख झाली असणार त्याची. तसल्या भीषण आगीतून कुणीही वाचणे शक्य नाही. तो मेला आहे. विश्वास ठेव माझ्यावर.''

''तुझ्यावर विश्वास आहे रे, पण तुझ्या माणसांबद्दल शंका आहे मला. आपण व्यावसायिक टीम वापरायला हवी होती.''

''खरं सांगायचं तर त्यांनाही व्यावसायिक समजायला काही हरकत नाही. तशीच माणसे आहेत तीसुद्धा.''

''त्या गप्पा सोड तू. गुन्हेगार आहेत ते. कागदोपत्री त्यांच्या शिक्षा कमी करून, त्यांना तुरुंगातून बाहेर काढून, त्यांचा खुनी टोळी म्हणून तू वापर केलास आणि गोंधळ झाला सर्व.''

स्वतःच्या निर्णयावर कुणी भलतेच मतप्रदर्शन करावे, हे ब्रेमरला पटले नाही.

“मी पूर्वीच सांगितले आहे तुला. स्पेशल ऑपरेशन्समध्ये काम करणाऱ्यांची संख्या खूप कमी असते. एका मागोमाग एक अशा टीम्स आपण पाठवू शकत नाही एखाद्याच्या खुनासाठी पाठवलेली टीम जर त्याला ओळखत असेल तर ते कामगिरी पार न पाडण्याचा मोठा धोका संभवतो. आपण त्यांना काहीही सांगितलेलं असलं तरी...”

“ते जाऊ दे. मी वापरत असणाऱ्या टीमच्या सदस्यांना असाधारण असे प्रशिक्षण दिलेले होते. त्यांनी कार्लटन आणि यादीमध्ये असलेल्या त्याच्या प्रत्येक माणसाचा काटा काढलेला आहे.”

“फक्त हॉर्वाथ सोडून,” मिडलटनने दुरुस्ती केली.

पॅरिसच्या बोजवारा उडालेल्या कामगिरीबाबत पुन्हा चर्चा करत बसण्याची कर्नलची मुळीच इच्छा नव्हती. आधीच खूप वादावादी झाली होती. “ते हॉर्वाथचाही काटा काढतील.”

“खात्री करून घे त्याची.”

ब्रेमरने विषय बदलला. “आणि त्या बुटक्याचा ठावठिकाणा तुझ्याकडून मिळण्याचीही वाट बघतो आहे मी.”

“तो तुला लवकरच मिळेल.”

कॉफीचा कप उचलून एक घोट घेत असताना कर्नलने मिडलटनच्या नजरेला नजर भिडवली. दोघांचाही एकमेकांबद्दलचा आकस स्पष्ट कळत होता. कप खाली ठेवून कर्नलने दरवाजाजवळ जाऊन तो उघडला.

“आज मला वाटते एवढेच काम आहे,” मिडलटन उठत म्हणाला. कर्नलने त्याला पुढे जाऊ दिले. बाहेर पडताना मिडलटनच्या चेहऱ्यावर वेगळेच हसू उमटले. “तुझ्या मुलीची हॉकी टीम जोरात आहे म्हणे यंदा. मला वाटते ती फ्रेडरिक्सबर्ग ॲकॅडमीमध्ये आहे. बरोबर?”

कर्नलच्या डोळ्यात संताप उमटला. “माझ्या मुलीपासून आणि कुटुंबापासून दूर राहा,” असे म्हणत त्याने आतच थांबून एससीआयएफचा दरवाजा धाडकन बंद केला.

मिडलटनच्या चेहऱ्यावरचे हसू रुंदावले. त्याला ब्रेमरची कळ काढायला आवडायचे. मिडलटन जे जे सांगेल ते ते ब्रेमर करणार होता. ब्रेमरकडे गमावण्यासारखे खूप होते. त्याच्याकडे पर्यायच नव्हता. धमक्या देणे हीदेखील एक कला आहे आणि त्या कलेत मिडलटनचा हात धरणारे कुणी नव्हते.

पण यापुढे जे काही घडणार होते ते खरे कलात्मक असणार होते. कार्लटन समूहाचा संपूर्ण विनाश हे केवळ पहिले पाऊल होते. अमेरिका यानंतर जो हल्ला अनुभवणार होती, तसा हल्ला तिने पूर्वी कधी अनुभवला नव्हता. सगळी धूळ खाली बसल्यानंतर पहिल्यासारखे काहीच राहणार नव्हते.

प्रकरण १७

फेअरफॅक्स काउंटी
उत्तर व्हर्जिनिया

अनेक खिसे असणारे आणि सर्व तऱ्हेच्या हवामानात वापरण्यासारखे हिरवे बर्बोर जाकीट, थोडे कपडे आणि एक छोटीशी बॅग घेऊन रीड कार्लटन जळत्या घरामधून निसटला होता. क्षणार्धात निघायची वेळ आली तर बरोबर ठेवण्याच्या त्या बॅगेमध्ये रोकड रक्कम, बनावट ओळखपत्र, त्याच नावाचे क्रेडिट कार्ड, कोणत्याही प्रकारच्या व्हायरसची लागण न झालेला लॅपटॉप, सांकेतिक भाषा वापरून सुरक्षित ठेवलेला एक पेन ड्राइव्ह, पूर्वी एकदाही न वापरलेले तीन सेलफोन्स, नकाशे, ले बेअर १९११ पिस्तूल आणि त्यासाठीचा सप्रेसर अशा वस्तू होत्या.

मुख्य रस्ते टाळून, आडवाटेच्या रस्त्यांनी एका माल साठवण्याच्या गोदामापाशी जाण्यासाठी कार्लटनला तीन तास लागले. तिथे त्याने हिरव्या रंगाची एक १९८० मधली चेरोकी जीप आणि इतर सामान ठेवले होते. लायसन्स प्लेट्सचा कुणी तपास केलाच असता तर तो एका बनावट लिमिटेड लाएबिलिटी कंपनीपर्यंत पोहोचला असता आणि रिचमंडमधल्या एका छोट्या लॉ फर्ममधल्या वृद्ध ॲटर्नीपर्यंत जाऊन पूर्ण थांबला असता.

रहदारीचे रस्ते टाळून रीड कार्लटन विंचेस्टरच्या दिशेने निघाला. तिथे शेनानडव विद्यापीठ असल्याने राहण्यासाठी परवडता येणाऱ्या भाड्यामधली अनेक घरे उपलब्ध होती. बिझिनेस सेंटर असणाऱ्या एका हॉटेलात त्याने खोट्या नावाने जागा घेतली आणि तो कामाला लागला.

इंटरनेट एखाद्या जलाशयाप्रमाणे आहे. अशा या जलाशयातील आपली उपस्थिती कळू द्यायची नसेल, तर पाण्याच्या पृष्ठभागावर यायचे नाही. म्हणजेच कोणतीही संशयास्पद हालचाल न करता सामान्य नागरिकांप्रमाणेच इंटरनेटचा वापर करायचा.

त्याने वेगवेगळ्या स्थानिक वृत्तपत्रांच्या वेबसाइट्स बघायला सुरुवात केली. कशाचाही मुद्दाम शोध न घेता सहजपणे निरनिराळ्या बातम्या आणि माहिती वाचायला सुरुवात केली. शेवटी एकदा त्याला आगीचा उल्लेख सापडला. ताजी बातमी द्यावी तसा एक छोटासा रकाना होता. शहराचे नाव दिलेले. आग आटोक्यात आणण्यासाठी कुठल्या कुठल्या कंपन्यांच्या गाड्या आलेल्या ते लिहिलेले. त्याला जास्ती माहितीची गरज होती.

स्वतःच्या कार्यालयाला फोन करणे, हा सर्वांत सोपा मार्ग होता आणि सर्वांत धोकादायकही. ज्यांनी त्याच्या सुरक्षारक्षकांना ठार मारले होते, ज्याला त्याच्याच सुरक्षित खोलीत कोंडले होते, धोक्याचे इशारे देणारी आणि पाण्याचे फवारे उडवणारी यंत्रणा निकामी केली होती त्यांचे, तो नक्की ठार झाला आहे याची खात्री पटेपर्यंत त्याचा संबंध असणाऱ्या प्रत्येक ठिकाणी लक्ष असणार. तो ठार झालेला नाही, हे कळताच गळफास जास्तीच आवळला जाणार होता. या क्षणाला तो जिवंत आहे, हे अजून कुणाला कळलेले नव्हते आणि त्याचा जास्तीत जास्त फायदा उठवण्याची ही वेळ होती.

बिझिनेस सेंटरचा संगणक त्याने बंद केला. लॉबीमध्ये जाऊन कॉफीचा आणखी एक कप भरून घेऊन तो आपल्या जीपकडे निघाला. इंटरस्टेट आय-८१ या महामार्गावरून त्याने एक ट्रक्सचा थांबा शोधला आणि तो थांबला.

पेट्रोलपंपावरून पेट्रोल भरून त्याने गाडी उभी केली आणि तो रेस्टॉरंटमध्ये शिरला. खाण्याचे पदार्थ मागवून त्याने आपला लॅपटॉप सुरू केला. सांकेतिक भाषा वापरून सुरक्षित केलेला पेन ड्राइव्ह लॅपटॉपला जोडला. प्रत्येक तंत्रज्ञानाचा पुढे जाण्याचा वेग लक्षात आला की तो थक्क होत असे. तो पेन ड्राइव्ह अत्यंत साधा, कुणालाही सहज खरेदी करता येईल असा होता. तो सैनिकी मापदंड वापरून तयार केलेला व २५६ बिट सांकेतिक भाषा वापरून बनवलेला होता. सुरक्षिततेच्या दृष्टीने त्यात एक वेगळीच तरतूद केली होती. दहा प्रयत्नांत योग्य तो पासवर्ड दिला नाही तर सर्व काही पुसले जात असे. आश्चर्यकारकच!

कार्लटनने 'कार क्लब' या शीर्षकाखाली असलेली सेल फोन्सची यादी संगणकाच्या पडद्यावर आणली. आपल्या कोणत्या एजंटला प्रथम फोन करायचा याचा विचार करून त्याने फ्रँक कॉयनी याला फोन करायचे ठरवले. तो पूर्वी डेल्टा फोर्समध्ये सार्जंट मेजर होता. माहिती काढण्यात अत्यंत वाकबगार होता. सीआयएमध्ये त्याने कार्लटनच्या हाताखाली काम केले होते. मग तो कार्लटन समूहात आला. आपला बॅगेमधला सेल फोन काढून कार्लटनने प्रथम त्याच्या घरी फोन केला.

बराच वेळ फोन वाजत होता, पण तो कुणी उचलला नाही. व्हॉइस मेलवर गेला. शक्य होते की कॉयनी नंबर बघत असेल, पण ओळखीचा नसल्याने त्याने

उत्तर दिले नसेल. रीड कार्लटनने कुठलाही निरोप ठेवला नाही.

फोनची एसएमएस सुविधा वापरून त्याने अगदी छोटा टेक्स्ट मेसेज टाइप केला. – निळा # – अर्थ होता, तो थोड्याच वेळात कॉयनीला फोन करणार होता आणि त्याने तो उचलावा. दोन मिनिटे थांबून त्याने पुन्हा फोन केला. बराच वेळ वाजून व्हॉइस मेलवरच गेला. कार्लटनने आपला फोन बंद केला. पुन्हा यादीवर नजर टाकली.

त्याने डग्लस नावाच्या दुसऱ्या एजंटला फोन करायचा प्रयत्न केला- तोच अनुभव- घरच्या फोनवर उत्तर नाही आणि सेल फोनवरही नाही. त्याच्या पोटात ढवळायला लागले. त्याच्यावर तर हल्ला झालाच होता, पण त्याच्या दोन एजंट्सशीही तो संपर्क साधू शकत नव्हता. त्याने आता प्रयत्नांची पराकाष्ठा करण्याचे ठरवले.

कुणाला पळवून नेऊन खंडणीची मागणी केली असेल तर ती देण्यापूर्वी तो माणूस जिवंत आहे याची खात्री पटवून घेतली जाते. जिवंत असल्याचा पुरावा हे शब्द वापरायला कार्लटनने आपल्या एजंट्सना शिकवले असले, तरी त्यांचा खरा अर्थ लपवून ठेवायलाही शिकवले होते. त्याने पुन्हा यादी बघितली आणि सर्व एजंट्सना एकाच वेळी एकच मेसेज पाठवला. मिळकतीचा ताळेबंद. ब्ल्यू पेट्रोलियम ऑइल ॲन्ड ल्युब्रिकन्ट. त्यांचा जीव धोक्यात आहे अशा अर्थाचा तो इशारा होता. त्याच वेळी तो वापरत असलेल्या सेल फोनवर त्याच्याशी संपर्क साधावा अशी सूचनाही होती.

फोन ताबडतोब थरथरायला लागेल अशी अपेक्षा होती; पण एकही फोन आला नाही- स्कॉट हॉर्वाथचाही नाही. तो दुसऱ्या देशात असला, तरी त्याचा फोन चोवीस तास त्याच्याजवळ असे.

ट्रक टर्मिनसचा वायरलेस इंटरनेट वापरून त्याने त्या पेन ड्राइव्हचे सुरक्षित ब्राउझिंग सुरू केले. इंटरनेटवर स्वतःची ओळख पुसून टाकत किंवा स्वतःचे अस्तित्व लपवून त्याने इंटरनेटवरील जगामधल्या वेगवेगळ्या सर्व्हर्समधून प्रवेश मिळवत त्याला पाहिजे असलेल्या स्काइप सॉफ्टवेअरमध्ये प्रवेश मिळवला.

कार्लटनने स्वतःचे नाव, पासवर्ड टाकत साइन इन्चे बटण दाबले, त्याला भलताच मेसेज दिसायला लागला. साइन इन् होऊ शकत नाही. चुकीचा पासवर्ड. त्याने आणखी दोन वेळा प्रयत्न करून बघितला. हे नक्कीच चुकून घडत नव्हते. कुणीतरी, कुठल्या तरी पद्धतीने, त्याला त्याच्याच स्काइप अकाउंटमध्ये प्रवेश करू देत नव्हते. त्याच्या अत्युच्च पदांवरील एजंट्सशिवाय इतर कुणाला या स्काइप अकाउंटबद्दल माहितीही नव्हती की तो हा अकाउंट त्याच्या एजंट्सच्या संपर्कात राहण्यासाठी वापरतो. त्याच्या संघटनेमध्ये कुणीतरी आतपर्यंत घुसखोरी केली होती हाच त्याचा अर्थ होता.

त्याला त्याच्या स्काइप अकाउंटमधून कुणीतरी एकाच कारणाने बाहेर ठेवले होते. एकमेकांच्या संपर्कात राहण्याचे त्यांचे प्रमुख साधनच त्यांनी नष्ट केले होते. त्याच्या फोन कॉल्सना आणि टेक्स्ट मेसेजेसना उत्तरे न मिळण्याचे कारण त्यांना ठार मारण्यासाठीच प्रथम सर्वांना एकमेकांपासून संपूर्ण वेगळे पाडले होते. ही मोठ्या सुऱ्यांचीच रात्र होती – नाईट ऑफ द लाँग नाइव्ह्ज. हिटलरने स्वतःच्याच पक्षातल्या पण त्याला डोईजड होतील अशी भीती वाटणाऱ्या शेकडो नाझींची एका रात्री अशीच कत्तल उडवली होती. कार्लटनला भीती वाटायला लागली की त्याचे कोणतेही सहकारी आता जिवंत नसणार.

पण अत्यंत वाईट स्थितीला तोंड देण्यासाठीही त्याच्याकडे नेहमी एखादी योजना तयार असे. पेस – पीएसीई – प्रायमरी, ऑल्टरनेट, कॉन्टिन्जन्सी, इमर्जन्सी. अत्यंत महत्त्वाची, पर्यायी, आणीबाणीची परिस्थिती उद्‌भवली किंवा अचानक संकट कोसळले तर संगणकावर वापरण्याची प्रणाली. इंटरनेटवर प्रवेश करत त्याने काही निवडक डेटिंग वेबसाइट्स बघायला सुरुवात केली आणि मेसेजेस पाठवून दिले. कोणी जिवंत असलेच तर त्यांना कळावे म्हणून.

संगणक बंद करून, आपले बिल देऊन तो दोन ट्रकर्सच्या मागोमाग रेस्टरूममध्ये शिरला. निवृत्त झालेला एक बडबड्या म्हणून गप्पांना सुरुवात करून सहजच ते कुठल्या दिशेला निघाले आहेत, कुठले ट्रक्स चालवत आहेत, शेवटी कुठे जाणार आहेत वगैरे माहिती काढून घेतली. बाकीचे मग सोपे होते.

जे कुणी त्याच्या विरोधात उठले आहेत ते त्यांच्या क्षेत्रात अत्यंत तरबेज होते, याच्याबद्दल त्याच्या मनात शंकाच नव्हती. त्याने त्याच्या स्काइप अकाउंटवर प्रवेश केला होता आणि सेल फोनही वापरला होता. त्यांचा मागोवा घेत कुठल्या तरी क्षणी ते पत्ता लावणारच होते की तो या ट्रकथांब्यावर होता. आपण सुरक्षित आहोत या भ्रमात तो अजिबातच नव्हता. त्याला फक्त थोडा वेळ हवा होता. माग काढणारे भलतीकडेच जातील, अशी युक्ती शोधायला हवी होती.

बेकर्सफील्डला निघालेल्या ट्रकड्रायव्हरचा ट्रक त्याने शोधून काढला. वापरलेला सेल फोन झिप लॉकच्या पिशवीत टाकून डक्ट टेपने तो पडणार नाही अशा तऱ्हेने ट्रकच्या खाली चिकटवून टाकला. आता बॅटरी संपेपर्यंत किंवा तो शोधला जाईपर्यंत त्याच्या पाठलागावर असणारे त्या फोनच्या मागोमाग भलत्याच दिशेने लांबवर पोहोचतील अशी त्याला आशा होती.

विन्चेस्टरमधील हॉटेलवर परत येऊन त्याने उरलेला दिवस आणि बरीचशी रात्र बिझिनेस सेंटरच्या संगणकावर वेबसाइट्स पाहण्यात घालवली. त्याच्यावर झालेल्या हल्ल्याचे तपशील शोधण्यात त्याने वेळ घालवला नाही. त्याच्या एजंट्सवर झालेल्या हल्ल्यांबाबत किंवा त्यांना झालेल्या अपघातांबद्दल काही बातम्या आल्या

आहेत का हे तो शोधत बसला. त्याला जे वेगवेगळे संदर्भ मिळाले त्यात पॅरिसमधल्या गोळीबाराचीही बातमी होती. नावे दिली नसली तरी त्या बातमीचा संदर्भ हॉर्वाथ आणि तो भेटायला जात असणाऱ्या डेल्टा फोर्सच्या रायली टर्नरशी होत, याबद्दल त्याच्या मनात कुठलीच शंका नव्हती.

कार्लटनने कष्टांनी उभारलेल्या संघटनेचा कणाच कुणीतरी नष्ट केला होता. आपण जिवंत आहोत तेव्हा नशीबवान ठरलो असे त्याला वाटायला हवे होते; पण तशा भावनेचा त्याला स्पर्शही झाला नाही. त्याचे जे अनेक एजंट मारले गेले होते त्यांतले काही जण त्याला त्याच्या कुटुंबातल्या सदस्यांसारखे जवळचे होते. त्याला राग आला होता आणि त्या रागाचे रूपांतर भयानक संतापात व्हायला लागले होते. ही भावना त्याला नवीन नव्हती. पण संतापाला आवर घातला नाही तर तोच त्याचा ताबा घेईल आणि नको त्या गोष्टी करायला लावेल, हे त्याला कळत होते. तो वयाने मोठा होता आणि अनुभवानेही. त्याला थंड डोक्याने, आजपर्यंत कधी गरज पडली नव्हती इतक्या थंड डोक्याने, काम करण्याची आणि मोजून मापून पावले उचलण्याची गरज होती.

खोलीवर परत जाऊन, दाढी आणि स्नान उरकून त्याने खिडक्यांवरचे जाड पडदे ओढून घेतले आणि तो बिछान्यावर आडवा झाला. आगीमधून सुटका करून घेतल्यापासून त्याला झोप मिळाली नव्हती. त्याला विश्रांतीची खरी गरज होती.

तो खूप थकला होता. त्याला लवकरच झोप आली. पण झोपेमध्येदेखील त्याचे अंतर्मन काम करत होते. प्रश्नांची उत्तरे शोधायचा, पुढे काय करायचे याचा विचार करत होते.

तो जागा झाला तेव्हा पहाटेचे चार वाजले होते. झोपायला गेला होता त्या वेळी त्याला जितका थकवा जाणवला नव्हता, त्यापेक्षा जास्तीच थकवा आता त्याला जाणवत होता. पण एक फरक होता. त्याच्याकडे योजना तयार झाली होती.

त्याने स्टँडवरचे घड्याळ बघितले. त्याला खूप तातडीने हालचाल करावी लागणार होती. वेळ फार कमी होता.

प्रकरण १८

टेक्सास

निकोलसने तिला रँचवर आणायला नको होते. खरे तर आपल्या गाडीतच घ्यायला नको होते. पण पर्समधून बाहेर काढून गाडीच्या खिडकीवर टेकवलेल्या फोटोने सर्वच बदलून गेले.

त्या फोटोत तिने आपली मोठी बहीण कॅरोलाइन हिला मिठी मारली होती. दोघी हसत होत्या. पण फक्त या फोटोमुळेच त्याचे मत बदलले नव्हते, तर तिच्या चेहऱ्यावर जे भाव उमटले होते त्यामुळे. ती भयंकर घाबरलेली दिसत होती. खरीखुरी धास्तावलेली. म्हणूनच त्याने देनालीचे दार उघडून तिला आत घेतले होते.

नीनाचे डोळे बहिणीसारखेच हिरवेगार होते. केस काळेभोर. कलप लावलेला असणार असा निकोलसच्या मनात विचार आला. डाव्या नाकपुडीत एक चमकी घातलेली होती.

गराजमधून बाहेर पडून त्याने बऱ्याच लांबपर्यंत गाडी उलटसुलट रस्त्यांवरून वळवत त्यांचा कुणी पाठलाग करत नाही याची खात्री करून घेतली. नीनाने गाडीत बसताक्षणी बोलायला सुरुवात केली होता; पण निकोलसने तिला गप्प राहायला सांगितले. बोलणेही सुरक्षित वाटत नव्हते, अजून तरी.

तिच्याकडे कुठली इलेक्ट्रॉनिक्सची साधने आहेत का असे विचारल्यावर तिने आपला सेल फोन काढून त्याला दाखवला. डोन्रा रिझर्वायर शेजारून जात असताना त्याने तिला सेल फोनमधली बॅटरी काढायला लावली आणि सर्व भाग गाडीच्या खिडकीमधून जलाशयात फेकायला लावले. तो गाडी चालवत असताना त्याच्या प्रत्येक सूचनेचे ती पालन करत राहिली.

रिओ ग्रान्दे येण्यापूर्वी त्याने पश्चिम दिशा पकडली आणि थोड्या वेळाने पुन्हा

उत्तरेला जात लास मिल्पासमधून तो थ्री पीक्स रँचला निघाला.

गाडी चालू असताना ते बोलत होते किंवा खरे तर ती बोलत होती आणि मधूनमधून तिचे बोलणे थांबवून तो प्रश्न विचारत होता.

तिने सांगितले की स्त्रियांची अंतर्वस्त्रे विकणाऱ्या वॉशिंग्टनमधल्या एका दुकानातून तिला एक पॅकेज मिळाले होते. कपड्यांबरोबर एक छोटी फ्लॅश ड्राइव्ह आणि आवाज रेकॉर्ड करण्यासारखे एक शुभेच्छा कार्ड होते. त्यावर तिच्यासाठी एक निरोप रेकॉर्ड केला होता.

ती ड्राइव्ह कुठल्याही संगणकाला जोडायची नाही अशी सक्त ताकीद देऊन कॅरोलाइनने निकोलसची भेट होईपर्यंत थांबायला सांगितले होते आणि घाईघाईने त्याच्याशी कसा संपर्क साधायचा याबाबत सूचना दिल्या होत्या. रेकॉर्डिंगसाठी विशेष जागा नसल्याने ती भराभरा बोलत होती. शेवटी कॅरोलाइनने सांगितले की ती एका भानगडीत अडकली आहे आणि तिचे नीनावर खूप प्रेम आहे. बस्, तेवढेच!

रेकॉर्डिंग ऐकल्यावर तिने पुन्हापुन्हा कॅरोलाइनशी संपर्क साधण्यासाठी केलेले प्रयत्न व्यर्थ गेले होते. थोड्याच काळानंतर तिच्या मनात एक वाईट भावना निर्माण झाली की कोणीतरी तिच्यावर, ती अपार्टमेंटमध्ये असताना आणि कामावर असतानाही नजर ठेवून आहे. तेव्हा तिने नाहीसे होण्याचे ठरवले.

प्रकृती बरी नाही म्हणून कामावर येता येत नाही सांगून ती एका श्रीमंत मेक्सिकन कुटुंबाच्या घरामध्ये लपून राहिली. त्यांच्या पाळीव प्राण्यांचा ती बऱ्याचदा सांभाळ करत असे. ते मेक्सिकोमधील रेनोसा शहरातल्या त्यांच्या घरी गेले होते आणि निदान नाताळपर्यंत परत येणार नव्हते. त्यांच्या घराची किल्ली नेहमीच्या जागी दडवून ठेवली होती. धोक्याचे इशारे देणारी यंत्रणा ते कधीच चालू करत नसत असा तिचा अनुभव होता.

ती हुशार होती आणि तिची अंतःप्रेरणाही जागरूक होती. निकोलसवर तिची छाप पडली. मागे नजर टाकून कुत्र्यांकडे बघत तिने जेव्हा विचारले, "ओवचार्का, बरोबर?" तेव्हा तर तो खूशच झाला.

"तुला कसे काय माहीत?"

"मी पशुवैद्यकीय शास्त्रामधली तंत्रज्ञ आहे."

"दक्षिण टेक्सासमध्ये खूप कॉकेशियन कुत्रे आढळतात का?" त्याने विचारले.

आणि नीनाची मनःस्थिती सुधारली. निदान क्षणभर तरी. बहिणीच्या काळजीवरून तिचे विचार दुसरीकडे वळले. ती हळूच हसली. "खरं तर नाही," तिने उत्तर दिले, "पण मला कुत्रे आवडतात. मोठ्या जातींचे कुत्रे तर जरा जास्तीच आवडतात."

तिने कॅरोलाइनच्या सूचनेप्रमाणे शुभेच्छा कार्ड जाळून टाकले होते याची खात्री

पटवून घेतल्यानंतर आणि लपवलेली फ्लॅश ड्राइव्ह काढून त्याला दाखवल्यावर उरलेला प्रवास त्याने जाणूनबुजून साध्यासुध्या विषयांवर गप्पा मारत घालवला.

बहिणीबद्दलचे विचार तिच्या मनातून जरा दूर व्हावेत म्हणून त्याने तिची चौकशी केली. थोडा काळ त्याला ते जमले, पण नंतर त्याला काय विचारावे ते कळेना. त्याची इच्छा असे तितकी इतरांशी मिळून मिसळून वागायची त्याला सवयच नव्हती. दुसऱ्या कुठल्या विषयांवर आपल्याला बोलता येत नाही, हे लक्षात आल्यावर त्याचे त्यालाच विचित्र वाटायला लागले.

रँचपर्यंतच्या उरलेल्या प्रवासात दोघेही गप्पगप्पच होते. रँचवर पोहोचल्यावर त्याला सुटका झाल्यासारखे वाटले. तिलाही बहुधा तसेच वाटले असावे, असा त्याला संशय होता.

गेस्टहाउसमध्ये आल्यावर त्याने नीनाला शिल्लक असलेल्या झोपायच्या खोल्यांपैकी कुठलीही खोली तिच्यासाठी निवडायला सांगितली. मॅगी रोझला फोन करून तिला सहा आकारांतले स्त्रियांचे जादा कपडे आणायची विनंती केली.

पंधरा मिनिटांनी मॅगी रोझने एक छोटी बॅग आणून ठेवली आणि निकोलसकडे एकदा हसून बघत ती निघून गेली. कपडे कुणासाठी आहेत, लांबवरच्या न्हाणीघरामध्ये कोण स्नान करते आहे, असे प्रश्न विचारले नाहीत. तिचे व्यावसायिक वागणे आवडले त्याला.

नीनाच्या खोलीत तिच्या कपड्यांची बॅग ठेवून तो स्वयंपाकघरात वळला. नंतर त्यांनी ताबडतोब फ्लॅश ड्राइव्ह उघडण्याचा प्रयत्न केला; पण तो यशस्वी झाला नाही. तिच्याबरोबर खूप तास काम करूनही ते पासवर्ड शोधू शकले नाहीत. थोडा काळ थांबण्याची त्यालाच गरज भासली.

नवनवीन खाद्य पदार्थ बनवायला निकोलसला मनापासून आवडायचे. खरे तर त्यामध्ये तो रंगून जात असे. तिच्या खोलीमधून नीना स्वयंपाकघरामध्ये आली तरी त्याचे तिच्याकडे लक्षही गेले नाही.

तो एका छोट्या स्टेप-स्टूलवर उभा होता. डोळे मिटलेले. नाक एका नुकत्याच उघडलेल्या वाइनच्या पेल्यामध्ये धरलेले. असे दृश्य तिने आयुष्यात कधी बघितले नव्हते. काही काळ ती नुसती त्याच्याकडे बघतच बसली. शेवटी तिने विचारले, "ब्लॅकबेरीज, जर्दाळू का हिरवी सफरचंदे?"

"काय?" निकोलस तिला तिथे उभी असलेली बघूनच आश्चर्यचकित झाला होता.

"कोणीतरी मला एकदा सांगितले की वाइनबद्दल खूप कळते अशी जर

कुणाची समजूत करून द्यायची असेल तर पेल्यामध्ये असेच नाक धरून श्वास आत घ्यायचा आणि म्हणायचे की ब्लॅकबेरीचा किंवा जर्दाळूचा किंवा हिरव्या सफरचंदासारखा वास आल्याचा भास होतो म्हणून.''

निकोलसने हसून हातामधला पेला खाली ठेवला आणि म्हटले, ''हे मी नव्हते ऐकले कधी.''

''मग बागकामातले शब्द वापरायचे.''

''बागकामातले?''

क्षणभर विचार करून नीनाने यादी दिली. ''गवतासारखा, ओकच्या लाकडासारखा, हिरवळीसारखा, मातीसारखा.''

''मला वाटते शेवटचे दोन शब्द स्कॉचसाठी वापरतात.''

''खरं?''

''खरं,'' निकोलसने खात्री दिली.

''मी तज्ज्ञ नाहीच.''

''वाइन आवडते ना तुला?''

''हो.''

आपल्या छोट्या हातांमध्ये बाटली उचलून त्याने तिच्यासाठी एक पेला भरला. ''वाइन आवडते तेवढे खूप झाले,'' असे म्हणत त्याने बाटली काउंटरवर ठेवली, पेला तिच्या दिशेने पुढे सरकवला आणि स्वतःचा पेला वर उचलला. ''कॅरोलाइनसाठी!''

नीना होती तिथेच उभी राहिली. ''त्यांनी ठारच मारले तिला, मारले ना? दुकानामध्ये पार्सल माझ्या पत्त्यावर पाठवून द्यायला सांगून ती मॉलबाहेर पळताच तिला एका गाडीने धडक दिली होती. पण अपघात नव्हता तो, नव्हता ना?''

निकोलसला कल्पना नव्हती. तिला मॅक्ऑलनला गाडीत घेतल्यापासून ते अनेक वेळा कॅरोलाइनच्या मृत्यूबद्दल बोलले होते. पण त्याच्याकडे पुरेशी माहिती नव्हती.

''आणि मलाही ठार करेपर्यंत ते थांबणार नाहीत,'' नीना पुढे म्हणाली.

''शक्यच नाही. मी तुला काहीही होऊ देणार नाही. वचन देतो तुला,'' निकोलस तिला म्हणाला. ''आपण या प्रकरणाचा शेवटपर्यंत पाठपुरावा करणार आहोत. नक्की. कठीण आहे ते. माहीत आहे मला. पण तू आशावादी विचार कर.''

तिने उत्तर दिले नाही. त्या छोट्या माणसाने पुन्हा तशीच शुभेच्छा व्यक्त केली.

हळू, अगदी हळू हात पुढे करत, पेला हातात धरून ती म्हणाली, ''कॅरोलाइनसाठी!''

दोघांनी एकेक घोट घेतला.

क्षणभर थांबून त्याने विचारले, ''मग?''

"मग काय?"

"ब्लॅकबेरीज, ॲप्रिकॉट का हिरवी सफरचंदे?"

गंभीर मनःस्थिती असतानासुद्धा तिच्या चेहऱ्यावर, थोडेसे का होईना, पण हसू उमटले. "कळत नाही. हिरवी सफरचंदे?"

"नक्की हिरवी सफरचंदेच," त्याने खात्री दिली.

आता वाइनचा परिणाम असेल किंवा तो त्याचे मनापासून आवडते काम करण्याच्या ठिकाणी होता म्हणूनही असेल, या वेळी निकोलस तिच्याबरोबर व्यवस्थित गप्पा मारू शकला. तो त्याच्या दोन आवडत्या गोष्टींबद्दल बोलत होता. वाइन आणि खाद्य पदार्थ. नीनालाही या दोन्ही विषयांमध्ये खराखुरा रस असावा कारण जेवण तयार झाले आहे हे गप्पांच्या नादात तिच्या ध्यानातच आले नाही.

नीनाने वाढायला घेतले. भाजलेली कोंबडी, कुठल्या तरी मुळ्या आणि कांदा घातलेले, उकडून लगदा केलेले बटाटे. शांतपणे आस्वाद घेत खाण्याचे साधे पदार्थ. तिला अशाच जेवणाची फार गरज होती.

जेवणानंतर ते पुन्हा फ्लॅश ड्राइव्ह उघडण्याच्या मागे लागले. विचार करायला मदत म्हणून निकोलसने आणखी एक वाइनची बाटली उघडली. त्याने त्याच्या भात्यातल्या सर्व युक्त्या-प्रयुक्त्या वापरून पेन ड्राइव्ह उघडण्याचे शर्थीचे प्रयत्न केले; पण ते निष्फळ ठरले.

उत्तर निश्चित अगदी समोर आहे, पण ते दिसत नाही याची त्याला खात्री होती. मध्यरात्रीनंतर आणखी एक वाइनची बाटली घेण्यासाठी तो स्वयंपाकघरामध्ये आला आणि अचानक त्याच्या डोक्यात प्रकाश पडला.

घाईघाईने झोपायच्या खोलीमध्ये परत येऊन तो टेबलशेजारच्या आपल्या खुर्चीत बसला आणि त्याने कीबोर्डवरची बटणे दाबायला सुरुवात केली. त्याच्या गडबडीनेच बहुधा त्याच्या बिछान्यावर झोप घेत असलेल्या नीनाला जाग आली.

"काय चालले आहे तुझे?"

"तुझी बहीण काय काम करत असे याची काही कल्पना आहे तुला?"

"मेरिलँडमधील एटीएस नावाच्या कंपनीत ती एक प्रोग्रॅमर होती. ती कंपनी सरकारची खूप कामे करते. का?"

"आणि त्यापूर्वी?" निकोलसने संगणकावरची नजर न उचलताच विचारले.

"वॉल स्ट्रीटवरील कुठल्या तरी मोठ्या बँकेत ट्रेडिंग सॉफ्टवेअर किंवा तसेच काहीतरी बनवत असे."

"तुमच्यामधले संबंध किती जवळचे होते?"

"ती माझ्याहून पंधरा वर्षांनी मोठी होती. ती हायस्कूलमधून सोफोमोर- दुसऱ्या वर्गात शिकत असताना माझा जन्म झाला. तीच आई, पण वेगळे वडील."

"म्हणजे खूप घनिष्ठ संबंध नव्हते तुमच्यात," निकोलस म्हणाला.

"मी दोन वर्षांची असताना तिने कॉलेज शिक्षणासाठी घर सोडले. उन्हाळ्याच्या सुटीत मी तिला अधूनमधून भेटत असे. आणि सुट्यांच्या काळात. पण तेवढेच."

"बँकेतली नोकरी का सोडली हे तिने कधी सांगितले होते तुला?"

या प्रश्नांना काहीतरी अर्थ आहे, एक कुठली तरी दिशा आहे हे तिला कळत होते, पण तिला कशाचाच उलगडा होत नव्हता. ती म्हणाली की तिच्यावर कामाचा खूप ताण पडतो आणि ती आजारी पडते. मॅनहॅटनमध्ये राहणेही तिला आवडत नव्हते.

"मलाही तिने तसेच सांगितले होते. नंतर मला खरे कारण कळले."

"खरे कारण? म्हणजे काय?"

निकोलस वळला आणि सरळ तिच्याकडे बघत म्हणाला, "तुझी बहीण संगणक क्षेत्रामधील जादूगार होती. तिने आश्चर्यकारक सॉफ्टवेअर्स लिहिली, पण अनेक प्रोग्रॅमर्स करतात त्याप्रमाणे कधी गरज पडलीच तर बँकेच्या सॉफ्टवेअरमध्ये प्रवेश मिळवण्यासाठी तिने गुप्तपणे एक चोरदरवाजा उघडा ठेवला होता. भानगड अशी झाली की सिस्टिममध्ये दुसऱ्या कुणीतरीही शिरकाव केला होता आणि ती त्याच्या आड येत होती म्हणून त्याने तिचा काटा काढला."

"कसा काय?"

"इन्फर्मेशन टेक्नॉलॉजीमधला दुसरा कुणीतरी माणूस बँकेची गुप्त माहिती चोरून काळ्या बाजारात विकत होता. तुझी बहीणच हे करते आहे अशा तऱ्हेने बदल करून त्याने तिला फशी पाडले."

"ती याबाबत कधी काही बोलली नाही," नीना म्हणाली.

"ते इथेच संपले नाही. तो माणूस- संजय- याने हुशारीने तिच्यावरच आरोप लादला. स्वतःचे निर्दोषत्व सिद्ध करण्यासाठी कॅरोलाइनने अनेक विसंगतींवर बोट ठेवूनदेखील बँकेने तिला काढून टाकले. दोन दिवसांनी तिने त्यांच्या सॉफ्टवेअरमध्ये शिरकाव करून घेऊन आठवडाभर त्यांची एटीएम मशिन्स बंद पाडली."

डोके हलवत नीना हसली. "लहान असल्यापासूनच फार गरम डोक्याची होती ती."

"पण तिच्या गरम डोक्यानेच तिला अडचणीत आणले. एटीएम मशिन्स बंद पडून दोन दिवस होतात तो पोलीस तिच्या घरी हजर झाले आणि तिला पकडून घेऊन गेले."

"एक सेकंद थांब. तू तर म्हणालास की तिने आठवडाभरासाठी बँकेची एटीएम मशिन्स बंद पाडली होती म्हणून."

निकोलस हसला. "पाडलीच होती, पण तिने लिहिलेल्या प्रोग्रॅममध्ये कसे

शिरायचे, मशिन्स पुन्हा ऑनलाइन कशी आणायची हे कुणाला कळत नव्हते. कोठडीत बंद करून किल्ल्या फेकून देण्याची त्यांनी धमकी दिली तरी ती बधली नाही. बँकेच्या आणि तिच्या झगड्यात मेक्सिकन स्टॅन्ड-ऑफसारखी परिस्थिती निर्माण झाली. कोणीच संपूर्ण यशस्वी होऊ शकत नव्हते. शेवटी बँकेनेच माघार घेतली. तिला तडकाफडकी काढून टाकल्याबद्दल दिलगिरी व्यक्त करून तिला नुकसानभरपाईही दिली. पण पोलिसांचा प्रश्न मिटत नव्हता.

"गुन्हा घडला होता आणि तिला सोडायची त्यांची मुळीच इच्छा नव्हती. कायदेशीर कारवाई करणार असे ते म्हणत होते."

"त्यांना खरे काय हवे होते?"

"तीच हवी होती. तिने जे काही केले होते त्यामुळे यानंतर कुठलीही बँक तिला नोकरीवर ठेवणार नव्हती. तिने त्यांचा प्रस्ताव स्वीकारला. तिने एटीएससाठी काम करायचे आणि ते कायदेशीर कारवाई करणार नाहीत. शेवटी इन्फर्मेशन टेक्नॉलॉजीमधली माणसे अमेरिकन सरकारसाठीच तिथे काम करत होती."

"ती माझ्याशी या प्रकाराबद्दल एक अक्षरही बोललेली नाही."

"मलासुद्धा हे सर्व तिच्याकडून काढून घ्यायला वेळच लागला. विश्वास ठेव माझ्यावर," निकोलस म्हणाला.

"पण याचा आणि कॅरोलाइनच्या फ्लॅश ड्राइव्हचा संबंध काय?"

पुन्हा वळून त्याने संगणकाच्या कीबोर्डावरची बटणे दाबायला सुरुवात केली. "तुझ्या बहिणीने या फ्लॅश ड्राइव्हसाठीही तिचा एक चोर दरवाजा ठेवला असणार अशी माझी कल्पना आहे."

उठून टेबलजवळ येत नीनाने विचारले, "तुला खरंच तसं वाटतं?"

"हो. तो जर मला सापडला तर आपण फ्लॅश ड्राइव्ह उघडू शकू."

पुढली दहा मिनिटे निकोलस निरनिराळी सांकेतिक नावे लिहित असताना ती बघत होती.

अचानक त्याने मान खाली घेऊन एका बाजूने दुसऱ्या बाजूला हलवली.

"काय झाले?" तिने विचारले.

निकोलस हसला.

"सापडला?"

"सापडला. मागच्या बाजूने प्रवेश आहे. पण मी पासवर्ड सांगितला तर तू विश्वासच ठेवणार नाहीस."

नीनाने उत्साहित होऊनच त्याचा खांदा दाबला. "सांग, सांग मला."

निकोलसने संगणकाच्या पडद्यावरच्या एका छोट्या चौकटीकडे बोट दाखवत सहा अक्षरांचा सांकेतिक शब्द टाइप केला. एस् ए एन् जे ए वाय् – संजय.

प्रकरण १९

त्याने आजपर्यंत बघितलेल्या पेन ड्राइव्ह्जपेक्षा हा पेनड्राइव्ह फारच वेगळा होता.

या ड्राइव्हची माहिती साठविण्याची क्षमता थक्क करून सोडणारी होती. अक्षरशः हजारो फाइल्स साठवूनसुद्धा कित्येक टेराबाइट्स इतकी जागा तरीही शिल्लक होती. निकोलसने माहिती साठविण्याच्या तंत्रात झालेल्या प्रचंड प्रगतीबद्दल फक्त ऐकले होते; पण तशा तंत्रज्ञानावर आधारित एकही उपकरण आजपर्यंत हाताळले नव्हते.

"हे सर्व आहे तरी काय?" नीनाने विचारले.

डिरेक्टरी बघता बघता निकोलसने उत्तर दिले, "मलाही खात्री नाही."

"कॅरोलाइन म्हणाली होती की काय करायचे ते तुला कळेल म्हणून. त्या ड्राइव्हवर जे काही आहे त्यामुळेच ते तिला ठार मारणार आहेत, असेही ती म्हणाली. तुला समजून घ्यायलाच हवे ते."

"मी तसा प्रयत्न करतो आहे. पण माझ्या हातात चित्र जुळवण्याच्या कोड्याचे नुसते तुकडेच पडले आहेत. खोक्याच्या वरचा चित्र दाखवणारा भाग नाही."

"मग बाजूच्या कडा जुळवायला लाग," नीना म्हणाली. "अर्थ लावण्यासाठी काय करायचे ते कर. माझ्या बहिणीच्या बाबतीत काय घडले ते मला समजून घ्यायचे आहे."

"आणि मलाही. पण जे बघतो आहे ते काय आहे या कोड्याचा उलगडा करणे सोपे नाही."

"फ्लॅश ड्राइव्ह कशी उघडायची हे समजून घेणेही सोपे नव्हते; पण उघडलीस तू," पुन्हा त्याच्या खांद्यावर हात ठेवत ती म्हणाली. "तू हे नक्की करू शकशील."

तिचा त्याच्यावर असलेला विश्वास निकोलसला खूप आवडला.

"मी तुला काय मदत करू शकते?" तिने विचारले. "संगणकामधले मला काही कळत नसले तरी मला करण्यासारखे काहीतरी काम असणारच. फक्त सांगून बघ."

"मग कॉफी का बनवत नाहीस? आधीच मोठी वाटणारी रात्र जास्तीच मोठी बनण्याची शक्यता मला दिसायला लागली आहे."

कॉफीचे भांडे आणि दोन मोठे कप घेऊन नीना परत आली आणि तिने विचारले, "काही सापडले मग?"

तो आपल्या पेनचे टोपण चावत बसला होता. कधीकधी त्यामुळेच त्याचे मन एकाग्र होत असे. "तुला फिल्टर बबल्सबद्दल काही माहिती आहे?"

"नाही."

"कशाचाही शोध घेताना तुम्ही जेव्हा ऑनलाइन प्रश्न विचारता तेव्हा सर्च इंजिन्स, मुख्यत: गूगल, त्यांचा जो अभ्यास करतात त्याच्या बाबतीत फिल्टर बबल्स हे शब्द वापरतात. तू आणि मी दोघेही एकच शोध घेत असलो, तरी आपल्याला मिळणारी उत्तरे पूर्णतः भिन्न असू शकतात. समजा आपण दोघांनीही इजिप्त हा शब्द टाइप केला तर तुला इजिप्तमधल्या वेगवेगळ्या प्रेक्षणीय स्थळांची माहिती आणि तिथे कुठून, कशा तऱ्हेने जाता येईल अशा तऱ्हेची माहिती मिळेल, तर माझ्यासमोर इजिप्तमधील राजकारण आणि अरब स्प्रिंग याबद्दल माहिती येऊ शकेल. ऑनलाइन काम करणाऱ्या प्रत्येकासाठी एक एक बबल बनवलेला असतो."

"पण प्रत्येकाला एकाच तऱ्हेची माहिती दिली जात नाही," नीना म्हणाली.

"बरोबर. तुम्हाला काय दाखवायचे यावर ताबा राखून ते तुमची विचारपद्धती बदलू शकतात, नाहीतर त्यांची इच्छा असेल त्याप्रमाणे तुम्हाला विचार करायला लावू शकतात. तुम्हाला ग्रंथालयात येताना बघितल्यावर ग्रंथपालाने उपलब्ध असणाऱ्या पुस्तकांची अर्धी यादी दडवून ठेवण्यासारखा हा प्रकार आहे. तुमच्या संगणकात असलेल्या सॉफ्टवेअरला जी माहिती तुम्ही वाचावी असे वाटते तीच माहिती चाळणी लावून तुमच्यापर्यंत पोहोचवली जाते. प्रश्न असा आहे की तुमच्यापासून काय लपवून ठेवले जाते आहे याची तुम्हाला कल्पनाच येत नाही. तुम्ही जगाकडे कुठल्याही दृष्टिकोनामधून बघत असलात, तुमची राजकीय किंवा कुठलीही विचारसरणी कशीही असली तरी माहितीमधील विसंगती शोधण्यासाठी तुम्हाला खास परिश्रम करावे लागतात."

"आणि म्हणे इंटरनेटमुळे लोक जवळ येतात. असा निदान दावा असतो त्यांचा," नीना म्हणाली.

"खरे तर अणुबॉम्ब फेकला गेला तरी लष्करी संदेशांची देवाणघेवाण सुरळीतपणे चालू राहावी यासाठी १९५०च्या सुमाराला इंटरनेट निर्माण केले गेले. पण पहिला मेसेज पाठवायला २९ ऑक्टोबर १९६९ हा दिवस उजाडायला लागला. लॉगइन (एल् ओ जी आय् एन्) हा शब्द पाठवायचा असताना फक्त एल् आणि ओ ही दोन अक्षरे पाठवताच सर्व सिस्टिम कोलमडली."

"ही मात्र खरीच कमाल झाली."

तो एका फाइलमधून बाहेर पडत इतर फाइल्सची यादी बघत होता. "फिल्टर बबल्सशिवाय इंटरनेटचे कायदेकानून, नेट न्यूट्रॅलिटी, सायबरस्पेस हा देशाचा अमूल्य ठेवा असल्याने त्याच्या रक्षणाचे कायदे वगैरे इतर कात्रणेही तिने फ्लॅश ड्राइव्हवर ठेवली आहेत."

"हे सर्व तिने कशासाठी सेव्ह करून ठेवले असेल?" नीना स्वतःशीच विचार करत असल्याप्रमाणे मोठ्याने म्हणाली.

"मला सांगता येत नाही."

"अर्थ असणार त्यात काहीतरी. नेट न्यूट्रॅलिटी म्हणजे काय?"

"सरकारमधल्या काही उच्चपदस्थांना इंटरनेटवर काय असावे याबद्दल बंधने घालण्याचे अधिकार हवे आहेत."

"हे योग्य नाही."

"नाहीच. पण पीसीएनए ॲक्ट तर त्याहून भयंकर आहे."

"मी त्या कायद्याबद्दल काही ऐकलेले नाही."

"त्या कायद्याला इंटरनेट किल स्विच असेही म्हणतात."

"त्याच्याबद्दल ऐकले आहे मी. त्या कायद्याप्रमाणे अध्यक्षांच्या कार्यालयात एक ऑफ बटण ठेवले जाईल, बरोबर?"

निकोलसने मान डोलावली. "कधी काळी इंटरनेट या माध्यमावर प्रचंड असा सायबर हल्ला झाला, तर इंटरनेट बंद करण्याची ताकद आणि अधिकार अध्यक्षांकडे असतील."

"हल्ला संपेपर्यंत?"

"अध्यक्षांची इच्छा असेल तोपर्यंत ते सायबर इमर्जन्सीचा कालावधी वाढवत राहू शकतात."

"फारच सोपे अशा तऱ्हेने सांगतो आहेस तू. एकदा धोका संपला की अध्यक्षांना इंटरनेट सुरू करणे भाग आहे. कोणत्याही तऱ्हेची आपत्कालीन परिस्थिती चालूच आहे, असे तशी परिस्थिती नसताना कसे म्हणणार?"

निकोलसच्या भुवया वर चढल्या. "तुला तसे होऊ शकेल असे वाटत नाही?"

“वेबवर कोणत्याही तऱ्हेची बंधने लादणे मला पटत नाही. हा प्रकारच मला आवडत नाही. पण कोणत्याही तऱ्हेची संकटकालीन परिस्थिती उद्‌भवली नसताना ती तशी आहे असे सांगून अमेरिकेचे अध्यक्ष लोकांना इंटरनेटपासून दूर ठेवतील, असे मला वाटत नाही.”

“९/११च्या हल्ल्यानंतर तीन दिवसांनी अमेरिकन अध्यक्षांनी देशात आणीबाणी जाहीर केली होती. आज दहा वर्षांनीसुद्धा देशात आणीबाणीचीच परिस्थिती आहे.”

“काय?”

“९/११ नंतर जारी केलेली आणीबाणीची परिस्थिती अखंडपणे अस्तित्वात आहे.”

“आणि काँग्रेस संमती देते त्याला?” नीनाने विचारले.

“काँग्रेसला याबाबत मतदानाचा अधिकारच नाही. नॅशनल इमर्जन्सीज ॲक्टप्रमाणे अमेरिकेचे अध्यक्ष फक्त आपला निर्णय काँग्रेसला कळवतात. आणीबाणीची परिस्थिती फार तर दोन वर्षेच जाहीर करता येते. अध्यक्षांनी कायम तशीच स्थिती ठेवू नये म्हणून तो कायदा केलेला होता. पण ९/११च्या परिस्थितीला दर दोन वर्षांनी अध्यक्षांनी मुदतवाढ दिली आहे.”

“पण त्यासाठी कारण काय दिले?”

“दहशतवाद,” निकोलसने तिच्याकडे बघत म्हटले.

“पण दहशतवाद ९/११च्या आधीपासूनच अस्तित्वात आहे,” नीना म्हणाली. “आणि तो तसाच असणारही आहे.”

“आणि अमेरिकेत आणीबाणीही चालूच राहणार आहे.”

“माझ्या काही लक्षात येत नाही. का? कशासाठी? त्यामुळे त्यांच्या हातात कोणते जादा अधिकार येतात?”

“अगदी योग्य मुद्दा काढला आहेस तू. अधिकार आणि सत्ता यांच्याशीच सर्व संबंध येतो. असे म्हणतात की, आणीबाणीच्या परिस्थितीत पाच-एकशे कायदे हवे तसे वाकवता येतात किंवा पाळले नाहीत तरी चालतात.”

“एखादे उदाहरण?”

“सर्वप्रसिद्ध म्हणजे घटनेने बहाल केलेले दोन अधिकार काढून घेता येतात. पहिला हेबिअस कॉर्पसचा. बेकायदा अटक केली तरी त्याविरुद्ध दादच मागता येत नाही. आणि दुसरा नॅशनल गार्ड्स सैनिकांचा ग्रँड ज्यूरीसमोर उभे राहण्याचा.”

“पण नॅशनल गार्डच्या सैनिकाला ग्रॅन्ड ज्यूरीसमोर उभे राहण्याची गरजच का पडावी?”

“मी ॲटर्नी नाही,” निकोलस खांदे उडवत म्हणाला. “माझी कल्पना आहे की ते सामान्य नागरिकांमधले सैनिक आहेत. त्यामुळे त्यांना दिवाणी न्यायालयात काही

अधिकार आहेत. ते लष्करी न्यायदानाच्या व्यवस्थेखाली येत नाहीत.''

''पण हे माझ्या प्रश्नाचे उत्तर नाही.''

''मला सांग की लष्कराच्या कोणत्याही सदस्याविरुद्ध सर्वसाधारणतः कधी आरोप केले जातात?''

''कायदा मोडला तर,'' नीना उत्तरली.

निकोलस क्षणभर विचार करून म्हणाला, ''किंवा आज्ञा पाळली नाही तर.''

त्या तरुण स्त्रीच्या चेहऱ्यावरचे भाव झरझर पालटले. ''नॅशनल गार्ड्सच्या सैनिकांनी स्वतःच्या नागरिकांविरुद्ध कारवाई करण्याचे नाकारले, तर दिवाणी न्यायालयात खटला चालवायला सरकारला अजिबातच आवडणार नाही.''

''बरोबर,'' तो म्हणाला. ''पेट्रिअट ॲक्टमध्ये सहज लक्षात न येणाऱ्या अशा काही तरतुदी आहेत की ज्यांचा वापर फक्त आणीबाणीच्या काळातच करता येतो. आणि म्हणूनच ती परिस्थिती चालू ठेवली गेली आहे. लक्षात घे, मी वकील नाही. सत्ता ही डोक्यात भिनणाऱ्या मादक द्रव्यासारखी असते. बहुतेक वेळा ज्यांना सत्ता मिळते त्यांच्यामध्ये त्यांना त्यांच्या जागेवरून कुणीही हलवू नये म्हणून जास्तीच सत्ता मिळवण्याचा हव्यास निर्माण होतो. मग स्वतंत्र प्रजासत्ताक जुलमी राजवटीकडे आणि शेवटी अनियंत्रित हुकूमशाहीकडे झुकते.''

''पण कॅरोलाइनला या सर्व गोष्टींमध्ये एवढे कुतूहल का असावे, हे मला अजूनही कळत नाही.''

निकोलसने खांदे उडवले. ''एटीएसमध्ये ती जे काम करत होती त्याच्याशी संबंध असेल याचा.''

''पण हे सगळे राजनीती आणि राजकीय धोरणे यांच्याशी संबंधित आहे. माझी समजूत होती की ती होमलँड सिक्युरिटीबरोबर वगैरे काम करणारी एक तंत्रज्ञ होती.''

''ते पण आहेच इथे,'' आणखी एक फाइल दाखवत तो म्हणाला. ''आणि त्याला अर्थही आहे कारण डिपार्टमेन्ट ऑफ होमलँड सिक्युरिटी हे नागरी, लष्करी, इन्टेलिजन्स या सर्व क्षेत्रांमधील सायबर सुरक्षेला जबाबदार आहे. डीएचएसच्या वेबवरून तिने हजारो पानांच्या प्रती काढलेल्या दिसतात. विकीवरील लेखांच्यासुद्धा. प्रोग्रॅम्स आणि डिव्हिजन्सच्या नावांची तर न संपणारी जंत्री आहे. एनसीसीआयएस, एनसीएससी, एनसीआरसीजी, एनसीएसडी, एनपीपीडी, सीएनसीआय, सीएस ॲन्ड सी.''

''पण तरी ती नक्की कशाच्या मागे होती हे अजूनही कळत नाही.''

''डीएचएसमध्ये असणारे नॅशनल ऑपरेशन्स सेंटर आणि मीडिया मॉनिटरिंग इनिशिएटिव्ह याच्यावरचे वाचण्यासारखे लेख आहेत. २०१० सालापासूनच होमलँड

सिक्युरिटी वार्ताहर, अँकर्स, पत्रकार वगैरेंची वैयक्तिक माहिती गोळा करते आहे. ट्विटर, फेसबुकसारख्या कशाचाही वापर करणाऱ्या प्रत्येकाचा ते मीडियाशी संबंध आहे असे समजतात.''

''थोडक्यात, ते सर्व काळ सर्व नागरिकांवर नजर ठेवून आहेत. अगदी चीनसारखीच परिस्थिती. पण कुणालाच हे कसे कळलेले नाही?''

''काही जणांना कळले आहे. पण हा प्रकार कुठल्या थराला पोचला आहे याची जाणीव कुणाला असेल असे मला वाटत नाही. पण तुझ्या बहिणीला ती झाली होती आणि त्याच धोक्याची सूचना ती आपल्याला देत असावी. इथे आणखीही अनेक फाइल्स आहेत. पण कोडे सोडवताना करतो तसेच करणे भाग आहे. एका वेळेला एकाच तुकड्याचा विचार करू या.''

निकोलस आत्मविश्वासाने बोलतो आहे असे दाखवत असला, तरी काम प्रचंड वाटत होते. कॅरोलाइनने ही सर्व माहिती का गोळा केली होती, या कोड्याची चावी सापडत नव्हती. कॅरोलाइन आयटीमधली तज्ज्ञ होती. सर्वांचा संबंध संगणक आणि सायबर स्पेसशी असला तरी आगळेवेगळे काही दिसत नव्हते. तिला ठार मारावे असे तर अजिबातच काही दिसले नव्हते. समोर दिसत होते त्या चित्रापेक्षा वेगळे चित्र दिसायला हवे होते का? मी काय बघावे अशी तिची इच्छा होती? निकोलसने पुन्हा पेनचे टोक चावायला सुरुवात केली. अधूनमधून कॉफीचा एकेक घोटही घेत राहिला.

कित्येक तास तो वेगवेगळी कात्रणे वाचत होता, पाने बघत होता. हा पेन ड्राइव्ह म्हणजे एक प्रचंड डिजिटल स्क्रॅपबुक होते.

स्क्रॅपबुक! कात्रणे चिकटवलेली वही. कात्रणे चित्रांप्रमाणेच गोष्टीची एक बाजूच दाखवत होते. त्यांच्यामागे काही लिहिलेले नसेल ना?– ज्यामुळे कात्रणांचे खरे स्वरूप ध्यानात येईल?

त्याने तो वाचत असलेले एक कात्रण पुन्हा उघडले. वेगळ्या दृष्टिकोनातून ते वाचायला सुरुवात केली. हॅकर्स ही जमात विलक्षण बुद्धिमान असते. कॅरोलाइन रोमेरोही त्याला अपवाद नव्हती. बऱ्याच हॅकर्सना आपले संदेश किंवा माहिती छुप्या पद्धतीने पाठवण्यात खूप आनंद मिळतो. माहिती एखाद्या टिंबामधून किंवा ऑडिओ फाइलमधून पाठवली तर? सहज दिसणाऱ्या जागी ती दडवली असेल अशी अपेक्षाच नसल्याने ती कळणे दुरापास्तच असते. एकूणच अशा तऱ्हेच्या इतक्या शक्यता होत्या की त्यांना अंतच नव्हता.

कॅरोलाइन व्यवहारी होती. ड्राइव्हमध्ये प्रवेश मिळवण्यासाठीच तिने त्याला

किती नाचवले होते. आणखी काही आव्हाने ती त्याला पार करायला लावेल असे त्याला वाटत नव्हते.

समोरच्या कागदपत्रांकडे बघता बघता त्याच्या ध्यानात आले की वेबवरचे कात्रण इतर कात्रणांसारखे छापण्यासारखे होते. म्हणजे त्यात काही चित्रे वगैरे नव्हती. पण त्यात माहितीच्या लिंक्स होत्या.

त्याची कुठलीही साधनसामग्री इंटरनेटला जोडलेली नाही हे माहीत असूनही त्याने पुन्हा त्याची खात्री करून घेतली.

तो सुरक्षित होता. तो संगणकावर वाचत असलेल्या एका लेखावरून त्याने कर्सर फिरवला आणि एका लिंकवर आणून दाबला.

तत्क्षणी तो ड्राइव्हच्या अशा भागात पोहोचला की ज्याचे अस्तित्वच त्याच्या ध्यानात आले नव्हते.

प्रकरण २०

जे कुठले तंत्रज्ञान पेन ड्राइव्हसाठी वापरले होते, ते अफलातून होते खरेच. माहिती साठवण्याची, आजपर्यंत त्याने कधी बघितली नव्हती अशी क्षमता ड्राइव्हमध्ये होती. याशिवाय वेगवेगळे विभाग पाडून आणि लपवाछपवी करून खूप माहिती दडवलेली असूनही ती जागा वापरलेली नाही असा समज करून दिला होता. चित्रपटाच्या सेटसारखा प्रकार होता. इमारतींच्या समोरच्या बाजू अगदी खऱ्या वाटत असल्या तरी एखादी खिडकी उघडली किंवा दारातून आत पाऊल टाकले तर समोर येणारे वास्तव फारच वेगळे असते.

नीनाला झोपेतून उठवावे असा निकोलसला मोह होत होता, पण तिला पुन्हा त्याच्याच बिछान्यावर गाढ झोप लागली होती. त्याने वाचत राहायचे ठरवले.

समोर दिसणारे कात्रण आणि त्याला जोडलेली कागदपत्रे यांच्यावर क्लिक क्लिक करत बघताना तिने काय करायचा प्रयत्न केला होता याचा त्याला अंदाज यायला लागला. अडॅप्टिव्ह टेक्नॉलॉजी सोल्यूशन्सने सुरू केलेल्या किंवा त्यांचा संबंध असणाऱ्या प्रत्येक उद्योगाच्या किंवा उपक्रमाच्या पूर्ण मुद्देसूद माहितीची कागदपत्रे त्या ठिकाणी होती. तयार केलेले, विकलेले प्रत्येक सॉफ्टवेअर, हार्डवेअर यांची माहिती होती. डिपार्टमेंट ऑफ होमलँड सिक्युरिटीवरचे लेख होते. नॅशनल सिक्युरिटी एजन्सीने तपास करून लिहिलेले अहवाल होते. अमेरिकन सरकारबरोबर एटीएस किती एकरूप झाली होती ते बघितल्यावर निकोलससारख्या माणसालासुद्धा जबरदस्त धक्का बसला.

संवेदनाक्षम माहितीचा काळ्या बाजारामधल्या खरेदी-विक्रीचा स्वतःचा अनुभव लक्षात घेऊन निकोलसने नॅशनल सिक्युरिटी एजन्सीवर कॅरोलाइनने जी कागदपत्रे

जमा केली होती त्यांच्यावर जरा बारीक लक्ष दिले. त्याचे अनेक संशय खरे ठरले.

कुठलेही संभाषण ऐकण्याची नॅशनल सिक्युरिटी एजन्सीची ताकद अद्वितीय होती. अमेरिकेबाहेरच्या देशांवर रोखलेली ही ताकद ९/११च्या हल्ल्यांनंतर अमेरिकेवरच वळवण्यात आली होती. एनएसएला संशयित अशा परकीय हेरांवर, दहशतवाद्यांवर पाळत ठेवायची झाली तर यूएस फॉरिन इन्टेलिजन्स सर्व्हेलन्स कोर्टाच्या न्यायाधीशांच्या सही-शिक्क्याचा हुकूमनामा मिळवणे अनिवार्य असे. आता देशांतर्गत सुरक्षिततेच्या नावाखाली प्रत्येक अमेरिकन नागरिक हा संशयित ठरला होता आणि त्याच्यावर नजर ठेवण्यासाठी त्यांनी कायद्याची सर्व प्रक्रिया गुंडाळून ठेवली होती.

एनएसएने अडॅप्टिव्ह टेक्नॉलॉजी सोल्यूशन्सशी केलेल्या कराराप्रमाणे एटीएसच्या तंत्रज्ञांनी देशामधल्या सर्व टेलीकम्युनिकेशन्सच्या इमारतींमध्ये प्रवेश करून गुप्तपणे त्यांच्या स्विचेसवर बीम स्प्लिटर्स नावाची साधने बसवून टाकून सर्व टेलीफोन्स, सेल फोन्स, इ-मेल्स, टेक्स्ट मेसेजेस आणि इंटरनेट ट्रॅफिकवर होणाऱ्या संभाषणांच्या प्रती देशभरात गुप्त ठिकाणी बसवलेल्या आणि अत्यंत सुरक्षित अशा एनएसए सर्व्हर फार्म्सवर पोहोचतील याची व्यवस्था केली होती.

प्रत्येक नागरिकाचे संभाषण वेगवेगळे करून, चाळणी लावून ॲनॅलिस्टनी त्यांचा अभ्यास सुरू करून, एटीएसची सॉफ्टवेअर आणि इतर साधने वापरून विशिष्ट शब्द आणि वाक्ये वेगळी काढायला सुरुवात केली. प्रत्येक नागरिक हा एनएसएचा लक्ष्य बनला आणि कुणालाही खासगी आणि वैयक्तिक असे आयुष्यच राहिले नाही.

तंत्रज्ञानाची झेप कितीही मोठी असली, नवनवीन सुविधा किती सुरक्षित आहेत याच्या गप्पा मारल्या जात असल्या, तरी सत्य एकच होते- कोणतेही नवीन तंत्रज्ञान सर्वसामान्य नागरिकांच्या हातात पडण्यापूर्वी एटीएसकरवी नॅशनल सिक्युरिटी एजन्सी ते मिळवत होती. कारण होते एटीएसची प्रचंड औद्योगिक हेरगिरी. निकोलसला बराच काळ संशय असला तरी अमेरिकन नागरिकांवर सर्व मार्गांनी जी पाळत ठेवली जात होती तिची व्याप्ती बघूनच निकोलस थक्क झाला. सुरक्षिततेच्या नावाखाली दर वर्षी नाही, दर दिवशी नाही, तर दिवसाचे चोवीस तास जनतेच्या स्वातंत्र्याची पूर्ण गळचेपी होत होती.

कोणत्याही तऱ्हेच्या कायदेशीर हुकमाशिवाय सर्व तऱ्हेच्या टेलीफोन्सवरून संभाषण ऐकले जात होते. इंटरनेटवर एनएसएने जाळेच पसरले होते. याशिवाय आणखी काय केले जाते ते कॅरोलाइनने सांगितले होते. या बाबतीत जनतेला एक तर कल्पना नव्हती किंवा ते सर्व त्यांच्या भल्यासाठीच केले जाते आहे, अशी तिची समजूत करून दिली जात होती.

आरएफआयडा- रेडिओ फ्रीक्वेन्सी आयडेन्टिफिकेशन- टॅग्ज हे यातले उत्कृष्ट

उदाहरण होते. कॅसिनोमधली अगदी प्रत्येक चिप कुठे आहे, तुमच्याकडली गुरेढोरे, प्रत्येक पाळीव जनावर कुठे आहे, याचा हे टॅग्ज माग ठेवू शकतात. वॉलमार्टमधील शाम्पूची प्रत्येक बाटली कुठे पोचली कळू शकते आणि प्रत्येक व्यक्तीही. युरोपमधल्या नाइट क्लब्जना अतिमहत्त्वाच्या व्यक्ती भेट देत असतात. पाळीव जनावरे हरवली तर ती कुठे आहेत कळावे म्हणून त्यांच्या कातडीमध्ये तांदळाच्या दाण्याएवढा एक टॅग जसा बसवला जात असे, तसा टॅग या व्यक्तींनी बसवून घ्यावा यासाठी त्यांना प्रोत्साहन देऊन उद्युक्त करण्यात आले. मग क्लबमध्ये प्रवेश मिळण्यात, खाण्यापिण्याची बिले देण्यात अडचण येत नसे. कर्मचाऱ्यांच्या चोऱ्या कमी होतात आणि त्यांच्या सर्वोत्तम गिऱ्हाइकांची पूर्ण माहितीही मिळते म्हणून नाइट क्लब्जचे मालकही या टॅग्जवर खूश होते.

कित्येक देशांनी सरकारी पातळीवरच याला सुरुवात केली. मेक्सिकन ॲटर्नी जनरलच्या कार्यालयाने अठरा महत्त्वाच्या सदस्यांना टॅग्ज लावणे भाग पाडल्याने त्यांच्या सुरक्षित डेटारूममधल्या प्रवेशांनाच चाप बसला. अमेरिका प्रत्येक नागरिकाच्या पासपोर्टमध्ये आधीपासूनच हे टॅग्ज बसवत होती. या तंत्रज्ञानाच्या वापरामुळे हाहाकार माजू शकत होता. निकोलसला नाझी यातना तळांवरच्या कैद्यांवर गोंदवण्यात येणाऱ्या टॅटूंचीच आठवण झाली.

स्मार्ट फोन्स आणि वाहनांमधील नॅव्हिगेशन सिस्टिम्समुळे प्रत्येक व्यक्तीवर लक्ष ठेवता येत होते. ती माहिती कुणालाही विकली जात होती आणि सरकारने मागितली तर सरळ द्यावी लागत होती. जीपीएस ही यंत्रणा संरक्षण खात्याने विकसित केली होती आणि त्यांच्याच देखभालीखाली असते, हे बहुतेक अमेरिकन्सना माहीत नव्हते किंवा त्याची काळजी वाटली नव्हती. नॅशनल सिक्युरिटी एजन्सी संरक्षण खात्याच्या अखत्यारीतच मोडत होती. त्यांची इच्छा असेल तर एका क्षणात एनएसए कुठल्याही जीपीएस साधनाचा पत्ता लावू शकत असे आणि तसा लावायचा झाला तर त्याचे कारण काय, ती कुठली माहिती गोळा करते आहे, हे कुणालाही सांगायला ती एजन्सी बांधील नव्हती.

एफबीआयच्या बाबतीतही तेच खरे होते. 'गार्डियन' या सांकेतिक नावाच्या त्यांच्या वॉशिंग्टनमधील मुख्यालयातील चौथ्या मजल्यावर, कडेकोट बंदोबस्तात असणाऱ्या व्हॉल्टमध्ये, ज्यांनी कुठलाही गुन्हा केलेला नव्हता, तसा संशयसुद्धा नव्हता अशा लाखो अमेरिकन्सच्या वैयक्तिक माहितीच्या फाइल्स बनवून ठेवल्या होत्या. आयुष्यात कधीतरी स्थानिक पोलिसांना त्यांची वर्तणूक संशयास्पद वाटली होती, हे एकमेव कारण त्यामागे होते. पण एफबीआय नियमितपणे, कुठल्याही न्यायाधीशांकडून हुकूमनामा न मिळवता अशा संशयितांच्या वाहनांमध्ये त्यांच्या नकळत जीपीएसची साधने लावून ठेवत होती. त्यांचे सेल फोन्स ते फोन करण्यासाठी

वापरतही नसताना त्यांचा माग काढण्यासाठी स्टिंगरेजसारख्या आधुनिक साधनांचा वापर करत होती.

डीएचएससुद्धा या बाबतीत मागे नव्हती. त्यांनी त्यांच्या कुठल्याही तऱ्हेच्या खुणा नसलेल्या व्हॅन्समध्ये एक्स-रे मशिन्स लावली होती. त्या व्हॅन्स मोठमोठ्या शहरातल्या रस्त्यांवर फिरून कशाचेही, कुणाचेही एक्स-रे काढत. मिनिव्हॅन्समधून प्रवास करणारी कुटुंबे, बेकरी ट्रक्स, स्कूल बसेस... काहीही. त्यांनीही कधी कुणाचा लेखी हुकूम मिळवला नव्हता.

ब्रिटन आणि नेदर्लंड यांच्या रस्त्यांवरील बुद्धिमान दिव्यांपासून धडा घेऊन एटीएसच्या पाळत ठेवण्याच्या अशाच एका योजनेमागे दडून डीएचएसने एका अमेरिकन शहरात प्रायोगिक तत्त्वांवर चाचणी सुरू केली होती. रस्त्यांवरील दिव्यांमध्ये रिमोट कंट्रोल- दूरवरून ताबा ठेवण्यासारखी साधने- बसवून ऑडिओ आणि व्हिडीओ रेकॉर्डिंग केले जात होते. दिव्यांजवळून जाणाऱ्यांचे एक्स-रेही घेतले जात होते.

निकोलसचा राजकारणी लोकांवर विश्वास नव्हता. सुरुवातीचे आयुष्य त्याने चोऱ्या करण्यातच घालवले होते. तरीसुद्धा सर्वसामान्य अमेरिकन नागरिकांनी या बाबतीत काहीच आवाज न उठवल्याचे त्याला खटकत होते. आरडाओरडा करणारी माणसे नेहमीचीच होती. बहुतेक सर्व जनता आपण काही गुन्हाच केलेला नाही तेव्हा आपल्याला कुठलीच भीती नाही, अशा भ्रमामध्ये वावरत होती.

हे सर्व तंत्रज्ञान एक दिवस त्यांच्याच विरोधात वापरले जाण्याची शक्यता त्यांच्या लक्षात येत नव्हती. करप्रणालीप्रमाणे देशाच्या सुरक्षिततेच्या नावाखाली एक दिवस जे कायदे अस्तित्वात येणार होते, त्यामुळे प्रत्येक नागरिक हा गुन्हेगार ठरणार होता. फक्त त्याच्याकडे लक्ष वळण्याची खोटी होती. जे कायदे तुम्हाला आणि तुमच्या कुटुंबाला सुरक्षित ठेवण्यासाठी वापरले जात होते, उद्या त्यांचाच वापर कोणाचाही माग काढायला आणि तुरुंगात डांबायला केला जाणार होता.

अमेरिकन्सना अद्ययावत आणि आधुनिक अशी साधने फक्त मिळवण्याचाच नाद आहे? तीच साधने वापरून त्यांच्या प्रत्येक हालचालीवर, बोललेल्या, टाइप केलेल्या शब्दावर, गूगलवर केलेल्या शोधांवर, इतकेच नाही, तर त्यांच्या प्रत्येक विचारावर कुणाची तरी नजर आहे आणि आपण त्याविरुद्ध उठले पाहिजे असे अमेरिकन्सच्या कधी ध्यानातच कसे येत नाही?

व्यक्तींचे विचार आणि त्यांच्यावर पडणारा घाला याबद्दल निकोलसने कुजबूजच ऐकली होती. आज कॅरोलाइनने जमा केलेल्या कागदपत्रांवरून त्याची खात्री पटली.

गिऱ्हाइकांची आवड कशी बदलत जाईल याचा विचार करत एनएसए आणि गूगल लाखो ट्विट्स, फेसबुकवर टाकलेला मजकूर आणि चित्रे, इझी पासचे टोल

रेकॉर्ड्स, अमेझॉनवरची खरेदी, सेल फोन्स, जीपीएसवरून मिळालेली माहिती, सर्च इंजिन्सवरून केलेले शोध यांच्यामुळे माहितीचा जो साठा दर दिवशी प्रचंड प्रमाणात निर्माण होत होता त्याचा वापर करून अत्याधुनिक अशी गुंतागुंतीची कृत्रिम बुद्धिमत्ता दिलेली प्रणाली बनवण्यात दंग होते. सांकेतिक नाव होते ॲक्वेन्ट- एसीक्यूएआयएनटी- ॲडव्हान्सड क्वेश्चन आन्सरिंग फॉर इन्टेलिजन्स. त्या प्रणालीला मानवांप्रमाणे विचार करायला शिकवले जात होते; एवढेच नाही, तर सर्वसाधारण लोक कशा तऱ्हेने विचार करून वागतील हे आधीच सांगायला शिकवले जात होते.

अत्यंत भीतिदायक. पण हे सर्व इथेच थांबत नव्हते. गुप्तपणे एटीएसच्याच ताब्यात असणाऱ्या एका कंपनीबद्दलचे एक कात्रणही कॅरोलाइनने ठेवले होते. डीएचएसकडून मिळालेल्या आर्थिक अनुदानावर त्यांनी एका प्रोग्रॅमच्या पहिल्या टप्प्यावरच्या चाचण्या पुऱ्या केल्या होत्या आणि आता ती दुसऱ्या टप्प्यावर काम करत होती. त्या प्रोग्रॅमचे नाव होते फास्ट- एफएएसटी- फ्यूचर ॲट्रिब्यूट स्क्रीनिंग टेक्नॉलॉजी प्रोग्रॅम. ही साधने गुप्तपणे स्टेडियम्स, विमानतळ, मॉल्स आणि इतर सार्वजनिक जागांवर बसवता येणार होती आणि ती दहशतवादी घटना घडण्याआधीच त्यांचा शोध घेतील अशी अपेक्षा होती.

कुठल्याही परवानगीशिवाय उभारलेल्या सेन्सर्सच्या जाळ्याजवळून कुणीही व्यक्ती अजाणतेपणी जात असेल तर त्या व्यक्तीच्या हृदयाचे ठोके, रक्तदाब, बाहेर पडणारा घाम, श्वासोच्छ्वास, शरीरात निर्माण होणारी रसायने यांची नोंद करून ही साधने त्या व्यक्तीच्या मनात काही काळेबेरे आहे का ते शोधून एफबीआयच्या नेक्स्ट जनरेशन आयडेन्टिफिकेशनच्या- एनजीआयच्या- डेटाबेसमधून त्या व्यक्तीची ओळख पटवून घेऊन धोक्याचा इशारा देत असत.

ब्यूरोचा बोटांच्या ठशांचा जो डेटाबेस होता, त्याची बिलियन डॉलर्स ओतून बनवलेली सर्वसमावेशक आवृत्ती म्हणजे एनजीआय. दहा कोटींहून जास्ती व्यक्तींचे रेकॉर्ड असणारा एनजीआय जगामधला सर्वांत मोठा बायोमेट्रिक डेटाबेस होता. पोलिसांच्या रेकॉर्ड्समध्ये असणाऱ्या फोटोंऐवजी डोळ्यांच्या बुब्बुळांचे निरीक्षण, बोटांचे ठसे, तळहातांचे ठसे, डीएनए, आवाजाचे रेकॉर्डिंग, चालण्याची ढब, दोन पावलांमधले अंतर. जखमांचे व्रण, टॅटूज वगैरे चेहरे ओळखण्याचे तंत्रज्ञान वापरून कुणाचाही शोध घेता येईल असे फोटो एनजीआय डेटाबेसमध्ये होते. पुढल्या पिढीच्याही पुढचे म्हणण्यासारखे हे तंत्रज्ञान फास्ट प्रोग्रॅमसह काम करायला उत्कृष्ट होते. फास्टच्या टॅगिंग साधनांची उपयुक्तता आणि एनजीआयचे सेन्सर्स इथेच पुन्हा सर्व थांबत नव्हते.

कुठल्याही तऱ्हेच्या तपासासाठी कशाचीच तमा न बाळगणारा फास्ट प्रोग्रॅम कोणतीही व्यक्ती मोबाइल घेऊन फिरते का बघत असे. मात्र फास्ट मशिन त्या

व्यक्तीच्या मोबाइलवरच्या सर्व माहितीची कॉपी करून घेत असे. कुठलेही आरएफआयडी टॅग्ज असतील तर ती माहितीही कॉपी करून घेत असे.

आणि ही सर्व माहिती डीएचएस आणि एनएसएच्या डेटाबेसमध्ये घातली जाऊन प्रत्येक व्यक्तीच्या रेकॉर्डची एक फाइल बनवली जाई.

तुम्ही आज एखादा गुन्हा करण्याच्या विचारात आहात का, हा प्रश्न नव्हता. तुम्ही भविष्यात एखादे वेळी तसा विचार केला असता तर त्या वेळी आज जमवलेल्या माहितीच्या आधारावर तुमच्या नंतरच्या आयुष्यामधील वागणुकीचा अंदाज काढला गेला असता.

गुन्ह्याच्या नुसत्या विचारावर अमेरिकन सरकार जॉर्ज ओर्वेल याची १९८४ या कादंबरीसारखी किंवा मायनॉरिटी रिपोर्ट या चित्रपटासारखी परिस्थिती निर्माण करत होते.

कोणत्याही क्षणी तुम्ही कुठे आहात, काय करत आहात याबरोबर तुम्ही कसल्या विचारात गढला आहात आणि त्यानंतर काय कराल, हे ते तंत्रज्ञान शोधणार होते. अमेरिकेतील पोस्टल सर्व्हिस चालवणाऱ्या संघटनेकडेच या तंत्रज्ञानांचा ताबा असणार होता. फक्त अमेरिकन नागरिकांच्या सुरक्षिततेसाठी या आधुनिक तंत्रज्ञानाचा उपयोग होईल असा सरकारचा दावा असला तरी, त्यांचा प्रचंड प्रमाणात दुरुपयोगच केला जाण्याची शक्यता निकोलसला स्पष्ट दिसत होती.

सुरक्षिततेच्या नावाखाली सर्वसामान्य जनतेचे स्वातंत्र्य हिरावून घेणाऱ्या प्रत्येक आधुनिक तंत्रज्ञानाचे जनकत्व शेवटी अडॅप्टिव्ह टेक्नॉलॉजी सोल्यूशन्सच्या दारात पोहोचत होते.

निकोलस एका फाइलमधून दुसऱ्या फाइलवर नजर टाकत होता, लिंक्स बघत होता, एटीएस कशाकशामध्ये गुंतली आहे हे जाणून घ्यायचा प्रयत्न करत होता. हे करता-करता त्याला एटीएसचा इतिहास सांगणारी फाइल मिळाली आणि त्याच्या लक्षात आले की तो शोधत असलेला सोन्याचा स्रोत तोच होता आणि याचमुळे ते कॅरोलाइनचा जीव घ्यायला उठले होते.

दुसरे महायुद्ध संपता संपता सैन्य दलाचे ऑफिस ऑफ स्ट्रॅटेजिक सर्व्हिसेस-ओएसएसचे महत्त्व कमी व्हायला लागले. सेंट्रल इन्टेलिजन्स एजन्सीची स्थापना करण्याच्या हालचाली सुरू झाल्या. राजकारण्यांच्या हातामधली इन्टेलिजन्स एजन्सी ही कल्पनाच सहन करू न शकणाऱ्या ओएसएसच्या काही सदस्यांनी अत्यंत गुप्तपणे स्वतःचीच एक संघटना सुरू केली.

त्यांनी तिचे नाव सेन्टिनल ठेवले. इतरांच्या नजरेस येणार नाही अशा तऱ्हेने फक्त एकाच ध्यासाने कामाला सुरुवात केली. युद्धसमाप्तीनंतर कोणतीही किंमत चुकवून अमेरिकेचे रक्षण करायचे. सुरुवातीला ते खूप यशस्वी ठरलेही, पण

यशाबरोबर वॉशिंग्टनमध्ये त्यांना नको असणारी कुप्रसिद्धीही लाभली.

स्वतःचेच कायदे राबवणाऱ्या, कुणालाच जबाबदार नसणाऱ्या या माणसांना ठेचलेच पाहिजे, असाही सूर निघायला लागला. काही जण शीतयुद्धाच्या काळातील कम्युनिस्टांविरुद्ध वापरण्यासारखे अस्त्र म्हणूनही त्यांच्याकडे बघत होते. सेन्टिनलविरुद्ध असणाऱ्या लोकांनी चौकशीला सुरुवात केल्यावर त्यांच्या बाजूने उभे राहणाऱ्यांनी त्यांना भरपूर पैसे मिळवून देणारी सरकारी कंत्राटे मिळवून आरंभ केला.

त्यांना कायद्याची पर्वा आधीपासूनच नव्हती. इतर सरकारी एजन्सींना तो मोडायला लागू नये म्हणून कायद्याला न जुमानता देशाच्या सुरक्षिततेच्या दृष्टीने गरजेची कामे त्यांच्याकडे यायला लागली. त्यांना अपेक्षित यशही लाभायला लागले. सुरक्षिततेची हमी मिळायला लागली आणि त्यांची पाठराखण करणाऱ्यांना आपला याच्याशी संबंध नाही म्हणत हात वर करण्याची सोयही झाली.

पण कालांतराने इतर संघटनांच्या बाबतीत निर्माण होणारी परिस्थिती इथेही उद्भवली. नवनवीन कामगिऱ्यांसाठी भरती करण्यात येणाऱ्या तरुण कर्मचाऱ्यांची मते संघटनेच्या प्रस्थापकांपेक्षा वेगळी दिसायला लागली.

१९६० पर्यंत त्यांना सिग्नल्स इन्टेलिजन्समध्ये- सिगिन्ट- एसआयजी आयएनटी – उज्ज्वल भविष्यकाळ दिसायला लागला. व्यक्तींवरून त्यांचे लक्ष अत्याधुनिक संगणक आणि उपग्रहांकडे वळायला लागले. १९७०च्या आसपास सेन्टिनलचे रूपांतर अडॅप्टिव्ह टेक्नॉलॉजिकल सोल्यूशन्समध्ये झाले. सत्ता केंद्रांमध्ये, मुख्यतः एनएसएमध्ये ती इतकी एकरूप झाली की एटीएस हीदेखील एखादी निमसरकारी संघटनाच आहे, असा इतरांचा ग्रह व्हायला लागला. हा गैरसमज दूर करायचा प्रयत्न कधीच न करता तो दृढ करूनच एटीएसने जास्तीत जास्त फायदा उठवला.

कॅरोलाइनच्या स्वतःच्या टिप्पण्या बघता बघता निकोलसला कळले की, कालांतराने एटीएसने अमेरिकेबद्दलचा विचार सोडून फक्त स्वतःचाच विचार करायला सुरुवात केली होती. अत्यंत निर्दयपणे तिने आपल्या स्पर्धकांचा पार निःपात केला. सार्वजनिक किंवा खासगी क्षेत्रामधीलही कुणाचा अडथळा यायला लागला तर त्यांच्याकडे असलेल्या माहितीच्या प्रचंड साठ्याचा उपयोग बिनदिक्कतपणे त्यांचा गळा पकडण्यासाठी केला. हा शोध आश्चर्यकारक असला तरी नंतरच्या फाइलमध्ये मिळालेल्या माहितीशी तुलना करता तोदेखील गौणच ठरला.

कित्येक वर्षांपासून एटीएस आपल्या सर्वोत्कृष्ट अत्याधुनिक साधनांचा वापर करून मिळालेल्या आतल्या माहितीचा उपयोग प्रचंड प्रमाणात समभागांची खरेदी-विक्री करण्याला करत होती.

१९८०च्या आधीपासूनच आर्थिक क्षेत्रांशी संबंध असणाऱ्या प्रत्येकावर एटीएसने पाळत ठेवली होती. ती कंपनी फोनवरचे संभाषण ऐकत असे, फॅक्स वाचत असे.

संगणकांवरची नेटवर्क्स आणि इ-मेल अकाउंट्समध्ये इतरांनी अनधिकृतपणे प्रवेश करायला सुरुवात केल्यावर एटीएसने आपले ते तंत्रज्ञानसुद्धा अद्ययावत ठेवले आणि डॉलर्सच्या राशीच्या राशी कमावल्या. नियामकांच्या नजरेत काही येऊ नये म्हणून गुप्त करारांद्वारा ते जे प्रोग्रॅम चालवत होते, त्यांचा उपयोग करून काळा पैसा पांढरा केला. जगभर प्रॉपर्टीज विकत घेतल्या. परदेशातील खोट्याच कॉर्पोरेशन्सच्या नावे शेअर बाजारामध्ये पैसा गुंतवला. आशादायक वाटणाऱ्या रीसर्च अॅन्ड डेव्हलपमेंट प्रोजेक्ट्समध्ये पैसे गुंतवून यशस्वी असे प्रोजेक्ट पेन्टॅगॉन आणि सीआयएला विकले.

थोडक्यात एटीएसकडे आता स्वतःचा पैसा छापायला लागल्याप्रमाणे अफाट पैसा होता आणि त्यांनी अशी जागा पटकावली होती की जिथे त्यांची चौकशी करायला कुणी धजावला नसता.

कॅरोलाइन रोमेरोला स्वतःच्या जिवाची भीती उगीच वाटत नव्हती याची निकोलसला खात्री पटली. मग त्याने ब्ल्यू सॅन्ड या नावाची फाइल उघडली.

दोन पॅरा वाचल्यावर त्याच्या लक्षात आले की एटीएसने जे जे काही आजपर्यंत केले होते, ते काहीच नव्हते म्हणण्यासारखे सुलतानी संकट ते अमेरिकेवर आणणार होते.

धोक्याचा इशारा द्यायला हवा होता. त्याच्या लक्षात आले की एकच व्यक्ती अशी होती की जी या बाबतीत खरोखर काही करू शकली असती.

प्रकरण २१

बास्क पिरेनीस
स्पेन
गुरुवार

पाद्रे पेइओ याला ॲबीमध्ये काम होते म्हणून त्याने हॉर्वाथलाही आपल्याबरोबर ये असे सुचवले. घोड्यांवरून पर्वतराजींमध्ये पोचायचे तर तीन तास लागले असते.

हॉर्वाथ पूर्वी तिथे गेला होता. धार्मिक पुरुषाचे आश्रयस्थान असावे अशीच जागा. सर्वांपासून लांब अंतरावर असणारी, रमणीय आणि अत्यंत शांत. ती जरा अतिदूर होती यामुळेच प्रश्न निर्माण होई. प्रीस्ट्सचा बाहेरच्या जगाशी फारच कमी संबंध येत असे. निकोलस जेव्हा तिथे राहिला होता तेव्हा त्याच्या गरजेची सर्व साधनसामग्री घेऊन तो आला होता. ती सगळी आगीत नष्ट झाली होती. पेईओकडे म्हणण्यासारखे काहीही शिल्लक राहिले नव्हते. हॉर्वाथ त्याच्या बरोबर जाऊ शकत नव्हता. त्याला स्काइप अकाउंट जिथे मिळत होता, तिथेच राहणे भाग होते. म्हातारबुवांकडून पुढल्या सूचनांची वाट बघायची होती.

आणि तो वाट बघत थांबलाही. दिवसभर तो तासातासाने, अर्ध्या अर्ध्या तासाने त्याच्या स्काइप अकाउंटवर कार्लटनकडून काही मेसेज आला होता का, ते बघत होता. कुठलाही मेसेज संगणकावर दिसला नाही.

हॉर्वाथ त्याच्या घराच्या मध्यावरच ठाण मांडून बसलेला असल्याने इटीए कमांडरला त्याला टाळता येणेच शक्य नव्हते. त्याने एकदा आत पाऊल टाकून आपली ओळख करून दिली. त्याचे नाव तेयो होते. फारच धिप्पाड माणूस. मोठे मोठे घट्टे पडलेले हात, डाग पडलेले दात. सायकलच्या वळवलेल्या दांड्या दिसाव्यात अशा मोठ्या मिशा. अनेक दिवसांची वाढलेली दाढी. दाढी करायला वेळ

मिळत नसावा. तो नक्की काय करतो याची हॉर्वाथला कल्पना नव्हती. समजून घ्यायची इच्छाही नव्हती. इटीएने सर्व तऱ्हेच्या हिंसाचाराचा त्याग केलेला आहे असा समज असला तरी तेयो आणि त्याचे रँचवरचे शस्त्रधारी सैनिक बघता, ते पत्रक त्यांना मिळाले नसावे. त्याचा यजमान आणि त्याचे साथीदार यांच्याबद्दल हॉर्वाथला कमीत कमी माहिती असणेच ठीक होते.

साथीदार. हॉर्वाथने पुन्हा तो शब्द स्वतःशीच उच्चारला. त्याच्या समूहावरचा हल्ला अमेरिकेच्या शत्रूंनी नाही, तर अमेरिकेतीलच कुठल्या ताकदवर संघटनेने केला नसेल ना?

वेड्यासारखीच कल्पना. पण तरी त्याच्या मनात तसे विचार येत राहिले. कितीही विचित्र भासत असली तरी ती तडकाफडकी मनातून उडवावी असे त्याला वाटत नव्हते. सर्व पर्यायांचा विचार करण्याची शिकवण त्याला मिळाली होती. आणि त्यामध्ये अंतःप्रेरणेचा अंतर्भावही होता.

पण अमेरिकन्सच यामागे असतील अशा शक्यतेचा विचार करणे त्याला जड वाटत होते. त्याचा विश्वास बसत नव्हता.

त्याने घड्याळाकडे नजर टाकली. मध्यरात्र उलटून गेली होती. उगीच नाही त्याच्या मनाचा गोंधळ उडत होता. त्याला दोन तास तरी झोप काढायला हवी होती. त्याचे विचार भलभलत्या दिशांनी भरकटायला लागले होते.

स्काइपवर शेवटची नजर टाकून त्याने संगणक बंद केला.

रँचवर धुक्याचे आच्छादन पसरले होते. रायलीच्या बॅकपॅकमधून त्याने एक टॉर्च काढला आणि तो घोड्यांच्या पागेच्या दिशेने निघाला. ओलसर असा भयानक गारवा त्याला कोटामधूनही जाणवत होता. भयानक थंडीला तोंड देण्याचे शिक्षण मिळाले असले तरी थंडी आवडायलाच पाहिजे, असे थोडेच आहे? म्हणूनच बहुधा सर्व सील्सचा कल सैन्य दलामधून बाहेर पडल्यावर गरम हवामानाच्या ठिकाणी स्थायिक होण्याचा असतो. नौदलाने शिकवून तयार केलेल्या सील्सच्या मनात थंडीबद्दल द्वेषच निर्माण होत असावा किंवा थंडीला तोंड देण्याच्या क्षमतेलाही काहीतरी कालमर्यादा असावी. त्यानंतर सील्स थंडीला तोंड देऊ शकत नसावेत.

विचार करण्यासारखे कोडे असले तरी आज रात्री काही त्याला ते सोडवायचे नव्हते. तेयोच्या शस्त्रसज्ज अशा गस्तिपथकाला त्याने हात केला. त्यांनी बार्न जाकिटे चढवली होती. डोक्यावर परंपरागत इटीए बिरेट्स. पायऱ्या चढून तो पागेवरच्या छोट्या अपार्टमेंटमध्ये पोहोचला.

झोपण्याच्या खोलीमधला, बंद जागेत उष्णता खेळवणारा छोटा हीटर चालू करून त्याने ग्लासभर पाणी ओतून घेतले. खुर्चीत बसून रायलीच्या बॅकपॅककडे बघितले. तिच्या सर्व वैयक्तिक वस्तू अनेक वेळा बघूनही ती पॅरिसमध्ये का आली

होती आणि सुरक्षित घरात तिची भेट घेण्यासाठी त्याला का पाठवले होते, याचा उलगडा त्याला होत नव्हता.

हे सर्व का घडले होते? आणि महत्त्वाचे म्हणजे तिच्या बाबतीतच का? त्याला काळजी असे, अशाच स्त्रियांच्या बाबतीत वाईट गोष्टी का घडत असत? आयुष्य सरळ नसतेच, माहीत होते त्याला. पण तरी त्याला वाटायला लागले होते की कोणती तरी ताकद मुद्दामहून त्याच्या आयुष्याला धोका निर्माण करत होती.

त्याच्या पेशाबद्दल तो बोलू शकेल आणि तो कधीही त्याच्या कामासाठी म्हणून अचानक नाहीसा होत राहिला तरी त्याला समजून घेऊन पाठिंबा देतील अशा स्त्रिया फार थोड्या होत्या. अशा काही स्त्रियांशी त्याची जवळीकही निर्माण झाली होती. पण तरीही शेवटी त्याच्या कामामुळेच त्यांच्यामधले संबंध पार उलटेपालटे होऊन गेले होते. पण रायली त्याच्याच पेशातली असल्याने त्याला आशा होती की त्यांच्यामधले संबंध नक्की टिकून राहतील.

ते या वर्षाच्या सुरुवातीला प्रथम भेटले होते. स्वित्झर्लंडमध्ये एक कामगिरी होती आणि त्याने पकडलेला एक कैदी घेऊन येण्यासाठी म्हातारबुवांनी तिला पाठवले होते. तिशीतली होती आणि फारच सुंदर. उंच, लालसर तपकिरी रंगाचे केस, निळे डोळे. तिच्याशी हात मिळवताच विजेचा झटका बसल्यासारखे त्याला वाटले होते.

ती स्कीईंगमध्य- बर्फावर घसरत जाण्याच्या स्पर्धांमध्ये भाग घेणारी तरबेज स्पर्धक होती. ते सोडून ती वैद्यकीय शिक्षणाकडे वळली. त्या व्यवसायात तिला आनंद मिळत असला, तरी त्यात खूप मजा वाटत नव्हती. तिला काहीतरी धडाडीचे काम हवे होते. तिने संगणकावर ऑनलाइन शोध घेतला. देशभरामधल्या मैत्रिणींशी, वॉशिंग्टनमधल्या मित्रांच्या मित्रांशीही फोनवर बोलली. आपल्याला नक्की काय हवे आहे हे तिला सांगता येत नसले, तरी ते दिसल्यावर ओळखता येईल अशी तिची खात्री होती.

सीआयएच्या वैद्यकीय सुविधा पुरवणाऱ्या कार्यालयाच्या परदेशातील जागांसाठी अर्ज करायच्या विचारात असताना अमेरिकन सैन्य दलाचे दोन प्रतिनिधी तिच्या घरी पोहोचले. ते एक प्रोग्रॅम बनवत होते आणि त्या कामासाठी ती अगदी योग्य मुलगी आहे असे त्यांना वाटत होते. प्रयत्न तर करून बघ, त्यांनी तिला सांगितले. तिने नुसता प्रयत्नच केला नाही, तर इतर इच्छुकांना पार मागे टाकले. अथेना प्रोजेक्टची ती एक सुरुवातीची सदस्य बनली.

तिच्यामधले आणि हॉर्वाथमधले साम्य फार विलक्षण होते. तिच्याबद्दल विचार करत असताना त्याचे विचार, तो पूर्वी ओळखत होता अशा स्त्रियांच्या दिशेने वळतील हेदेखील त्याला ठाऊक होते. मनावर फार आघात करून गेलेला मार्ग

होता तो. त्या रस्त्याने चालायला लागले, तर त्याची परिणती कशात होईल याची त्याला कल्पना होती. जवळच असणाऱ्या कुठल्याही बाटलीमधल्या पेयाचे पेलेच्या पेले शेवटी रिचवले जात. त्याने त्याआधीच ही विचारशृंखला तोडायचा विचार केला. दात घासत त्याने आरशाभोवतालच्या चित्रविचित्र टाइल्सकडे बघत त्या तुकड्यांची संख्या मोजायला सुरुवात केली.

न्हाणीघरामधील कामे आवरल्यावर त्याने दिवे बंद केले. रायलीच्या बॅगकडे दुर्लक्ष करायचा प्रयत्न करत बिछान्यावर अंग टाकले.

हीटरचा काही विशेष परिणाम झालेला दिसत नव्हता. खोलीत फार थंड होते. बिछान्यावरची चादरसुद्धा गार पडली होती. सगळी हवाच ओलसर, थंडगार वाटणारी रात्र होती.

हनुवटीपर्यंत ब्लँकेट ओढून घेऊन हॉर्वाथने डोळे मिटले. मन शांत ठेवण्याचा प्रयत्न केला. सैरावैरा धावणारे विचार आता त्याला मनात यायला नको होते.

खोलवर श्वास घ्यायचा, हळूहळू सोडायचा, मनात विचार येऊ द्यायचे नाहीत, अंधारावर लक्ष केंद्रित करायचे. लवकरच त्याला झोप आली.

तो अत्यंत थकलेला असण्याचे चिन्ह म्हणूनच की काय त्याला खरी वाटणारी स्वप्ने पडायला लागली.

इतकी खरी भासणारी की, तीन तासांनी त्याला सांगता येईना की त्याने खरोखर कुत्र्यांना भुंकताना ऐकले होते की तो स्वप्नातच होता.

ते विसरून त्याने पुन्हा झोपायचा प्रयत्न केला आणि अचानक त्याला गोळी झाडल्याचा आवाज ऐकू आला. त्याला माहीत होते की तो आवाज त्याने नक्कीच स्वप्नात ऐकला नव्हता.

प्रकरण २२

पिस्तुलाकडे हात नेत तो बिछान्यावरून खाली कोसळला. काय चाललेय तरी काय? तो विचार करत होता. काही सेकंद लोटले.

इतर कुठले आवाज येतात का यावर त्याचे पूर्ण लक्ष होते. गोळ्या झाडल्याचे आणखी आवाज आले नाहीत.

पण त्याने काय ऐकले होते, याच्याबद्दल त्याच्या मनात शंका नव्हती. कुत्रे भुंकले होते, एक गोळी झाडली गेली होती. पण या दोन घटनांमध्ये वेळ किती गेला होता याची त्याला कल्पना करता येत नव्हती.

एखादे मिनिट गेल्यासारखे वाटले होते. दहाही असू शकतील. जास्तीही.

पण कुत्र्यांचे भुंकणे आणि झाडली गेलेली गोळी यांच्यात संबंध नक्कीच होता. जवळच कुठला तरी प्राणी शिकारीवर निघाला असणार आणि तसा असलाच तर त्यामुळे फार महत्त्वाचा प्रश्न उभा राहत होता. तो चार पायांवर चालणारा प्राणी होता की त्याहून खूपच धोकादायक असा दोन पायांवर चालणारा प्राणी?

हॉर्वाथ वाट बघत थांबला. दुसरा कुठलाही आवाज आला नाही. एखादे वेळी विशेष काही नसेलही. बास्क प्रदेशातला छोट्या लांडग्यासारखा प्राणी- कयोटी- असेल? का डोंगराळ भागातला सिंहच चुकून प्रॉपर्टीवर आला होता आणि त्याच्यावर कुणीतरी गोळी झाडली होती?

गार्डच्या झोपडीत फोन करायचा म्हटले तर फोन नव्हता, वॉकी-टॉकीही नव्हता. मुख्य घरात वस्तीला असणाऱ्या तेयोशी संपर्क साधता येत नव्हता. स्वतःच तपासाला निघण्याशिवाय हॉर्वाथकडे पर्याय नव्हता.

कपडे चढवून तो अपार्टमेंटमधून खाली उतरला. तो झोपायला गेला होता, त्या

वेळेपेक्षाही हवा जास्ती थंड होती, धुकेही जास्तीच दाट होते. चेहऱ्यासमोर हात धरला तरी दिसत नव्हता. त्याने टॉर्च खिशातच ठेवला. बाहेर धुक्यामध्ये कोणी असेल तर टॉर्चच्या प्रकाशानेच त्याच्याकडे लक्ष वेधले जायचे.

त्याने बाहेर पाऊल टाकले तर धुक्यानेच जणू त्याला गिळून टाकले. त्याचे लक्ष आवाजांकडेही होते. कुठलाही आवाज... एकही आवाज नाही. गुराढोरांचीसुद्धा चाहूल नाही.

पण त्यांचे कुरण फार मोठे आहे, त्याने स्वतःलाच आठवण करून दिली. धुके फारच दाट होते म्हणून गुरे रँचच्या इमारतीपासून दूर, डोंगरांच्या दिशेने सरकली असतील. दुसरेही कुठले कारण असू शकले असते म्हणा.

कोणत्याही क्षणी कुत्र्यांचे लक्ष त्याच्याकडे जाईल. तेयो आणि त्याच्या माणसांना ते ओळखत होते. हॉर्वाथ परका माणूस होता. ते अजूनही त्याच्याकडे संशयाने बघत होते.

पण पागेबाहेर पाऊल टाकल्यावर कोणताही कुत्रा पुढे झाला नाही. कुरणाच्या पलीकडल्या भागात गुराढोरांबरोबरच ते नसतील ना? तसे नसेल तर मात्र काहीतरी गडबड होती.

तो मुख्य घराच्या दिशेने निघाला. पिस्तूल हातात धरलेले. हात खिशात. बोट चापावर. कोणत्याही अनपेक्षित धक्क्याला तोंड देण्याची त्याची तयारी असली, तरी त्यालाच तसाच धक्का कुणाकडून मिळावा असे त्याला वाटत नव्हते. बऱ्याच वेळा पहिली आणि एकच गोष्ट लोक करतात- पिस्तुलाचाच आसरा घेतात. त्याला तेयोच्याच कोणत्या माणसाने त्याच्यावर गोळी झाडावी असे वाटत नव्हते.

घरापासून अर्ध्या वाटेवर असताना तो अडखळला. बूट घातलेले दोन पाय दिसले. धुक्यातून वाकून त्याने बघितले. अपार्टमेंटच्या पायऱ्या चढण्याआधी ज्या माणसाला त्याने हात केला होता तोच माणूस होता. शेजारीच त्याची लुपारा-शॉटगन- पडली होती. त्यातून नुकतीच गोळी झाडली गेली होती. बंदुकीच्या दारूचा वास येत होता. त्याने नाडी बघितली. शरीर अजूनही गरम लागत असले, तरी तो मेला होता. हॉर्वाथने हात वर उचलला तेव्हा त्याच्या बोटांना रक्त लागले होते. त्या माणसाचा गळा एका कानापासून दुसऱ्या कानापर्यंत कापलेला होता. जाकिटाचा पुढला भाग रक्ताने माखलेला होता.

त्याच्यासाठी करण्यासारखे काही नव्हते. तो माणूस ठार झाला होता. रँचवर हल्ला झाला होता. त्याला त्या धोक्यावर पूर्ण लक्ष केंद्रित करायची आवश्यकता होती.

अगदी हळूहळू घराकडे जात असताना त्याच्या मनात तीन प्रश्न घोळत होते. प्रॉपर्टीवर कोण आहे? किती जण आहेत? आणि ते का आले आहेत?

शेवटचा प्रश्न मनात आला मात्र आणि त्याच्या मनात वाईट भावना निर्माण झाली. त्याच्या प्रश्नांची उत्तरे लवकरच त्याला मिळणार होती.

त्या मृत बास्कने जो कुणी परका माणूस घुसला होता त्याच्यावर गोळी घातली होती की आपल्या सहकाऱ्यांना धोक्याची जाणीव करून देण्यासाठी? रँचवर थोडाही गोंधळ माजला नव्हता, हे चिन्ह अतिशय वाईट होते. तेयोची माणसे लढवय्या जातीची होती. पळ काढणाऱ्यांपैकी नव्हती.

त्याने आत-बाहेर करण्यासाठी घराच्या बाजूच्या दाराचा उपयोग केला होता. तो त्या दाराजवळ पोहोचला, तर ते थोडेसे उघडे होते. त्याने आत शिरण्यापूर्वी घराभोवती पटकन फेरी मारून टेहळणी करण्याचे ठरवले.

तो भिंतीच्या अगदी जवळून चालत होता. धुक्यातून वावरताना त्याला स्वतःलाच हरवायचे नव्हते. खिडक्यांमागे अंधार होता. आतले काही दिसत नव्हते.

घराच्या कोपऱ्यावरून वळणार, एवढ्यात त्याला कसला तरी आवाज आला आणि तो थबकला. कुणाला तरी खोकल्याची उबळ आली होती आणि ती थांबवायचा तो प्रयत्न करत होता. पण त्याला तरीही पूर्ण खात्री वाटत नव्हती.

त्याचे पिस्तूल त्याच्या हातात आले. दुसऱ्या हाताने त्याने टॉर्च बाहेर काढला. त्याला पुन्हा तोच आवाज आला आणि मागोमाग कण्हल्यासारखा आवाज.

टॉर्च पकडलेला डावा हात शरीरापासून लांब आणि उंच धरून त्याने एकदा मोठा श्वास घेतला आणि तो कोपऱ्यावरून वळला.

त्याने टॉर्चचे बटण दाबले आणि बंद केले. सीलसमध्ये आणि सीक्रेट सर्व्हिसमध्ये असताना हजारो वेळा त्याने तेच केले होते. प्रखर प्रकाश क्षणभर पडून जात असला तरी इतक्या छोट्या वेळात तुमचे डोके कितीतरी तपशील बघून त्याचा अर्थही लावू शकते.

दाट धुक्यात तसे स्पष्ट दिसले नाही तरी जीन्स, हायकिंग बूट आणि इथल्या उंचीला आणि थंडीला तोंड देण्यास अत्यंत असमर्थ असणारी विन्डब्रेकर्ससारखी जाकिटे घातलेली दोन माणसे त्याला दिसली. सैन्य दलातली माणसे कापतात तशा तऱ्हेने कापलेले केस. एक जण बसला होता आणि दुसरा वाकून त्याच्या मांडीच्या सांध्याजवळ बँडेज दाबून धरत होता. जखमी माणसाच्या हातामधले सायलेंसर लावलेले पिस्तूल त्याला दिसले. दुसऱ्या माणसाच्या हातातले दिसले नाही. तरी तो शस्त्रसज्ज असणार, यात शंकाच नव्हती.

त्याची शंका खरी ठरली; कारण त्याच्याच सायलेंसर लावलेल्या पिस्तुलातल्या गोळ्यांनी हॉर्वाथजवळच्या भिंतीच्या दगडांच्या कपच्या उडवल्या.

हॉर्वाथ ताबडतोब कोपऱ्यावरून मागे सरकला. ही तेयोची माणसे नव्हती. खरे तर त्यांच्याकडे बघताच त्याला पॅरिसमधल्या हल्लेखोरांची आठवण झाली होती.

त्याने खाली वाकून कोपऱ्यावरून पिस्तुलामधून सटासट गोळ्या झाडल्या. त्यांना दडायला जागा नव्हती आणि त्याचाच फायदा त्याला उठवायचा होता.

स्वतःच्या पिस्तुलावर सप्रेसर बसवला नसला, धुक्यामुळे गोळ्यांचे आवाज दबले जात असले तरी त्याच्या मोठ्या पॉइंट ४५ ग्लॉक पिस्तुलाचे आवाज घुमले.

तो उभा राहिला. भिंतीला पाठ टेकवून त्याने मॅगझिन बदलले आणि तो परत सज्ज झाला. पुन्हा एकदा कोपऱ्यावरून त्याने धडाधड गोळ्या मारल्या.

पिस्तूल मागे घेऊन त्याने पुन्हा मॅगझिन बदलले. कान भिंतीला जवळ जवळ टेकवूनच तो वाट बघत उभा राहिला. पण वळणावरून कुठलाही आवाज त्याच्या कानांवर पडला नाही.

स्वतःच्या पावलांचा आवाज येणार नाही इतक्या सावधपणे त्याने पटकन कोपऱ्यावरून वळून बघितले. काही झाले नाही. एकतर ते त्याला बघू शकत नव्हते, नाही तर प्रत्युत्तरादाखल गोळ्या झाडण्याच्या परिस्थितीत तरी नव्हते. काय ते शोधून तर काढायलाच हवे होते.

पिस्तूल सज्ज करून तो कोपऱ्यावरून वळून बघणार इतक्यात त्याच्या मनात वेगळाच विचार आला. तो याच बाजूने येणार असे गृहीत धरून ते त्याची वाटच बघत थांबले असण्याची शक्यता होती. स्वतःवर गोळ्या झाडल्या जात असताना करण्यासारखा पहिला उपाय एकच असतो- गोळ्या झाडणाऱ्यावरच गोळ्या झाडायच्या. आपल्या जखमी साथीदाराला खेचत सुरक्षित जागेकडे नेत असताना हॉर्वाथने तेच केले असते. आणि मग दुसऱ्याच दिशेने हल्लेखोरावर हल्ला चढवला असता.

हॉर्वाथ निघाला. पंधरा एक यार्ड गेला असेल नसेल तर त्याला घेरण्यासाठी येणाऱ्या एका माणसाने धुक्यामधून बाहेर पाऊल टाकले. त्याला उडवायची हॉर्वाथला संधी मिळाली.

हॉर्वाथ नजरेला येईल अशी त्या माणसाची अजिबातच अपेक्षा नव्हती. त्याची प्रतिक्रिया तत्काळ झाली असली तरी हॉर्वाथची क्षणभर आधीच झाली

पॅरिसमधल्या हल्लेखोरांनी गोळ्यांना दाद न देणारी जाकिटे चढवली होती याची आठवण ठेवून त्याने खाडखाड दोन गोळ्या त्या माणसाच्या कपाळावर हाणल्या आणि तो माणूस जमिनीवर कोसळला.

त्याचे पिस्तूल लाथेने दूर उडवून, त्याच्या अंगावरून हात फिरवून हॉर्वाथने तपासणी केली. तसे जाकीट यानेही घातलेच होते. त्यांच्यासारखाच तरुण होता. शरीरावरच्या कपड्यात कुठेही कागदाचा कपटा आढळला नाही. तो कोण होता, कुठून आला होता, त्याला कुणी पाठवले होत, हे कळायला वावच नव्हता. त्याच्या कंबरेच्या पट्ट्याला एक वॉकी-टॉकी होता आणि हेडसेट. हॉर्वाथने हेडसेट काढून घेतला आणि वॉकी-टॉकीही.

उभे राहून त्याने दुसरा कुणी माणूस धुक्यामधून त्याच्या दिशेने येतो आहे का ऐकायचा प्रयत्न केला. सगळीकडे फारच शांतता होती. चिंताच वाटावी अशी शांतता.

हेडसेट डोक्यावर ठेवून आणि वॉकी-टॉकी खिशाला अडकवून तो दुसऱ्या माणसाच्या शोधात निघाला.

तो आधी होता तिथेच पडलेला होता. पण मेलेला होता. विशीमधलाच तरुण. डाव्या पायाच्या वरचा भाग आणि जाकिटाखालचा पोटाचा भाग अगदी जवळून झाडल्या गेलेल्या शॉटगनच्या गोळ्यांनी उडवून टाकला होता. त्याच्या तपासणीतूनही, त्याच्या साथीदाराप्रमाणेच काहीही मिळाले नाही.

पुन्हा वळून तो घराच्या ज्या बाजूच्या दरवाजाकडे प्रथम आला होता तिथे पोहोचला. दार अजूनही तसेच उघडे होते. आत शिरून हॉर्वाथ काही सेकंद स्तब्ध उभा राहिला. आत कसेबसे दिसण्याइतपतच प्रकाश होता.

शेवटी हळूच त्याने हालचाल सुरू केली. त्याने प्रवेश केलेल्या मडरूममधून, बूट आणि कोट किंवा जाकिटे काढण्याच्या खोलीमधून हॉर्वाथ स्वयंपाकघरामध्ये पोहोचला. तो अत्यंत सावध होता. पुढे असणाऱ्या बैठकीच्या खोलीतल्या लाकडी घड्याळाची टिकटिक फक्त त्याच्या कानांवर पडत होती.

तो पुढे जेवण घेण्याच्या ठिकाणी पोचला, थांबला. त्याच्या मानेमागचे केस एकदम ताठ झाले. पुढे बैठकीच्या खोलीतले लहानसे टेबल उलटे पडले होते. जमिनीवर रक्ताचे थारोळे साठले होते. इतक्या अंतरावरून हॉर्वाथला एवढेच कळत होते. टॉर्चचा उपयोग तो नक्कीच करणार नव्हता.

तो पुढे सरकला. धिप्पाड असा तेयो सोफ्याजवळ पालथा पडला होता. खोलीत नजर फिरवून मग त्याने तेयोला उलटे केले.

त्याच्या कपाळाच्या मध्यभागी आणि नाकाखालीच गोळ्या हाणल्या होत्या. डोळे उघडे असले तरी त्यात जीव नव्हता. इटीए कमांडर ठार झाला होता.

याच्यासाठीच घडले होते सर्व? खुनी हल्ला? दुसऱ्या गटाने चढवलेला? संघटित गुन्हेगारीचा संबंध असेल? का स्पॅनिश सरकारचा हात असेल?

हे विचार मनात येत असतानाच त्याला त्याच्या प्रश्नाचे उत्तर मिळाले. त्याच्या कानावर आज्ञा आली, "हलू नकोस.'' त्याच्यामागून कुठून तरी आलेला आवाज. इंग्लिशमधून बोलणारा. अमेरिकन ढबीचे उच्चार. आवाजात जादाच आत्मविश्वास. "पिस्तूल फेक तिथेच, मूर्खा,'' त्या माणसाने सांगितले.

खोली इतकी अंधारी होती की हॉर्वाथने झरकन वळून गोळी झाडायचा प्रयत्न केला असता तरी त्याच्या मागच्या माणसानेच प्रथम गोळी हाणली असती. त्या माणसाची आज्ञा ऐकण्याशिवाय पर्याय नव्हता. तेयोच्या प्रेताशेजारी हॉर्वाथने आपले

पिस्तूल जमिनीवर ठेवले.

"गुडघ्यांवर बस, ताबडतोब."

हॉर्वाथ त्याप्रमाणे बसला.

"हात डोक्यामागे घे. हातांची बोटे एकमेकांत अडकव."

"आहेस तरी कोण तू?" हॉर्वाथने विचारले. "आणि इथे काय करतो आहेस?"

"गप्प बस," तो माणूस ओरडला, "हात डोक्यामागे."

"तू कोण आहेस आणि हे काय चालले आहे ते तू सांगेपर्यंत नाही."

त्या माणसाने हॉर्वाथ जिथे गुडघ्यांवर बसला होता तिथल्या जवळच्या सोफ्यावर खाड-खाड दोन गोळ्या हाणल्या.

हॉर्वाथने हात वर केले, डोक्यामागे घेतले आणि बोटे एकमेकांत अडकवली. "तू चुकीच्या माणसाबरोबर भांडण उकरून काढले आहेस."

"गप्प बस," तो पुन्हा म्हणाला आणि त्याने आपला रेडिओ हातात घेतला. "रेड वन, मी रेड टू बोलतो आहे. शोधात होतो त्या माणसाला पकडले आहे. इमारत बी."

हॉर्वाथच्या कानांवर अजूनही हेडसेट होता. रेडिओवरचे बोलणे त्याला ऐकू येत होते. "ठीक आहे, रेड टू," उत्तर मिळाले. "इमारत बी." फक्त दोघेच होते? त्याने इतक्या वेळात दुसऱ्या कुणाचेच संभाषण ऐकले नव्हते.

"रेड थ्री, मी रेड टू. परिस्थिती कशी काय आहे?" हॉर्वाथच्या मागचा माणूस पुन्हा बोलत होता.

उत्तर नाही.

"रेड थ्री, मी रेड टू. ऐकू येते आहे ना?"

बरेच सेकंद उलटले. अजूनही उत्तर मिळाले नव्हते. उरलेले फक्त दोघेच असतील तर ते मेले होते. हॉर्वाथनेच तर त्यांना मारले होते. "जास्ती माणसे आणायला हवी होतीस तू," तो म्हणाला.

त्या माणसाने हॉर्वाथकडे लक्षही दिले नाही. "रेड फोर, मी रेड टू बोलतो आहे." थोडा-थोडा वेळ वाट बघत त्याने पुन्हापुन्हा रेड फोरशी संपर्क साधायचा प्रयत्न केला आणि शेवटी नाद सोडला. पुन्हा रेड वनशी संपर्क साधला.

"बोल रेड टू,"

"प्रॉपर्टी सुरक्षित आहे?"

"हो."

"मग रेड थ्री आणि रेड फोर यांना शोधायला लाग. बी इमारतीपासून सुरुवात करून बाहेरच्या बाजूला शोध घे."

"ठीक आहे."

मग तो माणूस पुन्हा हॉर्वाथकडे वळला. आता त्याचा राग हॉर्वाथच्या रोखाने वळला होता. "तुला फक्त ठार मारायची मला आज्ञा दिली आहे. त्यासाठी किती वेळ काढायचा याबद्दल नाही."

"कुणाची आज्ञा?"

"तुझा त्याच्याशी काही संबंध नाही. देशद्रोही आहेस तू."

देशद्रोही? हॉर्वाथला जबरदस्त धक्का बसला. त्याला काय बोलायचे हेदेखील सुचेना. शेवटी तो म्हणाला, "तू चुकीच्याच माणसाला पकडले आहेस."

"अजिबातच नाही. तो तूच आहेस. विश्वासघातकी देशद्रोही."

हॉर्वाथला आपल्या चेहऱ्यावर कुणीतरी ठोसा मारल्यासारखे वाटले. विश्वासघात? देशद्रोह? "काय बोलतो आहेस तू? मी देशद्रोही आहे असं वाटतं तुला?"

"ते मी ठरवत नाही. मी फक्त मला दिलेल्या आज्ञा पाळतो," तो माणूस म्हणाला.

"आणि तुला आज्ञा कोण देते?"

"त्याच्याशी तुझा काही एक संबंध नाही."

"मी देशद्रोही आहे म्हणून मला तू ठार मारायला इथे आला आहेस आणि तरी तू म्हणतो आहेस की तुला कुणी पाठवले याच्याशी माझा संबंध नाही?"

"फारच बडबड करतोस तू," तो माणूस वैतागूनच म्हणाला.

"आणि तू गरजेइतकंही बोलत नाहीस. तू फार मोठी चूक करतो आहेस. मी पुन्हापुन्हा सांगतो आहे तुला की तू चुकीच्या माणसालाच पकडले आहेस."

"गप्प बस."

हॉर्वाथला दिसायला लागले की त्याची वेळ भरत चालली आहे. "तू सैन्य दलात आहेस, बरोबर? किंवा कधी काळी होतास तरी, कुठल्या शाखेत?"

त्या माणसाने त्याच्याकडे दुर्लक्ष केले.

"सीक्रेट सर्व्हिसमध्ये येण्यापूर्वी मी एक सील होतो."

"मी तुझी फाइल बघितली आहे."

"मग मी देशासाठी काय केले आहे हे तुला माहीत आहे. माझ्या प्रश्नाचे उत्तर देणे कर्तव्य आहे तुझे."

"मी अजिबात बांधील नाही तुला उत्तर द्यायला," असे म्हणत त्याने पुन्हा रेडिओ हातात घेतला. "मी रेड टू बोलतो आहे, रेड वन. काय स्थिती आहे?"

"अजून काही कळलं नाही."

"घाई कर."

या माणसाच्या बाबतीत काहीतरी गडबड होती, पण काय ती हॉर्वाथच्या ध्यानात येत नव्हती. खाक्या लष्करी वाटत असला तरी गावगुंड वाटत होता.

"ऐक माझे. न्यायालयात उभे केल्याशिवाय तू दुसऱ्या अमेरिकन नागरिकाला असे ठार मारू शकत नाहीस."

"यादीत नाव असेल तर मारू शकतो, विश्वासघातक्या."

"यादी? कुठली यादी? कशाबद्दल बोलतो आहेस तू?"

त्या माणसाचे लक्ष दुसरीकडेच कुठेतरी वेधले गेले असावे. त्याने उत्तर दिले नाही. हॉर्वाथ उत्तरासाठी पुन्हा मागे लागल्यावर तो गुरगुरल्याप्रमाणे खालच्या आवाजात उद्गारला, "तोंड बंद ठेव तुझे."

तो माणूस उजवीकडे वळायला लागला आणि त्या हालचालीने फळी थोडी करकरल्यासारखा आवाज आला.

दुसऱ्या क्षणी प्रचंड दणक्याने हॉर्वाथच्या कानात वेगवेगळे आवाज यायला लागले. पिस्तुलाकडे हात नेत वळत असतानाच तो माणूस धाडकन उभाच्या उभा कोसळला आणि तोंडावर आपटला. तो मेला होता. शॉटगनची गोळी मानेमधून पार त्याच्या डोक्यातच घुसली होती.

जेवणघरामध्ये हातात लुपारा घेऊन पाद्रे पेईओ उभा होता.

हॉर्वाथ काही बोलणार, एवढ्यात त्याला पेईओच्या मागे स्वयंपाकघरामध्ये हालचाल जाणवली. "पेईओ! पिस्तूल! आडवा हो!" तो ओरडला. त्याला फार उशीरच झाला होता. स्वतःला खाली झोकून देण्याऐवजी पेईओ वळला होता.

पहिली गोळी कुणी झाडली हे सांगणे कठीणच होते. हॉर्वाथने का रेडिओवर दुसऱ्या बाजूने बोलणाऱ्या त्या माणसाने, रेड वन.

पेईओ जमिनीवर कोसळत असतानाच हॉर्वाथने पुन्हापुन्हा चाप खेचत हल्लेखोराच्या छातीत, घशात, नाकाखाली गोळ्या हाणल्या.

त्याच्या हातातले शस्त्र स्वयंपाकघरामधल्या जमिनीवर पडून तोही खाली पडत असतानाच हॉर्वाथ आपल्या मित्राच्या मदतीला धावला.

प्रकरण २३

नशिबानेच पाद्रे पेईओच्या जखमा गंभीर स्वरूपाच्या नव्हत्या. दोन गोळ्या त्याच्या खांद्यात घुसल्या होत्या. एक सरळ बाहेर पडली होती आणि दुसरी तिथेच अडकून बसली होती. प्रेशर बॅन्डेज बांधत असताना त्याच्या प्रतिक्रियेवरून हॉर्वाथच्या लक्षात आले की ती हाडाजवळ अडकली होती आणि पाद्रे पेईओला खूप वेदना होत होत्या.

तो सारखा उभे राहण्याचा प्रयत्न करत होता. "मला मृतांकडे बघायला हवे."

मृतात्म्यांसाठी प्रार्थना वगैरे विचार हॉर्वाथच्या मनात अजिबातच येत नव्हते. त्याला उत्तरे हवी होती. सर्वांत महत्त्वाचा प्रश्न होता देशद्रोही असा शिक्का मारून त्याचा काटा काढण्यासाठी खुन्यांची टोळी कुणी पाठवली होती? आणि का? त्याने असे केले तरी काय होते? आणि त्यांनी त्याचा शोध लावला तरी कसा?

त्या शेवटच्या प्रश्नाचे उत्तर सोपे होते. म्हातारबुवांशी संपर्क साधण्याच्या प्रयत्नांतच हे झाले असणार. त्यांचे स्काइपवरचे संदेश हाच एक त्याच्या या स्थानाचा दुवा होता. आपला खरा ठावठिकाणा कुणालाही कळू नये म्हणून अनेक सांकेतिक खुणा व इंटरनेट जाळ्यातील विविध देशांतील संगणकांमधून मार्ग काढत त्याने स्काइपवर लॉगइन केले होते, तरी कुणीतरी त्याचा पत्ता लावला होता.

पेईओने पुन्हा उठून उभे राहण्याची धडपड सुरू केली आणि हॉर्वाथचे लक्ष त्याचा रक्तस्राव थांबवण्याकडे वळले. तो आटोक्यात आल्यावर त्याने त्याला उभे राहण्यासाठी मदत केली.

तेयोजवळ जाऊन त्या मृत बास्कसाठी पेईओ प्रार्थना करत असताना हॉर्वाथने दोन हल्लेखोरांच्या प्रेतांची तपासणी केली. इतर हल्लेखोरांप्रमाणेच तेदेखील तरुण होते आणि त्यांची ओळख पटेल असे काहीही त्यांच्याकडे नव्हते. हॉर्वाथला जवळ

जवळ ठार मारायला निघालेल्या तरुणाच्या शरीरावर टॅटूज होते. एक-दोन फारच कसेतरी काढले होते. कामात सफाईदारपणा नव्हता. व्यावसायिक माणसाने केलेले काम नव्हते ते.

त्यांच्या प्रेतांजवळ प्रार्थना केल्यावर हॉर्वाथने पेईओला आधार देत बाहेर आणले आणि दुसरे दोघे जण कुठे पडले होते ते दाखवले. त्यांच्यासाठी काही शब्द पेईओने म्हटल्यावर ते पुढे निघाले. घोड्यांची पागा आणि घर यांच्या साधारण मध्यावर कुठेतरी मृत बास्क पडलेला होता. पेईओने त्याचीच लुपारा उचलली असणार; पण तो परत का आला हे हॉर्वाथला कळत नव्हते.

त्याने पाद्रेला सरळच विचारल्यावर त्याने उत्तर द्यायचे नाकारले. तो स्वतःची ताकद राखून ठेवण्याच्या प्रयत्नांत होता. हॉर्वाथला ते मान्य होते. त्याने आपल्या खांद्याचा आधार घेऊन पेईओला चालण्यासाठी सुचवले. ते नंतर बोलू शकले असते.

त्याला रँचची चांगली माहिती असल्याने विरळ होत जाणाऱ्या धुक्यातून त्याने इतर प्रेतांचा शोध लावला. हल्लेखोरांची टोळी तज्ज्ञ खुन्यांचीच होती. तेयोची सर्व माणसे मरण पावली होती. आयब्रोज आणि स्कारफेससुद्धा. त्यांच्यापैकी एकही जण वाचला नव्हता. काय चालले होते? खुनी एवढे तरुण कसे होते? हॉर्वाथला ठार मारायला निघालेला पोरगा कुठल्या यादीतल्या नावांबद्दल बोलत होता, जिच्यावर स्कॉट हॉर्वाथचे नाव होते? सर्वांत महत्त्वाची बाब म्हणजे त्याने हॉर्वाथला देशद्रोही का म्हटले होते? हॉर्वाथला कशाचा अर्थच लागत नव्हता.

आणि लवकरच ते कुत्र्यांजवळ आले. हॉर्वाथला त्यांना ठार केलेले आवडत नसले, तरी असा छापा मारताना ते गरजेचे असते एवढेतरी त्याला पटत होते. तो स्वतः हल्ला करताना मात्र दुसरा मार्ग शोधत असे. त्यांचा जीव घेणे टाळत असे.

सर्व मृतांचा शोध लागला आहे अशी पेईओची खात्री झाल्यावर हॉर्वाथने त्याला विश्रांतीसाठी मुख्य घरामध्ये घेऊन जाण्याचा प्रयत्न केला. ते नाकारून तो हॉर्वाथला म्हणाला, "आत्ता सूर्य उगवेल. तू निघून जायला हवेस."

"तुझे काय?" हॉर्वाथने विचारले, "तुला डॉक्टरला भेटायची गरज आहे."

पेईओने नकारार्थी मान हलवली. "गोळी बसलेल्या धर्मगुरूबद्दल बाहेर कळले तर पुढली शंभर वर्षे इथे अफवा पसरत राहतील. इथे जे घडले आहे त्याच्याशी तुझा संबंध जोडला जाता कामा नये. फादर ल्युकास बघेल माझ्या जखमांकडे."

"गोळ्या लागून झालेल्या जखमा किती लवकर दूषित होतात याची कल्पना तरी आहे का तुला?" हॉर्वाथने विचारले. दुसऱ्या क्षणी त्याला आपल्या बोलण्याचा पश्चात्ताप झाला. पेईओला निश्चितच कल्पना होती. धर्मगुरू बनण्यापूर्वी त्याचा

बंदुकांशी खूप संबंध आला होता. "तुला सूक्ष्मजंतुनाशकांचीही गरज आहे."

"आमच्या ॲबीमध्ये सर्व औषधे आहेत. तू नको काळजी करूस."

पेईओ कणखर माणूस होता खराच. "तू परत का आलास हे तू अजूनही मला सांगितलेले नाहीस."

"मला निकोलसकडून निरोप मिळाला."

हॉर्वाथ खाडकन थांबला आणि त्याने वळून या धर्मगुरूकडे बघितले. "कधी? कसा?"

"बेलारूसमध्ये आमची जिथे भेट झाली होती त्या अनाथाश्रमाच्या वेबसाइटचा आम्ही एकमेकांना निरोप ठेवण्यासाठी उपयोग करतो. निकोलसने अनाथाश्रमाची वेबसाइट अशी काही तयार केली आहे की आमचे वेबसाइटवरून पाठवलेले संदेश कुणालाही दिसत नाहीत."

हॉर्वाथने म्हातारबुवांच्या बाबतीत स्काइप अकाउंटवरती असाच विश्वास ठेवला होता, आत्ताच जे घडले होते त्याचा विचार करता काहीही सुरक्षित नव्हते. "तू निकोलसशीच संबंध ठेवून होतास हे तुला कसे माहीत? त्या बाबतीत कशी खात्री करणार?"

"त्यासाठी एक पद्धत आहे. एका वेगळ्या वेबसाइटवर मी संकेत ठेवतो. तो संकेत दर्शवतो की अनाथालयाच्या वेबसाइटवर त्याच्यासाठी काही संदेश ठेवला गेला आहे. तो त्यानंतर अनाथालयाच्या वेबसाइटवर येतो. त्या वेगळ्या वेबसाइटवरील संकेत जसाच्या तसा पासवर्ड- परवलीचा शब्द- म्हणून निकोलसने वापरला तरच तो माझ्या वेबसाइटवरचा संदेश वाचू शकतो आणि उत्तर देऊ शकतो."

"या बाबतीत इतर किती जणांना माहिती आहे?"

हॉर्वाथ नक्की गंभीरपणेच बोलतो आहे याची खात्री पटवून घेण्यासाठी पेईओने रोखून त्याच्याकडे बघितले. "स्वतःच्या संदेशांच्या सुरक्षिततेच्या बाबतीत निकोलसएवढी काळजी घेणारा दुसरा माणूस कधीतरी तुला भेटला आहे का?"

चांगला मुद्दा होता. कुठलीच व्यवस्था अगदी शंभर टक्के सुरक्षित नसली तरी निकोलसने सुरक्षेसाठी बनवलेले अडथळे पार करणे तसे अशक्यच असे. "काय म्हणाला तो?"

श्वास घेतानाही पेईओला वेदनेची सणक जाणवली असावी. त्याच्या चेहऱ्यावरचे भाव पालटले.

"फादर, मी तुला रुग्णालयात घेऊन जातो. तू ॲबीपर्यंत जाणेही कठीण दिसते मला."

कष्टांनी चेहऱ्यावर हसू आणत तो उद्गारला, "जाऊ शकेन मी आणि जाईनही."

“पेईओ, घोड्यावरून ॲबीवर जायला तीन तास लागतात.”

“आणि मी जे काही केले आहे त्याचे परिमार्जन करण्यासाठी आणि देवाची प्रार्थना करण्यासाठी मला त्यातल्या प्रत्येक मिनिटाची गरज भासणार आहे.”

“तू माझा जीव वाचवलास. आभारी आहे.”

त्या धर्मगुरूने हात वर केला आणि त्याचे बोलणे थांबवले. “आपल्याकडे जास्ती वेळ नाही. निकोलस काय म्हणाला ते मी आधी सांगतो तुला.”

हॉर्वाथने मान डोलावली.

“तू त्या सिगारेट विक्रेत्याकरवी माझ्याशी संपर्क साधण्याचा प्रयत्न केल्यावरच माझ्या लक्षात आले की काहीतरी गडबड आहे. तेव्हा मघाशीच म्हटल्याप्रमाणे मी निकोलससाठी निरोप ठेवला. तू का येतो आहेस हे मला समजून घ्यायचे होते. काही तासांपूर्वी मला निकोलसकडून उत्तर मिळाले. तो म्हणाला की, त्याने काहीतरी शोधून काढले आहे आणि तू ताबडतोब परत जायला हवे.”

“कशाबद्दल वगैरे काही बोलला तो?”

“नाही. आणि आम्ही संदेशाची देवाणघेवाण स्पष्ट शब्दांत करत नाही. त्याची पद्धत सुरक्षित आहे, असा निकोलसचा विश्वास असला तरी तो नेहमीच खूप काळजीपूर्वक वागतो. अनाथालयाशी संबंधित काहीतरी बोलणे चालल्याप्रमाणे शब्द निवडतो. पण तरीही एक स्पष्ट निरोप त्याने तुला द्यायला सांगितले आहे.”

“काय आहे तो?”

“तू कुणाला काही प्रॉमिस करू नको किंवा टीप देऊ नकोस. तुला काही अर्थबोध होतो आहे?”

अर्थातच होत होता. जगभरामधल्या इंटेलिजन्स एजन्सीज वापरत असलेल्या सॉफ्टवेअर प्रोग्रॅम्सबद्दल तो बोलत होता, द प्रॉसिक्युटर्स मॅनेजमेंट इन्फर्मेशन सिस्टिम किंवा प्रॉमिस आणि टोटल इन्फर्मेशन पॅराडाइम किंवा टीप.

समाजातील सर्व थरांतील लोकांचे आपापसातील, वेगवेगळ्या शहरांशी, संघटनांशी असलेले संबंध बघण्यासाठी प्रॉमिस आठवड्याचे सात दिवस आणि दिवसाचे चोवीस तास काम करत असे. बँक्स, क्रेडिट कार्ड्स कंपन्या, इ-मेल प्रोव्हायडर्स, फोन कंपन्या आणि इतरही सार्वजनिक उपयोगांच्या वीज, पाणी आणि गॅस पुरवणाऱ्या संस्थांच्या डेटाबेसमध्ये घुसून माहिती मिळवण्यात प्रॉमिस हा प्रोग्रॅम वाकबगार होता. अत्यंत गुंतागुंतीच्या अल्गॉरिदम- संरचना- वापरून समाजातील प्रत्येक व्यक्तीचा असलेला परस्परसंबंध शोधून काढण्यात तो यशस्वी ठरला होता.

वीज, पाणी, गॅस वगैरे कंपन्यांच्या डेटाबेसमधून माहिती काढत असल्याने कुठल्याही चौकशीतल्या संशयिताने वीज, पाणी किंवा गॅसचा जादा वापर सुरू केला तर त्याला कळत असे की संशयिताच्या घरी इतर माणसे बहुधा राहायला

आली आहेत. मग त्याचे फोन रेकॉर्ड्स, इ-मेल्स धुंडाळून तो त्याच्याशी संबंध असणाऱ्या कुणाकुणाचा वीज, पाणी किंवा गॅसचा वापर कमी झाला आहे ते शोधत असे. मग क्रेडिट कार्ड्स वापरून त्यांच्यापैकी कुणी विमानाची किंवा आगगाडीची तिकिटे खरेदी केली आहेत का आणि कुठे ते बघत असे. त्यांचे सेल फोन्स, टोलचे भरलेले पैसे, पेट्रोल विकत घेतानाचे पैसे बघून संशयिताच्या घरी कोण राहायला आल्याने त्याचे विजेचे, पाण्याचे वगैरे बिल जास्ती येते आहे, याचा शोध लावत असे.

दिवसाचे चोवीस तास न झोपता, न थांबता काम करत असल्याने या प्रोग्रॅमला टर्मिनेटर असेही नाव पडले होते. अगदी योग्य टोपणनाव. पण नंतरचा टीप हा प्रोग्रॅम खरा टर्मिनेटर ठरला.

टीप- टोटल इंटेलिजन्स पॅराडाइमने प्रॉमिसची सर्व वैशिष्ट्ये अबाधित ठेवून त्याची कार्यपद्धती भलत्याच उंचीवर नेऊन ठेवली. प्रॉमिसला कृत्रिम बुद्धिमत्तेशी जोडून एक पूर्ण, क्रियाशील मेंदूच बहाल करून कमाल केली. प्रायस या गाडीऐवजी लॅम्बोर्गिनी गाडी वापरायचाच प्रकार. टीप फक्त माणसासारखा विचारच करू शकत नव्हता, तर तर्कही लढवू शकत होता.

तेव्हा या सगळ्यांपासून दूर राहा, अशी धोक्याची सूचना निकोलसने त्याला देण्यात तसा अर्थ नव्हता. त्यानेच तर या दोन प्रोग्रॅम्सबद्दल हॉर्वाथला पूर्ण माहिती दिली होती आणि हे सर्व लक्षात घेऊनच हॉर्वाथने पेईओशी संपर्क साधण्यासाठी फार वेगळा मार्ग चोखाळला होता. या धर्मगुरूचा संबंध कुठल्याच प्रोग्रॅमशी येऊ शकत नव्हता कारण तो कुणाशीच संबंध राखून नव्हता.

पण तरीदेखील निकोलसने तशी सूचना देणे याचा अर्थ एकच होता- ते दोन्ही प्रोग्रॅम्स त्याचा ठावठिकाणा शोधण्याच्या प्रयत्नांत होते.

"आणखी काही म्हणाला तो?" हॉर्वाथने धर्मगुरूला विचारले.

"तुला परत पाठवण्यासाठी मी सर्वतोपरी मदत करावी, असे त्याने मला सांगितले आहे. दुर्दैवाने माझे कुणाशीच पूर्वीसारखे संबंध राहिलेले नाहीत. वेगळ्या नावाखाली तुझ्यासाठी दुसरा पासपोर्ट मिळवायलाही वेळ लागेल."

"तो आहे माझ्याकडे. त्याची काळजी सोड."

पेईओने मान डोलावली. "ते माझ्या आधीच लक्षात यायला हवे होते."

"पण विमानाचे तिकीट काढण्यासाठी मला तुझी मदत लागेल. माझ्याकडे रोख पैसे आहेत; पण ते देऊन तिकीट काढले तर ताबडतोब कुठेतरी लाल बावटा दिसायला लागण्याची शक्यता आहे."

"इबेरिया एअरलाइन्समधल्या एकाला ओळखतो मी. त्यांच्या इंटरनेट सिस्टिमवरून त्यांचे कर्मचारी नेहमीच मित्रांसाठी तिकिटे काढत असतात. ते आपले क्रेडिट कार्ड

वापरून पैसे भरतात. मग मित्र त्यांना पैसे देतात.''

पेईओने पूर्वीही अशाच तऱ्हेने तिकिटे काढण्यासाठी त्या मित्राचा उपयोग केल्यासारखा दिसत होता. तिकिटांच्या पैशांबरोबर पेईओच्या त्या मित्राला बक्षिशीही द्यावी लागत असणारच.

इटालियन पासपोर्ट वापरायचा तर इटालियन लोक सर्वसाधारणतः ज्या शहरात प्रथम येतात त्याच अमेरिकन शहरामध्ये हॉर्वाथला जायचे होते. ''न्यू यॉर्कसाठी इबेरियाची किती उड्डाणे असतात?'' त्याने विचारले.

''पण निकोलसने त्याबाबतच तुझ्यासाठी वेगळा विचार केला असावा,'' पेईओने उत्तर दिले.

''तू असे का म्हणतो आहेस?''

''कारण घरी परतण्यापूर्वी त्याचा संबंध असणाऱ्या अनाथाश्रमात तू थांबावेस अशी त्याची सूचना आहे.''

''बेलारूसमध्ये आहे तो?'' हॉर्वाथने विचारले.

''नाही. हा मेक्सिकोमध्ये आहे.''

प्रकरण २४

मेरिलॅन्ड

१८४.५ मैल लांबी असणाऱ्या चेसापीक ॲन्ड ओहायओ कनॅल नॅशनल हिस्टॉरिक पार्कमध्ये १३००पेक्षा जास्ती ऐतिहासिक वास्तू होत्या. बहुतेक सर्व आम जनतेला बघण्यासाठी खुल्या होत्या. ज्यांना लॉकहाउसेस किंवा कनॅल क्वार्टर्स म्हणत अशा सहा वास्तूंचाही त्यात समावेश होता. एके काळी तो कनॅल खूप गजबजलेला असताना, पोटोमॅकला समांतर असणाऱ्या या कालव्यावर कशा तऱ्हेचे आयुष्य असेल याचा अनुभव घेण्यासाठी पर्यटक भाडे भरून एक रात्र त्यात मुक्कामही करू शकत असत. स्वयंपाकघरे, झोपायच्या खोल्या, न्हाणीघरे, शॉवर्स वगैरे सर्व आधुनिक सुविधा आता उपलब्ध करून दिलेल्या होत्या. ती लॉकहाउसेस ६, १०, २२, २५, २८ आणि ४९ या क्रमांकाने ओळखली जात. शटर्स आणि पुढल्या दाराच्या निळ्या रंगावरून एक लॉकहाउस ब्ल्यू लॉकहाउस या नावाने ओळखले जात असे. तीदेखील ऐतिहासिक वास्तू होती आणि तिथेही राहण्यासाठी सर्व सुविधा होत्या. पण ते कधीही सर्वसामान्य जनतेसाठी खुले करण्यात आले नव्हते- आणि त्याला कारणही तसेच होते.

ब्ल्यू लॉकहाउस सेन्ट्रल इंटेलिजन्स एजन्सीच्या मालकीचे होते. शीतयुद्धाच्या काळात रशियाचा त्याग करून अमेरिकेत आलेल्या अत्यंत महत्त्वाच्या व्यक्तींची पूर्ण चौकशी करण्यासाठी या लॉकहाउसचा उपयोग केला गेला होता. निळ्या दरवाजामागे या शब्दांचा अर्थ अत्यंत उच्च स्तरावरून केलेली कसून चौकशी, असाच सर्व एजन्ट्सना माहीत होता. पण हे शब्द वापरणाऱ्या बहुतेक सर्व एजन्ट्सना हा निळा दरवाजा कुठे आहे याची अजिबात कल्पना नव्हती. चेसापीक ॲन्ड ओहायओ कनॅल नॅशनल हिस्टॉरिक पार्कच्या एका छोट्या लॉकहाउसचा हा

दरवाजा आहे असे तर त्यांना कधीच वाटले नसेल. सीआयएच्या मुख्यालयाच्या अंतर्भागात कुठेतरी तो आहे आणि फक्त डायरेक्टर आणि इतर खास व्यक्तीच तिथे जाऊ शकतात, असे सर्वांनी गृहीत धरले होते.

रीड कार्लटनने सांकेतिक खूण बघितली- पोर्चला टेकवून ठेवलेला पक्ष्यांचा अन्न खाण्याचा पिंजरा. दार उघडेच असणार होते. त्याने दारावर टकटकसुद्धा केली नाही. गरजच नव्हती.

भिंतीत बसवलेल्या छोट्या शेकोटीत लाकडे जळत होती. जवळच खुर्चीमध्ये एक माणूस वाचत बसला होता. कार्लटन आत शिरला तरी त्याने मानही वर केली नाही. फडफडणाऱ्या ज्वाळांच्या आवाजात तो शांतपणे आणि समाधानाने वाचत बसला होता.

त्याचे नाव होते थॉमस बँक्स. त्याला ओळखणारे त्याला टॉम म्हणत. युद्धकाळापासून ओळखणारे टॉमी म्हणत. कार्लटनने त्याच्याबरोबर युद्धात भाग घेतला नव्हता. तो त्याच्या हाताखाली लढला होता. सीआयएमध्ये कार्लटनने त्याच्याकडून कामाचा ताबा घेतल्यानंतर बँक्सला टॉमी म्हणण्याचा अधिकार कार्लटनला लाभला होता.

दुसऱ्या महायुद्धात तो अत्यंत तरुण अशा ओएसएस एजन्ट्समधला एक होता. त्याच्या साहसी कृत्यांमुळे त्याच्याबद्दल आख्यायिका पसरल्या होत्या. त्याच्याकडे जे कसब होते- इंडियन फायटिंग असाच तो त्यासाठी शब्द वापरत होता- त्याचा उपयोग त्याने सेन्ट्रल इंटेलिजन्स एजन्सीची स्थापना होताना मदत करण्यासाठी वापरला होता. त्याची कारकीर्द खरी बहरली ती डायरेक्टोरेट ऑफ प्लॅन्समध्ये किंवा नंतरच्या नॅशनल क्लॅन्डेस्टिन सर्व्हिसमध्ये. सीआयएची ही शाखा परकीय एजन्ट्सची भरती करून जगभर अत्यंत गुप्तपणे कारवाया करत असे.

कित्येक दशके स्वतः या कारवायांमध्ये भाग घेतल्यावर त्याने नवीन एजन्ट्सना त्याच्यापेक्षाही चांगले काम करणे कसे शक्य आहे, हे शिकवायला आरंभ केला. माझी पिले वाढवतो आहे, तो म्हणे. शेवटी तो डायरेक्टोरेट ऑफ ऑपरेशन्सचा डायरेक्टर बनला होता.

हेरगिरी, गुप्त कारवाया यांच्याबद्दलचे आपले सर्व ज्ञान रीड कार्लटनने या आश्चर्यकारक माणसाकडून मिळवले होते. अमेरिकेच्या इंटेलिजन्स आणि राजकीय क्षेत्रातला बँक्स हा एक आवाज न करता वावरणारा रॉकस्टार होता. सर्वसामान्य जनतेमधल्या कुणाला त्याचे नावही माहीत नसले तरी वॉशिंग्टनमधल्या कुठल्याही उच्च पदस्थाशी तो काही मिनिटांत फोनवर संपर्क साधू शकत असे.

''मैलभर अंतरावरून तू येतो आहेस याचा आवाज येत होता मला,'' कार्लटनने दार बंद करताच शेकोटीपाशी बसलेला माणूस म्हणाला. ''पुन्हा सर्व शिक्षण द्यायची

वेळ येणार आहे बहुधा.''

रीड कार्लटनने मान हलवली. ''कुठल्याही तऱ्हेच्या शिक्षणासाठी मी आता फार म्हातारा बनलो आहे, टॉमी.''

''तू म्हातारा वगैरे काहीही झालेला नाहीस पीचेस, फक्त आळशी बनला आहेस.''

पीचेस. त्याचे हे नाव कार्लटनने फार काळात ऐकले नव्हते. हे नाव त्याला नक्की कुणी दिले ते त्याला आठवत नव्हते. पण त्याच्या चौकशीच्या पद्धतीवरची ती कुणाची तरी प्रतिक्रिया होती. तो कायमच अत्यंत सभ्यपणे वागत असला तरी कैद्याच्या चौकशीच्या वेळी तो फार निर्दय बनू शकत असे. अमेरिकन माणसांचे जीव आणि त्यांची सुरक्षितता धोक्यात असेल तर माहिती मिळवण्यासाठी तो कुठल्याही थराला जाऊ शकत असे. म्हणूनच त्याच्या अनेक सहकाऱ्यांना आणि एक-दोन वरिष्ठांनादेखील त्याचे हे टोपणनाव खूप आवडत असे.

बँक्सने बोलायला सुरुवात केली आणि अचानक वेगळाच प्रश्न टाकला. ''आळशीपणाबद्दल बोलायचे तर ... तू सेल फोन आणलेला नाहीस ना?''

वॉशिंग्टनहून दीड-दोन तासांत पोहोचता येईल इतक्या अंतरावर बहुतेक सर्व आयुष्य काढूनही बोलण्यामधली टेन्नेसीची ढब काही नाहीशी झाली नव्हती.

''त्यापेक्षा जास्ती चांगली शिकवण मिळाली आहे मला.''

बँक्सने गुरगुरल्यासारख्या आवाजात ते मान्य केले. ''सर्व आधुनिक तंत्रज्ञान अत्यंत धोकादायक ठरते. गाडी चालवत इथे येण्यासाठी जीपीएस यंत्रणा वापरली नाहीस ना?''

''मी माझी जुनी जीप चालवत आलो आहे. जीपीएस यंत्रणा बसवलेलीच नाही,'' कार्लटनने सांगितले.

''आणि त्या ऑनस्टार पद्धती?''

''नाही. ऑनस्टार नाही.''

''छान,'' बँक्स म्हणाला. ''लोकांना आरामाची इतकी सवय जडली आहे की त्यांची प्रत्येक हालचाल कुणी टिपली, त्यांचे सर्व संभाषण कुणी ऐकले, तरी त्यांना काही वाटत नाही. पण नकाशा बघून कसे, कुठे जायचे हे शिकणार नाहीत ते.''

दाराजवळच्या खुंटीवर कार्लटनने आपला कोट अडकवला. ''सर्वच साधने काही वाईट नसतात. आतमध्ये किल्ल्या ठेवून माझ्या एका सहायकाने गाडी बंद केली तेव्हा कंपनीने ती उघडून दिली होती.''

''देवाने त्याच कामासाठी दगड पुरवले आहेत आपल्याला. गाडीतच चाव्या ठेवून ती बंद करण्याइतके तुम्ही मठ्ठ असाल, तर खरे म्हणजे गाडी उघडण्याची साधने घेऊन येणाऱ्या माणसाची वाट बघत स्वतःच्याच बुद्ध्यंकाबद्दल विचार

करायला हवा.''

आळशी आणि मूर्ख माणसांसाठी वेळ दवडायला त्याला आवडत नसे. त्याच्या संतापी स्वभावातही काही फरक पडला नव्हता. तो काय किंवा कार्लटन काय, अशा काळातून आले होते की जेव्हा स्वतःचे भविष्य माणसे स्वतःच्या कष्टांनी घडवत होती. इतर जण त्यांच्यासाठी काही करतील अशी अपेक्षा ठेवून ती वाट बघत नसत.

''मला अशा तऱ्हेने भेटल्याबद्दल मी खूप आभारी आहे तुझा, टॉमी,'' कार्लटन म्हणाला.

''तू मला नाही म्हणायला जागाच शिल्लक ठेवली नव्हतीस,'' पुस्तक बंद करत तो म्हणाला आणि त्याने कार्लटनला जवळ बोलावले.

शेकोटीशेजारच्या त्याच्या समोरच्या खुर्चीत बसून कार्लटन म्हणाला, ''तुला भेटणे इतके सोपे ठरायला नको होते. सवयीचा गुलाम असणे फार धोकादायक ठरते.''

बँक्सने मान डोलावली. ''मला सकाळी एक चक्कर मारायला आवडते.''

जॉर्जटाउनमधल्या एका टाउनहाउसमध्ये तो एकटाच राहत असे. सकाळी फेरी मारायच्या त्याच्या मार्गावर शीतयुद्धाच्या काळात त्याने अनेकदा वापरलेल्या निरोप ठेवण्याच्या जागा, डेड ड्रॉप्स होत्या. या म्हाताऱ्या हेराने कार्लटन आणि इतरांनाही शिक्षण देताना कित्येक वर्षांपूर्वी त्या जागांचा वापर केला होता. ''तुझा मार्ग मला ठाऊक होता हे नशीबच.''

तो वृद्ध माणूस क्षणभरतरी जुन्या आठवणींमध्ये रमला. ''खडूची खूण बघितली आणि मला वाटले की काहीतरी चूक झाली असेल किंवा नवीन एजन्ट्सना माझ्या त्या मार्गाचा शिक्षणासाठी उपयोग करत असतील. पण मी तिथे बघितले आणि मला तुझा निरोप मिळाला. मनात आले की तू एक तर चेष्टा करतो आहेस किंवा काहीतरी गंभीर मामला आहे.''

''मामला खरोखरच फार गंभीर आहे, टॉमी. मी माझी माहिती घेऊन तुझ्याशिवाय दुसऱ्या कुणाकडेही जाऊ शकत नाही.''

''तू फक्त माझ्याकडेच येऊ शकत असलास तर तू भलत्याच भानगडीमध्ये अडकला असणार. बोल, काय झाले आहे?''

''रात्र वैऱ्याची आहे. कुणीतरी माझ्या सर्व एजन्ट्सना ठार मारले आहे. त्यांनी मलाही ठार मारायचा प्रयत्न केला होता.''

बँक्सचे डोळे विस्फारले. ''कोणी? आणि कसे?''

त्याच्या घराला लावण्यात आलेली आग, स्वतःचाच स्काइप अकाउंट उघडताना येणारी अडचण, आपत्कालीन परिस्थितीत वापरात आणण्याच्या पद्धतीप्रमाणे

त्याच्या कुठल्याही एजन्टशी संपर्क साधण्यात आलेले अपयश, ऑनलाइन बातम्या वाचत असताना त्यांच्यापैकी अनेकांच्या मृत्यूबद्दल मिळालेली माहिती हे सर्व त्याने त्या वृद्ध हेराला सांगितले.

सर्व सांगून झाल्यावर मागे टेकून कार्लटन आपल्या एके काळच्या वरिष्ठ अधिकाऱ्याकडे बघत बसला. त्याची विचारचक्रे सुरू झाल्याची जाणीव कार्लटनला झाली.

"मी एक मूर्खासारखा प्रश्न विचारणार आहे," बँक्स म्हणाला. "एखाद्या मुस्लिम दहशतवादी संघटनेने तुमच्या संघटनेमध्ये आतपर्यंत शिरकाव करून घेतलेला नसेल ना?"

कार्लटनने नकारार्थी मान हलवली. "ते शक्यच नाही. त्यांच्याकडे तेवढे उच्च ज्ञान नाही किंवा तंत्रज्ञानही नाही. ज्या तऱ्हेने माझ्या एजन्ट्सचा काटा काढला गेला आहे तेवढे कसबही नाही. हे कुठल्याही दहशतवादी संघटनेचे काम नाही."

"संघटनेमधल्याच कुणाचे तरी काम असेल?"

"एखादा दगलबाज, विश्वासघातकी माणूस?"

"किंवा कुणाला तरी पैसाच कमवायचा असेल आणि किती विनाश होईल याची काळजीच नसेल."

कार्लटन बराच काळ गप्प होता. "माझे सर्व लोक पूर्ण विश्वासाचे आहेत. फक्त ..." त्याचा आवाज विरत गेला.

"फक्त कोण?"

"निकोलस."

"निकोलस म्हणजे कोण?"

"द ट्रोल."

बँक्सचा आपल्या कानांवर विश्वास बसेना. "मी ऐकले आहे त्याच्याबद्दल. तो तुझ्यासाठी काम करतो?"

"तेवढेच नाही. तो आमच्याच कार्यालयात असतो. त्याच्यासाठी आम्ही एक वेगळे एससीआयएफही बनवून दिले आहे," कार्लटन म्हणाला.

"तुला खरंच पुन्हा प्रशिक्षण देण्याची गरज आहे. ... अगदी सुरुवातीपासून. त्याच्यासारख्या माणसाला तू कार्यालयात जागा दिलीसच कशी?"

"मी त्याला आणले नाही. हॉर्वाथने आणले."

बँक्सची पूर्वी हॉर्वाथशी भेट झाली होती. तो त्याला आवडलाही होता. पण तरीही ... "इंटेलिजन्स संघटना चालवण्याबद्दल हॉर्वाथला काय कळते?"

"खूप कळते," कार्लटनने उत्तर दिले. "सुरुवातीला मी निकोलसला आणण्यासाठी विरोधच केला होता, पण ..."

"ते त्याचे खरे नाव आहे?" बँक्सने त्याला अडवत विचारले. "निकोलस?"

"त्याने काय फरक पडतो?"

"खूप फरक पडतो. त्या चोराची पूर्ण परीक्षा घेतली होतीस तू?"

"घेतली होती. काही विशेष उपयोग नव्हताच म्हणा. त्याच्याबद्दलची फार थोडी माहिती पडताळून बघता येते."

"पण तरीही किल्ल्याचे दरवाजे सताड उघडून तू त्याला आत घेतलेस. मला खरंच खूप आश्चर्य वाटतं आहे."

"पण त्याला शिरकाव करता येईल अशी फार कमी माहिती आम्ही बाहेर ठेवली होती," कार्लटनने समर्थन करायचा प्रयत्न केला.

"पण तू गृहीत धरायला हवे होतेस की तो कुठेही शिरकाव करायचा मार्ग शोधून हवी ती माहिती काढून घेईलच म्हणून."

"तो मुख्यतः हॉर्वाथच्या हाताखाली होता. पण त्याने आमच्यासाठी, देशासाठी, काय काय केले याचाही विचार कर तू. तो लबाड असला तरी त्याच्यासारखा फक्त तोच आहे."

"तुझ्या एजन्ट्सच्या फाइल्स त्याने बघितल्या असतील?" बँक्सने विचारले.

"तूच म्हणतोस त्याप्रमाणे कुठल्याही संगणकामधली माहिती तो नक्कीच काढून घेऊ शकला असता."

"आणि त्याला ती माहिती विकायची असती तर ती खरेदी करणारा कुणीतरी त्याने शोधलाच असता. चित्ता जसा आपले ठिपके बदलू शकत नाही, तसा चोरही आपली सवय बदलत नाही."

कार्लटनने मान हलवली. "तुझे म्हणणे मला पटत नाही, असे मी म्हणणार नाही."

"तो सध्या कुठे आहे? या सगळ्या प्रकरणानंतर तू त्याच्याशी संपर्क साधायचा प्रयत्न केला होतास?"

"नव्हता केला."

"मग प्रथम तेच करू या," बँक्सने सांगितले. "पुढले पाऊल फार विचारपूर्वक उचलायला पाहिजे. तुझे एजन्ट सर्वोत्कृष्ट होते. त्यांचा निकाल लावणे इतके सोपे नव्हते. त्यांच्या मागे लागलेली माणसे त्यांच्या कामात तेवढीच वाकबगार असणार. इतरांना ते जमलेच नसते."

"म्हणूनच मी तुझ्याकडे आलो आहे, जो कुणी या प्रकाराच्या मागे आहे तो इंटेलिजन्स आणि सैन्य दलातील माणसांना हाताशी धरू शकतो आहे."

"हा अमेरिकन्सचाच हल्ला आहे वाटते तुला? एजन्सीच तुझ्यावर सूड उगवते आहे?"

"प्रामाणिकपणे बोलायचे तर मला कसा विचार करायचा तेच कळत नाही," कार्लटन म्हणाला, "सीआयएला आम्ही अडचणीत टाकले आहे? नक्कीच. पण आमचा नाश करण्यासाठी अमेरिकन एजन्ट्सचीच ते कत्तल उडवतील? शक्य नाही. मला वाटते हा काहीतरी वेगळाच प्रकार आहे."

"काय सुचवायचे आहे तुला?"

"तेच कळत नाही."

"रीड, तू मला थोडीफार कल्पना दिली नाहीस, तर मी तुला मदत करू शकणार नाही. आणखी कुणाला दुखावले आहेस तू?" बँक्सने विचारले. "तुझा इतका मोठा सूड घ्यायला कोण टपले असेल?"

"तोच तर प्रश्न आहे ना! काही गुंतवणूकदारांबरोबर माझे वाजले आहे. कंपनी बोर्डानेही काही बाबतीत गंभीर दखल घेतली आहे. पण तो व्यवसायाचा भाग आहे. प्रश्न निर्माण झाला की तो मी सोडवतो. पण हे फार वेगळेच घडते आहे. फारच वेगळे आणि फारच भयंकर. या क्षणाचा विचार केला तर माझ्या संपूर्ण विनाशावर टपलेला असा कुणी दिसत नाही मला."

"यामधून कुणाचा फायदा होणार आहे, असा प्रश्न आहे तर."

"अगदी बरोबर. मला, माझ्या एजन्ट्सना ठार मारले आणि माझी संघटना नेस्तनाबूद केली तर कुणाला फायदा होणार आहे, याच प्रश्नाचे उत्तर मिळवण्याचा मी आटोकाट प्रयत्न करतो आहे आणि म्हणूनच मला तुझ्या मदतीची आवश्यकता आहे. कुणाची दारे ठोठवायची याबद्दलही मला खूप काळजीपूर्वक विचार करावा लागतो आहे."

"चुकीचा दरवाजा ठोठावला तर डोक्यातच गोळी बसायची."

"अगदी खरं; पण तुझ्या बाबतीत निदान तो प्रश्न नाही."

पूर्वी त्याच्या हाताखाली काम केलेला कार्लटन काय म्हणत होता ते बँक्सच्या बरोबर लक्षात आले. "आपल्या दोघांमधला संबंध शोधून काढण्यासाठी खूपसे काही करावे लागणार नाही."

"मला त्याची कल्पना आहे. पण त्याचाच लाभ उठवण्याचा एक मार्ग मला दिसतो आहे."

प्रकरण २५

ॲनापोलिस जंक्शन
मेरिलॅन्ड
शुक्रवार

श्रोडरने संगणकाच्या पडद्यावर दिसणारी माहिती पुन्हापुन्हा तपासली आणि मगच आपल्या वरिष्ठाच्या घरी फोन केला.

गाढ झोपलेल्या क्रेग मिडलटनने चौथ्यांदा घंटी वाजल्यावर फोन उचलला आणि वैतागूनच विचारले, "काय?"

"मी कर्ट."

"किती वाजले आहेत?"

"साडेचार."

"सकाळचे?"

"हो, सर."

"इतरांप्रमाणे दिवसा काम करता येत नाही तुला?"

"मी सारखा कामच करतो आहे. काहीतरी सापडेपर्यंत काम करत राहा, असे तूच म्हणाला होतास," श्रोडरने उत्तर दिले.

"कॅरोलाइन रोमेरोने चोरलेली माहिती सापडली आहे का तुला?"

"अजून नाही."

"ठीक आहे. पण तुला जे काही सापडले आहे म्हणतो आहेस ते मला झोपेतून उठवण्याइतके महत्त्वाचे असेल अशी आशा आहे माझी."

"मला वाटते मला काहीतरी सापडले आहे."

"तुला वाटते तुला काहीतरी सापडले आहे?" मिडलटनने विचारले. "मला तर वाटते की मी आता गाडीत बसणार आहे, कार्यालयात येणार आहे आणि तुला

खिडकीमधून बाहेर फेकून देणार आहे. कसा काय वाटतो विचार? मुद्द्याचे बोल, गाढवा. तू मला का फोन केला आहेस?''

''गूगलवरचा शोध.''

तो काही स्पष्टीकरण देईल म्हणून मिडलटन थांबला. पण कर्ट गप्पच होता. ''मी माझ्या गाडीच्या चाव्या शोधायला सुरुवात केली आहे, कर्ट.''

''कोणीतरी कॉकेशियन ओवचार्काचा शोध घेतला होता.''

''आता कॉकेशियन ओवचार्का म्हणजे काय?'' मिडलटनचा राग वाढायला लागला होता.

''कुत्र्यांची जात आहे ती,'' श्रोडरने उत्तर दिले. ''आकाराने फार मोठ्या असणाऱ्या कुत्र्यांची जात. आपल्या कल्पनेप्रमाणे ट्रोलकडे तसे कुत्रे आहेत.''

''त्यात काय आहे? जगामधले कितीतरी लोक त्या जातीच्या कुत्र्यांबद्दल गूगलवर शोध घेत असतील.''

''शक्य आहे, पण गूगलवर कॉकेशियन ओवचार्काचा शोध घेतल्यानंतर जगाच्या आरंभापासून अस्तित्वात असणाऱ्या बुटक्यांबद्दल कोण शोध घ्यायला जाईल?''

मिडलटनची झोप उडाली. बोलताना आवाजातच फरक पडला. ''कुठे?''

''टेक्सास. दोन दिवसांपूर्वी शोध घेतला होता.''

''टेक्सासमध्ये कुठे?''

''दक्षिण टेक्सास. ऑग्वा नुएवा या जमातीची सर्व शहरांपासून दूर असणारी वस्तीच नकाशाप्रमाणे सर्वांत जवळची आहे.''

''मॅक्ऑलन शहराच्या किती जवळ आहे ती?''

नकाशावर झूम करून श्रोडरने अंतर मोजले. ''साधारण ऐंशी मैल. का?''

''तिथेच सावत्र बहीण राहते तिची.''

''कॅरोलाइनची?''

''छे! वेन न्यूटनची. बुद्धू आहेस का तू? अर्थातच कॅरोलाइनची.''

श्रोडर द्वेषच करायचा त्याचा. ''काय चालले आहे हे जर मला नीट समजले तर कॅरोलाइनने कुठली माहिती चोरली आहे आणि ती कुठे लपवली आहे याचा मला व्यवस्थित शोध घेता येईल.''

''गरज आहे तेवढी माहिती आहे तुला.''

''आपण एका खासगी, देशद्रोही, भाडोत्री खुन्यांच्या गटाचा आणि कॅरोलाइनने चोरली असावी वाटणाऱ्या माहितीचा, किती ते कळत नाही, शोध घेतो आहोत एवढेच माहीत आहे मला.''

मिडलटनचे माथे भडकले आणि त्याच्या आवाजातही ते उमटले. ''अंधारात

काम करायला तुला आवडत नाही. बरोबर, कर्ट?''

''नाही आवडत. कारण त्यामुळे माझ्या कामात अडथळा निर्माण होतो. मला माझ्या कौशल्याचा वापर करता येत नाही.''

''अशा माणसांचा तर क्लबच आहे मोठा. आपल्याला काय आवडते किंवा काय आवडत नाही हे विसर. प्रश्न देशाच्या सुरक्षिततेचा आहे. अमेरिकेविरुद्ध अमेरिकन्सनीच रचलेल्या प्रचंड अशा दहशतवादी हल्ल्याच्या कटाचा आपण शोध घेतो आहोत आणि तो कट कार्लटन समूहाने रचलेला आहे. या हल्ल्याला मदत होईल अशी माहिती चोरून कॅरोलाइन रोमेरो त्यांना देणार होती. तेव्हा तीदेखील देशद्रोहीच होती.''

''आणि पेन्टॅगॉन सिटी मॉलमधून बाहेर पडल्यावर चुकूनच तिला कोणत्यातरी गाडीने ठोकर हाणली होती.''

''सीसीटीव्हीवरचे फूटेज तू बघितले आहेस,'' मिडलटनने उत्तर दिले. ''ती एकटीच धावत रस्त्यावर आली होती. कोणीही तिला ढकलले नव्हते. तिने देशद्रोह केला होता आणि ते आपल्याला कळले आहे हे तिला समजले होते. तेव्हा तिने आत्महत्याच केली होती. ती अपराधी होती याचा ती आत्महत्या म्हणजे पुरावा आहे.''

''देव अगदी रहस्यमय पद्धतीने काम करत असतो.''

''देवाचा काही संबंध नाही इथे. या सगळ्यात त्याचा अगदी दुरून जरी संबंध असता तर या देशाच्या रक्षणासाठी तरी कॅरोलाइनने काय माहिती चोरली आहे याचा शोध घ्यायला त्याने आपल्याला मदत केली असती. तू तुझे लक्ष त्यावर केंद्रित केलेस, तर आपण आपल्या देशाचे रक्षण करू शकू, अशी दाट शक्यता आहे.''

श्रोडर जरा शांत झाला. ''मी काय करावे अशी तुझी इच्छा आहे?''

''ज्या ठिकाणावरून शोध घेतला होता तो पत्ता मला हवा आहे आणि त्या ठिकाणाशी संबंधित अशा प्रत्येकाची पूर्ण माहितीही हवी आहे.''

''ठीक आहे. आणि नंतर?''

''मग जरा झोप घे तू. तू तो हक्क मिळवला आहेस,'' मिडलटनने सांगितले.

''पण मी थकलेलो नाही. मी आणखी काय करावे असे वाटते तुला?''

''तू खूप काम केले आहेस, कर्ट. तेवढे करून घरी जा तू.''

त्याने खूपच काम केले आहे हे ज्या तऱ्हेने मिडलटनने म्हटले होते, त्यामुळेच श्रोडरची मनःस्थिती बिघडली. ''मी फाइल बनवतो. तासाभरात तुला मिळेल ती.''

''चांगला पोरगा आहेस,'' मिडलटन म्हणाला आणि त्याने फोन बंद केला.

मिडलटनने आपल्याकडले एक डमी एनएसए क्रिप्टो कार्ड त्याच्या एसटीईमध्ये सरकवले आणि नंबर फिरवला.

बऱ्याच सेकंदांनी चक ब्रेमरचा आवाज आला. ''तू कधीच झोपत नाहीस का?''

''मला वाटते, आपल्याला त्या बुटक्याचा तपास लागला आहे.''

''तसे कळले की मग फोन कर तू मला.''

''तपास लागलेलाच आहे,'' मिडलटन पुन्हा म्हणाला. ''पंचेचाळीस मिनिटांनी कॉफी घेऊ या. काही दात वगैरे घासू नकोस. जास्ती जवळीक आज नको आहे मला.''

ते पेन्टॅगॉनमध्ये भेटले आणि एससीआयएफमध्ये पोचेपर्यंत कुणीही तोंडातून ब्र उच्चारला नाही.

मिडलटनने त्याच्या हातात फाइल ठेवली. ''ताबडतोब एक टीम पाठवून दे.''

''मी काय करायचे ते तू मला सांगू नकोस. कुठे आहे तो?''

''टेक्सास. मॅक्ॲलनच्या उत्तर-पश्चिम दिशेला साधारण ऐंशी मैलांवर.''

''तू मला पुन्हा टेक्सासला टीम पाठवायला सांगतो आहेस. त्या पशुवैद्यकीय तंत्रज्ञ असणाऱ्या स्त्रीच्या मागे लागून आपण एकदा भलतीच निष्फळ धावपळ केली आणि ती तर पार नाहीशीच झाली आहे. ते अशक्य आहे, असे तू सांगत होतास. असे कुणीच नाहीसे होत नसते, तू म्हणाला होतास. काळजी करू नकोस, शोधू आपण तिला.''

त्याचेच शब्द त्याच्याविरुद्ध वापरलेले मिडलटनला अजिबातच आवडले नाही. पण त्याच्याकडे वादावादीला वेळ नव्हता. त्याने त्याच्या बोलण्याकडे दुर्लक्ष केले. ''ट्रोलच तिला मदत करतो आहे असा आमचा विश्वास आहे.''

''खात्रीलायक असे काय आहे तुझ्याकडे?''

''जरा भानगडीचे आहे.''

''वायफळ बडबड नको. कुणी बघितले आहे त्याला?'' ब्रेमरने विचारले.

''अजून नाही. पण विश्वास ठेव माझ्यावर. तो तिथेच आहे. आणि आपण त्याला शोधले की ती सापडेलच. तर तू किती लवकर त्यांना शोधून काढून ठार करण्यासाठी टीम पाठवू शकशील?''

कर्नलने मान हलवली.

मिडलटनने रागानेच त्याच्याकडे बघत म्हटले, ''नुसती मान हलवून बघू नकोस माझ्याकडे, चक. किती वेळ?''

''अशा टीम्स काही झाडांवर उगवत नसतात.''

''नसतातच. त्या लष्करी तळांवर उगवतात. मग कुठेही त्यांची नोंद न करता त्यांच्या खुनी टोळ्या बनवल्या जातात. तुझ्याकडूनच. आणि तूच त्यांच्यावर कामेही सोपवतोस.''

''पण अध्यक्षांच्या ब्लॅक पॅनेलने चौकशी करून तसे ठरवल्यानंतरच.''

''तू आता जरा जास्तीच विचार करतो आहेस का?''

''अगदी बरोबर. पॅरिसमध्ये आपण चार जणांना गमावले. चार. मी त्याचे कसे काय स्पष्टीकरण देणार आहे?''

''तू ते देणारच नाहीस कारण तू चक ब्रेमर आहेस. अमेरिकेने अत्यंत गुप्तपणे हातात घेतलेल्या संवेदनाक्षम अशा योजनेचा प्रमुख आहेस. डिफेन्स सेक्रेटरीने तुझ्या कार्यालयात येऊन स्पष्टीकरण विचारले तरी मला त्याची पर्वा नाही. त्याला माहीत असण्याची गरज नाही. कुणालाच काही कळण्याची गरज नाही. आपण तशाच तऱ्हेने दबाव टाकून योजना बनवल्या आहेत. म्हणून तर एक सरकार बदलून दुसरे आले तरी व्हाइट हाउसमधले तुझे स्थान अढळ असते.''

अशा योजना कशा आखल्या जातात याची ब्रेमरला पूर्ण कल्पना होती. कुणालाही ठार मारण्याची आज्ञा निघण्यापूर्वी जस्टिस डिपार्टमेंटच्या वकिलांनी अध्यक्ष आणि ब्लॅक-पॅनेलच्या प्रमुख सदस्यांशी चर्चा केलेली असते. याच पद्धतीने अमेरिकन नागरिक असणाऱ्या अन्वर-अल-अवलाकी आणि समीर – सॅम – खान यांची नावे ठार मारण्याच्या माणसांच्या यादीत- ब्लॅकलिस्टमध्ये आली होती. आणि मग येमेनमध्ये त्यांचा काटा काढण्यात आला होता. अन्वर-अल-अवलाकी अल् कायदामधील वरिष्ठ अधिकारी होता आणि समीर खान हा अल् कायदाच्या दहशतवादाचा फैलाव करणाऱ्या मासिकाचा सहसंपादक होता. पण ब्रेमर त्या यादीमध्ये काही नावे घुसडत होता, याची कुणालाही कल्पना नव्हती. दहशतवादविरोधी कारवाया करताना गरज पडेल तेवढीच माहिती द्यायची, हेसुद्धा एक अस्त्रच होते. वॉशिंग्टनसारख्या शहरात त्यामुळे कुणीच प्रश्न विचारायला धजावत नव्हते.

''तर मग किती लवकर तू टीम पाठवू शकशील?'' मिडलटनने विचारले.

हातावरच्या घड्याळाकडे नजर टाकत ब्रेमरने उत्तर दिले, ''उद्या साधारण याच वेळेपर्यंत. पण त्यांना ड्रोनच्या किंवा उपग्रहांच्या साहाय्याने काढलेले फोटो लागतील.''

''त्याची काळजी नको. सुरुवातीची माहिती तासाभरात मिळेल मला. त्या फाइलची एक प्रत पाठवतो तुला.''

''लक्ष ठेवतो मी. आणखी काही?''

''स्पेनमधल्या कामाचे काय झाले? कामगिरी यशस्वी झाल्याचे कळले?''

''अजून नाही.''

''का? तिथे दिवस उजाडलाही आहे,'' मिडलटन उद्गारला. ''आत्तापर्यंत कारवाई संपायला हवी होती.''

''ती व्यावसायिक माणसे आहेत. ते ठरलेले नियम- प्रोटोकॉल- पाळतात. त्या देशाबाहेर पडल्याशिवाय ते संपर्क साधणार नाहीत.''

कर्नलने पॅरिसला पाठवलेल्या पहिल्या टीमपेक्षा ते जास्ती व्यावसायिक आहेत का, असे विचारायचा मोह मिडलटनला होत होता; पण तो काही बोलला नाही. पण प्रोटोकॉल हा शब्द ऐकला मात्र आणि भलताच विचार मिडलटनच्या मनात आला. ब्ल्यू सॅन्डची सुरुवात झाली तर व्हाइट हाउसमध्ये काय प्रोटोकॉल असेल? काही काळ काढण्याइतकी सर्व तरतूद तिथे असली, तरी खरोखर काय घडते आहे हे समजण्यासाठी त्यांना फार तर दहा मिनिटे पुरतील. मग व्हाइट हाउसममधून पळ काढण्यासाठी सगळेच दाराकडे धाव घेतील. सीक्रेट सर्व्हिस अस्तित्वात असलेल्या कायद्यांप्रमाणे सरकार चालू राहाण्यासाठी पावले टाकेल आणि त्याच वेळी अध्यक्षांनाही व्हाइट हाउसमधून बाहेर काढेल.

अध्यक्ष सुरुवातीला नक्कीच निग्रहाने विरोध करतील; पण बाहेरचा गोंधळ आणि भीती यांची माहिती यायला लागल्यावर तो निग्रहही ढासळायला लागेल. मृत्यूचे आकडे कळायला लागल्यावर त्यांचा धीरच सुटेल आणि त्यांच्या लक्षात येईल की कुटुंबाला घेऊन निघणे भाग आहे.

क्षणभर ब्रेमरला धोक्याची सूचना देऊन त्याच्या स्वतःच्या कुटुंबाची काळजी करायला सांगावे, असा विचार त्याच्या मनात येऊन गेला. पुढे काय घडणार आहे याची ब्रेमरला कल्पनाच नव्हती. पण असा निःस्वार्थीपणाचा किंवा दुसऱ्यावर उपकार करण्याचा विचार मिडलटनच्या मनात क्षणभरच टिकला. त्या ब्रेमरचे किंवा त्याच्या कुटुंबाचे काय होईल याची त्याला थोडीशीही पर्वा नव्हती.

कार्लटन आणि त्याच्या एजन्ट्सचा काटा काढणे यासाठी अत्यंत निष्णात माणसांची आवश्यकता होती. फार थोडे जण ती कामगिरी हातात घेऊ शकले असते. यादीमधल्या सर्व माणसांची कत्तल उडेपर्यंत त्याला ब्रेमरची गरज होती. पण ब्ल्यू सॅन्ड ही कामगिरी सुरू झाली की सर्वच बदलणार होते.

टेबलजवळून उठताना मिडलटनच्या चेहऱ्यावर हसू उमटले होते. ब्रेमरकडे बघत त्याने त्याला म्हटले, "स्पेनमधली कामगिरी तुझी माणसे पार पाडतील याची काळजी घे."

"माझ्या माणसांची काळजीच सोड," कर्नल एससीआयएफचे दार उघडता उघडता म्हणाला, "काहीही करून ते कामगिरी फत्ते केल्याशिवाय राहणार नाहीत."

प्रकरण २६

मोन्तेरे – मेक्सिको
शनिवार

पाद्रे पेईओच्या एअरलाइन्समधल्या ओळखीच्या माणसाने हॉर्वाथच्या इटालियन पासपोर्टमध्ये असलेल्या नावाने प्रवासाची तिकिटे काढली.

आयब्रोज आणि स्कारफेस यांनी वापरलेली गाडी घेऊन तो बिलबाओपर्यंत आला आणि रेल्वे स्टेशनजवळ त्याने गाडी सोडून दिली. विमानतळावर जाण्यासाठी त्याने सार्वजनिक वाहतूक व्यवस्थेचा वापर केला. त्याच्या प्रवासाच्या पहिल्या टप्प्याचे तिकीट काउंटरवर ठेवलेले होते.

तो विमानाने बिलबाओहून माद्रिदला गेला. तिथे गेटवर गोमेझ नावाचा पेईओच्या ओळखीचा माणूस त्याची वाट बघत होता. व्हीआयपी लाउंजच्या एका शांत कोपऱ्यात हॉर्वाथला बसवून त्याने त्याचे काम सुरू केले.

त्याने काही फॉर्म्स आणि फेडेक्सची दोन पाकिटे हॉर्वाथच्या हातात ठेवली आणि त्याला एकटे सोडून तो कॉफी आणायला गेला. तो परत येईपर्यंत हॉर्वाथने दोन पाकिटे पाठवण्यासाठी तयार ठेवली होती.

पहिल्या पाकिटात गोमेझजी फी सील करून ठेवून पाकिटावर बार्सिलोनामधला एक काल्पनिक पत्ता लिहून ठेवला होता. दुसऱ्या पाकिटात त्याचा आणि रायली टर्नरचा खराखुरा पासपोर्ट आणि तिच्या बॅकपॅकमधल्या वैयक्तिक अशा काही वस्तू होत्या. स्वतःचे एक टोपणनाव वापरून त्याने अलास्कामधल्या त्याच्या दोस्ताच्या मालकीच्या फ्लाय फिशिंग रिझॉर्टचा- मासेमारीसाठी प्रसिद्ध असलेल्या स्थळाचा- पत्ता लिहिला होता. त्याने पूर्वीही हॉर्वाथसाठीची पाकिटे घेऊन ठेवली होती. या वेळीही नाव बघून त्याने पाकीट स्वीकारले असते आणि हॉर्वाथने त्याच्याशी संपर्क साधेपर्यंत तिजोरीमध्ये ठेवून दिले असते.

पाकिटे घेऊन गोमेझने चाके असणारी एक छोटी बॅग हॉर्वाथला दिली. त्या बॅगेत हॉर्वाथच्या मापाचे कपडे आणि इतर वस्तू होत्या. बिलबाओहून माद्रिदला येताना एक बॅकपॅक घेऊन येणे ठीक होते. पण मेक्सिको शहराला जाताना तो जर खूपच कमी सामान घेऊन निघाला तर संशय निर्माण झाला असता, कडक तपासणी झाली असती. एअरलाइन्सच्या हरवलेल्या सामानातली ही बॅग हॉर्वाथसाठी उचलण्याचे आणि हॉर्वाथची पाकिटे फेडेक्सला देण्याचे काम थोडी जास्ती फी घेऊन करायला गोमेझने मान्यता दिली होती.

गोमेझवर संपूर्ण विश्वास टाकायला हरकत नाही, अशी पेईओने ग्वाही दिली होती हे चांगले झाले होते; कारण फक्त तोच हॉर्वाथला हव्या त्या वस्तू देऊ शकत होता.

काम संपल्यावर हॉर्वाथचे उड्डाण सुखात होवो अशी शुभेच्छा देऊन तो स्पॅनिश माणूस नाहीसा झाला. कॉफी संपवून हॉर्वाथ आपली बॅग घेऊन एका प्रसाधनगृहामध्ये घुसला आणि त्याने बॅगेमधल्या सर्व गोष्टी बाहेर काढल्या आणि बघितल्या. दुसऱ्या कुणी हातात ठेवलेली बॅग घेऊन आंतरराष्ट्रीय प्रवासाला निघणे आणि मेक्सिकोमध्ये कस्टम्सला तोंड देणे, या दोन्ही गोष्टी तो करणे शक्यच नव्हते.

त्याला अडचणीत आणेल अशी कुठलीच वस्तू बॅगेत नाही याची खात्री पटवून घेतल्यावर हॉर्वाथने शॉवर सुरू करून स्वतःला साफसूफ केले.

मेक्सिकोला उड्डाण करणाऱ्या विमानात चढण्याची वेळ झाल्यावर खाकोटीला एक स्पॅनिश वृत्तपत्र अडकवून तो उद्योजकांच्या एका गटाला चिकटला आणि गेटकडे निघाला.

बिझिनेस क्लासमध्ये बॅग ठेवता ठेवता त्याने इतर प्रवाशांकडे नजर टाकली. कुणीही त्याच्याकडे लक्ष देत नव्हते. जेवणासाठीसुद्धा उठवू नकोस अशी फ्लाइट अटेन्डन्टला सूचना देऊन त्याने सीट पॉकेटमधला हेडसेट डोक्यावर चढवला.

मेक्सिकोमध्ये त्याच्यासाठी काय मांडून ठेवले असेल हे तर त्याला माहीतच नव्हते. पण काहीही असले तरी त्याला विश्रांतीची गरज होती. अर्थात, हे म्हणायलाच सोपे होते. धावपट्टीवरून विमान वेगात निघाले तेव्हा पॅरिसपासून त्याच्या मनात घोळत असलेला आणि स्पेनमधल्या अनुभवाने डोके वर काढलेला प्रश्न पुन्हा त्याच्या मनात घोळायला लागला. कोणी त्याच्यावर देशद्रोही असा शिक्का मारला होता आणि का?

त्याचा कुणी विश्वासघात केला असेल यावर विश्वास बसत नसला तरी म्हातारबुवांचा यात संबंध कसा आला, हा प्रश्न तर विचारणे भागच होते. त्यानेच त्याला बळीचा बकरा बनवला असेल? अशक्य होते ते. त्याची तशीच इच्छा असती, तर त्याच्याजवळ इतर कितीतरी पर्याय होते. कार्लटन त्याला पित्यासमान

होता. त्याच्या बाबतीत कुठली वेडगळ कल्पना मनात आणण्यातच अर्थ नव्हता. त्याच्याविरुद्ध कुणीही कुठले खोटेनाटे आरोप केले असते, तरी कार्लटनने विचार न करता त्याला ठार मारण्याची आज्ञा दिली नसती. तो हॉर्वाथला चांगला ओळखत होता. त्यांचा एकत्रित असा इतिहास होता, त्यांना जोडणारा एक दुवा होता.

तो जास्ती जास्ती विचार करायला लागला तसतसे त्याचे डोके भडकायला लागले. त्याला कशाचाच अर्थ लागत नसल्याने त्याच्या मनात फार गोंधळ उडायला लागला.

याच्यावर दारू पिणे हा खरा तर उपाय नव्हता हे त्याला माहीत होते; पण एखादे वेळी होईलही मदत. त्याला विमानोड्डाणाची भीती वाटते असे सांगून त्याने फ्लाइट अटेन्डन्टकडून छोट्या छोट्या अनेक बाटल्या मिळवल्या आणि बर्फाच्या खड्यांनी भरलेला एक पेलासुद्धा. त्याच्या शरीरात गरम प्रवाह खेळायला लागल्यावर दारूने त्याच्या विचारांचाही ताबा घ्यायला सुरुवात केली आणि त्याचे विचार दूरदूर जायला लागल्यावर त्याला झोपही लागली.

अजिबात नाही, त्यापेक्षा खूपच चांगली म्हणण्याइतकी झोप हॉर्वाथला मिळाली. बिझिनेस क्लासमधल्या आरामशीर सीटमध्ये असतानाही तो अनेकदा जागा झाला, पण पुन्हा त्याचा डोळा लागला.

मेक्सिको शहरात विमान उतरण्यापूर्वी एक तास आधी तो जागा झाला. विमानातले दिवे लागले. उड्डाणामधले शेवटचे जेवण दिले गेले. हॉर्वाथला खरी भूक लागली होती. जेवणाबरोबर त्याने दोन कप कॉफीही प्यायली.

मधून मधून झोप घेतलेली असूनसुद्धा विमानातून उतरताना त्याला जास्तीच थकल्यासारखे वाटत होते.

विमानतळावर फिरत असताना त्याची हॅट डोक्यावर होती, कॉलर वर आणि नजर खाली. कुठल्याही कॅमेऱ्यात आपण स्पष्टपणे दिसणार नाही याची तो जास्तीत जास्त काळजी घेत होता. तो मेक्सिकोला निघाला आहे याची तिघा जणांना माहिती होती, हेदेखील त्याला खटकत होते.

कस्टम्स आणि इमिग्रेशन एजन्ट्सना त्याच्याबद्दल किंवा त्याच्या इटालियन पासपोर्टबद्दल अजिबात कुतूहल दिसले नाही. आपापसात गप्पा मारत असतानाच त्यांनी शिक्के उठवले आणि त्याला पुढे पाठवले. मोन्तेरेच्या उड्डाणापूर्वी त्याला भरपूर वेळ उपलब्ध होता.

टर्मिनलमधून फिरत असताना इतर कितीतरी प्रवाशांचे सेल फोन्स किंवा लॅपटॉप तो सहज उचलू शकला असता, पण त्याने मनावर ताबा ठेवला. नसता धोका पत्करण्यात अर्थ नव्हता. रडारवर येता कामा नये, म्हणजे अजिबात काही हालचाल नाही. त्याच्या प्रश्नांची उत्तरे लवकरच मिळतील अशी तो आशा करत होता.

मोन्तेरेच्या उड्डाणाची शेवटची सूचना मिळेपर्यंत त्याने गेटजवळ कॉफी घेत वेळ काढला. त्याच्याबरोबर उड्डाण करणाऱ्या सर्व प्रवाशांकडे त्याने नीट बघितले होते. कुणाकडूनही धोका दिसला नाही. विमानात शिरून त्याने त्याची बसण्याची जागा शोधली, बॅग वर टाकली आणि एका तरुण सुंदर स्त्रीशेजारी तो बसला. तिला तिच्या शेजारी बसलेल्या माणसाशी बोलायची इच्छा नसावी. बरोबर आणलेल्या मेक्सिकन फॅशन्सच्या मासिकांचा गठ्ठा चाळण्यावरच तिचे लक्ष होते. त्यालाही तेच हवे होते. उड्डाणानंतर एक तास वीस मिनिटांनी विमान जेव्हा मोन्तेरेच्या धावपट्टीवर उतरले, तेव्हाही ती मासिके वाचण्यातच दंग होती.

उदासवाण्या विमानतळावरच त्याने काउंटरवरून शहरात जाण्यासाठी तिकीट विकत घेतले. टर्मिनलबाहेर पडून तो टॅक्सी स्टॅन्डवर गेला. रांगेमधून पुढे सरकता सरकता तो उभ्या असणाऱ्या गाड्या मोजत होता. टॅक्सीमध्ये शिरण्याची त्याची वेळ झाली तेव्हा शेवटच्या क्षणाला कुटुंबासहित प्रवास करणाऱ्या दोघांना त्याने पुढे जाऊ दिले. त्यांनी त्याचे मनापासून आभार मानल्यावर तो हळूच हसला. त्यांच्या लक्षात आले नव्हते तरी त्यानेच खरे तर त्यांचे आभार मानायला हवे होते.

तिकीट दाखवल्यावर ड्रायव्हरने दरवाजे उघडले आणि हॉर्वाथ बॅग घेऊन आत शिरला. सीटवरून वाकून पेईओने दिलेला पत्ता त्याने ड्रायव्हरच्या हातात ठेवला. ड्रायव्हरने वळूनच आपल्या प्रवाशाकडे बघत स्पॅनिशमध्ये काहीतरी विचारले.

हॉर्वाथला थोडेसुद्धा स्पॅनिश येत नसले तरी ड्रायव्हरच्या चेहऱ्याकडे बघूनच प्रश्नाचा रोख त्याच्या ध्यानात आला. हॉर्वाथला नक्की शहरातल्या त्याच भागात जायचे होते ना? हॉर्वाथने होकारार्थी उत्तर देऊन निघायला सांगितल्यावर ड्रायव्हरने खांदे उडवून गाडी सुरू केली.

विमानतळापासून शहरात पोहोचेपर्यंत वीस मिनिटे लागली. मोन्तेरे हे मेक्सिकोमधले एक मोठे शहर. २००५मध्ये लॅटिन अमेरिकेमधल्या सर्व शहरांत ते अत्यंत सुरक्षित गणले जात होते. आता ड्रग लॉर्ड्‌समधल्या हाणामाऱ्यांनी ते अत्यंत धोकादायक बनले होते. दर वर्षी शहरात रक्ताचे जास्तीच पाट वाहायला लागले होते.

तो पत्ता कुठला होता आणि टॅक्सी ड्रायव्हर त्याला कुठे घेऊन जात होता, याची हॉर्वाथला कल्पना नव्हती. पण तो उच्चभ्रू वस्तीत नक्कीच घेऊन जात नसणार, असे त्याला वाटत होते. अनाथाश्रम तशा भागात नसतातच. तेव्हा हॉर्वाथची फार वेगळी अशी आशाही नव्हती.

पण निकोलसच्या हुशारीचे कौतुक करायला हवे होते. जगभरातल्या अनाथाश्रमांच्या साखळीत शिरकाव असणे आणि इंटेलिजन्स एजन्सींनी सेवाभावी संस्थांचा वापर करणे यात विशेष फरक नव्हता. एक छत्र लाभते. रस्त्यांवर काय घडते आहे याची

बित्तंबातमी कळते. अनाथाश्रमांना धार्मिक किनारही असते, ज्यामुळे त्यांच्याकडे जास्ती लक्ष दिले जात नाही. तिथे राहणाऱ्यांना चांगली वागणूक दिली गेली, तर भविष्यकाळात ती मुले मोठी झाल्यावर तुमच्याशी अत्यंत प्रामाणिकपणे वागतात व काही वेळा कठीण परिस्थितीत मदतही करू शकतात.

निकोलसच्या प्रामाणिकपणाबद्दल प्रश्न नव्हता; पण कुठलेही संबंध प्रस्थापित करताना त्याच्यामागे त्याचा दुसराही काहीतरी हेतू असतो, अशी हॉर्वाथला नेहमी शंका असे.

ड्रायव्हर हमरस्त्यांवरून गाडी चालवत नव्हता. त्या रस्त्यांवर ड्रग कार्टेल्सची हुकमत असे. शहराजवळ आल्यावर त्याने बाजूबाजूच्या अरुंद रस्त्यांवरून गाडी चालवायला सुरुवात केली. इमारती जुनाट, त्यांच्यावर वाटेल तशी चित्रे रंगवलेली. पुढल्या दिव्यांजवळ रस्त्यावरचा विक्रेता दिसताच ड्रायव्हरने गाडीचे दरवाजे डबल लॉक केले. दोन चौक अंतर पार केल्यावर मागून येणारी मोटरसायकलच गाडीच्या शेजारी येऊन उभी राहिली. मोटरसायकल स्वाराने हॉर्वाथचे नीट निरीक्षण केले.

पाच मिनिटांनी टॅक्सी एका अनाथाश्रमाबाहेर नाही तर एका अंधाऱ्या खाणावळीबाहेर उभी राहिली. हॉर्वाथचा गोंधळ उडाल्याचे लक्षात येताच ड्रायव्हरने कागदावरचा पत्ता मोठ्याने वाचत सुचवले की तू मला इथेच आणून सोडायला सांगितले आहेस म्हणून. त्याने पत्ता लिहिलेला कागद पुन्हा हॉर्वाथच्या हातात ठेवला. टॅक्सीचे भाडे आणि त्यावर वीस डॉलरची टीप देऊन हॉर्वाथ बॅग घेऊन खाली उतरला.

जुनाट दिसणाऱ्या इमारतीच्या दर्शनी भागाकडे बघत हॉर्वाथने स्वतः पत्ता वाचून बघितला. बरोबर होता. पेईओनेच लिहून दिलेला पत्ता. हॉर्वाथ उभा राहून खाणावळीकडे बघत असताना टॅक्सीचे इंजिन चालूच होते. आतमधून मेक्सिकन पॉप संगीत ऐकू येत होते. हॉर्वाथच्या मनात अशुभ भावना निर्माण व्हायला लागली. कुणीतरी त्याच्यावर हल्ला करायला टपून बसले आहे, असे त्याला वाटायला लागले.

तो जितका जास्ती वेळ बाहेर उभा राहील तितके इतरांचे त्याच्याकडे जास्तीच लक्ष वेधले जाणार होते. त्याने आत पाऊल टाकायचे ठरवले. तो आत निघालेला दिसल्यावर टॅक्सी ड्रायव्हर गाडी सुरू करून निघून गेला.

आता मात्र सर्व हॉर्वाथवरच अवलंबून होते.

प्रकरण २७

ती खाणावळ मलिन आणि अंधारी होती असे म्हणणे धाष्टर्याचे होते. ती गलिच्छ होती. सिगारेट्सच्या धुराने मातकट रंग चढलेल्या भिंतीवर १९६०च्या आसपास कधीतरी काढलेल्या मेक्सिकन पद्धतीच्या चित्रांचा रंग उडाला होता. छतावरही तसाच रंग चढला होता. एका खराब झालेल्या आरशाभोवती इटालियन पद्धतीचे ख्रिसमसमध्ये लावतात तसे लाल रंगाचे दिवे बहुधा कायमचे लावून ठेवले होते.

वेट्रेसेस बारमधून दारूने भरलेले ग्लास आणि किचनमधून खाद्य पदार्थांच्या प्लेट्स आणून टेबलवर ठेवत होत्या आणि टेबलशी बसलेले लोक पदार्थांवर ताव मारण्यात, गप्पा मारण्यात दंगले होते. हॉर्वाथ आत शिरत असताना दरवाजातल्या बाउन्सरने- खाणावळीत कुणी दंगामस्ती सुरू केली, तर त्याला उचलून बाहेर फेकणाऱ्या तगड्या माणसाने- त्याच्यावर एक नजर टाकली आणि तो पुन्हा आपले पुस्तक वाचण्यात गढला. चाकाची बॅग खेचत आत शिरणारे प्रवासी जणूकाही नेहमीच तिथे येत होते आणि त्यांच्यामुळेच ती खाणावळ चालत होती. पण खाणावळीच्या आसपासचा भाग आणि टॅक्सी ड्रायव्हरची प्रतिक्रिया लक्षात घेता, हॉर्वाथची खात्री होती की कोणत्याही ग्रिंगोने- अमेरिकन माणसाने- या खाणावळीत बऱ्याच काळात पाऊल टाकले नसावे. खरे तर पूर्वीही कधी कोणत्याही ग्रिंगोने तिथे पाऊल टाकले असण्याची शक्यता त्याला वाटत नव्हती.

दरवाजावर लक्ष ठेवता येईल अशा आणि सर्वांपासून शक्यतो दूर असणाऱ्या एका टेबलशी जाऊन हॉर्वाथ बसला. दोन-एक मिनिटात त्याला काय हवे आहे विचारण्यासाठी एक वेट्रेस त्याच्याजवळ आली. तिच्या चेहऱ्यावरही त्याला बघून कुठलेही आश्चर्याचे वगैरे भाव उमटले नाहीत. सेर्वेसा- बिअर- हवी का असे तिने विचारले.

खरे तर त्याला कॉफी हवी होती; पण या क्षणी त्याच्यासमोर एखादी बिअरची बाटली असणेच अनेक दृष्टींनी श्रेयस्कर होते. सर्वांच्या समोर बोहेमियाची बाटली दिसल्यावर त्याने तीच बाटली मागवली.

त्याची बिअर आणण्यासाठी ती गेल्यावर त्याची नजर बारच्या पलीकडे असणाऱ्या स्वयंपाकघराकडे वळली. पेटलेल्या निखाऱ्यांवर असणाऱ्या लोखंडी सळीवर कुठलेतरी मांस भाजले जात होते. बहुधा कोकराचे- काब्रितो- असावे. मेक्सिकोच्या उत्तर भागामधला एक आवडता पदार्थ. वेगवेगळ्या प्राण्यांच्या मांसाचे तुकडे बिअरमध्ये घालून कुकरमध्ये शिजवला जाणारा डिस्कादा हा एक तसाच लोकप्रिय पदार्थ होता.

हॉर्वाथ बहुधा जरा जास्तीच वेळ स्वयंपाकघराकडे नजर लावून बसला असावा कारण बिअरची बाटली ठेवून वेट्रेस गेली आणि मांसाची भरलेली प्लेट आणून तिने ती त्याच्यासमोर ठेवली. बरोबर कापलेला कांदा, साल्सा- तिखट सॉस आणि गरम टॉर्टिलाजनी भरलेला एक वाडगाही. आपण हे काही मागवलेले नाही, असे त्याने तिला समजवायचा प्रयत्न केला; पण ते खायला सांगून ती दुसऱ्या टेबलशी बसलेल्या गिऱ्हाइकांकडे वळली.

पण कधी परत खाता येणार आहे माहीत नसल्याने त्याने एका टॉर्टिलावर मांसाचा एक तुकडा ठेवला आणि कांदा, साल्सा घालून तो तोंडात टाकला.

काब्रितोच. पूर्वी अत्यंत वाईट तऱ्हेने बनवलेला हा पदार्थ त्याने अनेकदा खाल्ला होता. हे मांस इतके चवदार बनवले होते की त्याने प्लेट संपवून टाकली.

खाणे संपल्यावर जेव्हा वेट्रेसने कस्टर्डसारखा एक पदार्थ समोर ठेवला तेव्हा मात्र तो त्याने सभ्यपणे नाकारला. कॉफी हवी का असे तिने विचारले, तेव्हा तो हळूहळू बिअरचे घोट घेत होता. पण त्याने 'हो'म्हटले. तिने दालचिनी घालून बनवलेल्या कॉफीचे- काफे दे ओया- एक भांडे टेबलवर आणून ठेवले. तरतरी देणारी कॉफी.

प्लेट्स आवरून ती गेली तेव्हा एक सुरी त्यात नव्हती. त्याने ती काळजीपूर्वक पायाला खोचून ठेवली होती.

तासाभराने तो सोडून आणखी फक्त दोन टेबलांजवळ माणसे बसली होती. कॉफीचा तिसरा कप घेण्यास तो नकार देत असताना बारटेंडरने हात वर करून बाउन्सरला जवळ बोलावले आणि त्याच्या हातात कागदाचे दोन तुकडे ठेवले.

बाउन्सरने दोन्ही टेबलांवर कागदाचा एक-एक तुकडा ठेवल्यावर त्यांना पैसे भरणे भाग पडले आणि कटकट करतच ते तिथून निघून गेले. हॉर्वाथही आपल्या बिलाची वाट बघत होता; पण त्याला कुणीच बिल दिले नाही. दोन्ही टेबलांशी बसलेली गिऱ्हाइके निघून गेल्यावर बाउन्सरने खाणावळीचा दरवाजा आतून बंद

करून घेतला आणि तो हॉर्वाथजवळ आला.

"कृपा करून उभा राहा," बारटेंडरने इंग्लिशमध्ये हॉर्वाथला सांगितले आणि तो हॉर्वाथच्या टेबलपाशी येऊन बाउन्सरजवळ उभा राहिला. "आणि ती सुरी तुझ्या खुर्चीवर ठेवून दे."

बारटेंडर पन्नाशीतला, रुंद छातीचा, दणकट असा माणूस होता. बाउन्सरएवढा धिप्पाड नसला, तरी कुणाशीही दोन हात करायची त्याची तयारी होती. पूर्वी अनेकदा त्याने तसे केलेही असावे. हॉर्वाथला एकेकाशी लढायची इच्छा नव्हती, दोघांशी एकदमही नाही. पण तो ते करू शकला असता. भेटणाऱ्या प्रत्येकाशी हसून बोल, पण त्यांना ठार करायची योजनाही तयार असू दे या मंत्रामुळेच हॉर्वाथ आजपर्यंत जिवंत राहिला होता.

त्याने पायाशी खोचलेली सुरी काढून टेबलवर ठेवली आणि तो उभा राहिला. गरज भासली तर त्याला ती हाताजवळ असायला हवी होती.

दोन पावले मागे टाकत बारटेंडरने त्याला पुढे बोलावले.

टेबलला वळसा घेत हॉर्वाथ पुढे झाल्यावर तो म्हणाला, "थांब. आणि तुझे हात डोक्यावर ठेव."

"काय चालले आहे?" हॉर्वाथने विचारले.

"विशेष काही नाही. कृपा करून हात डोक्यावर ठेव."

बाउन्सरने त्याची पूर्ण तपासणी केली.

आता हात खाली घेतले तरी चालेल, असे सांगून बारटेंडर पुढे म्हणाला, "नोबेर्तो आता तुझ्या सामानाची तपासणी करेल. ठीक आहे?"

प्रश्नच विचारला असला तरी अर्थ हॉर्वाथच्या ध्यानात आला. त्याने नुसती होकारार्थी मान हलवली.

बाउन्सर आपले काम पार पाडत असताना बारटेंडर बोलतच होता. "आमची खात्री आहे की विमानतळापासून कुणीही तुझा पाठलाग केलेला नव्हता."

"आम्ही कोण?"

"माझे नाव गियेर्मो," बारटेंडरने स्वतःची ओळख सांगितली. "यापेक्षा एकमेकांबद्दलची जास्ती माहिती आपल्या दोघांनाही नको आहे, बरोबर?"

"बहुधा नाहीच," त्याची बॅग तपासणाऱ्या बाउन्सरकडे बघत हॉर्वाथ उद्‌गारला "मोन्तेरेमध्ये परिस्थिती इतकी धोकादायक आहे?"

"सगळीकडेच हल्ली ती तशी आहे सिन्योर."

खरे आहे, हॉर्वाथच्या मनात विचार आला. "फार वेगळ्याच तऱ्हेचा अनाथाश्रम तुम्ही चालवता आहात असे वाटते मला."

बारटेंडरने हसून मान लववली. "ही खाणावळ हे पहिले प्रवेशद्वार समज. इथून

गेल्याशिवाय तिथे प्रवेश नाही.''

निकोलसने त्याला कुठल्या भानगडीत अडकवले आहे, असा विचार हॉर्वाथच्या मनात येऊन गेला. ''मुलांचे रक्षण करण्याबाबतची तुमची आस्था अत्यंत कौतुकास्पद आहे.''

''त्यांना काहीही होणार नाही. या बाबतीत माझा वैयक्तिक स्वार्थही आहे असे समजू या हवे तर.''

हॉर्वाथला आश्चर्य वाटले नाही. इथे खरोखरच अनाथाश्रम असेल आणि स्वतःच्या कामासाठी निकोलस त्याचा वापर करत असेल, तर इतरांनीही त्याचा तसाच वापर का करू नये?

तो बारटेंडरला काही प्रश्न विचारणार एवढ्यात बाउन्सरने त्याच्या बॅगची चेन लावली आणि मान डोलावली.

''तुझी निघायची तयारी झाली आहे,'' गियेर्मो म्हणाला.

''माझ्या खाण्यापिण्याचे किती पैसे झाले?''

''ते आमच्यातर्फे होते असे समज.''

हॉर्वाथने वीस डॉलर्सची एक नोट काढली आणि वेट्रेससाठी म्हणून टेबलवर ठेवून दिली. मग तो बारटेंडरच्या पाठोपाठ खाणावळीच्या मागच्या दाराकडे निघाला.

प्रकरण २८

एक चौक पार करून ते एका तीन मजली इमारतीजवळ आले. इमारतीभोवती कॉंक्रीटची उंच भिंत होती आणि शंभर-दोनशे वर्षे जुना असावा असे वाटणारा दणकट असा लाकडी दरवाजा. नोबेर्तो रस्त्यावर पहारा ठेवत असताना गियेर्मोने खिशातून चाव्यांचा जुडगा काढला.

योग्य ती चावी शोधून गियेर्मोने ती जुन्या लोखंडी कुलपात घालून फिरवली. खट्ट असा मोठा आवाज करत कुलूप उघडले. दार लोटून गियेर्मो आत निघाला, मागोमाग हॉर्वाथ आणि शेवटी नोबेर्तो.

ते एका मोठ्या चौकोनी अंगणात आले होते. मेरी मातेचा पुतळा आणि जंगल जिम- स्वतः शेतकरीच माल विकत असणारे सुपरमार्केट- दिसताच ते कुठे आले आहेत ते हॉर्वाथच्या ध्यानात आले.

खेळत असलेल्या मुलांची चित्रे भिंतींवर काढलेली होती. मधून मधून संतांच्या चरित्रातील कथाही. प्रवेशद्वारावर लॅटिन भाषेतले शब्द कोरलेले होते- ALERE FLAMMAM VERITATIS- सत्याची ज्योत अखंड तेवत राहो. अनाथाश्रमासाठी म्हणायचे तर वेगळेच ब्रीदवाक्य असले तरी हॉर्वाथला ते खूप आवडले. सत्याच्या ज्योतीची गरज या क्षणी तरी त्यालाच होती.

ब्रीदवाक्याखाली उभे राहून गियेर्मोने आणखी एक चावी काढली आणि दार उघडून हॉर्वाथला आत घेतले. "इथेच थांब," तो हॉर्वाथला म्हणाला. "मी सिस्टर मार्ताला शोधतो."

अंतर्भागावर नजर टाकताच हॉर्वाथला आपल्याच शाळेची आठवण झाली. जमिनीवर कॅनव्हासचे जाड कापड, लाकडी कपाटे, भिंतींवर काळ्यापांढऱ्या रंगांमधले

फोटो आणि जंतुनाशक औषधांचा सूक्ष्म दरवळ. कशातही फरक नाही. त्या वेळी त्याला सगळ्याच नन्स कशा सारख्याच दिसायच्या, याची आठवण झाली. शक्य होते की सिस्टर मार्ता ही त्याची प्रिन्सिपॉल सिस्टर मॅक्‌केन्नासारखीच दिसत असेल- पण ती अजिबात तशी दिसत नव्हती.

निळी जीन्स, रटगर विद्यापीठाचा आखूड बाह्यांचा घट्ट सदरा- स्वेटशर्ट– अशा पोशाखात ती पुढे झाली. तिशीतली असेल. आखूड कापलेले केस. कुठल्याही तऱ्हेची सौंदर्यसाधने वापरली नसूनही सुंदरच दिसत होती.

बारटेंडर भराभरा तिच्याशी स्पॅनिश भाषेत काय बोलत होता ते त्याला अजिबात कळले नाही. तिच्याशी बोलताना सिस्टर मार्ता नाही, तर सिस्टर मार्तिता असे शब्द त्याने वापरले एवढेच, त्याच्या ध्यानात आले. मार्ताऐवजी मार्तिता हे जास्ती प्रेमाने उच्चारलेले नाव वाटत होते. तीसुद्धा गियेर्मोला मोमो म्हणत होती. तो आणि बाउन्सर तिथून निघण्यापूर्वी तिने हळूच गियेर्मोच्या गालावर ओठ टेकले.

ते निघून गेले. दार पुन्हा बंद झाले. सिस्टर मार्ताने हॉर्वाथचे स्वागत करत आपला हात पुढे केला. "मी सिस्टर मार्ता."

"भेटून आनंद झाला, सिस्टर," हॉर्वाथ म्हणाला. तिचे बारटेंडरशी काय नाते असावे असा विचार त्याच्या डोक्यात घोळत होता.

"तुला आवडत असेल तर नुसते मार्ता म्हण तू मला. तरी चालेल. इथे आम्ही खूप औपचारिकपणे वागत नाही."

"म्हणून गियेर्मो तुला मार्तिता म्हणत होता?"

ती मोठ्याने हसली. "अनौपचारिकपणे म्हणजे इतक्या अनौपचारिकपणेही वागत नाही आम्ही. माझ्या कुटुंबातली माणसेच फक्त मला मार्तिता म्हणून हाक मारतात. गियेर्मो– ज्याला मी मोमो म्हणते– तो माझा काका आहे."

"तू इंग्लिश फारच चांगले बोलतेस. तिकडेच शिकायला होतीस का?" तिच्या शर्टवरच्या विद्यापीठाच्या नावाकडे बोट दाखवत हॉर्वाथने विचारले.

"नाही. देणगी म्हणून आम्हाला खूप कपडे मिळतात. मुलांसाठी खूप ढगळ असणारे कपडे आम्ही गरिबांना देतो. काम करणाऱ्या लोकांना कधीतरी वाटते की एखादा कपडा माझ्या मापाचा आहे म्हणून. ते तो बाजूला ठेवतात. हा स्वेटशर्ट तसाच मिळालेला आहे."

"पण इंग्लिशचे काय?" हॉर्वाथला अजूनही कुतूहल वाटत होते. बघता क्षणी आवडावी अशी मुलगी होती ती. त्याला माहीत असणाऱ्या बहुतेक सर्व नन्सप्रमाणे गरज पडेल तेव्हा कडक शिस्तीने वागत असेलही; पण देखणी होती.

"माझ्या कुटुंबात शिक्षणाला फार महत्त्व देतात. मी शाळेमध्ये इंग्लिश शिकले आणि फ्रेंचसुद्धा. इथल्या मुलांना या दोन्ही भाषा मी शिकवते."

"आत्ता ती सर्व जण कुठेतरी झोपलेली आहेत का?"

"हो," सिस्टर मार्तांने हसून उत्तर दिले. "वरच्या मजल्यावर. ही एकच वेळ अशी असते की, जेव्हा मला ती छोट्या देवदूतांसारखी वाटतात. दिवसा ती वेगळ्याच अवतारात असतात."

हॉर्वाथ हसला. "तुला अगदी योग्य काम मिळाले आहे अशी माझी खात्री आहे."

तो विषय बाजूला सारल्याप्रमाणे तिने हात हलवला. "खूप उशीर झाला आहे आणि अनाथाश्रमाचे कामकाज कसे चालवायचे हे शिकण्यासाठी काही तू इथे आलेला नाहीस."

"सिस्टर, अगदी प्रामाणिकपणे बोलायचे तर मी इथे नक्की का आलो आहे, ते मलाही समजत नाही."

"तू इथे पोहोचला आहेस कारण देवाची तशी इच्छा आहे."

"खरं असेलही ते," हॉर्वाथ म्हणाला, "पण देवाने या वेळी मध्यस्थाचा वापर केलेला दिसतो."

"तू निकोलसबद्दल बोलतो आहेस का?"

"हो, आणि मी गृहीत धरतो आहे की मी इथे आलो आहे; कारण त्याच्याकडे जाण्यासाठी तू मला मदत करू शकणार आहेस."

सिस्टर मार्तांने मान डोलावली. "उद्या सरहद्द पार करण्यासाठी मी तुझ्यासाठी एका खास उड्डाणात जागा मिळवली आहे."

हॉर्वाथ तिच्याकडे बघतच बसला.

त्या उड्डाणाचा संबंध मादक द्रव्यांशी असावा असा भलताच संशय त्याला आलेला आहे, हे लक्षात येताच ती म्हणाली, "ते तसले उड्डाण नाही. संपूर्ण कायदेशीर आहे. टेक्सासमध्ये जाऊन माल खरेदी करणाऱ्या श्रीमंत रेजिओंसाठी दररोज शटल सर्व्हिस चालवणाऱ्या एकाला मी ओळखते."

"रेजिओज?"

"रेजिओमोन्तानोस- थोडक्यात रेजिओज. मेक्सिकोमधील मोन्तेरे येथील श्रीमंत लोकांसाठी हा शब्द वापरतो आम्ही."

"कुठे जातात ते?" हॉर्वाथने विचारले.

"मॅक्ॲलन नावाच्या शहरात."

"कस्टम्स आणि इमिग्रेशनचे काय?"

"विमानतळ छोटा आहे. वैमानिक अमेरिकन आहे. तो सारखा लोकांना तिथे नेत असतो, परत आणत असतो. तिथले सर्व जण ओळखतात त्याला."

"फक्त एका दिवसासाठी प्रवासी तिथे खरेदीला जात असले आणि संध्याकाळी

परत मेक्सिकोला येत असले तरी त्यांना कस्टम्स आणि इमिग्रेशनचे अडथळे पार करावे लागतच असणार.''

''अगदी बरोबर, पण मोठ्या विमानतळापेक्षा हे सर्व तिथे फार सोपे आहे. पासपोर्ट असला की झाले. तुझ्याकडे पासपोर्ट आहे ना?''

हॉर्वाथने मान डोलावत म्हटले, ''आहे.''

''मग काही प्रश्न नाही. विनासायास सरळ बाहेर पडू शकशील तू.''

''तू माझ्यासाठी हे सर्व का करते आहेस ते मला कळत नाही.''

''तुला ते कळण्याची गरजही नाही.''

''पण निकोलससाठी तू एवढा धोका का पत्करते आहेस?''

''मी कुठे कसला धोका पत्करते आहे? मी फक्त लोकप्रिय अशा उड्डाणामध्ये तुला जागा मिळवून देण्यासाठी मदत करते आहे.''

''मला काय म्हणायचे आहे ते कळते आहे तुला.''

''निकोलसने आमच्या अनाथाश्रमाला खूपच उदारपणे मदत केली आहे. मोमोच्या बारचा उपयोग कार्टेल्सना पैसे, शस्त्रास्त्रे, मादक द्रव्ये यांची ने-आण करण्यासाठी करायचा होता म्हणून त्यांनी त्याला त्रास द्यायला सुरुवात केली होती. निकोलसनेच ते सर्व मिटवून टाकले. अशा कुठल्याच गोष्टींचा त्याला अनाथाश्रमाशी संबंध यायला नको होता. निकोलस चांगला माणूस आहे. मला त्याचा भूतकाळ माहीत नाही आणि तो समजून घ्यायची इच्छाही नाही. त्याबाबत तो आणि देव बघून घेतील. इथल्या मुलांच्या आयुष्यात त्याच्यामुळे आमूलाग्र बदल घडून आला, एवढेच मला कळते आहे.''

''तू त्याच्यासाठी बरेच काही करतेस का?''

''मी काही करावे असे त्याने म्हटल्याची इतक्या वर्षांमधली ही पहिलीच वेळ आहे. माझी कल्पना आहे की तू त्याच्यासाठी खूप महत्त्वाचा आहेस.''

हॉर्वाथला यावर काय बोलायचे ते सुचले नाही.

''त्याने मला सांगितले की तू फार चांगला माणूस आहेस,'' ती पुढे बोलत होती. ''आणि आयुष्याचा फार मोठा काळ तू इतरांची सेवा करण्यात घालवला आहेस. मला जास्ती काही जाणून घेण्याची आवश्यकता भासली नाही. म्हणून आज तू इथे आहेस आणि काही तासांत मी तुला विमान पकडण्यासाठी नेणार आहे.''

''आणि मॅक्ॲलन विमानतळावर उतरल्यावर मी काय करायचे आहे?''

सिस्टर मार्तानि तिच्या जीन्सच्या खिशातून एक कागद काढून त्याला दाखवला. ''तो म्हणाला की तू हे कुठे दिसते ते बघायचे आहे.''

प्रकरण २९

व्हर्जिनिया

रीड कार्लटनला काहीही करून वॉशिंग्टनचा भाग टाळायचा होता. अगदी जॉर्जटाउनसुद्धा. तिथे फारच कॅमेरे बसवलेले आहेत. टॉमीला निरोप ठेवून त्याला भेटायचे होते म्हणून त्याने एकदा तो धोका पत्करला होता तोच खूप होता. बँक्सचेही तेच मत पडले.

शहराबाहेर कुठेतरी निरोप देण्या-घेण्याची व्यवस्था होईपर्यंत वॉशिंग्टन पोस्टच्या क्लासिफाइड सेक्शनचा एकमेकांशी संपर्क राखण्यासाठी उपयोग करावा अशी बँक्सने सूचना केली. हेरगिरीमधली फार जुनी पद्धत. कुणाला काही कळत नाही. त्यासाठी कुठल्याही वॉलमार्ट, ग्रोसरी किंवा ड्रगस्टोअरमधून रोख पैसे देऊन फक्त एक डेबिट कार्ड विकत घ्यायची गरज असते. जाहिरात देऊन ती छापली जाईपर्यंत थोडा वेळ जातो एवढेच.

इंटरनेटवर क्लासिफाइड जाहिराती कशा तऱ्हेने द्याव्या लागतात हे कार्लटनने बँक्सला समजावले. बँक्सला वेबबद्दल माहिती असल्याने त्यांनी पटकन एक पद्धत निश्चितही केली.

त्यांचे संदेश लपवण्याचा सर्वांत चांगला मार्ग होता क्रेग्जलिस्ट- स्थानिक जाहिराती. त्यासाठी त्यांनी कोणीही सहजपणे निवडणार नाही अशी दोन शहरे निश्चित केली. पाठवायचे संदेश ओकलॅन्ड लिस्टमध्ये जाहिरातीच्या स्वरूपात द्यायचे आणि उत्तरे टाम्पाच्या लिस्टवर. त्यामुळे कुणी त्यांचा माग घेऊ शकणार नव्हते. संदेशांची देवाण-घेवाण अगदी तातडीने झाली नसती, पण ते कोणी बघितलेही नसते. कमीत कमी धोकादायक पद्धत निश्चितच होती.

पद्धत नक्की ठरवल्यावर चोवीस तासांनी बँक्सने ओकलॅन्ड क्रेग्जलिस्टवर

सांकेतिक भाषेत लवकर भेट मागणारी एक जाहिरात दिली. कार्लटनने ताम्पा लिस्टवर स्वतःची जाहिरात देऊन उत्तर दिले आणि काही तासांनी फ्रेडरिक्सबर्गबाहेरच्या एका रेस्टॉरन्टमध्ये ते भेटले.

त्यांच्या कपात कॉफी ओतून वेट्रेस निघून गेल्यावर बँक्स म्हणाला, "फार मोठ्या भानगडीत अडकला आहेस, मुला. तुझे कार्यालय तर बँकेच्या तळघरापेक्षा घट्ट बंद झाले आहे."

"नक्की काय सांगतो आहेस तू?"

"तुझ्या कार्यालयाला सील लावून त्यांनी पहाऱ्यावर गार्ड्स उभे केले आहेत."

"कोणी?" कार्लटनने विचारले.

कॉफीचा कप उचलून बँक्सने एक घोट घेतला. "एफबीआयने. पण या प्रकारामागे सीआयएचा हात असावा, असे वाटते."

"शेवटी त्यांनी आमच्यावर हात उगारलाच तर."

"सगळे संशयास्पद आहे. एजन्सीमधल्या माझ्या माणसांशी मी संपर्क साधायचा प्रयत्न केला; पण एक जण तोंड उघडून माझ्याशी बोलायला तयार नाही. एकही जण नाही."

"याचा अर्थ तू काय काढशील?"

"प्रकरण फारच गंभीर आहे म्हणून," बँक्स म्हणाला.

"बरोबर."

"पण कोणीही माझ्याशी बोलायला तयार होत नाही म्हणून गप्प बसून मी काही हात वर केलेले नाहीत. कर्मचाऱ्यांच्या साखळीतल्या कुणीतरी सगळ्यांवर दबाव टाकून इतकी जबरदस्त भीती घातली आहे की कुणी बोलायलाच तयार नाही. तेव्हा मीदेखील माझ्या बाजूने तसाच दबाव कुणावर तरी टाकतो आहे."

कार्लटन आपल्यासमोर बसलेल्या माणसाकडे बराच काळ रोखून बघत बसला. "माझे तुझ्यावर फार प्रेम आहे, टॉमी. तू तर कुणावर तरी हूवरप्रयोगच केलास की." एफबीआयचा डायरेक्टर जे. एडगर हूवर याच्याबद्दल अनेक कथा प्रचलित आहेत. बँक्स एजन्सीमध्ये असताना एजन्सीमधले वरिष्ठ त्याला आवडत नव्हते. त्यांच्याबद्दल बराच काळ घालवून बँक्सने माहिती गोळा केली होती, फाइल्स बनवल्या होत्या, अशी एक अफवा होती. त्याला काही धमक्या देऊन पैसे उकळायचे नव्हते. पण देशासाठी चांगले काम करत असताना कुणी अप्रामाणिकपणे वागून अडथळा निर्माण करत असेल, तर मनात ठेवलेल्या फाइल्सचा उपयोग तो हुकमाच्या एक्क्यांप्रमाणे करत असे.

"मला वाटते, तपशील तुला माहीत नसलेलाच बरा. पण तिथल्या एकावरची फाइल मी बाहेर खेचली आणि १९७०च्या काळात त्याने केलेल्या नको त्या गोष्टी

उघडकीला आणायची धमकी दिली. आता त्या प्रकरणांबाबतची कायद्याची परिसीमा मला माहीत नाही. पण तरी आजही तो गोत्यात आला असता. त्याचे निवृत्तिवेतन तरी रोखले गेले असते. आणि हे सर्व उघड झाले असते तर सातव्या मजल्यावर बसणाऱ्या उच्चपदस्थांचीही सारवासारव करता करता झोप उडाली असती.''

''तू माझ्यासाठी जे केले आहेस त्याबद्दल मी आभारी आहे तुझा.''

''एवढ्यात माझे आभार मानू नकोस,'' बँक्स म्हणाला. ''तसा तो अगदी छोटा माणूस असला, तरी त्याला धडा शिकवायलाच हवा होता. प्रश्न असा आहे की, तो मला विशेष काही सांगू शकलेला नाही.''

''आपण एका वेळी एकाच गोष्टीचा विचार करू. तू बोल, मी ऐकतो. तुला काय कळले आहे?''

''एजन्सी अमेरिकन नागरिकांविरुद्ध कारवाई करू शकत नाही. ते काम एफबीआयलाच करावे लागते. पण यामागचा रेटा भलतीकडूनच येतो आहे. खूप ताकदवान माणसे गुप्तपणे कुठून तरी दबाव आणत आहेत.''

''एजन्सीपेक्षा गुप्त असे उच्चपदस्थ? कुणाबद्दल बोलतो आहोत आपण? डायरेक्टर ऑफ नॅशनल इन्टेलिजन्स?''

''ते जे कुणी आहेत त्यांनी तुझ्याविरुद्ध पुरावा तयार केला आहे.''

''माझ्याविरुद्ध?'' कार्लटनने विचारले. ''तू काय बोलतो आहेस?''

''फक्त तूच नाहीस. तुझ्या समूहामधील अनेक एजन्ट्सविरुद्धही.''

''म्हणजे माझी ऑपरेशन्स डिव्हिजन?''

''माझा माणूस तसे स्पष्टपणे काही बोलला नाही.''

''पण माझ्याविरुद्ध उपयोगात आणता येईल असे आहे तरी काय त्यांच्याकडे?''

बँक्सने कॉफीचा कप उचलला आणि ओठांजवळ नेता-नेता तो थबकला. ''देशद्रोह,'' तो कुजबुजल्याप्रमाणे म्हणाला.

कार्लटनला जबरदस्त धक्का बसला. ''देशद्रोह? चेष्टा करतो आहेस तू माझी. शुद्ध वेडेपणा आहे तो.''

''मान्य आहे मला. माझ्या माणसाच्या चेहऱ्याकडे मी बघत होतो. त्याचाही विश्वास बसला नव्हता.''

''माझी ओळख असणाऱ्यांपैकी कुणी आहे तो?''

बँक्सने कॉफीचा कप टेबलवर ठेवला, ''मी आधीच म्हटल्याप्रमाणे तुला जास्ती तपशील माहिती नसणेच योग्य ठरेल.''

कार्लटनच्या लक्षात येत होते. त्याने आपली कपबशी जवळ घेतली. ''कुठला आरोप आहे? त्यांच्या मते आम्ही नक्की काय केले आहे?''

''तेच शोधायचा मी प्रयत्न करतो आहे. पण देशद्रोह हा शब्द कुणी ऐकला

की विषारी रसायन पसरल्याप्रमाणे परिणाम होतो. प्रत्येक जण खाडकन मागे सरकतो. कुणाला त्याच्या जवळपासही जायचे नसते. संपर्कात आले तर त्यांच्यावर परिणाम होईल, अशी प्रत्येकाला भीती वाटते.''

''वरवर दिसते त्यापेक्षा याच्यामागे नक्कीच काहीतरी जास्ती असणार. कुणीही देशद्रोहाचा नुसता आरोप करून आमच्या सर्वांचे खून पाडू शकत नाही. याबाबत कार्यपद्धती आहेत, कायदेकानून आहेत.''

''तुला आणि मलाही माहीत आहे की या देशाच्या स्थापनेपासून आपण कायद्याबाहेरच्या कृती करत आलो आहोत.''

''फक्त परकीय शत्रूंविरुद्ध,'' कार्लटन म्हणाला. ''अमेरिकन नागरिकांविरुद्ध नाही.''

बँक्सने खांदे उडवले. ''त्या काळात काही अमेरिकन्सनाही अगदी न्याय्य अशी सजा मिळावी म्हणून मदत केली गेली आहे.''

''खरे आहे. पण फार फारच अपवादात्मक प्रकरणांत. आणि त्या प्रसंगांची नंतर पुन्हा छाननीही झाली होती.''

''या वेळीही ती तशी झाली नसेल हे आपल्याला कसे कळणार?''

कार्लटनने रोखूनच त्याच्याकडे बघितले. ''तू माझ्यापासून काहीतरी लपवून ठेवतो आहेस का?''

''अजिबात नाही. मी दुसरी बाजू कसा विचार करत असेल ते सांगतो आहे.''

''पण मी किंवा माझ्यासाठी काम करणाऱ्या एजन्ट्सपैकी कुणीही देशद्रोही आहे असा निष्कर्ष कोणतेही पॅनेल काढू शकणार नाही.''

बँक्सने मान हलवली. ''तुला खरोखरच पुन्हा प्रशिक्षण देण्याची गरज आहे, कार्लटन. भावना बाजूला ठेवून विचार कर.''

''माझ्या किती माणसांचा, विलक्षण माणसांचा, असाधारण देशभक्तांचा खून पडला आहे, ते माहीत आहे तुला?''

''आहे माहिती आणि मलाही तुझ्यासारखाच संताप आला असता. पण नक्की काय घडले आहे याचा शोध घेईपर्यंत मी तो बाजूला ठेवला असता. तसे केले नाही, तर बहुधा माझाही जीव जाईल.''

कॉफीचा घोट घेण्यात वेळ घालवून त्याने कार्लटनला त्याच्या बोलण्यावर विचार करायला सवड दिली. ''तू हुशार आहेस, पिचेस,'' तो शेवटी म्हणाला. ''मी होतो त्यापेक्षाही हुशार आहेस. पण या भानगडीमधून बाहेर पडायचे, तर तुझे सर्व कसब, कावेबाजपणा यांची तुला गरज पडणार आहे.

''तुझ्याच सरकारने तुझ्यावर देशद्रोहाचा शिक्का मारला आहे आणि त्यांच्याकडे असा पुरावा आहे की त्यांनी तत्काळ तुला मृत्युदंडाचीच शिक्षा ठोठावली आहे.

याहून जास्ती गंभीर असे काही असू शकते, असे मला वाटत नाही. तेव्हा यामधून कसे बाहेर पडायचे याचा प्रथम विचार कर आणि मगच तुझ्या संतापाला वाव दे.''

रीड कार्लटनने हळूच मान डोलावली.

''तुझ्यामागे कोण लागले आहे ते आपल्याला कळले आहे. तेव्हा सत्य काय आहे ते आपण प्रथम शोधून काढायचा विचार करू या,'' बँक्स म्हणाला. ''सर्व पद्धतींचा आपण उलट्या बाजूने विचार करू शकलो, तर तुझे आयुष्य आपण पुन्हा रुळावर आणू शकू.

''पण माझ्या एजन्ट्सना परत नाही आणता येणार,'' कार्लटन म्हणाला. तो नेटवर सारखे मेसेजेस बघत असूनही, आपत्कालीन स्थितीतच वापरण्याच्या साइट्सवर लक्ष ठेवत असूनही त्याला एकही संदेश दिसला नव्हता. त्याचे सर्व एजन्ट मरण पावले आहेत याची त्याला आता खात्री पटली होती.

''बरोबर आहे तू म्हणतोस ते. तुझी माणसे नाही परत आणता येणार; पण एकदा का आपण या प्रकरणाचा छडा लावला की, मी बाजूला सरकणार आहे आणि तू याच्याशी संबंधित प्रत्येक माणसाला योग्य ती शिक्षा मिळेल याची खात्री पटवून घेणार आहेस. ती माणसे कोणीही असली तरी मी पर्वा करणार नाही. अगदी ओव्हल ऑफिसपर्यंत माग पोचत असला तरीही.''

प्रकरण ३०

मेक्सिको

अनाथाश्रमातल्या कर्मचाऱ्यांच्या खोलीमधल्या सोफ्यावरच हॉर्वाथने दोन तास झोप काढली. बरोबर ७ वाजता आपला ननचा पोशाख चढवलेल्या सिस्टर मार्तानि दारावर टकटक करून त्याला न्याहरीसाठी कॅफेटेरियात बोलावले.

"तू तर म्हणाली होतीस की इथे तुम्ही औपचारिकपणे वागत नाही म्हणून," तिच्याकडे बघत तिच्याबरोबर चालता चालता तो म्हणाला.

"खरं आहे. मी नेहमी स्कर्ट आणि कुठले तरी जाकीट घालते. काल रात्री तू कामाची पाळी नसणाऱ्या सिस्टर मार्ताला भेटला होतास. मुले एकदा झोपली की मी जरा सहजपणे वागते. शेवटी मीही माणूसच आहे."

"आणि आत्ता ननचा पोशाख?"

"मी गाडी चालवत विमानतळावर येणार आहे. मग शहराबाहेरही मला काही कामे उरकायची आहेत. रस्त्यांवर ड्रग माफियांचे राज्य असते. खूप वाईट माणसे असली, तरी धार्मिक नसतात असे नाही. रस्त्यांवर नन म्हणून सहज ओळख पटणे फायद्याचे असते."

खरोखर हुशारच मुलगी होती ती.

कॅफेटेरियाचा वापर वर्ग म्हणूनही होत असावा. भिंती छान रंगवल्या होत्या. त्यांच्यावर मुळाक्षरे आणि समोर चित्रे होती. ए– आर्दिया– खार, आर– रातोन– उंदीर, जे– जिराफा– जिराफ वगैरे.

ट्रे घेऊन हॉर्वाथच्या हातात ठेवता ठेवता ती म्हणाली, "अंडी आहेत आज. नशीबवान दिसतोस."

हातात ट्रे धरून तो तिच्यामागे रांगेत उभा राहिला. खोलीमध्ये मुलांच्या

हसण्याचे आवाज येत होते. मध्येच काही मुले धक्काबुक्कीही करत होती. सिस्टर मार्ता त्यांना चांगला दम भरेल, अशी हॉर्वाथची अपेक्षा होती. पण तशी गरजच पडत नव्हती. कुणीतरी मोठा मुलगा पुढे होऊन त्यांना सांभाळत होता.

"सर्व मुलांना, मग ती कोणत्याही परिस्थितीतून आलेली असोत, फक्त प्रेम हवे असते, कुटुंब हवे असते, त्यांना समजून घेणारे कुणीतरी हवे असते," मार्ता म्हणाली. "वेगळी वागली, तरी त्यांना कळून घ्यायचे असते की त्यांच्यासाठी काही नियम असतात म्हणून. आम्ही त्यांच्यावर प्रेम करत असल्यानेच ते नियम अस्तित्वात असतात, हे त्यांना कळत असते."

न्याहारीसाठी भात, उसळ आणि अंडी होती. एका कर्मचाऱ्याने कॉफी हवी का असे हॉर्वाथला विचारल्यावर त्याने आनंदाने ती स्वीकारली.

सिस्टर मार्ता आणि तो बसलेल्या टेबलशी गडबड करणारी मुले पाच ते अकरा वयोगटामधली होती. काही एकाच कुटुंबातली असावीत. सिस्टर मार्तानें त्याला सांगितले की शक्यतोवर अशा मुलांची ते कधीही ताटातूट करत नाहीत. सर्व जण बसल्यावर प्रार्थना झाली आणि त्यांनी खाणे सुरू केले. एक छोटा मुलगा त्याच्याहून लहान असणाऱ्या बहिणीकडे लक्ष देताना, तिला हवे तितके खायला मिळते आहे याची खात्री करताना, आपल्या प्लेटमधले थोडे खाणेसुद्धा तिला देताना हॉर्वाथ बघत होता.

एक अमेरिकन त्यांना भेटायला आला आहे म्हणून ती खूश होती. सिस्टर मार्ता ज्यांना इंग्लिश शिकवत होती त्यांनी त्याच्याशी त्या भाषेत बोलण्याचा प्रयत्न चालवला होता. ते करत असलेल्या साध्यासुध्या चुका आणि हॉर्वाथचे त्यांच्याशी स्पॅनिशमध्ये बोलण्याचे चाललेले प्रयत्न यांच्यामुळे हसण्याचे फवारे उडत होते. त्याला विमानतळावर सोडण्यासाठी तिच्या जुन्या व्होक्सवॅगनमध्ये बसताना मार्ता त्याला म्हणाली, "तू तर खूपच प्रसिद्ध व्यक्ती बनला आहेस. मी खात्री देते की पुढले दोन दिवस तरी ती तुझ्याबद्दलच बोलत राहणार आहेत."

मुलांचा विचार मनात आल्यावर हॉर्वाथच्या चेहऱ्यावर हसू उमटले. खूप काळानंतर त्याने इतका छान वेळ घालवला होता.

"तुला मुले आहेत?" तिने विचारले.

"नाही."

"तू तसा विचार करायला पाहिजेस. तुला खूप चांगले वागता येते त्यांच्याशी."त्याने विचार केला. पूर्वी त्याने तसा विचार केलाही होता.

"लग्न झाले आहे तुझे?" तिने पुढे विचारले.

"नाही."

"का?"

हॉर्वाथने तिच्याकडे बघितले. तिच्याकडे बघताना त्याला पेईओची आठवण झाली. हॉर्वाथशी त्याची प्रथम भेट झाली तेव्हा त्यानेही त्याच्या वैयक्तिक आयुष्याबद्दल कुतूहल दर्शवले होते. हॉर्वाथला स्वतःबद्दल बोलायला आवडत नसे. तो बेचैन बनत असे. लग्नाचा विषय निघाला, तर तो दुर्लक्ष करत असे, विषय बदलत असे, नाहीतर टर उडवत असे. पेईओवर यापैकी कुठलीही मात्रा लागू पडली नव्हती आणि सिस्टर मार्ताच्या बाबतीत तसेच घडेल असा त्याला संशय होता. ''संबंध टिकवण्याच्या बाबतीत मी खूप चांगला नाही, सिस्टर.''

''मला यावर विश्वास ठेवणे कठीण वाटते. चांगला माणूस आहेस. देखणा आहेस. मुलांमध्ये रमतोसही. प्रश्न काय आहे मग?'' तिने विचारले. मग ती जरा थांबली. ''तुला स्त्रिया आवडत नाहीत का?''

तो मोठ्याने हसला. ''तसे नाही, सिस्टर. प्रश्न कुठलाच नाही. मला स्त्रिया आवडतात, विश्वास ठेव माझ्यावर.''

''मग का केले नाही लग्न?''

''आपण या विषयावर बोललो नाही तर चालणार नाही का?''

''नाही चालणार,'' नन स्पष्टपणे म्हणाली. ''मी जसे तुला त्या मुलांमध्ये रमताना बघितले तसेच तू बघू शकलास तर तुलाही न बोललेले चालणार नाही. तुला संबंध प्रस्थापित करणेच कठीण पडते का?''

व्हॅटिकनमध्ये कुठेतरी नक्कीच लग्न न झालेल्या पुरुषांची लग्ने लावण्याची स्पर्धा चालू असणार याची त्याला खात्री वाटायला लागली. कल्पना वाईट नसली, तरी आपल्या परिस्थितीचे समर्थन करायचा त्याला कंटाळा आला होता. ''संबंध सुरू करणे हा प्रश्न नाही माझा.''

''ते चालू ठेवणे हा आहे?''

हॉर्वाथने मान डोलावली. ''माझा पेशा लक्षात घेतला तर फारच वेगळ्या तऱ्हेची स्त्री माझ्याशी जुळवून घेऊ शकेल.''

''तू नक्की काय करतोस?''

''मी खूप प्रवास करतो असे म्हणू शकतो मी.''

''आणि तुझ्या आयुष्यात येणारी स्त्री या प्रवासांमध्ये तुझ्याबरोबर येऊ शकत नाही?''

रायली टर्नरची प्रतिमा त्याच्या मनासमोर आली. ती समोर ठेवूनच तो म्हणाला, ''फार फार वेगळी अशी स्त्रीच त्यासाठी हवी.''

''तशा तऱ्हेची स्त्री कधी भेटली होती तुला?'' सिस्टर मार्ताने विचारले.

''भेटली होती.''

''काय झाले मग?''

त्याच्या मनासमोरची रायली टर्नरची प्रतिमा नाहीशी झाली. "ठार मारण्यात आले तिला.''

"खूप वाईट वाटते आहे मला.''

"मलाही.''

"पण तिला निदान तू तिची काळजी करतोस एवढे तरी माहीत होते.''

"खरं सांगू सिस्टर, तिला त्याची कल्पना होती याचीही खात्री नाही मला.''

जरा गर्दीच्या रस्त्यावर गाडी वळली आणि विमानतळाचे दिशादर्शकही समोर दिसायला लागले. "माहीत होते तिला. विश्वास ठेव माझ्यावर.''

"तुला कसे कळणार?''

"कोणतीही गोष्ट किंवा कोणतीही व्यक्ती आपल्याला आनंद देत असेल तर ते लपवणे कठीण असते. तुझी इच्छा असती तरी न्याहरीच्या वेळी मुलांच्या गराड्यात तू किती खूश होतास, हे तुला लपवता आले नसते.''

चूक होत होती तिची. तिच्या शेजारी गाडीमध्ये बसलेला माणूस कोण आहे याची कल्पनाच नव्हती तिला. सर्व भावना कशा लपवायच्या, अगदी प्रामाणिकपणे जिवापाड जपलेले सत्य सांगतो आहे असा आव आणत असतानाच धडधडीत खोटे कसे बोलायचे, याचे प्रशिक्षण मिळाले होते त्याला. त्याची इच्छा असती तर त्याने प्रत्येकाची, अगदी सिस्टर मार्ताचीसुद्धा खात्री पटवली असती की त्याला मुलांबद्दल काहीही पर्वा वाटत नाही म्हणून.

नाही, खरे नव्हते ते. तिने त्याला अगदी बेसावध क्षणी पकडले होते. क्वचितच घडणारी गोष्ट. परक्या माणसांना तो आपली ही बाजू कधीच दाखवत नसे.

"मी फक्त एक नन नाही,'' ती म्हणाली. "एक स्त्रीही आहे. पुरुषांना स्वतःमधल्या ज्या गोष्टी दिसत नाहीत किंवा त्यांना स्वतःलाच त्या बघायच्या नसतात, अशा गोष्टीही स्त्रिया बघू शकतात.''

त्याच्या चेहऱ्यावर हसू उमटले. ती माघार घेणारी मुलगी नव्हती. "मग माझ्यात काय दिसते आहे तुला, सिस्टर? जे मला दिसत नाही किंवा बघायची इच्छा नाही असे?''

"मला वाटते की तू मनात खूप गोंधळ असणारा पुरुष असलास तरी तुझी जी इच्छा आहे, तुला जे हवेसे वाटते ते फार साधे आहे.''

"काय आहे ते?''

"देवाने आमच्या अनाथाश्रमात काळजी घेण्यासाठी मुले पाठवली आहेत. मला तरी वाटते की आपल्याला सर्वांनाच जे हवेसे वाटते तेच तुलाही पाहिजे आहे. तुला समजून घेणारे, तुझी काळजी घेणारे असे कुणीतरी आणि तुला स्वतःचे असे कुटुंबही हवे आहे.''

"आणि मला लॉटरी लागली तर तेही आवडेल मला," तो म्हणाला.

"प्रश्न टाळण्यासाठी तू विनोदाचा आसरा घेतोस का?" तिने विचारले.

तो चुकूनच बोलून गेला होता. तोंडातून शब्द निसटेपर्यंत त्याने विनोद केला होता, हे त्याच्या ध्यानातही आले नव्हते.

"इतके कठीण नाही ते. फक्त श्रद्धा पाहिजे. सर्वांत चांगला भाग म्हणजे- जेव्हा योग्य ती व्यक्ती तुझ्या आयुष्यात प्रवेश करेल, तेव्हा लॉटरी लागली असेच तुला वाटेल."

हॉर्वाथला तिच्याशी वाद घालायचा नव्हता. ती दुसऱ्याचे भले पाहणारी फारच चांगली मुलगी होती. "आपण काय करू या सांगू, सिस्टर? तू माझ्यासाठी प्रार्थना करत राहशील असे मला वचन दे. मग मीही योग्य त्या स्त्रीच्या शोधात राहीन. मान्य आहे?"

खासगी विमानांच्या विमानतळाच्या भागात गाडी आणता आणता ती म्हणाली, "काहीही झाले तरी तुझ्यासाठी प्रार्थना तर मी नक्कीच करत राहीन."

गाडी उभी करून ती हॉर्वाथला टर्मिनलकडे घेऊन गेली आणि त्याचे नाव न घेता तिने त्याची वैमानिकाशी गाठ घालून दिली. वैमानिकालाही त्याचे काही विशेष वाटले नसावे. त्याने फक्त हॉर्वाथकडे पासपोर्ट आहे ना याबाबत चौकशी केली. हॉर्वाथने बॅकपॅकवर हात थोपटत मान डोलावली. त्याने आपली चाकांची बॅग अनाथाश्रमात ठेवून तिचे तिने काहीही करावे असे सिस्टर मार्ताला सांगितले होते. टेक्सासला खरेदीसाठी एक दिवस जाऊन परत येणार असलेल्या पर्यटकाप्रमाणे त्याला वागायचे होते. तिथे रात्र काढणाऱ्या प्रवाशासारखे नाही.

उड्डाणापूर्वीच्या चाचण्या वैमानिक घेत असताना इतर प्रवासी एकमेकांशी गप्पा मारत होते. बहुतेक सर्व जण एकमेकांना ओळखत असावेत. हॉर्वाथने सिस्टर मार्ताचे आभार मानून स्वतःची काळजी घ्यायला सांगितले. तिकिटांच्या पैशाबद्दल त्याने चौकशी केल्यावर तिने त्याला पैशांची काळजी सोडायला सांगितली. सर्व व्यवस्था झाली होती. आता यामागे निकोलस होता का ननने स्वतःचे पैसे खर्च केले होते, याची हॉर्वाथला खात्री नव्हती. काहीही असले तरी तिकिटाची रक्कम अनाथाश्रमासाठी तिला वापरता आली असती.

त्याने तिच्याशी वाद घालायचा प्रयत्न केला, पण ती काहीही ऐकून घ्यायला तयार नव्हती. विषय बदलत "हृदयाची दारे उघडी ठेव," असे तिने त्याला हसतच सांगितले. "देव जेव्हा कोणत्या तरी खास व्यक्तीला पुन्हा तुझ्या आयुष्यात आणेल तेव्हा दोन्ही हातांनी पकडून ठेव तिला. सोडू नकोस."

हॉर्वाथ हसला. हसायचे नव्हते तरी हसला. "आभारी आहे, सिस्टर. तू भलत्याच माणसावर श्रद्धा बाळगून आहेस असे वाटते मला. पण तरीही ऋणी आहे

मी तुझा.''

"श्रद्धा हेच जीवन आहे माझे," तिने उत्तर दिले. वैमानिकाने प्रवाशांना विमानात चढण्याची खूण केली. "श्रद्धेचा न संपणारा साठा आहे माझ्याकडे."

मोन्तेरेच्या धावपट्टीवरून उड्डाण केल्यावर उंची गाठेपर्यंत विमान जरा डगमगत होते; पण नंतर टेक्सासपर्यंतचा प्रवास आरामात झाला.

सेसना कॅरव्हॅन हे विमान मॅक्ॲलन – मिलर आंतरराष्ट्रीय विमानतळावर उतरले आणि धावपट्टीवरून इमिग्रेशन टर्मिनलपर्यंत गेले. वैमानिक सर्वांशी गप्पा मारत असताना त्याच्या विमानातल्या प्रवाशांचे पासपोर्ट स्कॅन झाले आणि कर्मचाऱ्यांनी त्यावर योग्य ते शिक्केही उठवले. त्याचा पासपोर्ट स्कॅन होऊन त्याच्यावर शिक्का उमटवल्यावर तो सर्वांना पुन्हा विमानाकडे घेऊन गेला आणि तिथून त्याने विमान जनरल एव्हिएशन एरियापर्यंत नेले.

निळ्या छपराच्या इमारतीवर मॅक्क्रीअरी एव्हिएशन असे नाव रंगवलेले होते. त्या इमारतीसमोर इंजिन बंद केल्यावर गडबड करतच सर्व प्रवासी बाहेर पडले. कस्टम्स आणि इमिग्रेशनच्या वेळेप्रमाणे तो आत्ताही एका घोळक्यात शिरला. बहुतेक सर्व रेजिओंचे केस तपकिरी रंगाचे आणि डोळे हिरवे किंवा निळे होते हे आश्चर्यच होते. वेगवेगळ्या देशांत सतत प्रवास करणारी ती माणसे होती. इमिग्रेशनच्या वेळी त्यांच्या घोळक्यात असण्याचा त्याला फायदाच झाला होता; कारण दोन स्त्रियांना भेटायला जर्मनीहून त्यांच्या मैत्रिणी आल्या होत्या. एकाचा मित्र स्पेनहून भेटायला आला होता. हॉर्वाथच्या इटालियन पासपोर्टकडे कुणी दुसऱ्यांदा नजरही टाकली नव्हती.

मॅक्क्रीअरी इमारतीपलीकडे लांबलचक लिमोझीन्सची रांग लागली होती. मेलेन्देझ, कासास, कायेहा, एस्कोबार अशी नावे जाड्या, काळ्या मार्कर पेनने लिहिलेले कागद हातात धरून त्यांचे ड्रायव्हर्स उभे होते.

हॉर्वाथला नाव नको होते. तो एक चिन्ह शोधत होता. पर्वतशिखरांप्रमाणे दिसणारे तीन त्रिकोण किंवा शार्कच्या सुळ्यांप्रमाणे दिसणारे काहीतरी.

काही प्रवासी एका लिमोझीनमध्ये बसून निघून गेल्यावर त्याला पलीकडे उभा असलेला एक पांढरा, फोर्ड एफ-१५० पिकअप ट्रक दिसला. बाजूवर तीन त्रिकोण रंगवलेले होते आणि शब्द होते : थ्री पीक्स रँच.

ट्रकच्या दिशेने निघत असताना त्याची नजर कुठल्याही तऱ्हेचा धोका नाही याची खात्री करण्यासाठी पार्किंग लॉटभर फिरत होती. ट्रकपासून तो पंधरा फूट अंतरावर पोचला असेल, तर ड्रायव्हरच्या बाजूचे दार उघडून तपकिरी रंगाचे केस असणारी, जीन्स घातलेली, काउबॉय बूट चढवलेली अशी एक देखणी स्त्री गाडीमधून बाहेर पडली.

प्रकरण ३१

मॅगी रोझने स्वत:ची ओळख करून दिली. त्याच्याच वयाची असावी किंवा एखाद-दोन वर्षे तरुणच. बोलण्यात टेक्सासची ढब.

"तासाभराचा प्रवास आहे," तिने सांगितले. "निघण्यापूर्वी काही हवे आहे तुला?"

"आपण नक्की कुठे जाणार आहोत?" त्याने विचारले.

मॅगीने कशिदाकाम केलेला पोलो शर्ट घातला होता. त्याच्यावर थ्री पीक्स रँचचा लोगो होतो. "तुझ्यासाठी खोली तयार ठेवली आहे. लागणाऱ्या वस्तूही."

हॉर्वाथ अजूनही ट्रकमध्ये चढायला तयार नव्हता. तो मनातून धास्तावलेला होता. "मॅगी, मला घेऊन येण्यासाठी कुणी पाठवले तुला?"

रँच मॅनेजरच्या चेहऱ्यावर हसू उमटले. "तू आजवर बघितले नसशील असे दोन प्रचंड कुत्रे बाळगणाऱ्या एका छोट्या माणसाने."

"त्याने तुला त्याचे नाव सांगितले आहे?"

"नाही, सर. नाही सांगितले."

"आणि माझे नाव?" हॉर्वाथने विचारले, "त्याने ते सांगितले आहे तुला?"

"तुझे नावही सांगितलेले नाही. तुझे उड्डाण येत असताना तो मला म्हणाला की तू मला शोधून काढशील."

"फक्त एवढेच?"

"आणि तुझ्यासाठी मला हे वाजवायला सांगितले आहे." तिने परत ट्रकमध्ये उडी घेऊन स्टिरीओचा आवाज मोठा केला.

हॉर्वाथने ते गाणे तत्काळ ओळखले. बूट्सी कॉलिन्सचे रबर डकी. त्याला

घेऊन येण्यासाठी निकोलसनेच मॅगीला पाठवले होते, याबद्दल हॉर्वाथच्या मनात शंकाच उरली नाही.

ते मनाने एकमेकांजवळ आले ते ब्राझीलमध्ये बिअर पीत होते तेव्हा. निकोलस रबर डकी हे गाणे लावून जेवण बनवत होता. हॉर्वाथकडे त्या गाण्याचा पहिला अल्बम होता. व्हाइनिलमध्ये आणि डिजिटलमध्येही. हा... द नेम इज बूट्सी. आफ्रिकन अमेरिकन संगीतकारांनी १९६०च्या सुमाराला ज्याच्या तालावर नाचता येईल असे जबरदस्त ठेका असणारे नवीन संगीत- अमेरिकन फंक म्युझिक- बनवायला सुरुवात केली होती. हा प्रकार हॉर्वाथला आवडत होता. आपल्या आवडीशी त्या छोट्या माणसाची आवडही मिळतीजुळती आहे हे हॉर्वाथच्या लक्षात आले. हॉर्वाथला त्याच्याबद्दल कळलेल्या अनेक गोष्टींपैकी ही पहिली गोष्ट होती.

हॉर्वाथ गाडीला वळसा घालत ड्रायव्हरच्या विरुद्ध बाजूचे दार उघडून आत बसला. मॅगीने ड्रायव्हरच्या जागी बसून दार लावून घेतले.

मागच्या सीटवर ठेवलेल्या ग्रोसरीच्या पिशव्यांकडे बघत त्याने विचारले. "त्या सर्व तुझ्यासाठी घेतलेल्या आहेत?"

"नाही. त्या रँचवरच्या दुसऱ्या पाहुण्यासाठी आहेत. त्याला आवडणाऱ्या अनेक वेगळ्या वस्तू रँचवर नसतातच. त्या विकत घेण्यासाठी मी खूप आधीच पोचले इथे."

"आणि मॅक्ऑलनमध्ये त्या मिळाल्या तुला?"

"काही मिळाल्या. पण चौकशी केली की मी चायनीज भाषेत बोलते आहे की काय अशा विचित्र नजरेने सर्व जण माझ्याकडे बघत होते."

ती निकोलससाठीच सर्व खरेदी करत होती, याची हॉर्वाथला खात्री पटली. "तो कधीपासून रँचवर राहतो आहे?"

"जास्ती दिवस झालेले नाहीत," पार्किंग लॉटमधून बाहेर रस्त्यावर गाडी काढत ती म्हणाली. "या आठवड्याच्या सुरुवातीपासूनच."

"लक्ष वेधून घेणारा पाहुणा आहे ना?"

त्या स्त्रीने मान डोलावली. "हो, सर आणि अत्यंत सभ्यपणे वागतो."

"तू मला स्कॉट म्हटलेस तरी चालेल, मॅगी. सर म्हणण्याची गरज नाही."

"ठीक आहे, स्कॉट."

"आपण ज्या रँचवर जातो आहोत त्या रँचबद्दल थोडेफार सांग मला."

गाडी चालवता चालवता मॅगीने त्याला दक्षिण टेक्सासचा इतिहास आणि तिथल्या प्रमुख रँचेसबद्दल माहिती दिली. जगभर प्रसिद्ध असणारी किंग रँच ८,२५,००० एकर इतकी मोठी होती आणि टेक्सासच्या सहा काउन्टींमध्ये तिचा

विस्तार पसरलेला होता.

प्रमुख रँचेसबद्दल सांगून झाल्यानंतर तिने थ्री पीक्स रँचचा इतिहास सांगितला. नाइट्सच्या आधी ती कुणाच्या मालकीची होती, पूर्वी कुठल्या तऱ्हेच्या गुरांची जोपासना तिथे होत होती वगैरे. ऐकण्यासारखाच इतिहास होता. नाइट्सनी रँचवर लांबलांबून वेगवेगळे प्राणी आणले होते आणि ते कधी दृष्टीला पडतात अशी उत्सुकता हॉर्वाथच्या मनात निर्माण झाली.

गप्पा मारण्याच्या ओघात रँचवरची सुरक्षितता, तिथले कर्मचारी यांच्याबद्दलही हॉर्वाथने मॅगीकडून जाणून घेतले. नाइट्स कुटुंब राहत नसेल, तेव्हा साधी ए. डी. टी. होम सिक्युरिटी सिस्टिम, थोडेफार सिक्युरिटी कॅमेरे यांच्या व्यतिरिक्त सुरक्षिततेची विशेष काळजी घेतलेली दिसत नव्हती.

नाइट्स कुटुंबीय येत, तेव्हा ते स्वतःची सुरक्षा व्यवस्था घेऊनच हजर होत. गेटवर चोवीस तास पहारा ठेवला जाई. रँचवर गस्त घातली जाई. एजन्ट्स सिक्युरिटी कॅमेऱ्यांवर नजर ठेवत. थोडी खोलात चौकशी केल्यावर त्याला कळले की, प्रवेशद्वाराजवळ आत शिरणाऱ्या गाड्यांच्या लायसन्स प्लेट्सचे फोटो काढू शकेल असा कॅमेराही बसवलेला होता. ड्राइव्ह-वेवरून कुणी येत असेल तर घरात आणि गेस्टहाउसवर सूचना मिळण्यासाठी प्रेशर प्लेट्स बसवल्या होत्या. बाहेरून आणलेले प्राणी तीन हजार एकर जागेभोवती कुंपण उभारून बंदिस्त ठेवलेले होते.

थ्री पीक्स रँचवर ते पोहोचेपर्यंत त्याची मॅगीशी चांगली गट्टी जमली होती. रँच कशी चालवली जाते, तिथली सुरक्षा व्यवस्था, तिथले कर्मचारी यांचे चित्र त्याच्या डोळ्यांसमोर होते.

दूर अंतरावर हॉर्वाथला पवनचक्कीप्रमाणे काहीतरी दिसत होते. गिधाडे आकाशात घिरट्या घालत होती. "कुणीतरी तिथे आपली गुरेढोरे गमावलेली दिसतात," तो म्हणाला.

मॅगीने तो कुठे बघतो आहे ते बघितले. "ती प्रॉपर्टी आपली नाही. शेजारच्या रँचची आहे. पण सध्या तिथे गुरेढोरे चरत नाहीत. पवनचक्की पंपाने पाणी उचलून उघड्या टाकीत ओतत असल्यामुळे अजूनही तिथे प्राणी येत राहतात. पाणी प्यायला आलेल्या हरणाला वगैरे छोट्या लांडग्यासारख्या दिसणाऱ्या कयोटीने ठार मारले असू शकेल."

"इतकी गिधाडे फिरत असतील तर मोठे हरीण असणार."

एका कीपॅडवर कोड पंच करत ती हसतच उद्गारली, "टेक्सासमधली प्रत्येक गोष्ट मोठी असते, असे म्हणतातच सर्व जण."

रँचचा लोगो बसवलेली घडीव लोखंडाची दारे उघडली आणि ते रँचवर आले.

ट्रक चालवत चालवता वेगवेगळ्या इमारतींकडे ती त्याचे लक्ष वेधत होती.

टेक्सासमध्ये सापडणाऱ्या ओल येल्ला या चुनखडीच्या दगडांचा उपयोग करून त्या बांधल्या होत्या. सान आंतोनिओजवळच्या खाणींमधून ट्रकने हे दगड इथवर आणले होते. ऑस्टिनहून आणलेल्या दगडांचाही खूप वापर केला होता. छपरांवरल्या टाइल्स चिकणमातीच्या होत्या. वासे, खांब, फळ्या सुरूच्या दणकट लाकडाच्या बनवलेल्या होत्या. हातांनी कोरलेले दरवाजे होते, कपाटे होती. फर्निचर टेक्सासमधल्या मेस्क्वाईट शहरातून आणलेले होते. घरात सालटिलो टाइल्स बसवल्या होत्या. चालण्यासाठी अरुंद रस्ते बनवण्यासाठी ओक्लाहामाच्या छोट्या चौकोनी दगडांचा वापर केला होता.

मुख्य घराशिवाय एक मोठे गेस्टहाउस, रँच मॅनेजरचे घर, कर्मचाऱ्यांसाठी छोटी-छोटी घरे, वाहने ठेवण्यासाठी, प्रचंड फ्रीझरसाठी, मारलेल्या जनावरांवर कामे करण्यासाठी इमारती होत्या, पागा होत्या. विश्रांतीसाठी, मजेत वेळ घालवण्यासाठी स्वयंपाकघर, जेवणघर, बार, व्यायामासाठी सुविधा असणारी इमारत होती. दगडी शेकोटी होती, जिच्याभोवती नाइट्स आणि त्यांचे पाहुणे संध्याकाळी एकत्र येऊन दारू पीत बसू शकत असत.

हॉर्वाथला भेटल्या क्षणापासून तिने त्याला त्याच्याबद्दल एकही वैयक्तिक प्रश्न विचारला नव्हता किंवा निकोलसबद्दल त्याच्याकडे चौकशी केली नव्हती. ते नाइट्सचे पाहुणे होते इतक्याच माहितीची तिला गरज भासली होती.

गेस्टहाउससमोर ट्रक उभा करून ती म्हणाली, "आलो आपण. ग्रोसरीच्या पिशव्या मी नेते आत आणि ..."

"ग्रोसरीच्या पिशव्यांची काळजी नको करू," मागे वळून पिशव्या उचलत तो म्हणाला. "त्या घेतो मी."

"ठीक आहे. कशाचीही गरज भासली तर कळव मला. माझे फोन नंबर फ्रिजच्या आतल्या बाजूला लिहिलेले आहेत. सगळ्या फोन्सच्या स्पीड-डायलवर मी आहे. घरच्या फोनवर, सेलवर."

"मला फक्त कपड्यांची गरज भासणार आहे."

"पाहुण्यांसाठी नाइट्सनी कपड्यांनी भरलेले एक कपाटच ठेवून दिले आहे. तुला पसंत पडेल असे काही आढळले नाही, तर मी जवळपासच्या एक-दोन जागा सुचवू शकते किंवा मला यादी दिलीस तर मी आनंदाने तुझ्यासाठी हवे ते कपडे घेऊन येऊ शकते. मला कळव काय ते."

"कळवेन," ट्रकपासून बाजूला होत त्याने म्हटले. "आभारी आहे तुझा."

"आभार नाही मानले तरी चालेल," ती म्हणाली आणि तिला निकोलसने दिलेल्या सीडीची आठवण झाली. ती काढून तिने त्याच्यासमोर धरली, "तुझी रबर डकी विसरू नकोस."

“ठेव ती तुझ्याकडे.” हॉर्वाथ म्हणाला, “तशा बऱ्याच आहेत माझ्याकडे.”

हसूनच तिने ती सीडी पुन्हा ट्रकमधल्या सीडी प्लेअरमध्ये सरकवली. ती ट्रक मागे घेत असताना त्याने पुन्हा पहिल्यापासून गाणे सुरू होताना ऐकले.

गेस्टहाउसच्या पायऱ्या चढून तो दरवाजाकडे हात नेत असतानाच दरवाजा आतून उघडला गेला. आर्गोस आणि ड्रॅको या कुत्र्यांना घेऊन निकोलस त्याचे स्वागत करायला उभा होता. “आलास तर तू. देवाचेच आभार मानायला हवेत.”

“या कुठे ठेवू?” हातातल्या पिशव्या दाखवत हॉर्वाथने विचारले.

“ठेव आत. आपल्याला खूप बोलायचे आहे.”

प्रकरण ३२

निकोलसने हॉर्वाथची नीनाशी ओळख करून दिली आणि आपल्या कॅरोलाइनशी असणाऱ्या मैत्रीबद्दल थोडक्यात कल्पना दिली. मग त्याने नीनाला विचारले की ती या दोघांनाच थोडा वेळ एकटे सोडेल का म्हणून. फार जपून आणि शब्द शोधत त्याने ही विनंती केली होती; कारण त्याला नीनाला थोडेही दुखवायचे नव्हते. त्याला बऱ्याच गोष्टींबद्दल बोलायचे होते आणि ती चर्चा नीनासमोर करणे शक्य नव्हते.

"मला कळते आहे, निक," ती म्हणाली. हातामधले वाचत असलेले पुस्तक तिने खाली ठेवले. "मी थोडी चक्कर मारून येते."

निकोलसकडे हसून बघत ती सोफ्यावरून उठली आणि त्याचा दंड एकदा हळूच दाबून निघून गेली.

हॉर्वाथ चक्रावल्यासारखा बघत राहिला. या पूर्वी त्याने निकोलसचा कोणत्याही स्त्रीशी संबंध आलेला बघितलाही नव्हता. पुढला दरवाजा बंद होताच त्याच्याकडे वळून तो म्हणाला, "ती निक म्हणते तुला?"

"जरा गुंतागुंतीचे आहे ते."

"दिसतेच आहे मला."

"आश्चर्यकारक स्त्री आहे. तिच्या बहिणीचीच आठवण येते."

"आणि तुम्ही दोघे ...," बोलता-बोलता हॉर्वाथ गप्प झाला.

त्या छोट्या माणसाने काहीच उत्तर दिले नाही यातच तो बरेच काही सांगून गेला.

"तू इतरांसारखा ठरावीक साच्यात अडकणारा माणूस असशील असे वाटले नव्हते."

''ती दिसते कशी याला महत्त्व नाही, पण तुझा विश्वास बसणार नाही असे नाते आमच्यात निर्माण झालेले आहे.''

निकोलसचे म्हणणे बरोबर होते– हॉर्वाथचा विश्वास बसत नव्हताच. निकोलसने आजपर्यंत सरळ सरळ किंमत चुकती करून स्त्रियांशी जवळीक साधली होती. आणि आता अचानक, आसपास प्रचंड वादळ घोंघावत असताना, त्याच्या अर्ध्या वयाच्या देखण्या स्त्रीच्या तो प्रेमात पडलेला दिसत होता. त्याची वैयक्तिक परिस्थिती बघता, हा विरोधाभास डोळ्यांत भरणारा होता.

''रायली मेली,'' हॉर्वाथ म्हणाला. फारच ताडकन आणि हृदयशून्यपणे त्याने विषय बदलला होता. पण परिस्थिती खरोखरच इतकी गंभीर होती की निकोलसचे कॅरोलाइन रोमेरोच्या बहिणीशी निर्माण झालेल्या संबंधांना महत्त्व नव्हते.

दिसायला छोटा असला, तरी निकोलस खरोखर मोठ्या मनाचाच माणूस होता. तो अजिबात चिडला नाही. ''मला खूप दुःख होते आहे, स्कॉट,'' तो म्हणाला. ''काय झालं?''

पूर्वीही स्कॉट ज्या तऱ्हेने रायलीबद्दल बोलायचा त्यामुळे निकोलसला संशय होता की त्या दोघांना एकमेकांबद्दल नुसताच आदर वाटत नव्हता- आणखीही काहीतरी असावे. पॅरिसमध्ये जे घडले त्याची हॉर्वाथने उजळणी केल्यावर निकोलसच्या लक्षात आले की हॉर्वाथच्या मनात तिच्याबद्दल खरोखरच वेगळ्या भावना होत्या.

हॉर्वाथने पॅरिसमधल्या घटनांची माहिती सांगितल्यावर आता निकोलसची बोलायची पाळी होती. पण बोलायला सुरुवात करण्यापूर्वी आत जाऊन त्याने दोघांसाठी बिअर आणली, एक हॉर्वाथच्या हातात ठेवली आणि मग बोलणे सुरू केले.

प्रत्येक छोट्या गोष्टीपासून सुरुवात करत त्याने काय काय शोधून काढले आहे ते निकोलसने हॉर्वाथला सांगितले. त्याने कॅरोलाइन रोमेरोबद्दलच्या त्याच्या मैत्रीची तपशीलवार माहिती आणि ॲडॅप्टिव्ह टेक्नॉलॉजी सोल्यूशन्समधील तिची पार्श्वभूमी सांगितली. एटीएसबद्दल हॉर्वाथला काहीही माहिती नसल्याने त्या कंपनीबद्दलही त्याला सांगितले.

मग कॅरोलाइनने तिच्या टेक्सासमधील बहिणीला पाठविलेल्या छोट्या खोक्याबद्दल, संदेश रेकॉर्ड करता येण्यासारख्या शुभेच्छापत्राबद्दल, त्यात दिलेल्या सूचनांबद्दल आणि अत्याधुनिक अशा फ्लॅश ड्राइव्हबद्दल माहिती दिली. त्याने ती कशी उघडली आणि तिच्यावरून त्याच्या काय ध्यानात आले, तेही सांगितले.

त्याचे बोलणे संपल्यावर हॉर्वाथ उभा राहिला आणि त्याने आत जाऊन दोघांसाठी आणखी एक-एक बिअर आणली. ''तू म्हणालास की कॅरोलाइन रोमेरो एटीएसमध्ये जे काम करत होती त्याला डिजिटल पॅनोप्टिकॉन– इंटरनेट /

संगणकीय पहारेकरी – म्हणता येईल. काय आहे ते?''

''अठराव्या शतकाच्या शेवटी जेरेमी बेन्थॅम या समाजशास्त्राच्या तत्त्ववेत्त्याने एक कल्पना मांडली. त्याच्या मते पेनॉप्टिकॉन म्हणजे उत्कृष्ट अशा तुरुंगाची कल्पना आहे. तुरुंगाची इमारत एखाद्या चाकाप्रमाणे असेल. प्रत्येक कोठडीचा दरवाजा चाकाच्या आसाकडे उघडणारा असेल. मध्यभागी पहारेकऱ्यांसाठी वर्तुळाकृती बंदिस्त असा मनोरा असेल. सगळ्या खिडक्या चकचकीत पॉलिश केलेल्या असतील. पहारेकरी कधीही, कोणत्याही कैद्यावर लक्ष ठेवू शकतील आणि त्यांच्यावर कधी नजर असते हे कैद्यांना कळू शकणार नाही.''

''आणि कॅरोलाइन रोमेरोला वाटते की एटीएस तेच करते आहे, फक्त इंटरनेटच्या माध्यमातून?

''हो, आणि तेसुद्धा कैद्यांच्या बाबतीत नाही तर अमेरिकन नागरिकांच्या बाबतीत. अमेरिकन सरकारमधील विशिष्ट विचारांच्या माणसांना एटीएस एकत्र आणून सर्वच अमेरिकन नागरिकांच्या बाबतीत हे करण्याचा घाट घालत होती. म्हणूनच टोटल सर्व्हेलन्स- कायम पाळत अशी संज्ञा जन्माला आली.''

''पण त्याचा आणि माझ्यावर देशद्रोहाचा आरोप ठेवण्याचा, आपल्या समूहात घुसखोरी करण्याचा आणि रायलीला ठार मारण्याचा काय संबंध आहे?'' हॉर्वाथने विचारले. ''मला अर्थच लागत नाही कशाचा.''

''अर्थ लागत नाही बरोबर आहे. म्हणूनच कॅरोलाइनने जे काही शोधून काढले आहे ते नीट कळून घेणे महत्त्वाचे आहे. त्याचा व्यवस्थित विचार केला, तरच ते आपल्याला कळू शकेल. तिने ब्रूकिंग्ज इन्स्टिट्यूटमधून रेकॉर्डिंग एव्हरिथिंग या नावाने केलेल्या संशोधनाबद्दल बराच ऊहापोह केला आहे. यामध्ये एक गोष्ट गृहीत धरलेली असते- ती म्हणजे प्रत्येक नागरिकाची माहिती गोळा करून ती साठवण्याची किंमत जशी जशी कमी होत जाते, तशी तशी सरकारला सर्वच माहिती गोळा करून साठवणे, हे आणखी स्वस्त पडते.

अधिक स्वस्त आणि सोपे कराल तेवढे तुम्हाला उत्तेजनही दिले जाते. माहिती आणि तंत्रज्ञान वापरून सरकारलाही नको तितके अधिकार मिळतात. शेवटी ज्ञान हीच तर एकमेव शक्ती असते.

''कॅरोलाइनने ब्लॉगमधली एक एंट्री सेव्ह करून ठेवली आहे ज्याच्यात त्याचे सार आहे. तुमची प्रत्येक इ-मेल, इंटरनेटचा केलेला वापर, फोनवरचे प्रत्येक संभाषण, जीपीएस डेटा, प्रसारमाध्यमांशी असलेले संबंध, क्रेडिट कार्ड वापरून केलेला प्रत्येक व्यवहार, थोडक्यात तुमच्या आयुष्यातील इलेक्ट्रॉनिक साधनांच्या वापरांचा पूर्ण तपशील गोळा करून एका सेफ्टी डिपॉझिट बॉक्समध्ये गोळा करून ठेवला जातो आहे आणि संबंधित व्यक्तीचा त्या बॉक्सवर ताबाच नाही. सरकार

कोणत्याही क्षणी घुसखोरी करून तुमचा बॉक्स उघडू शकेल आणि तुमचा पूर्वेतिहास जाणून घेऊ शकेल. तुमचे वागणे कसे असते याचा सरकारला पूर्ण अंदाज करता येईल आणि तुमची वागणूक राज्याच्या भल्यासाठी नाही अशी समजूत झाली, तर त्यांच्याकडे तुमच्याविरुद्ध कितीतरी पुरावा साठवलेला असेल.

"ब्रूकिंग्जची कल्पना होती की प्रत्येक नागरिकाचे संभाषण रेकॉर्ड करायचे तर वर्षाला सतरा सेन्ट खर्च येईल. कॅरोलाइनने दाखवून दिले आहे की, एटीएस आणि एनएसए यांनी हे काम आधीच सुरू केले आहे आणि त्यांनी त्यांचा माणशी वार्षिक खर्चही फक्त पाच सेन्टपर्यंत खाली आणला आहे. प्रत्येक नागरिकाची सर्व इ-मेल्स, जीपीएस डेटा आणि वेबवरचे काम त्यांनी त्याहूनही कमी खर्चात रेकॉर्ड करून ठेवायला सुरुवात केली आहे."

"सर्वसाधारण नागरिकांबद्दल ते गोळा करत नाही अशी माहिती तरी शिल्लक आहे का?"

निकोलसने नकारार्थी मान हलवली. मिशिगनच्या रस्त्यांवर बसवलेल्या आणि ऑडिओ आणि व्हिडीओ रेकॉर्ड करू शकतील अशी चाचणी चालू असलेल्या दिव्यांच्या संदर्भात सांगितले. मॅनहॅटन आणि शिकागो इथे प्रचंड मोठ्या प्रमाणात सर्व्हेलन्स कॅमेरे बसवण्यामागे एटीएस आणि एनएसए यांचा हात कसा आहे ते सांगितले. कॅरोलाइनने एक पॉवरपॉइंट प्रेझेन्टेशनच डाउनलोड केले होते. प्रत्येक पाच नागरिकांसाठी एक कॅमेरा बसवून तो कार्यान्वित करण्यासाठी फक्त तीन वर्षांचा कालावधी पुरा आहे, अशी खात्री एटीएसने त्या अन्वये दिली होती.

रस्त्यांवरच्या दिव्यांजवळून जाणाऱ्या प्रत्येकाची माहिती रेकॉर्ड करून कालाच्या अंतापर्यंत डिजिटल लायब्ररीत साठवू शकणारे नवीन जपानी कॅमेरे एटीएसला खूप पसंत पडले होते. डेटाबेसमध्ये शिरून, चेहऱ्यावरून माणूस ओळखणाऱ्या सॉफ्टवेअरचा वापर करून, ते कॅमेरे प्रत्येक सेकंदाला ३ कोटी ६० लक्ष चेहरे स्कॅन करून जवळून जाणारा माणूस कोण आहे हुडकून काढू शकतात.

या सर्व्हेलन्स टेक्नॉलॉजीचा खर्च लक्षात घेऊन एटीएसने सरकारवर दबाव आणण्यासाठी एका फर्मचीच नेमणूक केली होती. पब्लिक सेफ्टी टॅक्सच्या नावाखाली अमेरिकन काँग्रेस हा खर्च नागरिकांच्याच खिशातून कसा काढू शकेल हे ती फर्म त्यांना हळूहळू समजावून देणार होती.

"या लोकांचे वर्णन करण्यासाठी 'दुष्ट' असा शब्द वापरणेही योग्य ठरेल असे मला वाटत नाही," हॉर्वाथ म्हणाला.

"नाहीच ठरणार," निकोलस म्हणाला, "आणि आज अशी सर्व पाळत कुणाच्याही लेखी हुकमाशिवायच ठेवली जाते आहे. अमेरिकन्सना त्याची कल्पनाच नाही. आणि हे सर्व इथेच थांबत नाही."

प्रकरण ३३

"कॅरोलाइनला वाटत होते की देशाची सुरक्षा असे कारण पुढे करून एटीएसने प्रत्येक नागरिकावर पाळत ठेवणारी सर्वंकष यंत्रणा उभारलेली असली तरी त्यांच्या ध्येयाचा देशाच्या सुरक्षेशी कोणताही संबंध नव्हता," निकोलस समजावत होता. "त्यांचे ध्येय होते प्रत्येक अमेरिकन स्त्री, पुरुष आणि मूल यांच्यावर अनियंत्रित सत्ता गाजवायची- त्यांना संपूर्ण कब्जात ठेवायचे."

"हे शक्य तरी कसे होणार?" हॉर्वाथने विचारले.

"एखादा परिपूर्ण जीव असावा त्याप्रमाणे स्वतःच्या अस्तित्वासाठी एटीएसने यजमानाचाच जीव घ्यायला सुरुवात केली आणि एटीएसचे यजमान होते अमेरिकन सरकार आणि अमेरिकन नागरिक. आपला हा कार्यक्रम पुढे रेटण्यासाठी आणि त्याला कायदेशीर मान्यता मिळवून देण्यासाठी त्यांना राजकारणी, न्यायाधीश, सरकारी अधिकारी आणि सरकारचा गाडा ओढणाऱ्या इतर अनेकांची गरज होती. कोणत्याही उपायांनी ज्यांना ते आपल्या बाजूला वळवू शकले नाहीत त्यांना त्यांनी धमक्या दिल्या."

आणि देशद्रोहाचा आरोप त्याच्यावर होत होता. हॉर्वाथने विश्वासच बसत नाही, अशा तऱ्हेने मान डोलावली.

"कधीकधी स्वतःच्या बाजूला ते वळवू शकत नाहीत अशी माणसे त्यांना भेटतातच. मग त्यांच्यावर दबाव आणायला सुरुवात होते. ती माणसे साधी, सर्वसामान्य नागरिक असू शकतात. त्यांचा एखादा मोठा गट असू शकतो. त्यांचा अपराध म्हणायचा तर एकच असतो- त्यांचे स्वतंत्र विचार सरकारसाठी धोकादायक ठरू शकतात."

"मला वाटते आपण एटीएसबद्दल बोलत होतो."

“अगदी बरोबर; कारण प्रत्यक्षात सरकार म्हणजे एटीएसच आहे. कॅरोलाइन रोमेरो म्हणते की, सरकारमागच्या शक्तीचा लोक जेव्हा उल्लेख करत असतात तेव्हा त्यांच्या लक्षात येत नसले तरी ते एटीएसबद्दलच बोलत असतात.”

“केवळ वेगळा विचार करतात म्हणून अमेरिकन्सना लक्ष्य बनवण्याची योजना आहे?” हॉर्वाथने विचारले.

“योजना नाही. तसे आधीच घडायला सुरुवात झाली आहे. अगदी अलीकडे डिपार्टमेंट ऑफ होमलॅन्ड सिक्युरिटीने इराक आणि अफगाणिस्तानमध्ये लढलेले अनुभवी अमेरिकन सैनिक प्रतिगामी दहशतवादी बनू शकतात असा अहवाल दिला. अमेरिकन नागरिकांशी जबाबदारीने वागणारे छोटे सरकार असावे अशी मागणी करणाऱ्या संघटना आणि राजकारणी यांना पाठिंबा देणाऱ्यांची गणनाही दहशतवाद्यांमध्येच व्हायला लागली आहे. स्वत:च्या मालकीची बंदूक आणि त्या बंदुकीच्या गोळ्या बाळगणारे, आठवडाभरापेक्षा जास्ती दिवस पुरेल असा अन्नसाठा घरामध्ये ठेवणारे यांची गणना दहशतवाद्यांमध्ये होते आहे. राजकीय घोषणा असणारे मोठे स्टिकर्स लावणारे आणि पिवळ्या शेतांच्या पार्श्वभूमीवर, हल्ला करण्यास तयार असणारे विषारी साप – रॅटलस्नेक दाखवणारे ऐतिहासिक अमेरिकन झेंडे फडकवणारेही दहशतवादी अशीच व्याख्या बनायला लागली आहे.

“तुम्ही काहीही केले तरी सरकारला तुमच्याकडून धोकाच आहे अशाच तऱ्हेने प्रत्येकाकडे बघितले जाते. एवढेच नाही तर अल-कायदा किंवा परकीय आक्रमणापेक्षाही त्यांच्याकडून सरकारच्या अस्तित्वाला धोका निर्माण होतो आहे असे सांगा स्वतःचे रक्षण करण्याच्या नावाखाली काहीही करण्याची सरकारची तयारी आहे.”

“हा निव्वळ वेडेपणा आहे.”

“खरंच तुला तसं वाटतं?” निकोलसने विचारले. “मग होमलॅन्ड सिक्युरिटी हे लेबल लावून दर दिवशी प्रत्येक अमेरिकनांवरची पाळत का वाढवली जाते आहे? खोलात शिरून प्रत्येकाची का चौकशी होते आहे? टीएसए आता फक्त विमानतळांवरच आहे असे नाही, तर रेल्वे स्टेशन्स, बस स्टेशन्स आणि महामार्गांवरच्या विश्रांतिस्थानांवरही दिसतात. तुमच्या भल्यासाठीच सर्व चालले आहे म्हणत प्रत्येकाच्या भोवती एक पिंजरा उभा केला जातो आहे. ठरवलेल्या आराखड्याप्रमाणे सर्व सांगाड्याची उभारणी झाली की पिंजऱ्याचे दरवाजे खाडकन बंद होणार आहेत. एकदा का तसे घडले की कुणाचीही सुटका होणे अशक्य आहे.”

“त्यांना थांबवायचा काहीतरी मार्ग असायलाच हवा.”

“त्यांनी सर्व यंत्रणा स्वतःला हवी तशी वाकवली आहे. अमेरिकन नागरिकांवर पाळत ठेवण्यात सरकारला मदत करणाऱ्या सर्व खासगी संस्थांवर म्हणजे एनएसए आणि म्हणून एटीएसविरुद्ध दिवाणी किंवा फौजदारी दावा दाखलच करता येत नाही

अशी खात्री फेडरल कोर्टांकडून मिळाल्याने त्या निश्चिंत आहेत.''

"पण या सर्वांचा संबंध कार्लटन समूहाला लक्ष्य बनवण्यात का येतो, हे अजूनही माझ्या ध्यानात येत नाही.''

"कॅरोलाइनने शोधून काढल्याप्रमाणे एटीएस त्यांच्या कुठल्या तरी योजनेच्या अंतिम टप्प्यावर पोहोचली आहे.''

"कुठली योजना?'' हॉर्वाथने विचारले.

"कॅरोलाइनच्या म्हणण्याप्रमाणे एटीएसच्या उच्चपदस्थांचे सर्व जीवनच हल्ली इंटरनेटने व्यापून टाकले आहे. सोशल मीडिया त्यांना एकदम पसंत आहे कारण परस्परांमधल्या संबंधाची माहिती त्यांना आपोआप मिळते आहे. ऑनलाइन केलेली खरेदी, शोध,इ-मेल्स या सर्व गोष्टी त्यांना मौल्यवान वाटतात. त्यांच्या दृष्टीने इंटरनेटची ही चांगली बाजू आहे. पण माहिती आणि कुठल्याही कल्पनांचा मुक्त वावर त्यांना पसंत नाही.

"फक्त टेलीव्हिजन्स, वर्तमानपत्रे, रेडिओ यांच्या अस्तित्वाच्या काळात दिल्या जाणाऱ्या माहितीवर ताबा ठेवता येत होता. आता माहिती दाबून ठेवता येत नाही. एटीएसला तो धोका वाटतो.

"कॅरोलाइनने अनेक राजकीय चळवळींचा दाखला दिला आहे. योजना आखून त्यात लोकांचा सहभाग मिळवण्यासाठी इंटरनेटचा फार मोठा हात होता. नजीकच्या भविष्यकाळात येऊ घातलेल्या कुठल्या तरी घटनेवर एटीएसचे लक्ष आहे आणि ती घटना घडल्यानंतर अमेरिकन नागरिकांना एकमेकांशी संपर्कच साधता येऊ नये अशी त्यांची इच्छा आहे. एखादी संघटना बांधून प्रतिकार करायची ताकद असणाऱ्या कशाचाही उपयोग त्यांना अमेरिकन नागरिकांना करू द्यायचा नाही.''

"थांब, थांब,'' हॉर्वाथने त्याला अडवले."कसला प्रतिकार? कशाला प्रतिकार?''

"तेच तर अजून मला कळू शकलेले नाही,'' निकोलस म्हणाला. "कॅरोलाइनला ते पूर्ण कळले होते का, याची मला माहिती नाही. मी खात्रीपूर्वक एकच सांगू शकतो- सध्या ज्या पद्धतीने इंटरनेटचा वापर होतो, तो एटीएसला अत्यंत धोकादायक वाटतो.''

"सध्याची पद्धत म्हणजे कुठली पद्धत म्हणायची आहे तुला?''

हॉर्वाथचा प्रश्न जसा काही निकोलसच्या कानावरच पडला नाही. तो पुढे बोलतच राहिला.

"डिजिटल पर्ल हार्बर अशी संकल्पना असलेल्या कशावर तरी कॅरोलाइनने सेव्ह केलेले लेख मी बघतो आहे. ही कल्पना रुजवण्यात एटीएसने खूप काम केले आहे.''

"महाभयंकर अशा सायबर हल्ल्यासारखे काहीतरी?''

"अगदी बरोबर! आपल्या अशिलांना भीती घालून त्यांनी त्यांना त्यांचे हार्डवेअर, सॉफ्टवेअर,अप-ग्रेड्स वगैरे विकत घेणे भाग पाडले आहे का, ते मी सांगू शकत नाही. पण पडद्यामागून हालचाली करून अशा सायबर हल्ल्याला तोंड द्यायला अमेरिका समर्थ नाही, हे त्यांनी सगळ्यांवर बिंबवले आहे असा पुरावा दिसतो आहे. आणि त्या हल्ल्याने किती भीषण परिस्थिती निर्माण होईल हे सांगण्यासाठी त्यांनी सरकारमध्ये उच्चपदांवर नोकरी केलेल्यांची मदत घेतलेली असावी. आता खासगी क्षेत्रात या विषयाची माहिती कुणाला असू शकेल?"

"अशा तऱ्हेच्या हल्ल्याला तोंड द्यायला अमेरिका असमर्थ आहे, असे तुलाही वाटते?"

"हो," निकोलस म्हणाला. "एफबीआयचा डायरेक्टर, डायरेक्टर ऑफ नॅशनल इन्टेलिजन्स आणि नासाच्या प्रमुखाने जाहीरपणे तसे सांगितलेले आहे. मला नवल वाटते ते याचे की, एटीएसची खूप इच्छा आहे की सर्व अमेरिकन्सना हे कळावे म्हणून. मला वाटते की एटीएसने सरकारवर ताबा मिळवलाच आहे, तेव्हा सरकारचा विश्वास बसणारच. पण अमेरिकन्सना जास्ती पटवावे लागणार होते. त्यासाठी मोहीमच हातात घ्यावी लागणार होती. पूर्वीच्या उच्चपदस्थ सरकारी अधिकाऱ्यांचा इथे संबंध येत असावा.

"तशा हल्ल्याला तोंड देण्यास अमेरिका कशी असमर्थ आहे, अशा अर्थाची लक्षवेधक आणि लोकप्रिय बनणारी पुस्तके लिहून घेण्यासाठी सरकारी अधिकाऱ्यांचा आणि टेलिव्हिजनवरच्या कार्यक्रमांसाठी, वर्तमानपत्रात मुलाखती छापून आणण्यासाठी इतरांचा वापर केला असावा. एटीएसने एका केबल चॅनेलवर दोन तासांचा वॉरगेम दाखवला जाण्यासाठी खूप खटपट केली. नाव होते वुई वेअर वॉर्न्ड ; सायबर शॉकवेव्ह."

"आठवतो तो मला. नॅशनल इन्टेलिजन्स, सीआयए, होमलॅन्ड सिक्युरिटी, लष्करी अधिकारी यांच्याशिवाय ॲटर्नी जनरलच्या कार्यालयामधील काही जणांचाही त्यात समावेश होता असे वाटते. बरोबर?"

"सायबर हल्ल्यांशी मुकाबला करण्यासाठी त्या सर्वांना एका हॉलमध्ये गोळा करण्यात आले होते. कॅरोलाइनच्या मते या कार्यक्रमाचे उद्दिष्ट साधे, सरळ होते. अमेरिकन्सच्या मनाची आधीच तयारी करून घ्यायची."

"कशाच्या बाबतीत?"

"हल्ला होणारच आहे याबद्दल आणि त्यासाठी सरकारला जास्तीत जास्ती अधिकार मिळण्याबद्दल. नॅशनल गार्ड्स बोलवायचे; वीज, पाणी यांच्यासारख्या सार्वजनिक सेवा पुरवणाऱ्या कंपन्या ताब्यात घ्यायच्या, म्हणजे एनएसए चालू राहील. त्यांनी सगळ्याचा विचार केला आहे. अध्यक्षांना व्यापक असे अधिकार

देण्याचाही. अमेरिकन राज्यघटनेप्रमाणे ते अधिकार फक्त गरजेचे आहेत म्हणून नाहीत, तर त्यांच्या मते ते समर्थनीय आहेत.''

''हा सगळा प्रकार एक प्रचार होता?'' हॉर्वाथने विचारले.

''फारच उत्कृष्ट तऱ्हेने राबवलेली प्रचार मोहीम. जगभरातल्या पंचाहत्तर हजार आणि अमेरिकन सरकारच्या दहा एजन्सींच्या संगणकांमध्ये घुसलेल्या व्हायरसबद्दल प्रचंड प्रमाणात लिहून येत असताना, प्रकरणाचा गाजावाजा होत असतानाच हा प्रचार चालू होता, हा योगायोग म्हणायचा की वेळ साधली म्हणायची?''

हॉर्वाथचा योगायोगांवर विश्वास नव्हता. ''तेव्हा खराखुरा हल्ला करण्यासाठी एटीएसची ही सर्व पूर्वतयारी चालली आहे?''

''हो. आणि कॅरोलाइनच्या टिपणांप्रमाणे तो हल्ला टीव्हीवरती दाखवलेल्या काल्पनिक हल्ल्यांपेक्षा भीषण असणार आहे. अमेरिकेच्या फक्त पूर्व भागाचीच नाही, तर सबंध देशाचीच हालचाल थंडावणार आहे.''

''का? आणि त्यातून काय लाभ होणार आहे त्यांना?''

''९/११ नंतर झालेले बदल लक्षात आहेत? डिजिटल पर्ल हार्बर ठरणाऱ्या सायबर हल्ल्यानंतरचे बदल फार दूरगामी परिणाम करणारे ठरतील. एटीएसला एक नवीन, सुधारित अशी इंटरनेट प्रणाली अमलात आणायची आहे, इंटरनेट २.०, जिच्यावर सरकारचे पूर्ण नियंत्रण असेल.''

''सरकारचे? का एटीएसचे?'' हॉर्वाथने विचारले.

निकोलस उद्वेगानेच हसला. ''वॉशिंग्टन डीसी म्हणजे ऑझ् असेल तर पडद्यामागचा सूत्रधार एटीएसच आहे.''

हॉर्वाथने मान डोलावली आणि निकोलस पुढे बोलायला लागला. ''मग कितीही छोट्या कामासाठी इंटरनेटचा वापर करायचा झाला तरी प्रत्येकाला सरकारनेच पुरवलेल्या, तुमची ओळख पटवणाऱ्या कार्डचा वापर लॉग ऑन करण्यासाठी करावा लागेल. तुम्ही काही बोलत असाल, बघत असाल, काहीही करत असाल तरी त्यावर कुणीतरी लक्ष ठेवून असणार आहे. सुरक्षा, देशाचे रक्षण अशा ढोंगी बतावणीखाली नेटवर कुणाला आणि कशासाठी प्रवेश द्यायचा हे अधिकार फक्त सरकारच्या हातात राहतील. एक मोठा 'ऑफ स्विच' असेल, की जो वापरताच इंटरनेटचा वापर संपूर्ण थांबवता येईल. कुठलीच माहिती दुसरीकडे कुठेही पोहोचणार नाही. सध्याची इंटरनेट प्रणाली तर कायमची बंद होईल.''

या सगळ्याचा खराखुरा अर्थ संपूर्णपणे ध्यानात येण्यासाठी हॉर्वाथला क्षणभर वेळच लागला. ''म्हणजे त्यांचे इंटरनेटवर नियंत्रण असेल तर.....''

''ते सर्व काही नियंत्रणाखाली ठेवू शकतात,'' निकोलसने त्याचे वाक्य पूर्ण केले.

"पण त्यांना प्रत्येकावर ताबा कशासाठी हवा आहे?"

"माहीत नाही. कॅरोलाइनलाही कळले होते असे वाटत नाही. मी फक्त तर्क करतो आहे."

"ठीक आहे. तर्क करत राहा."

"आजची संपूर्ण इंटरनेट सेवा बंद पाडून तिच्या जागी दुसरी प्रणाली बसवण्याची ही योजना म्हणजे विलक्षण सायबर हल्लाच ठरणार असला, तरी नंतर जे घडेल ते फारच अचाट असू शकणार आहे."

"अमेरिकन्स गंभीरपणे ज्याला विरोध करतील असे काहीतरी."

निकोलसने मान डोलावली. "एटीएसने त्यामुळे काय काय घडू शकेल याचे आडाखे बांधले आहेत आणि कॅरोलाइनला त्यांच्याबद्दल वेगवेगळ्या ठिकाणी उल्लेख सापडतात. त्यात संपूर्ण क्रांतीचीही शक्यता वर्तवली आहे. अशा कोणत्या कारणामुळे अमेरिकन्स बंड करून उठतील?"

हॉर्वाथला क्षणभरही विचार करावा लागला नाही. "त्यांचे स्वातंत्र्य, सार्वभौमत्व नष्ट होणे, राज्यकारभार कुठल्या तरी परकीय किंवा आंतरराष्ट्रीय संघटनेच्या हातात जाणे."

"आजच्या इंटरनेटच्या जागी इंटरनेट २.० ही प्रणाली बसवणे ही त्यांची जी काही योजना आहे, तिचा शेवटचा टप्पा असणार आहे."

"पण आत्ताच का? अमेरिकन्सच्या आयुष्यात इंटरनेटचा वापर इतका अनिवार्य होईपर्यंत त्यांनी वाट का बघितली? दहा किंवा वीस वर्षांपूर्वीच त्यांनी हे काम का केले नाही?"

"हे लोक कसा विचार करतात मला कळत नाही. कॅरोलाइनच्या टिपणीप्रमाणे स्वतःचा जीव असल्याप्रमाणे इंटरनेटचा वापर त्यांच्या अपेक्षेपेक्षा फारच झपाट्याने वाढत गेला. त्यांना त्याच्या वापरावर निर्बंध आणायला वेळच मिळाला नाही. इंटरनेटच्या वापरावर कर लादणे, अमेरिकेचे अध्यक्ष कधीही इंटरनेटचा वापर बंद करू शकतील अशा तऱ्हेचे एक बटण- किल स्विच बसवणे, अशा तऱ्हेचे घाईघाईने सुचलेले उपाय त्यांनी केलेही. त्यांना इंटरनेट २.० प्रणाली विकसित करायला आणि वापरताना त्यात निर्माण होतील असे छोटे-छोटे प्रश्न सोडवायला एवढा वेळ लागला हेच खरं."

"आणि सर्व ऑनलाइन आणतानाच त्यांनी तशा तऱ्हेचा सायबर हल्ला होऊ शकतो यासाठी गाजावाजा करून अमेरिकन्सच्या मनाची तयारी करून ठेवली आहे," हॉर्वाथ म्हणाला. "आपल्याला संकटाची सूचना दिली आहे."

"अगदी बरोबर. ही हेगेलिअन बोलीभाषेची सुधारित आवृत्तीच आहे. समाजावर परिणाम करणारे मानसशास्त्रातले एक हत्यारच आहे. यामध्ये तुम्हीच प्रश्न निर्माण

करायचा, परिणामांची वाट बघायची आणि नंतर त्या प्रश्नावर योग्य तो तोडगाही सुचवायचा. इतिहास सांगतो की जनता विसरते की जे लोक तोडगा सुचवतात त्यांनीच प्रथम हा प्रश्न निर्माण केलेला असतो. जनतेला हे पण समजत नाही की उपाय काहीही असला तरी त्याचा परिणाम तो सुचवणाऱ्यांच्या हातामध्ये अमर्यादित सत्ता देण्यातच होतो.''

''डिजिटल पर्ल हार्बर कसे असेल, तो हल्ला कशा तऱ्हेचा असेल याची आपल्याला काही कल्पना करता आली आहे?''

निकोलसने नकारार्थी मान हलवली. ''नाही. पण इंटरनेटची संपूर्ण नवीन प्रणाली लादण्याचे समर्थन ते देऊ शकत असतील तर त्या हल्ल्याची व्याप्ती आजपर्यंत अमेरिकेने अनुभवलेल्या कुठल्याही हल्ल्यांपेक्षा महाभयंकर असणार आहे.''

''तू पेईओबरोबर निरोप पाठवलास तेव्हा प्रॉमिस आणि टिप सिस्टिम्सचा अजिबात वापर करू नकोस, अशी स्पष्ट सूचनाही दिली होतीस,'' हॉर्वाथ म्हणाला. ''कॅरोलाइनने एटीएसमध्ये जे शोधून काढले होते त्याचा आणि माझ्यावर आणि रायली टर्नरवर झालेल्या हल्ल्याचा, स्पेनमध्ये जे काही घडले त्याचा काही संबंध आहे?''

या वेळी मात्र निकोलसने होकारार्थी मान हलवली. ''मी तुला काहीतरी दाखवणार आहे.''

प्रकरण ३४

मेरिलॅन्ड

आपल्या एसटीइचा हॅन्डसेट आपटत क्रेग मिडलटन ओरडला, ''आत ये.''

त्याचे आणि ब्रेमरचे तीन तास अधूनमधून बोलणे चालू होते. स्पेनमधल्या कामगिरीचा पार विचका झाला होता.

कर्ट श्रोडरने कार्यालयात पाऊल टाकून दार बंद केले. त्याच्या हातात एक फाइल होती.

मिडलटनने त्याच्याकडे बघितले. ''काय पाहिजे तुला?''

''याचा रीड कार्लटनशी संबंध आहे.''

''तो शवविच्छेदकाचा अहवाल आहे का?''

मान डोलावून श्रोडरने फाइलमधून अहवाल बाहेर काढला आणि पुढे जाऊन मिडलटनसमोर धरला.

तो खेचून घेतच त्याने शेवटचे पान उलटले. ''हा काय प्रकार आहे? निश्चित सांगता कसे येत नाही?''

''सगळ्यांची प्रेते पार जळून गेली होती.''

''असे तुला वाटते?''

श्रोडरने त्याच्या कुत्सित बोलण्याकडे दुर्लक्ष केले. ''त्यांचा पार कोळसा झाला होता. त्यांचे दंतवैद्यकीय रेकॉर्ड बघणे हा एकमेव मार्ग होता. पण कार्लटन सीआयएमध्ये होता. त्याचे रेकॉर्ड्स सहज उपलब्ध होत नाहीत. गुप्त आहेत.''

''गाढवासारखा बोलू नकोस. आपल्यासाठी गुप्त काही नाही. सीआयए आपणच तर चालवतो. मिळव ते रेकॉर्ड्स.''

''मिळवले. कागदांवर लिहिले आहेत इतके जुने रेकॉर्ड आहे. एजन्सीच्या डेड-

फाइल स्टोअरेजमधून प्रत मिळवावी लागली मला,''

"तू माझा वेळ का फुकट घालवतो आहेस?'' मिडलटनने विचारले, "तुला नक्की काय सांगायचे आहे?''

"आग लागलेल्या जागेमधून सापडलेल्या प्रेतांमध्ये कार्लटनचे प्रेत नाही.''

मिडलटनच्या शरीरातून रागाची नवीनच लहर थरथरून गेली. त्याचा चेहरा संतापाने लाल पडला.

त्याच्या वरिष्ठ अधिकाऱ्याच्या संतापाचा उद्रेक होणार हे श्रोडरला स्पष्ट दिसायला लागल्यावर त्याने त्याला आवरायचा प्रयत्न केला. "मी आधीच जाळे उभारले आहे. कार्लटनने त्याचा फोन वापरला, क्रेडिट कार्ड वापरले, त्याच्या ओळखीच्या कुणाशीही संपर्क साधायचा प्रयत्न केला तरी ते आपल्याला कळेल.''

"कळेल?'' मिडलटन ओरडला, "कसे कळणार? तो कोणतीही गोष्ट यानंतर स्वतःच्या नावाने करणारच नाही.''

"मी त्याच्या सगळ्या टोपणनावांचासुद्धा विचार केला आहे.''

"शंभर असतील आणि आपल्याला कल्पनाच नाही अशी एक-दोनही.''

तो जरा जास्तीच आकडा फुगवून सांगतो आहे असे श्रोडरच्या मनात आले; पण त्याला खात्री नव्हती. "इतकी?''

"अतिशयोक्ती करतो आहे मी, मूर्खा. तो किती टोपणनावे वापरतो याला अर्थच नाही. त्याला कित्येक वर्षांचा अनुभव आहे. त्याच्यासारख्या माणसाला तो सापडू नये असे वाटत असेल, तर त्याला शोधणे कठीण आहे.''

मिडलटन त्याला मूर्ख म्हणाला याचा तरुण श्रोडरला संताप आला होता; पण त्याने स्वतःवर ताबा ठेवला. "प्रत्येक गवताची गंजी आपल्याच मालकीची आहे असे तूच म्हणाला होतास.''

"आगाऊपणा करतो आहेस का तू?''

"नाही, सर.''

"वेळेमध्ये सुई शोधू शकलो नाही, तर प्रत्येक गंजी आपल्याच मालकीची असूनही काही फायदा नाही,'' मिडलटन म्हणाला. "त्यांनी जे काही ठरवले आहे ते लवकरच घडणार आहे.''

"मग गंजीच्या बाबतीत थोडी मदत मागू या आपण,'' श्रोडर म्हणाला. मिडलटन कशाबद्दल बोलत होता याची पूर्ण कल्पना त्याला नव्हतीच.

मिडलटनने विचारले, "नक्की काय म्हणायचे आहे तुला?''

"स्थानिक पोलिसांना कार्लटन दिसला, तर लक्ष ठेवायला सांगू या. जाळपोळ, खून असे संशय आहेत सांगू या.''

"चांगली कल्पना आहे,'' मिडलटन म्हणाला. "जितके जास्ती लोक शोधाला

लागतील तेवढे बरे पडेल. आपल्यापर्यंत काही पोहोचणार नाही याची काळजी घे म्हणजे झाले.''

''काळजीच सोड. मी अशा तऱ्हेने सर्व करेन की एफबीआयकडून आलेली सूचना आहे, असेच त्यांना वाटेल.''

''मग कर ते. आणखी काय?''

श्रोडरने काही फोटो काढून मिडलटनला दिले.

''काय आहेत हे?''

''सर्व्हेलन्स फोटो- टेहळणी करताना घेतलेले फोटो.''

''ते कळते आहे मला. मी काय बघायचे आहे?''

''टेक्सासमधील मॅक्‌ॲलन विमानतळावर आज सकाळी घेतले आहेत. सिव्हिल एव्हिएशन टर्मिनलबाहेर ट्रकमध्ये बसलेल्या स्त्रीचे नाव आहे मागरिट रोझ. ऑग्वा नुएवाजवळच्या थ्री पीक्स रँचची मॅनेजर आहे. कॉकेशियन ओवचार्काचा गूगलवरती तिने शोध घेतला होता आणि बुटक्या माणसाबद्दलचाही.''

मिडलटनचे कुतूहल चाळवले. ''आणि ती ज्या माणसाला घेऊन जाण्यासाठी आलेली आहे तो कोण आहे? कुठल्याच फोटोत त्याचा चेहरा स्पष्ट दिसत नाही.''

''माझ्याही लक्षात आले ते. तो खासगी विमानाने मेक्सिकोमधील मोन्तेरो येथून इथे आला असला, तरी त्याचा पासपोर्ट इटालियन आहे.''

मिडलटनने फोटो जास्तीच निरखून बघितला. ''मोन्तेरेला येण्याआधी तो कुठे होता ते माहीत आहे आपल्याला?''

''माहिती आहे. मेक्सिकोमधील डेटाबेसेसमध्ये मी शोध घेतला. तो काल रात्री मेक्सिकोत पोहोचला होता.''

''कुठून?''

''बिलबाओ. तो माद्रिदहून मेक्सिको शहरात आला होता.''

''आणि हॉर्वाथ ज्या ठिकाणी शेवटी दिसला होता तिथून बिलबाओ किती जवळ आहे?''

''व्यापारी विमानवाहतुकीचा विचार केला तर अगदीच जवळ.''

मिडलटन एकदम उत्साहात आला. ''तो ज्या-ज्या विमानतळावर होता तिथल्या प्रत्येक विमानतळावरचे फूटेज डाउनलोड कर. त्याने उचललेले प्रत्येक पाऊल मला कळायला हवे. तो ज्या-ज्या माणसाला भेटला होता त्याची माहिती मला कळली पाहिजे.''

''ते काम मी आधीच सुरू केले आहे,'' निघता निघता श्रोडर म्हणाला.

शेवटचा फोटो थ्री पीक्स रँचचा लोगो असणाऱ्या ट्रकमध्ये चढत असणाऱ्या हॉर्वाथचा होता. मिडलटनच्या चेहऱ्यावर हसू उमटले. ''पकडले शेवटी तुला.'' त्याने आपल्या एसटीईला हात घातला.

प्रकरण ३५

टेक्सास

खूप उशिराची वेळ होती. निकोलसच्या खोलीत ते दोघे बसले होते. नीना हॉलच्या पलीकडल्या खोलीत झोपली होती. टेबलवरच्या खाद्य पदार्थांच्या प्लेट्सना दोघांनीही हात लावला नव्हता. वजनाला हलक्या तरीही दणकट, आदळआपट झाली तरी परिणाम न होणाऱ्या, आत पाणी शिरू न शकणाऱ्या स्टॉर्म केसेस आणि संगणकाची साधने आसपास रचून ठेवली होती. जोडून ठेवलेल्या तीन मॉनिटर्सकडे हॉर्वाथ बघत होता आणि कॅरोलाइनने कशा तऱ्हेची माहिती मिळवली आहे हे तो बुटका माणूस हॉर्वाथला समजावून सांगत होता. निकोलस एक वायरलेस माउस वापरत बोलत होता. एकामागून एक फोल्डर्स, टिपणी, लेख मॉनिटर्सवर उघडून दाखवत होता आणि हॉर्वाथ वाचत होता.

"ड्राइव्हवर एक आगळीवेगळी गोष्ट मला आढळली," निकोलस म्हणाला आणि त्याने राउन्डअप नावाच्या एका फाइलवर क्लिक केले. "मेन कोअर अशा कशाबद्दल तरी कधी ऐकले आहेस तू?"

"शब्द कानावर पडले आहेत," हॉर्वाथने उत्तर दिले. "काय आहे ते?"

"१९८० पासून पुन्हापुन्हा अमेरिकन सरकारवर असा आरोप केला जातो आहे की, देशाच्या सुरक्षेला धोकादायक ठरू शकतील अशा अमेरिकन नागरिकांचा एक डेटाबेस सरकारने बनवला आहे. काही जण म्हणतात त्या डेटाबेसमध्ये ऐंशी लाख नावे आहेत. अत्यंत गुप्त असा हा प्रोग्रॅम चालूच ठेवण्यात आला आहे. मेन कोअरमागची कल्पना अशी आहे की, भविष्यात कधीही आणीबाणीची परिस्थिती उद्भवली तर ज्यांच्याकडून धोका संभवू शकतो अशा माणसांची एक यादी सरकारकडे तयारच असेल आणि चाळणी लावून काही जणांवर जास्ती पाळत

ठेवण्यात येईल, काही जणांची चौकशी करता येईल आणि काही जणांना अडकवून ठेवता येईल. यादीत नाव असलेल्या प्रत्येकाची एक फाइल बनवण्यात आली आहे आणि देशाचे शत्रू कोण असू शकतील, हे डेटाबेसमधून तत्काळ शोधून काढता येईल.''

''हे सर्व ते आहे तर- शत्रूंच्या नावाची यादी.''

''अगदी बरोबर,'' पडद्याकडे बोट दाखवत निकोलस म्हणाला. ''पण मेनकोअरशिवायही काहीतरी आहे. मेनकोअरच्या कित्येक दशके आधीपासून अस्तित्वात असणारी आणि आणीबाणीची परिस्थिती उद्भवली नसली, तरी वापरता येण्यासारखी एक यादी. ब्लॅक लिस्ट. ज्यांचा फक्त माग ठेवावा, चौकशी करावी, अडकवून ठेवावे, अशा अमेरिकन नागरिकांची ही यादी नाही; ज्यांना ठार मारण्यात येणार आहे अशा नागरिकांची ती यादी आहे. किल लिस्ट. एकदा का त्या यादीवर कुणाचे नाव आले की त्या माणसाला ठार करण्यात येईपर्यंत ते नाव यादीमधून निघत नाही.''

''स्पेनमधला खुनी माझे नाव यादीत आहे असे का सांगत होता, ते आता मला कळते आहे.''

''देशद्रोहाच्या आरोपाखाली कुणाचाही त्या यादीत समावेश करता येतो, हे कॅरोलाइनने शोधून काढले आहे.''

''पुनर्विचार नाही? सर्व कायदे डावलून केलेले? हा तर शुद्ध वेडेपणा आहे. दहशतवादाचा किंवा देशद्रोहाचा केवळ आरोप ठेवून अमेरिकन सरकार अमेरिकन नागरिकांचा काटा काढत नाही.''

''पण या फाइल्स तसे म्हणत नाहीत.''

''मग त्या बरोबर नाहीत. अमेरिकेविरुद्ध लढण्यासाठी अमेरिका सोडून अल् कायदाला पाठिंबा देणाऱ्या अमेरिकन्सच्या बाबतीतसुद्धा त्यांना लक्ष्य बनवण्यापूर्वी त्यांच्या फाइल्सचा अभ्यास झाला होता.''

''खरं आहे ते, पण हे वेगळेच आहे. अमेरिकेविरुद्ध शत्रुत्व बाळगणाऱ्या कित्येक जणांना ठार करण्यासाठी तुलासुद्धा कित्येक वेळेला पाठवण्यात आले आहे. त्यातल्या प्रत्येकाचा काटा काढण्यासाठी अगदी वरून मंजुरी मिळाली होती?''

''मला त्या बाबतीत काही बोलायचे नाही.''

''बघितलेस? वेगवेगळ्या विभागांमध्ये माणसांना काम करायला लावले आणि एका विभागातली माणसे काय काम करतात ते दुसऱ्या विभागातल्या माणसांना कळू दिले नाही की असेच होते. नियंत्रणाखाली ठेवलेले, खास परवानगी लागणारे प्रोग्रॅम्स फक्त गुप्तता बाळगण्यासाठी नसतात, तर राजकारणी आणि एजन्सीच्या प्रमुखांना अंधारात ठेवण्यासाठीही असतात. वॉशिंग्टनमधल्या काही

जणांना कुठल्याही प्रोग्रॅममध्ये प्रवेश असतो अशी कल्पना असली, तरी नक्की काय चालले आहे त्याचा त्यांनाही काही वेळा पूर्ण उलगडा होत नसतो. अत्यंत गुप्तपणे काम करणाऱ्यांच्या जगात तर अजिबातच नाही.''

हॉर्वाथने नकारार्थी मान हलवली. ''तरीही ज्यांचा काटा काढण्याच्या कामगिऱ्या माझ्यावर सोपवल्या होत्या त्यांच्यापैकी बहुतेक जण अमेरिकन्स नव्हते. जे होते त्यांच्या प्रकरणांचा पुनर्विचार केल्यानंतरच त्यांना ठार करण्याची मंजुरी मिळाली होती.''

''मी फक्त कॅरोलाइनने काय शोधून काढले आहे ते तुला सांगतो आहे. तिच्या माहितीप्रमाणे ब्लॅकलिस्ट खरी आहे, अस्तित्वात आहे.''

''मग ती बनवण्यामागे कुणाचा हात आहे? कुणालाही ठार मारण्याचा निर्णय कोण घेते? शेवटची मंजुरी कोण देते?''

''ड्राइव्हवर असलेल्या माहितीप्रमाणे कोणता तरी एक गट इतरांशी संबंधच न ठेवता काम करतो आहे. ते गुप्तपणे भेटतात. आणि पॅनेलवर कोण आहे ते कुणाला माहीत नाही.''

''ते इन्टेलिजन्स एजन्ट आहेत? डिपार्टमेंट ऑफ जस्टिसमधले आहेत? व्हाइट हाउसचा संबंध असणारे आहेत?''

''या सगळ्यांचा संबंध असणारी माणसे असावीत ती.''

''अशी एकूण किती माणसे असतील याची काही कल्पना?'' हॉर्वाथने विचारले.

''नाही. कॅरोलाइनने काही म्हटलेले नाही.''

''समजा कुणावर आरोप सिद्ध झाला आणि त्या व्यक्तीला ठार मारायचे ठरले, तर ती कामगिरी कोण पार पाडते?''

''एखादी खुनी टोळी,'' निकोलसने उत्तर दिले. ''सर्वांना स्पेशल ऑपरेशन्समध्ये भाग घेता येण्यापर्यंत प्रशिक्षण दिलेले आहे.''

''कोण पाठवते त्यांना? सैन्य दलातले आहेत? सैन्य दलांमधले असले तर ते कुठल्या तळांवरचे आहेत, याची काही कल्पना आहे?''

निकोलसने खांदे उडवले. ''काही कल्पना नाही.''

''आणि ते माझ्यामागे का लागले?'' हॉर्वाथने विचारले.

''मला दिसते आहे त्याप्रमाणे त्यांना फक्त तुलाच ठार मारायचे नाही-कार्लटन समूहावरच रोख आहे. तिथे पूर्वीचे सैन्य दलातले आणि इन्टेलिजन्समध्ये असणारे लोक काम करतात, हे सत्य आहे.''

''अशा तऱ्हेचे अनेक समूह आहेत. एटीएसने आमच्याच मागे का लागावे?''

''ते समूह तुमच्याइतके मोठे नाहीत आणि त्यांचे एजन्टही तुमच्याएवढे

निष्णात नाहीत. तुमच्यापासून त्यांना धोका आहे. तुम्ही मुक्तपणे काम करता. ते तुमच्यावर नियंत्रण राखू शकत नाहीत.''

हॉर्वाथ जे ऐकत होता त्याच्यावर त्याचा विश्वास बसत नव्हता. ''आणि सीआयए व एफबीआयवर राखू शकतात?''

''या संघटनांना सरकारच्या रचनेत विशिष्ट स्थान आहे. आणि हो, ते त्यांना ताब्यात ठेवू शकतात. त्यांचे वॉशिंग्टनमध्ये खूप वजन आहे. पडद्यामागे राहून आणि अत्यंत गुप्तपणे ते त्यांना हवे त्या तऱ्हेने काम करवून घेऊ शकतात. आणि करवून घेतातही.''

''आमचा समूह छोटा आहे.''

''नाही, आता नाही,'' निकोलस म्हणाला. ''तुम्ही अनेक आंतरराष्ट्रीय दहशतवादी कट उधळून टाकलेले आहेत. स्वत:च्या कामगिऱ्या गुप्तपणे हातात घेऊन त्या पार पाडल्या आहेत. बहुतेक सर्व कामगिऱ्या अत्यंत धोकादायक होत्या. अमेरिकन सरकारमधल्या कुणालाही तुम्हाला जबाब द्यावा लागत नाही. तुम्ही कशा तऱ्हेचे काम करता ते त्यांना ठाऊक आहे. तुम्ही त्यांच्यासाठी खूप प्रश्न निर्माण करू शकाल. फाइल्समध्ये फक्त कार्लटन समूहाचाच नावाने उल्लेख केला आहे. म्हणूनच तू मला लवकरात लवकर इथे यायला हवा होतास. तू सगळ्या संपर्क यंत्रणांपासून दूर राहशील याची मला खात्री करून घ्यायची होती. पॅरिस आणि स्पेनबद्दल तू सांगेपर्यंत मला काहीच माहिती नव्हती.''

''त्यांनी कार्लटन समूहालाच गिळंकृत करायचा प्रयत्न का केला नाही, याचे आश्चर्य वाटते मला.''

''केला होता, दोन वेगवेगळ्या वेळी कार्लटन समूह विकत घेण्याचा प्रयत्नच एटीएसने केला होता. दोन्ही वेळा कार्लटनने त्याला नकार दिला.'' कॅरोलाइनने डाउनलोड केलेला एक मेमो त्याने पडद्यावर आणला. ''त्यांना रागच आला होता. – कार्लटन समूहाचे नंतर काय करायचे याबद्दलचे त्यांचे काही विचारही इथे कळतील तुला.''

वाकून पडद्याकडे बघत हॉर्वाथने काही वाक्ये मोठ्याने वाचली. ''नियंत्रण राखले नाही, तर इन्टेलिजन्स एजन्सींना धोका – कोणालाही जबाबदार नाहीत – अतिरेकी देशप्रेम असणारे विश्वासघातकी काउबॉइज – देशाची सुरक्षा, इतर देशांशी असलेले संबंध यांना धोका निर्माण करू शकतात – जर या समूहाला आपल्या ताब्यात आणता येणार नसेल तर योग्य ती पावले उचलून...'' या ठिकाणी हॉर्वाथने वाचणे थांबवले. ''आणि योग्य ती पावले म्हणजे आमच्या सर्वांचे शिरकाण करायचे?''

''मला खात्री नाही,'' निकोलसने उत्तर दिले. ''कॅरोलाइनची कल्पना झाली

होती की कधीतरी कार्लटन समूह आणि एटीएस यांच्यात संघर्ष उद्‌भवला होता आणि कार्लटनच्या ते लक्षातही आले नाही. एटीएसच्या एखाद्या किंवा जास्तीच योजनांना कार्लटनमुळे अडथळा निर्माण झाला होता.''

''कशा तऱ्हेच्या योजना?''

''त्यांच्या कुठल्या तरी कामगिऱ्यांच्या बाबतीत. एटीएस नक्की कशात गुंतली आहे, याचा शोध घेत असतानाच कॅरोलाइन मरण पावली.''

''तू आमच्याबरोबर काम करतोस हे कॅरोलाइनला माहीत होते?'' हॉर्वाथने विचारले.

''मी ते तिला कधीच सांगितले नाही. गुप्तच ठेवले होते. खरं तर सर्वांपासूनच हे गुप्त ठेवले आहे. मी देशात आहे, हेदेखील कॅरोलाइनला समजू दिले नव्हते. पण एटीएसला माहीत होते. माझे नाव त्यांच्या फाइल्सवर आहे. तेव्हा कोणत्या तरी क्षणी तिला ते कळले असणार.''

हॉर्वाथने निकोलसकडे रोखून बघितले. ''ती तुझाच उपयोग करून घेत नव्हती ना?''

''तो विचार माझ्या मनातही येऊन गेला होता. पण मला तसे वाटत नाही.''

''नीनाने तुझ्याकडेच ड्राइव्ह आणून द्यावी, अशी तिची का इच्छा होती?''

''कारण आम्ही मित्र होतो,'' निकोलसने उत्तर दिले. ''मी योग्य तीच गोष्ट करेन, योग्य त्या माणसांना धोक्याची सूचना देऊन एटीएसने आखलेली योजना उधळून लावायला मदत करेन, अशी तिची खात्री होती.''

तर्कशुद्ध, सगळ्याचा अर्थ लावून देणारे उत्तर. त्याच्या बोलण्याने निकोलस थोडा रागावलेला दिसत होता. तेव्हा हॉर्वाथ गप्प राहिला. मानेमागे चोळत त्याने घड्याळाकडे नजर टाकली. ''मध्यरात्र होत आली की.''

''आता मी काय करावे अशी इच्छा आहे तुझी?''

''तू म्हातारबुवांशी संपर्क साधायचा प्रयत्न केला होतास?''

''नाही,'' निकोलस म्हणाला. ''आणि ज्या झपाट्याने त्यांनी तुझ्यावर हल्ला केला ते बघत, तसा प्रयत्न केला नाही ते बरेच झाले.''

''तेव्हा तो जिवंत आहे की नाही याची खात्रीलायक माहितीच नाही आपल्याला.''

''नाही. आणि कार्लटन समूहातल्या इतर किती जणांना ठार करण्यात आले आहे तेदेखील आपल्याला ठाऊक नाही. पण तू किती जणांशी संपर्क साधू शकला नाहीस याचा विचार करता वाईटच घडले असणार असे आपल्याला गृहीत धरायला पाहिजे.''

निकोलसचे म्हणणे योग्य होते. आणि हॉर्वाथला त्या बाबतीत विचारच करायचा नव्हता.

“आपत्कालीन परिस्थितीत संदेश पाठवण्यासाठी म्हातारबुवांनी एक मेसेज फोरम तयार केला आहे. मी सुरक्षितपणे ऑनलाइन जाऊ शकत असेन, तर मला तो बघायचा आहे. या फाइल्समध्ये आणखी किती बॉम्ब दडले आहेत हे माहीत नसले, तरी या फाइल्स आपण दोघांमध्ये विभागून घेऊ आणि जास्तीत जास्त फाइल्स बघण्याचा प्रयत्न करू.”

“मी कॉफी ठेवतो थोडी,” खुर्चीमधून बाजूला सरकत निकोलस म्हणाला. हॉर्वाथने हातही न लावलेल्या खाद्य पदार्थांच्या प्लेटकडे त्याची नजर गेली. “तेही गरम करून आणू का?”

शेवटचे शब्द त्याच्या तोंडातून बाहेर पडत असतानाच दिव्यांचा प्रकाश अचानक कमी झाला आणि मग ते गेलेच. बॅक अप म्हणून असलेल्या एपीयू बॅटरीजचे इशारे वाजायला लागले आणि त्यांनी संगणकांना आणि इतर साधनांना वीजपुरवठा चालू केला. पण बाहेरचा हॉर्वाथने बघितलेला जनरेटर मात्र सुरू झाला नाही. तो तर दुसऱ्या क्षणी सुरू व्हायला हवा होता.

“वीजच गेली,” निकोलस उद्गारला.

हॉर्वाथने त्याला गप्प राहण्याची खूण केली. सर्व संगणक बंद केले. कुत्रे जवळच झोपले होते. पण काहीतरी वेगळेच घडल्याचे त्यांच्याही ध्यानात आले आणि ते गुरगुरायला लागले. निकोलसने त्यांना गप्प राहण्याची आज्ञा दिली.

आपले पिस्तूल घेऊन हॉर्वाथला आंतरराष्ट्रीय विमानप्रवास करता येणे शक्य नसल्याने, त्याने ते स्पेनमध्येच ठेवून दिले होते. कुजबुजल्यासारख्या आवाजात त्याने निकोलसला विचारले, “तू तुझ्याबरोबर काही शस्त्रे आणली आहेस का?”

त्याने मान डोलावली.

“घेऊन ये तर ती. ताबडतोब.”

प्रकरण ३६

निकोलस घाईघाईने बिछान्याजवळच्या पेटीकडे झाकण उघडण्यासाठी वाकत असताना दिवे परत लागले. "वीजप्रवाहात गडबड झाली असावी."

"असेलही," हॉर्वाथ म्हणाला. "तू काय शस्त्रास्त्रे आणली आहेस ते बघू."

निकोलस परत पेटीकडे वळला. त्याने एक छोटे पिस्तूल आणि एक एम-३ सबमशिनगन किंवा ग्रीझ गन बाहेर काढली. दोन्ही खास निकोलसच्या वापरासाठी बनवलेली दिसत होती.

दोन लांब, वीस गोळ्या मावणारी स्टिक-स्टाइल मॅगझिन्सही त्याने बाहेर काढली. सर्व वस्तू त्याने बिछान्यावर मांडून ठेवल्या. "एवढेच आहे माझ्याकडे."

"कुठल्या कॅलिबरच्या गोळ्या आहेत?"

पिस्तूल पॉइंट ४५चे होते आणि एम-३ सबमशिनगन पॉइंट २२ एलआर.

पॉइंट२२चे पिस्तूल बीबी गनपेक्षा थोड्याशा वरच्या प्रतीचे. पॉइंट२२च्या गोळ्यांमध्ये कुणाला थांबवण्याची ताकद नसते, पण गोळ्या मोठ्या कॅलिबरच्या असतील तर शस्त्र वजनदार बनते. निकोलससारख्या छोट्या माणसाला असेच शस्त्र योग्य होते. पुन्हा गोळ्या भरायला न लावता जास्तीत जास्त गोळ्या हाणता येतील अशाच शस्त्राची निकोलसला गरज होती. वापरायचा खूप सराव असेल आणि नशीब चांगले असेल तर पॉइंट २२च्या गोळ्यांनीही माणसाला ठार करता येते; पण सर्वसाधारणतः पळ काढायचा असेल तर या गोळ्या झाडत शत्रूला रोखून धरणे कठीणच असते. "पॉइंट ४५च्या जास्ती गोळ्या आहेत?" त्याने विचारले.

निकोलसने पेटीमधून एक छोटा खोका बाहेर काढून त्याच्या हातात ठेवला. हॉर्वाथने छोटे पिस्तूल उचलले. त्याच्या दस्त्याभोवती त्याला फार तर दोन बोटे

टेकवता आली एवढेच. चापाच्या इथे पूर्ण बोट आत गेलेच नाही. गोळ्या झाडायची वेळ आली तर परिस्थिती बिकट होती.

"तू इथेच थांब," त्याने निकोलसला बजावले. पिस्तूल भरलेले आहे याची हॉर्वाथने खात्री करून घेतली आणि जादा गोळ्यांचा खोका खिशात टाकला. "नीनाला उठव आणि तिला आणि कुत्र्यांना तुझ्याजवळ ठेव."

"तू कुठे निघाला आहेस?"

"बाहेर नजर टाकून येतो."

"कुणीतरी मुद्दाम वीजपुरवठा तोडला आणि पुन्हा सुरू केला असे वाटते तुला?"

"तसे काहीच नसेलही, पण मला खात्री करून घ्यायची आहे."

हॉर्वाथ खरे बोलत नाही असे निकोलसला वाटत होते; पण तो गप्प राहिला.

"येतोच मी," हॉर्वाथने सांगितले. "दारे बंद करून घे आणि खिडक्यांपासूनही लांब राहा."

हॉर्वाथ झोपायच्या खोलीमधून बाहेर पडत असताना त्या छोट्या माणसाने मान डोलावली. मिनी एम-३ मध्ये त्याने एक चपटे मॅगझिन सरकवले. गोळीबार करता येईल अशा तऱ्हेने एम-३ सज्ज ठेवली. जादाचे मॅगझिन कंबरेशी खोचून ठेवले. मगच तो हॉलमधून नीनाला उठवायला निघाला.

हॉर्वाथ बाहेरच्या अंधारात दिसेनासा झाला. हवा थंडगार होती. आकाशात ढगांची दाटी होती. चमचम करणारी एकही चांदणी दिसत नव्हती.

गेस्टहाउसबाहेर दिवे नव्हते. अंधारात नजर सरावायला हॉर्वाथला काही सेकंद लागले. त्याचे कान कुठलाही आवाज येतो का याचा कानोसा घेत होते. कीटकांची किरकिर चालू होती. टेक्सास ऑलिव्हच्या झाडांची पाने मंद हवेवर डुलत होती. त्याहून विशेष काही नाही.

गेस्टहाउसच्या ज्या बाजूला त्याने जनरेटर पाहिला होता तिथे तो गेला. कुंपण उभारलेली खासगी प्रॉपर्टी असल्याने तिथे कुलूप नव्हते. भोवतालच्या धुळीत त्याला बुटांचे काही ठसे दिसले, पण रँचवरचे कर्मचारी वापरत असत तशा काउबॉय बुटांचे ते ठसे नव्हते. हायकिंगसाठी किंवा खास वापरासाठी असलेल्या बुटांचे ठसे वाटत होते. आकारही मोठा होता.

त्याने जनरेटर नीट बघितला. हल्ला चढवण्यापूर्वी गेस्टहाउसचा वीजपुरवठा त्याला तोडायचा असता तर त्याने काय केले असते, असा विचार तो मनात करत होता. तो नक्की पटकन बंद करता येईल याची त्यानेही खात्री करून घेतली असती.

आत्ता त्यांनी तोच प्रकार अनुभवला होता का? बुटांच्या ठशांचा तसाच भीतिदायक अर्थ होता का? का हल्लीच जनरेटरची देखभाल करून गेलेल्या माणसाच्या बुटांचे ते ठसे होते?

विशेष प्रकाश नव्हता. टॉर्च असता तर बरे झाले असते, असा विचार त्याच्या मनात येऊन गेला.

दुसऱ्या बाजूने गुडघ्यांवर बसून त्याने जनरेटरचे वायरिंग बघितले. पहिल्या दृष्टिक्षेपात सर्व ठीक वाटत असले तरी ते फसवे असू शकते, हे अनुभवाने त्याला माहीत झाले होते. गेस्टहाउसचा वीजपुरवठा बंद करण्यासाठी कुणाच्या नकळत लांबूनच जनरेटर बंद पाडता आला असता तर उत्तमच असते.

त्याची तपासणी संपायच्या आतच त्याला ऑलिव्हच्या झाडांमागून, आवाज होणार नाही याची काळजी घेत कुणीतरी जवळ येते आहे याची जाणीव झाली.

हॉर्वाथने आपले काम थांबवले. निकोलसचे पॉइंट ४५चे छोटे पिस्तूल नीट धरले. त्याला कुणी बघितले आहे, का जनरेटरमागे तो दडू शकला होता हे त्याला कळत नव्हते. पण वीजपुरवठा खंडित होण्याबद्दलचा त्याचा संशय खरा ठरला होता.

त्याने एकदा मोठा श्वास घेतला आणि सोडला. त्याला त्याच्या श्वासोच्छ्वासावर ताबा राखायला हवा होता. पिस्तुलात पुन्हा गोळ्या भरण्यापूर्वी त्याला फक्त तीन गोळ्या झाडता येणार होत्या. पिस्तुलातल्या गोळ्या कशा उडणार आहेत याची तर त्याला माहितीच नव्हती. लक्ष्यावर आदळतील, नाहीतर कुठेही जातील. पण निदान त्याची लपण्याची जागा चांगली होती. त्याला कुणी बघितले नसेल, तर तोच आश्चर्याचा धक्का देऊ शकेल.

पण येणारी आकृती झाडांमागेच थांबली आणि परिस्थितीच पालटली.ती वाट बघत उभी राहिली; पण कशासाठी? मी हालचाल करावी आणि माझी जागा समजावी म्हणून?

काही सेकंद गेले. जे कुणी अंधारात उभे होते त्याला तो कुठे आहे ते नक्की माहीत होते याची त्याला खात्री पटली.

गोळ्या झाडण्यासाठी रायफल तयार ठेवल्याचा खटका त्याला ऐकू आला. आवाज येऊ नये म्हणून अगदी हळू ते सज्ज केले असले तरी हॉर्वाथला तो आवाज ऐकू आला आणि ती व्यक्ती झाडांमध्ये नक्की कुठे आहे याचाही अंदाज आला. त्याने स्वतःचे शस्त्र सज्ज केले. पण नंतर त्याने काही करण्यापूर्वी झाडांमधल्या व्यक्तीने स्पॅनिश भाषेत आज्ञा दिली, "उभा राहा! शस्त्र खाली ठेव!"

तिला तो दिसतो आहे की नाही याची कल्पना नसताना हॉर्वाथने एक हात जनरेटरच्या वर केला आणि हलवला. "ठीक आहे, मॅगी," तो म्हणाला. "मी

आहे, स्कॉट. शस्त्र खाली घे तुझे.''

पुन्हा एकदा रायफलच्या खटक्याचा आवाज आला आणि हातामध्ये मॉसबर्ग लिव्हर ॲक्शन रायफल धरलेली मॅगी रोझ ऑलिव्हच्या झाडांमागून पुढे झाली. ''तू काय करतो आहेस इथे?'' तिने विचारले आणि उभे राहून जनरेटरमागून पुढे येणाऱ्या हॉर्वाथजवळ येऊन ती उभी राहिली.

''काही मिनिटांपूर्वी दिवे गेले होते. आणि तू काय करते आहेस इथे?''

''क्लोज्ड सर्किट टेलीव्हिजन कॅमेऱ्यांवर- सीसीटीव्ही- मी काहीतरी बघितले आणि शोध घ्यायला आले.''

''काय बघितलेस तू?''

''मेक्सिकोमधून घुसखोरी करून आलेला एक गट प्रॉपर्टीवर दिसला. नाईट्स कुटुंबीय असते, तर त्यांच्या रक्षकांनी चौकशी केली असती; पण अशा बाबतीत काय करायचे याची ठरलेली पद्धत नाही. रँचवर फक्त कर्मचारी असतील तेव्हा त्यांनी घुसखोरांना अटकाव न करता त्यांना जाऊ द्यावे, अशा आम्हाला सूचना आहेत. तुम्ही इथे असल्याने माझ्यावर तुमची जबाबदारी आहे, पण मी काळजी करावी अशी गरज वाटत नाही,'' त्याच्या हातातल्या शस्त्राकडे बघत ती पुढे म्हणाली.

जनरेटरभोवती फेरी घालत तो म्हणाला, ''जनरेटरची शेवटची देखभाल कधी झाली होती?''

''साधारण महिन्यापूर्वी किंवा दोन महिन्यांपूर्वी. का?''

तिला जवळ बोलावून हॉर्वाथने तिचे लक्ष बुटांच्या ठशांकडे वेधले. ''हे ताजे ठसे आहेत. अशा तऱ्हेचे बूट रँचवर कुणी वापरते?''

क्षणभर त्या ठशांकडे बघत ती म्हणाली, ''नाही. आमच्यापैकी कुणी नाही.''

''ते तुमच्यापैकी कुणाच्या बुटांचे ठसे आहेत असे मलाही वाटले नव्हते. तुला सीसीटीव्ही कॅमेऱ्यांवर नक्की काय दिसले ते सांग मला. आता ती माणसे कुठे आहेत?''

''एक गट दिसला. चार पुरुष असावेत. पण माझे त्यांच्याकडे लक्ष वेधले जाईपर्यंत ते प्रॉपर्टी सोडून निघाले होते. त्यांच्यामागे कुणी येताना मला दिसले नाही. मला तरीही खात्री पटवून घ्यायची होती.''

''त्यांच्या हातात काय होते? शस्त्रे वगैरे?''

''शस्त्रे दिसली असती, तर मी शेरीफलाच बोलावले असते.''

''किती उंच होते? कशा तऱ्हेचे कपडे त्यांनी घातले होते?''

''तू येऊन स्वतःच चित्रण बघ,'' मॅगीने घराकडे बोट करत त्याचे बोलणे थांबवले. तो अत्यंत बेचैन दिसत होता आणि का ते तिला कळत नसले तरी त्याच्या

मनःस्थितीचा परिणाम तिच्यावरही व्हायला लागला. खांद्यावरून मागे बघत ती म्हणाली, ''आपण इथे असे बोलत उभे आहोत ते योग्य नाही, असे अचानक माझ्या मनात यायला लागले आहे.''

प्रकरण ३७

सीसीटीव्हीचे चित्रण मागे सरकवत रँच मॅनेजर म्हणाली, ''ते बघ. तिथे दिसत आहेत ते.''

ते मुख्य घराच्या पहिल्या मजल्यावरच्या सिक्युरिटी कार्यालयात बसले होते. इतर इमारतींसारखे हे घरदेखील टेक्सास–मेक्सिको मिशन पद्धतीनेच बांधले होते. ''मी बसते त्या ठिकाणीही मॉनिटर आहे आणि सीसीटीव्हीचे चित्रण मी तिथेही मॉनिटरवर बघू शकते. टेप पुन्हा गुंडाळून मागचे चित्रण बघायचे तर मात्र मला इथेच यावे लागते.''

चित्रण मागे-पुढे करण्यासाठी कर्सरवर नियंत्रण ठेवणारा ट्रॅकबॉल हॉर्वाथने वापरला. ''रँचवरून पुढे जाणारी अनेक माणसे तुम्हाला दिसतात का?'' त्याने चौकशी केली.

''म्हणजे अमेरिकेत बेकायदा घुसलेली माणसेच म्हणायचे आहे का तुला?''

''बेकायदा घुसखोरी करणारे, शिकार करणारे, कुणीही.''

''बहुतेक जण मेक्सिकोमधूनच आलेले असतात. दिवसा ते लपून दडी मारून बसतात आणि रात्री रँचेस पार करत पुढे जातात. ढगाळ वातावरण, चंद्र नाही अशी रात्र त्यांच्यासाठी फार चांगली असते.''

''पण अशी रात्र फक्त याच कारणासाठी चांगली नसते. प्रत्येक रात्री घडते हे?''

''छे! महिन्यातून एक-दोन वेळा.''

''याच्या आधी हे कधी घडले होते?''

तिने खांदे उडवले ''यासाठी सर्व चित्रण बघायला लागेल. नाईट्स कुटुंबीय

नसतात तेव्हा कॅमेऱ्यांवर कुणी लक्ष ठेवत नसते.''

''पण तू बघत होतीस.''

''मी जागी होते आणि चुकून कशाकडे तरी माझे लक्ष वेधले गेले एवढेच. मी सीसीटीव्हीचे चित्रण बघत होते असे म्हणता येणार नाही. तुम्ही ठीक आहात ना, एवढेच बघायचे होते मला.''

हॉर्वाथने व्हिडीओवरची एक फ्रेम स्थिर केली. ते वाकून चालत होते, तरी त्यांचे दणकट आकारमान लपू शकत नव्हते. ''ही माणसे मेक्सिकन्सच्या मानाने फार मोठी वाटतात,'' तो म्हणाला. ''का चूक होते आहे माझी?''

त्याच्या शेजारून वाकून बघत तिने मॉनिटरकडे बघितले. ''नाही. तुझे म्हणणे बरोबर आहे. ती मोठीच वाटतात.''

''एका गटात साधारण चारच माणसे असतात?''

मॅगीने नकारार्थी मान डोलावली. ''तसे काहीच नाही. तुम्हाला एक दिसतो तेव्हा पाच-दहा जास्तीच असू शकतात.''

''कपड्यांचे काय? अशाच तऱ्हेचे कपडे घातलेली असतात?''

''हो.''

''चौघांच्या डोक्यावर बेसबॉलची टोपीही असू शकते?''

''सगळे असेच वाटत असले, तरी काहीतरी कमी वाटते.''

हॉर्वाथने तिच्याकडे नीट बघत विचारले, ''काय?''

''त्यांच्या मालकीची मालमत्ता ते बरोबर घेऊन जात असतात. पण या चौघांकडे तर काहीच नाही. अन्न नाही, पाणी नाही, प्लॅस्टिकच्या ग्रोसरी बॅग्ज नाहीत...काहीच नाही.''

उत्कृष्ट निरीक्षण होते. ''मी झूम कसे करायचे?''

तिने त्याला झूम करून फ्रेम कशी बघायची ते दाखवले. ''आता कोण आहेत ते असे वाटते तुला?'' हॉर्वाथने विचारले.

धुरकट धुरकट दिसणाऱ्या प्रतिमा बघत मॅगी म्हणाली, ''ते कुणीही असले, तरी त्यांनी काउबॉय बूट घातलेले नाहीत.''

बरोबर होते तिचे. चित्र अगदी जवळ आणल्याने नीट दिसत नसले, तरी हॉर्वाथला ज्या बुटांनी जनरेटरजवळचे ठसे उमटवले असावेत असे वाटत होते, तसेच हे बूट दिसत होते.

झूमआउट होऊन त्याने ती माणसे प्रॉपर्टीवर कधी आणि कशी आली होती, तिथे त्यांनी नक्की कधी आणि काय केले होते आणि ते कधी निघून गेले होते बघण्यासाठी त्या रात्रीचे सर्व चित्रण बघायला सुरुवात केली. पण ती माणसे एक-दोन कॅमेऱ्यांनीच टिपली होती आणि त्यांनी आपले चेहरे कधी दाखवले नव्हते.

एकतर ती नशीबवान होती, नाहीतर आपण काय करत आहोत आणि ते कशा पद्धतीने करायचे याचा अंदाज असल्याने ते कॅमेऱ्यांमध्ये दिसणार नाहीत अशी त्यांनी काळजी घेतली होती.

तो पुन्हा एकदा काही चित्रण बघत असताना मॅगी अचानक म्हणाली, "थांब तिथेच."

हॉर्वाथ थांबला आणि चित्रणामधल्या त्या फ्रेमकडे निरखून बघायला लागला.

"आता मी पुन्हा चित्रण बघते आहे तर त्यांच्या कपड्यात मला गडबड वाटते," मॅगी म्हणाली.

"कशी काय?"

"वर्षातल्या या काळात रात्री खूप थंडी पडते. ही माणसे कपड्यांचे एकावर एक अनेक थर चढवतात, जे घालता येतात आणि काढताही येतात. आज हवा जरी गरम असली तरी यांच्याकडे कमरेला गुंडाळलेले जादाचे कपडे दिसतच नाहीत. आता त्या फ्रेममधल्या शेवटच्या माणसावर झूम कर."

"मी नक्की काय बघायचे आहे?"

"शर्टच्या बाह्या. त्याच्या दंडांवर त्या किती वरती चढल्या आहेत दिसते आहे तुला? आता एक-एक करत चौघांकडेही बघ. पँट्स आणि बूट सोडले तर बाकीचे कपडे त्यांच्या मापाचे वाटतच नाहीत."

"कारण ते त्यांचे कपडे नाहीतच," हॉर्वाथ म्हणाला.

"मग ते त्यांनी कुठून मिळवले?"

पाण्याच्या टाकीवर घिरट्या घालणाऱ्या गिधाडांची हॉर्वाथला आठवण झाली. नक्की हरिणच तिथे पाणी प्यायला थांबले होते ना? "मला वाटते माझ्या मनात एक कल्पना आली आहे," तो म्हणाला.

घर सोडायच्या आधी हॉर्वाथने मॅगीला गन रूम उघडायला लावली. एखाद्या ब्रिटिश गढीत असावी तशीच होती. महोगनी लाकडांच्या कपाटात अत्यंत मौल्यवान अशा शिकारीच्या रायफल्स होत्या आणि भिंतीवर वेगवेगळ्या जनावरांची डोकी लटकवलेली दिसत होती. खोलीच्या मध्यभागी वर काच ठेवलेले एक लांबलचक टेबल होते आणि टेबलांच्या खणांमध्ये असंख्य पिस्तुले होती.

काहींच्या नळ्यांवर स्क्रूसारखे आटे होते. म्हणजे त्यांच्यावर फिरवून लावण्याचे सप्रेसर्स कुठेतरी असणार. ते मान्य करून मॅगी म्हणाली की, सप्रेसर्स वेगवेगळ्या सेफमध्ये ठेवलेले असतात आणि ती फक्त नाईट्स कुटुंबीयच उघडू शकतात.

सप्रेसर्स मिळाले असते तर बरे झाले असते; पण नाहीत, त्याला इलाज नव्हता.

हॉर्वाथने हेकलर ॲन्ड कोच मार्क २३ पिस्तूल आणि त्यासाठी लागणाऱ्या गोळ्यांची जादा मॅगझिन्स उचलली. एक मोठा सुराही उचलला. दोन मिनिटांत तो त्या खोलीमधून बाहेरही पडला.

मॅगीच्या सेलफोनवरून निकोलसला फोन करायचा विचार त्याच्या मनात येऊन गेला, पण तो आधीच सावध झालेला होता. मॅगीच्या फोनवरही एखादे वेळी लक्ष दिले जात असण्याची शक्यता त्याला वाटत होती. तो परत येण्यापूर्वी नवीनच काही भानगड सुरू व्हायला त्याला नको होती. निकोलसला फोन करायचा विचार त्याने मनातून काढून टाकला.

रँचवर कुणा कुणाची नजर आहे माहीत नसल्याने मॅगी एका गेटने ट्रक बाहेर नेत असताना तो मॅगीच्या ट्रकमध्ये आडवा पडून राहिला होता.

काउंटी रोडने मैलभर अंतर कापल्यावर तिने एका कच्च्या रस्त्यावर ट्रक वळवून तो थांबवला. हॉर्वाथ पुढे येऊन तिच्या शेजारी बसला. ''अजून किती लांब आहोत आपण?''

''एक मैलाहून कमीच.''

त्याने मान डोलावली. मॅगीने गिअर टाकला आणि ट्रक पुन्हा सुरू केला. त्याला जनावरांची पाण्याची टाकी बघायची होती. सीसीटीव्ही चित्रणामध्ये बेकायदा घुसखोरांच्या अंगावरचे न बसणारे कपडे बघून त्याच्या डोक्यात धोक्याच्या घंटा घणघणायला लागल्या होत्या.

ते जवळ पोचत असतानाच हॉर्वाथने मॅगीला ट्रक थांबवायला सांगितले.

''काय झाले?'' तिने विचारले.

''मला पुढे एक वाहन दिसल्यासारखे वाटते.''

''कुठे? मला तर नाही दिसत.''

''दिवे बंद कर. इंजिनही.''

मॅगीने हॉर्वाथच्या सूचनेप्रमाणे केल्यावर त्याने विचारले,''तुझ्याकडे टॉर्च आहे का?''

तिने मान डोलावत आर्मसेटमधून टॉर्च काढला आणि त्याच्या हातात ठेवला.

''मी जेव्हा परत येईन तेव्हा टॉर्चचा तीन वेळा प्रकाश पाडेन. दोन वेळेला जास्ती वेळ आणि एकदा थोडा कमी वेळ. दुसरे कोणी येताना दिसले, तर सरळ गोळी घाल.''

त्याचे डोके फिरले असावे त्याप्रमाणे मॅगी त्याच्याकडे बघत होती. ''तू काय चालवले आहेस?''

''माझ्यावर विश्वास ठेव,'' तो म्हणाला. डोमलाइट चुकून लागू नये म्हणून तो काढून टाकून मगच तो ट्रकबाहेर पडला आणि नाहीसा झाला.

मॅगी ट्रक चालवत असताना कच्च्या रस्त्यावर वर-खाली होणाऱ्या हेडलाइट्सच्या प्रकाशात दिसलेल्या वाहनाच्या दिशेने तो काळजीपूर्वक लपतछपत निघाला. थ्री पीक्स रँचवर हल्ला चढवायची कामगिरी त्याच्यावर सोपवली गेली असती, तर त्याने काय केले असते असा तो विचार करत होता. प्रथम टेहळणी, पण त्याच्याही आधी तो जी गाडी चालवत आला असता ती लपवण्यासाठीही त्याने जागा शोधली असती. इथे काउंटी रोडवर गाडी उभी करून निघून जाणे शक्यच नव्हते. फार जणांचे लक्ष वेधले गेले असते. ती जवळच कुठेतरी उभी करून उरलेले अंतर त्याने चालतच पार केले असते.

शेजारच्या रँचचा जो भाग सध्या वापरात नसेल त्याचा उपयोग करणे अगदी तर्कसंगत गोष्ट होती. शिवाय पवनचक्की पटकन लक्षात येणारी खूण होती. परत जाताना शोधाशोध करायची गरज नाही.

पण पाण्याचा संबंध दिसल्यावर हॉर्वाथ काळजीत पडला होता. पाण्यासाठी फक्त प्राणीच येत नाहीत, तर माणसेही येतात.

अंधारातून तो रस्त्यावरून बाजूला घेतलेल्या एका डॉज ड्यूरँगो गाडीजवळ आला. ती एका मोठ्या झुडपामागे उभी केली होती. गाडीमध्ये काही दिसले नाही. त्याने हात पुढे करून तो इंजिनाच्या टपावर ठेवला. टप थंडगार होता. ही एसयूव्ही इथे किती काळ उभी होती हे समजायला मार्ग नव्हता. वीस यार्डांवर पवनचक्की दिसत होती. तिच्याखालीच पाण्याची टाकी असणार.

हॉर्वाथ बराच काळ स्तब्धपणे उभा राहिला. पुढे कुणी माणसे आहेत असे दर्शवणारा एकही आवाज त्याच्या कानावर पडला नाही. तो हळूच पाण्याच्या टाकीच्या दिशेने निघाला.

दहा यार्ड अंतर पार केल्यावर त्याला पहिले प्रेत दिसले.

तरुण, स्पॅनिश वंशाचा माणूस वाटत होता. देहदंडाची शिक्षा अमलात आणल्याप्रमाणे त्याच्या डोक्याच्या मागच्या भागात गोळी मारली होती. तो निदान एक दिवस तिथे पडलेला होता. एखादे वेळी जास्ती काळही. त्याच्या अंगावरचे सर्व मांस खाल्ले गेले होते.

पुढे गेल्यावर त्याला आणखी पाच प्रेते आढळली. स्त्री आणि पुरुषही. अगदी जवळून गोळ्या झाडून त्यांना ठार केले होते आणि घाईघाईने गाडायचा प्रयत्न केला होता. कुजणारे मांस खाऊन जगणारी गिधाडे आणि प्राणी किती झटक्यात ती प्रेते वर काढतील आणि त्यांच्यावर ताव मारतील याची प्रेते पुरणाऱ्यांना कल्पना आली नव्हती.

या हत्याकांडावर टॉर्च फिरवत नजर टाकत असताना हॉर्वाथला घडलेल्या घटनांचा अंदाज आला. अनेक मेक्सिकन घुसखोरांकडे नकाशे असतात. त्या

नकाशांवर मार्गावर दडून राहण्यासारख्या सुरक्षित जागा आणि पाणी मिळू शकेल अशा जागा यांच्यावर खुणा केलेल्या असतात. पण यांच्या दुर्दैवाने ते पोहोचण्यापूर्वी इथे कुणीतरी हजर होते आणि त्यांचा फार वाईट शेवट झाला होता.

चार प्रेतांवरचे कंबरेपर्यंतचे कपडे काढलेले होते. आसपास मॅगीने सांगितल्याप्रमाणे प्लॅस्टिकच्या पिशव्या विखरून पडलेल्या होत्या.

जमिनीची नीट पाहणी केल्यावर हॉर्वाथला गेस्टहाउसबाहेरच्या जनरेटरशी दिसलेल्या ठशांसारखे बुटांचे ठसे उमटलेले दिसले. आता त्याला जास्ती वेळ तिथे थांबण्याची आवश्यकताच नव्हती.

जवळच्या सुऱ्याने त्याने ड्युरँगोचे टायर्स फाडून काढले आणि तो परत मॅगीकडे निघाला. फार जवळ जाण्यापूर्वी ठरवलेला सांकेतिक सिग्नल द्यायची काळजीही त्याने घेतली.

"काय सापडले तुला?" तिने विचारले.

"लवकरात लवकर रँचवर परत जाण्याची गरज आहे," त्याने उत्तर दिले.

त्याच्या चेहऱ्यावरूनच तिला तिच्या प्रश्नांची उत्तरे मिळाली असावीत. मॅगीने त्यानंतर एकही प्रश्न न विचारता ट्रक सुरू करून वळवला आणि ॲक्सिलरेटरवर पाय दाबून धरला. हॉर्वाथने तिला सूचना द्यायला सुरुवात केली.

काउंटी रोडवर पोहोचल्यावर ते थ्री पीक्स रँचच्या दिशेने निघाले. रँचपासून अर्धा मैल अंतरावर असताना तिने ट्रकचा वेग कमी केला आणि हॉर्वाथने आपल्या बाजूचे दार उघडून बाहेर उडी टाकली.

प्रकरण ३८

मॅगीच्या ट्रकमधून उचललेल्या वायर कटरने प्राणी ठेवलेल्या कुंपणाच्या तारा कापून हॉर्वाथ आत घुसला. या एकाच बाजूने हल्ला येईल अशी दुसऱ्या कुणीही अपेक्षा केली नसती.

कुणाविरुद्ध लढा द्यायचा आहे आणि ते नक्की किती जण आहेत याची त्याला कल्पना नसल्याने समजा तोच हल्ला करत असता तर त्याने काय केले असते असा विचार तो मनामध्ये करत होता. वातावरण तर हल्लेखोरांना मदत होईल असेच होते. आकाशात काळ्या ढगांची दाटी होती. विशेष असा प्रकाश नव्हता. शनिवारची रात्र होती. रँचवरचे बहुतेक सर्व कर्मचारी शहरात गेले होते.

पॅरिस आणि स्पेन इथले अनुभव लक्षात घेता, ही घातकी टोळी चार जणांचीच असणार असे त्याला वाटत होते. सीसीटीव्हीवरचे चित्रण आणि चार मेक्सिकन पुरुषांच्या प्रेतांवरचे काढलेले कपडे यांनी तसाच दुजोरा मिळत होता.

त्यांनी किती काळ रँचची टेहळणी केली होती याची त्याला कल्पना नव्हती. पण त्यांनी गेस्टहाउस बरोबर शोधून काढले होते. लक्ष्य कोण होते याच्याबद्दल त्याच्या मनात थोडाही संशय नव्हता. ती माणसे प्रॉपर्टी सोडून निघून गेली आहेत असे मॅगीला वाटत असले, तरी त्याला त्याबद्दल शंकाच होती. वीजपुरवठा बंद करण्याची चाचणी त्यांनी घेतली होती. आता वाट बघत थांबून ते संधी साधणार होते.

ऑलिव्हची झाडे सोडली तर गेस्टहाउसभोवती कुठलीही झाडेझुडपे नव्हती. फक्त दोन दारे- एक पुढल्या बाजूला, एक स्वयंपाकघराजवळ. खिडक्या मात्र खूप होत्या. हॉर्वाथवर जर ही कामगिरी सोपवली असती, तर चारही माणसांना आत

पाठवण्याचा धोका त्याने पत्करला नसता. लांब अंतरावरून गोळी मारू शकणारा नेमबाज त्याने पूर्ण घरावरच नजर ठेवता येईल अशा कुठल्या तरी ठिकाणी ठेवला असता. गेस्टहाउसच्या उत्तरेला साधारण चारशे यार्ड अंतरावर मेपलची अनेक झाडे होती. तिथून गेस्टहाउसच्या पूर्ण इमारतीवर लक्ष ठेवता आले असते. त्याने त्याचा नेमबाज नक्की त्याच ठिकाणी लपवला असता.

त्याने कुंपणाखालून त्या झाडांच्या दिशेने सर्वांत जवळच्या मार्गाने धाव घेतली. दुसऱ्या बाजूचे कुंपण दिसल्यावर त्याने पुन्हा वायर कटर्स वापरून कुंपणाचा थोडासा भाग उचलून बाजूला ठेवला. आता त्याला तिथून कधीही बाहेर पडता आले असते.

एकही प्राणी दिसला नाही याचे त्याला आश्चर्य वाटले नाही. तो नजरेला पडण्यापूर्वीच तो तिथे आल्याचे त्यांना कळले होते. सर्व वेळ वारा त्याच्या मागून येत होता. त्यांच्या घ्राणेंद्रियापर्यंत त्याचा वास कधीच पोहोचला होता.

एक मोठा वळसा घेऊन तो मेपलच्या झाडांपासून हजार-एक यार्डांवर पोहोचला तेव्हा वारा समोरून त्याच्या अंगावर यायला लागला.

उंच वाढलेल्या गवतामागे दडून तो पुढे सरकायला लागला. वाळवंटी प्रदेशातले भयानक विषारी साप– रॅटलस्नेक्स राहत असतील असा प्रदेश. त्याला या क्षणी त्यांचा विचारही करायची इच्छा नव्हती. गडद अंधारात बघायला मदत होईल अशी इन्फ्रारेड साधने जवळ असायला हवी होती. मॅगीलाच म्हणायला हवे होते. सिक्युरिटी कॅमेऱ्यांवर तशी साधने बसवली होती. तेव्हा रात्रीच्या शिकारीसाठीसुद्धा इतर साधने त्यांच्याकडे असणार. आता फार उशीर झाला होता. स्वतःचे कसबच त्याला वापरायला लागणार होते.

गवतामधून हालचाल करताना वाळलेल्या गवताचा पायाखाली आवाज येत होता. कमीत कमी आवाज होईल अशी काळजी तो घेत असला, तरी तो विशेष कमी होत नव्हता. लवकरच त्याला गवताचा आसरा सोडून आवाज होणार नाही अशी वाट शोधायला लागणार होती.

मेपलच्या झाडांपर्यंतचे अर्धे अंतर पार केल्यावर तो गवताबाहेर आला. आपल्या श्वासोच्छ्वासावर ताबा ठेवून कानोसा घेत बसला. दोन तासांपूर्वी तो गेस्टहाउसमधून बाहेर पडताना जे आवाज येत होते तेवढेच आवाज अजूनही येत होते. त्याने सीसीटीव्हीचे चित्रण आणि शेजारच्या रँचवरची प्रेते बघितली नसती, तर अंधारातून भयंकर संकट कोसळणार आहे याचा अंदाजसुद्धा लागला नसता.

तो पुन्हा पुढे चालायला लागला आणि तीस-एक यार्डांनंतर थबकला. त्याला कसला तरी वास आला होता. अगदी हलकासा, पण त्याच्यावर त्याने लक्ष केंद्रित करायचा प्रयत्न केल्यावर त्याच्या नाकात मातीचे आणि इतर वासच घुसायला लागले.

नाद सोडून तो पुढे निघाला. आणखी दहा यार्ड. या वेळी मात्र वाऱ्याच्या झुळकीबरोबर येणारा वास त्याच्या बरोबर लक्षात आला. सिगारेटचा धूर.

कोणत्याही कामगिरीवर असताना सिगारेट ओढायचीच नसते. पण सर्वकाळ हा नियम झुगारला जातो. त्या झाडांमध्ये नक्कीच कुणीतरी दडलेले होते, हे आता हॉर्वाथच्या लक्षात आले. त्यांच्या लक्ष्यापासून चारशे यार्ड अंतरावर लपून बसणाऱ्याला बहुधा वाटले असावे की पटकन एखादी सिगारेट ओढली तरी चालेल म्हणून. सिगारेटचे जळते टोक दिसू नये म्हणून सैनिकांप्रमाणे सिगारेटच्या पेटत्या टोकाजवळ त्याने हात ओंजळीप्रमाणे धरले असणार. पण त्याने काही फरक पडला नव्हता. तो नक्की कुठे आहे ते हॉर्वाथला कळले होते.

तो जर नेमबाज असेल तर त्याच्याकडे कुठले तरी नाइट व्हिजन साधन नक्कीच असणार. पण या क्षणी दोन्ही हात सिगारेटचे जळते टोक दडवण्यात दंग असताना तो फार तर रायफलच्या भिंगामधून नजर टाकत असेल. तो आजूबाजूला, मुख्यतः मागे वळून नक्कीच लक्ष ठेवत नसणार.

हॉर्वाथ घाईघाईने झाडांपासून फक्त तीस यार्ड अंतरावर पोहोचल्यावर त्याला हात खाली घेऊन सिगारेट विझवत असणारे कोणी तरी दिसले. नेमबाज रायफलमधून बघण्यासाठी आडवे पडून सज्ज होत असताना वाळलेल्या पानांचा आवाज झाला. रायफलची नळी एका बाजूने दुसऱ्या बाजूला वळवत तो हेडसेटमध्ये बसवलेल्या मायक्रोफोनमध्ये कुजबुजतच बोलला, "गोल्ड वन, तयार राहा; गोल्ड टू, तू पण तयार राहा; गोल्ड थ्री, तू नीघ आता;

हॉर्वाथने सुरा बाहेर काढला. दुसऱ्या हाताने इकडेतिकडे चाचपत मुठीत मावेल असा एक दगड शोधायला लागला. त्याला फक्त एक सेकंद त्या माणसाचे लक्ष दुसरीकडे वेधायचे होते.

त्याला हवा तसा दगड मुठीत येताच त्याने एकदा दीर्घ श्वास घेतला, हळूहळू सोडला आणि उडी घेतली.

प्रकरण ३९

त्याला त्या नेमबाजाचे लक्ष पूर्णपणे दुसरीकडे वेधता आले नाही. ज्या ठिकाणी हॉर्वाथने दगड फेकला होता तिकडे नजर वळवता क्षणी त्याच्या ध्यानात आले होते की त्याच्यावरच हल्ला होणार आहे.

उडी घेताना हॉर्वाथची अपेक्षा होती की तो त्याच्या पाठीवरच पडेल. मग त्याचे डोके हातात धरून मागे खेचायचे. गळा उघडा पडला की कंठात सुरा खुपसायचा आणि त्याचा आवाज उमटू द्यायचा नाही. मग पुन्हा डोके खाली दाबताच सुरा मेंदूतच घुसेल. धोका संपेल. पण तसे काहीच घडले नाही.

रायफल पकडून तो कुशीवर वळला आणि हॉर्वाथ त्याच्यावर कोसळताच त्याने रायफलचा दस्ता हॉर्वाथच्या खांद्यावर हाणला. प्रचंड वेदनेची एक लहर हॉर्वाथच्या शरीरात पसरली.

त्या भीषण वेदनेपासून त्याला दूर जायचे होते, पण त्याने त्याची जागा सोडली नाही. त्याची नजर त्या तरुण नेमबाजाच्या चेहऱ्यावर, मानेवर फिरली आणि क्षणार्धात तो शोधत असलेली जागा त्याला दिसली.

हॉर्वाथच त्याच्या अंगावर असल्याने त्याने दस्ता दाबून सर्व जोर पुढे लावला.

हॉर्वाथने त्याच्या चेहऱ्यावर मारू नये म्हणून नेमबाजाने मान वळवली. हॉर्वाथ याच संधीची वाट बघत होता. त्याने रायफलच्या स्कोपवरून सुरा त्या नेमबाजाच्या उजव्या कानामागे घुसवला आणि मांसामधून, हेडसेटची वायर तोडत, जबड्यापर्यंत खेचला.

रायफलवरचा जोर कमी करून त्याने सुरा जास्तीत जास्त आत घुसवला. श्वासनलिकेच्या वरच्या पोकळीतील स्वरतंतू कापताच सुरा बाहेर काढला आणि

त्याच्या कुशीत घुसवला. त्याने बंदुकीच्या गोळ्यांना दाद न देणारे जाकीट घातलेले असले, तरी ते तसे नरमच असते. बंदुकीच्या गोळ्या अडवते, सुरा नाही. हॉर्वाथने पार त्याच्या हृदयापर्यंत सुरा खुपसला.

नेमबाजाचे शरीर ताठरले, एक झटका देऊन शांत झाले. त्याच्या हातामधली रायफल पडली. ती बाजूला सारत हॉर्वाथ उभा राहिला. सर्व हाणामारी फक्त काही सेकंद चालली होती.

रायफल बाजूला ठेवून त्याने त्या विशीतल्या तरुण नेमबाजाचा रेडिओ काढून घेतला आणि त्याला खेचत नेऊन एका मेपलच्या झाडामागे फेकून दिले. इतर कुठली वेळ असती, तर चौकशी करण्यासाठी त्याने त्याला बंदिवान केले असते. पण त्याच्यावर दांडगाईने मात करता येण्यासारखी नव्हती. त्याला बांधून ठेवण्यासाठी काहीही नव्हते. आणि हे सर्व केले असते, तरी त्याच्यावर लक्ष ठेवत त्याचे साथीदार कुठे कुठे असतील याचा विचार करणे महाकठीण होते. शक्य असते तर त्याने त्याला ठार न मारता दुसरे काहीही केले असते; पण त्याच्याकडे त्याला ठार मारण्याशिवाय दुसरा पर्यायच नव्हता.

त्याने पूर्वीही सुरा वापरून कुणाला ठार केलेले असले तरी त्याला ते आवडत नसे. फार रानटीपणाचे वागणे वाटे. फार जवळून रक्तपात करत जीव घेण्यात वैयक्तिक पातळीवर आल्यासारखे भासे. त्याला गोळी घालणे पसंत होते. मनाने अलिप्त राहिल्यासारखे वाटे.

पिस्तुलाचा चाप ओढून त्याने किती जणांना ठार मारले होते, हा आकडा तर तो सांगूच शकला नसता. पण त्यांचे चेहरे त्याला बघायला लागत नसत. त्याच्या मनाच्या कानाकोपऱ्यांमधून ते दूर ठेवण्यासाठी त्याला झगडावे लागत नसे.

अशा जवळून, काही इंचांवरून मारलेल्या व्यक्तींचे चेहरे त्याच्या मनातून जात नसत आणि त्याचे कारण त्याला कळत नव्हते. त्याच्या पेशामुळे त्याला अनेकांना ठार करावेच लागे. या बाबतीत त्याच्या मनात गोंधळ नव्हता; पण मग एका तऱ्हेने मारणे किंवा दुसऱ्याने का फरक पडावा? शेवट एकच होता ना?

तो एकाच निष्कर्षाला पोहोचला होता. सुसंस्कृत माणसाला खुनाबद्दल घृणा होती. हजारो वर्षांच्या इतिहास काळात नीतिमत्ता आणि खून यांच्या कथा पिढ्यान्‌पिढ्या सांगितल्या गेल्या होत्या. बालपणापासून मानव जात नाहक जीव घेण्याबाबतच्या कथा ऐकत होती. दगड, सुरे, दंडुके, फक्त हातांचा वापर या साध्यासुध्या साधनांनी केलेले खूनच भीषण अशी एक कल्पना बिंबवली गेली होती. खून ही गोष्ट माहीत होती तेव्हापासूनच खुनांचा संबंध अस्तित्वात असलेल्या फक्त या साधनांशीच होता.

बंदुकीच्या नळीमधून सुटलेल्या गोळीने जीव घेतला, तर हॉर्वाथला फार अलिप्त वाटे. गोळी हा जसा काही मध्यस्थ होता. तो चाप खेचत असे, गोळी सुटत

असे, ती लक्ष्याला ठार करत असे. स्वच्छ, साधी, सरळ हत्या. त्याच्या मनातल्या कोपऱ्यात ठेवलेल्या पोलादी पेटीमध्ये ती बरोबर असे. आणखी कितीही जणांना तो ठार करत राहिला, तरी आणखी एखाद्याला ठार करून आत ठेवण्यासाठी कायम जागा शिल्लक असे. अगदी न्याय्य असूनही काही हत्या मात्र त्या तुरुंगातून निसटून त्याच्या सदसद्विवेक बुद्धीला टोचणी देत राहत.

दुर्दम्य इच्छाशक्ती, हातात घेतलेल्या कामगिरीचा एक एक टप्पा वेगवेगळ्या भागात दडवून ती पूर्णत्वाला नेण्याचे त्याचे कसब या त्याच्या गुणांनी त्याला शंका येत नसत की पुन्हा नव्याने विचार करण्याची गरज भासत नसे.

एकदा त्या नेमबाजाला बाजूला सारल्यावर रेमिंग्टन मॉडेल ७००, आवाज आणि प्रकाशही दाबून टाकणारा सप्रेसर, बॉक्स मॅगझिन असणारी ती रायफल परत रोखून धरून तो तिच्यामागे पवित्रा घेऊन आडवा झाला. त्यातून सुटणाऱ्या गोळ्या कुठल्या कॅलिबरच्या आहेत याची त्याला कल्पना नव्हती. पण या अंतरावरून ती तिचे काम पुरे करण्याइतकी ताकदवान असणार.

रायफलच्या वरच्या बाजूला बसवलेल्या शक्तिमान थर्मल स्कोपमुळे अंधारातसुद्धा दिसत असे. हॉर्वाथने रेडिओ त्याच्यासमोर ठेवला. त्याचा आवाज कमी ठेवलेला आहे याची खात्री करून घेतली. मगच त्याने स्कोपमधून नजर टाकली.

नेमबाजाच्या बोलण्याप्रमाणे आणखी तीन जण होते. म्हणजे खुनी टोळीत चार जणच होते. पॅरिस आणि माद्रिदप्रमाणेच.

स्कोपमधून तो इकडेतिकडे नजर टाकत असतानाच गेस्टहाउसमधले सर्व दिवे अचानक गेले.

"दाखव, दाखव स्वतःला. कुठे आहेस तू?" रायफलचा दस्ता खांद्यावर टेकवत तो पुटपुटला. या स्कोपमधून शरीराच्या उष्णतेमुळे प्रतिमा दिसत.

एक क्षणभर तो भयंकर घाबरला. त्यांची तशी प्रतिमा दिसू नये म्हणून ते काही साधने वापरत नव्हते ना? एवढ्यात त्याला गेस्टहाउसच्या उत्तर-पश्चिम दिशेकडून गेस्टहाउसकडे निघालेल्या माणसाची रंगीत प्रतिमा उमटलेली दिसली. त्याच्या हातात बहुतेक सप्रेसर बसवलेली रायफलच होती.

या अंतरावरून लक्ष्यावर बरोबर गोळी झाडायची, तर बरीच माहिती हवी आणि आत्ता त्याला ती तर्कानेच जाणून घ्यावी लागणार होती.

लांबवरून झाडलेली गोळी थोडी खाली येते. तेव्हा ती लक्ष्यावर बसावी म्हणून त्याने नेम धरायचा बिंदू थोडा वर केला. वाऱ्यामुळेही गोळी थोडीशी बाजूला सरकू शकते. शिवाय लक्ष्य स्थिर असणारे नव्हते. हलणारे होते. तेव्हा माणूस जिथे दिसत असेल तिथे नेम धरून चालणार नव्हते, तर गोळी पोहोचेपर्यंत तो ज्या ठिकाणी पोहोचणार असेल तिथे नेम धरायला हवा होता.

त्याने भराभरा मनात विचार करून रायफलचा त्याला हवा होता त्याप्रमाणे नेम धरला आणि हळूच श्वास सोडत चाप खेचला.

गोळीचा नेम चुकला. ती त्याला लागली नाही.

ती कुठे आदळली ते त्याला कळले नाही. पण ती त्या माणसाच्या जवळूनच गेली असावी. धावता धावता खाडकन थांबून त्या माणसाने मान वळवून सरळ हॉर्वाथच्या दिशेनेच बघितले.

एक शिवी हासडत हॉर्वाथने दुसरी गोळी चेंबरमध्ये सरकवली. पुन्हा सर्व गोष्टींची मनातल्या मनात जुळणी करून तो गोळी झाडणार एवढ्यात तो माणूस धावत सुटला.

माणूस कुठे असणार हे लक्षात घेऊन हॉर्वाथने पुन्हा नेम धरून जेव्हा गोळी झाडली तेव्हा मात्र ती बरोबर त्याला बसली.

तो माणूस खाली कोसळायच्या आतच पुन्हा चेंबरमध्ये गोळी सरकवून हॉर्वाथ स्कोपमधून बघत इतर दोन जणांना शोधायला लागला होता. त्यातला एक दक्षिणेकडून हातात रायफल घेऊन गेस्टहाउसकडे येताना त्याला दिसला. त्याने नेम धरला, हळूच श्वास सोडला, चाप खेचला.

त्याला गोळी लागली; पण तो आडवा झाला नाही. एका गुडघ्यावर बसला.

हॉर्वाथने बोल्ट मागे खेचला, आधीच्या गोळीचे आवरण उडवून लावून पुढली गोळी चेंबरमध्ये सरकवली.

तो दुसरा माणूस उभा राहण्याचा प्रयत्न करत असताना हॉर्वाथने पुन्हा झाडलेली गोळी मात्र त्याच्या डोक्यातच बसली.

त्याने स्कोपमधून पहिल्या माणसाकडे बघितले. तो पालथा जमिनीवर कोसळला होता. हललाही नव्हता. मग तो चौथा माणूस कुठे दिसतो का शोधायला लागला. वेळ जात होता.

रेडिओवरून आवाज नव्हता. त्याच्या दोस्तांना गोळ्या घातलेल्या त्याने जर बघितल्या नसतील तर काय घडते आहे याची त्याला कल्पनाच आली नसणार. हॉर्वाथ त्याला शोधण्याचा प्रयत्न करत होता; पण तो कुठे दिसतच नव्हता. याचा अर्थ तो मागच्या बाजूने गेस्टहाउसच्या दिशेने निघाला असणार. निकोलसला धोक्याची सूचना द्यायला हवी होती.

झोपण्याच्या मुख्य खोलीच्या खिडक्या शोधत वरच्या दिशेने त्याने खोलीत एक गोळी हाणली, मागोमाग दुसरी.

स्कोपचे लिव्हर्स खेचून त्याने तो स्कोप काढून टाकला आणि गेस्टहाउसच्या दिशेने धाव घेतली.

प्रकरण ४०

“बिछान्याच्या मागच्या बाजूला जा, खाली पडून राहा, हलूसुद्धा नकोस,” निकोलसने सांगितले.

“काय चालले आहे ते तू मला सांगत का नाहीस?” नीना म्हणाली. “कॅरोलाइनला मारणारी माणसेच आली आहेत ना? बरोबर?”

“मला माहीत नाही काय चालले आहे ते, पण मगाशी क्षणभर वीज गेली होती. एखादे वेळी तसे काही नसेलही.”

“आणि तरी तू तुझे कुत्रे आणि पिस्तूल घेऊन मला इथे आणले आहेस?”

“हळू बोल. कृपा करून शांत राहा, नीना.”

ती गप्प बसली. खोलीत शांतता पसरली. काहीतरी गडबड आहे हे कळत असल्याप्रमाणे कुत्रे बंद असणाऱ्या झोपायच्या खोलीच्या दाराकडे बघत होते, त्यांचे कान ताठ झाले होते, नाके वेगळाच कुठला वास येतो आहे का बघण्यासाठी हलत होती. ड्रॅकोने प्रथम गुरगुरायला सुरुवात केली. त्याला कसला तरी वास लागला होता.

आर्गोस त्याच्याजवळ जात असतानाच खिडकीच्या वरच्या तावदानातून खाडखाड दोन गोळ्या आत घुसल्या. नीना एकदा किंचाळली आणि तिने तत्काळ आपला हात तोंडावर दाबून धरला.

निकोलस तिच्याजवळ गेला. “मी विचार बदलला आहे. तू जमिनीलगत राहून न्हाणीघरामध्ये जा, टबमध्ये शिर आणि तिथेच राहा. मी तुला न्यायला येईपर्यंत टबमधून हलू नकोस.”

एम-३ सबमशिनगन उचलून त्याने ती झोपायच्या खोलीच्या दाराच्या दिशेने

रोखली. कुत्रे जास्तीच गुरगुरायला लागले होते. कुणीतरी नक्कीच घरात शिरले होते.

"बसा," त्याने रशियन भाषेत आज्ञा दिली. "गप्प राहा."

निकोलसकडे शस्त्र आहे, हे हॉर्वाथला ठाऊक होते. आवाज दिल्याशिवाय हॉर्वाथ परत गेस्टहाउसमध्ये शिरला नसता. दुसरेच कुणी गेस्टहाउसमध्ये घुसले होते.

इकडेतिकडे बघताना या छोट्या माणसाच्या मनात एक विचार आला. त्याला हवे होते त्या ठिकाणी कुत्र्यांना तयार ठेवून, त्यांना गप्प राहायला सांगून तो लपून बसला. निदान आश्चर्याचा धक्का तरी तोच देणार होता. पॉइंट ४५ पिस्तूल बरोबर असते, तर ठीक झाले असते.

छोटीशी एम-३ सबमशिनगन हातात घट्ट धरून असताना त्याच्या हृदयाची धडधड वाढली. त्याने दीर्घ श्वास घेऊन तो हळूहळू सोडायला सुरुवात केली. तो चौथ्यांदा श्वास घेणार एवढ्यात दारामधून आणि प्लायवूडच्या भिंतीमधून गोळ्यांचा वर्षाव झाला. मौल्यवान संगणकात आणि साधनात त्या घुसत असताना ठिणग्या उडायला लागल्या, वेगवेगळे आवाज यायला लागले.

आणि गोळीबार थांबला.

निकोलस आपली जागा घुसखोराला कळेल या भीतीने मोठ्याने श्वास घ्यायलाही घाबरत होता. कोणतीही गोळी नीना किंवा कुत्रे यांना लागली नसू दे अशी प्रार्थना करत होता.

सेकंद जात होते. हल्लेखोर दुसऱ्या खोल्यांमध्ये तर गेला नसेल ना असा अर्धवट विचार मनात येत असतानाच दाराची मूठ फिरायला लागली. दार हळूच उघडले.

त्याचे लक्ष दुसरीकडेच वेधले जाण्यासाठी तो माणूस काही साधन वापरणार नसेल ना असा विचार निकोलसच्या मनात आला. स्फोट घडवून चकचकीत प्रकाश पाडणाऱ्या स्टन ग्रेनेडबद्दल त्याने ऐकले होते. त्याचा परिणाम डोळे घट्ट मिटून घेऊन, कानात बोटे घुसवून आणि तोंड थोडे उघडे ठेवून कमी करता येतो. त्याने तेच केले.

मनातल्या मनात तीन आकडे मोजूनही तसे काहीच झालेले नाही, असे लक्षात आल्यावर त्याने डोळे उघडले. त्याला प्रथम सप्रेसर दिसला, मग रायफलची नळी आणि छोटासा हॅन्डगार्ड. मग संपूर्ण रायफलच दिसली आणि ती हातात धरणारा माणूसही.

हल्लेखोर रायफलची नळी एका बाजूने दुसऱ्या बाजूला फिरवत सावध राहून आत शिरत होता.

'आणखी दोन पावले,' निकोलस स्वतःशी पुटपुटला...'आणखी दोनच पावले.'

पहिले पाऊल आत टाकून दुसरे पाऊल उचलत असतानाच हल्लेखोराचे कुठे तरी लक्ष गेले आणि तो खाडकन थांबला.

'थांबू नकोस, आता फक्त आणखी एकच पाऊल.'

पण तो माणूस वळला आणि दुसऱ्याच दिशेने निघाला. न्हाणीघराकडे. निकोलसला काहीतरी करणे भाग होते.

तो लपून असलेल्या साधनसामग्रीच्या पेटीचे झाकण उचलून त्याने आपली एम-३ वर उचलली. ...या बाजूने मागे ये. तो शांत राहून इच्छा करत होता. पण हल्लेखोराचा निर्णय झाला होता.

त्याने आणखी तीन पावले टाकली, तर तो निकोलसच्या नजरेआडच जाणार होता. निकोलस आत्ता गोळ्या झाडू शकत असला, तरी त्या जीवघेण्या ठरू शकल्या नसत्या. पण तेवढीच संधी दिसत होती. निकोलसने स्थिर उभे राहून नेम धरला.

पॉइंट २२च्या सटासट सुटलेल्या गोळ्या त्या माणसाच्या पार्श्वभागावर आणि डाव्या पायाच्या मागे बसल्या. वेदनांनी किंचाळून तो निकोलसच्या दिशेने वळत असतानाच निकोलसने रशियन भाषेत कुत्र्यांना स्पष्ट आज्ञा दिली.

हल्लेखोर वळून त्याच्यावर गोळ्या झाडणारा कुठे आहे हे शोधत असतानाच न्हाणीघराच्या दरवाजातून कुत्र्यांनी बाहेर झेप घेतली.

आर्गोसने हवेमधून हल्लेखोराच्या पाठीवर उडी मारली आणि ड्रॅकोने त्याच्या जखमी पायावर. दोघांनी मिळून त्याला आडवे केले आणि त्याचे तुकडेच उडवायला सुरुवात केली.

तो खाली पडत असताना त्याने त्याची रायफल गमावली. लपून राहिलेल्या जागेमधून निकोलस त्याच्याकडे धाव घेत असतानाच तो सुरा काढताना निकोलसने बघितले. आपल्या हातामधल्या छोट्या एम-३ सबमशिनगनने तो पुन्हा त्याच्यावर नेम धरेपर्यंत दोन्ही कुत्रे त्याच्या अंगावर कोसळले होते. निकोलसची आपल्याच कुत्र्यांवर गोळी झाडायची तयारी नव्हती.

तो माणूस सुरा फिरवणार इतक्यात निकोलसने आपली सबमशिनगन मध्ये घातली. खणकन आवाज झाला आणि छोट्याशा चणीचा निकोलस त्या दणक्यानेच खाली कोसळला. तो हातातली एम-३ सुटू नये म्हणून धडपडत होता.

आर्गोस आणि ड्रॅको हल्लेखोराचे चावे घेत असताना किंचाळतच त्या माणसाने पुन्हा एकदा सुरा उचलून निकोलसवर हाणण्याचा प्रयत्न केला. निकोलसच्या दिशेने त्याचा हात फिरत असताना त्याने पुन्हा एम-३ उचलून तो वार चुकवायचा विचार

केला; पण तो तेवढ्या झटक्यात त्याला अडवू शकणार नव्हता, हे निकोलसला स्पष्ट कळले.

दुसरा पर्याय नव्हता तेव्हा त्याने एम-३ची गरम नळीच पकडली आणि तेवढ्यात फुट् असा आवाज आला. हल्लेखोराच्या हातामधला सुरा खाली पडला, रक्ताचा फवारा उडाला आणि तो माणूस मोठ्याने किंचाळला.

त्याच्यापासून दूर पळत एम-३ वर उचलत असतानाच घाबरलेली नीना त्या हल्लेखोराची रायफल उचलताना त्याने बघितले.

प्रकरण ४१

व्हर्जिनिया

कार्लटनने मोटेलच्या स्वस्त घड्याळाकडे नजर टाकत बिछान्याशेजारचा आपला थरथरणारा सेलफोन उचलला. त्याने त्याचा हा नंबर फक्त एकाच व्यक्तीला दिला होता आणि जीवन-मरणाचा प्रश्न असेल तरच फोन करायला सांगितले होते.

त्याने बटण दाबून तो कानाला लावला. "बोल." बँक्सच होता आणि सांकेतिक भाषेत बोलत होता. "तू फिरतो आहेस हे कुणीतरी शोधून काढले आहे आणि तुझ्यासाठी एक फॅन्सी वेस्टर्न नेकटायही मागवला आहे."

बी-ऑन-द-लुकआउट- बी.ओ.एल.ओ.- बोलो , या माणसाचा शोध घ्या – अशी सूचना पोलिसांना दिली गेली होती. ही जी कोणी माणसे होती त्यांनी आता पोलिसांना हाताशी धरून आपले जाळे दूरवर फैलावले होते.

"कधी?"

"मध्यरात्रीच्या सुमाराला," बँक्सने उत्तर दिले. "पण मला ते आत्ताच कळले."

"बोलोमध्ये काय-काय आहे?" कार्लटनने विचारले.

बँक्सने तपशील सांगितला. त्याचा अगदी हल्लीचा फोटो, उंची, वजन वगैरे, पण तो वापरत असेल त्या वाहनाचे वर्णन किंवा प्लेट नंबर त्यात नव्हता. क्षणैक समाधान. ती माहिती लवकरच त्यांना मिळाली असती. व्हर्जिनियामधून सुरुवात करून मग आजूबाजूला शोध सुरू होईल. निरनिराळी हॉटेल्स आणि मोटेल्स यांच्याकडे चौकशी करता-करता तो कुठे राहिला होता ते पोलिसांनी शोधून काढलेच असते. मग जीपपर्यंत पोहोचायला त्यांना वेळ लागणार नव्हता. तेव्हा त्या जीपचे काहीतरी करायला लागणार होते.

"आणखी काही?" कार्लटनने विचारले. बिछान्यावरून उठून त्याने आपल्या

२२४ । ब्लॅक लिस्ट

सर्व वस्तू एका छोट्या डफेल बॅगेमध्ये कोंबायला सुरुवात केली होती. फोनवरचे बोलणे संपताच तो फोनचे सर्व भाग वेगवेगळे करून फोन फेकून देणार होता. तो पुन्हा वापरणे आता सुरक्षित ठरले नसते.

"मला काहीतरी कळण्याच्या बेतात आहे," बँक्स म्हणाला. "मी फक्त खात्री करून घेण्यासाठी थांबलो आहे. कळले की ड्रॉपबॉक्समध्ये निरोप ठेवतो."

"ठीक आहे."

"तोपर्यंत काळजी घे. आता या खेळात जास्तीच जण सामील होत आहेत."

"तूदेखील स्वतःची काळजी घे. आपले बोलणे संपताच तू जो कुठला फोन वापरला असशील त्याची मोडतोड करून टाक."

"या बाबतीत मी चार पावले तुझ्यापुढेच आहे. काळजी सोड."

कार्लटनने आपल्या फोनमधली बॅटरी काढली, सिमकार्ड काढले आणि फोनचे दोन भाग वेगळे केले. खोलीभर नीट नजर फिरवली आणि खिडकीचे पडदे हळूच बाजूला सारून बाहेर पार्किंग लॉटकडे बघितले. कुठलीही हालचाल दिसली नाही.

आपले एम १९११ पिस्तूल कंबरेशी खोचून त्याने कोट चढवला. बॅग चेन खेचून बंद केली. पुन्हा एकदा पार्किंग लॉटवर नजर टाकून बाहेर पाऊल टाकले.

त्याच्याशी संबंध जोडता येणार नाही असे वाहन मिळवण्याचा एकच मार्ग होता- दुसऱ्या कुणाची तरी गाडी चोरायची. जीपचे दार उघडून तो आत बसला आणि उपलब्ध असणाऱ्या थोड्या पर्यायांचा विचार करायला लागला. लॅपटॉप चालू करून त्याने तो शेजारच्या सीटवर ठेवला. मॅक्डोनल्ड मोफत वायरलेस इंटरनेट सेवा पुरवत असे. दोन एक मैलांवर मॅक्डोनल्ड रेस्टॉरन्ट होते. मोटेलच्या पार्किंग लॉटमधून गाडी मागे घेऊन तो तिकडे निघाला.

कार्लटनला सुरुवातीच्या काळात शिकवलेला एक धडा म्हणजे गाडी चोरताना एक अत्यंत महत्त्वाचा विचार करायचा. अशी गाडी चोरायची की गाडी चोरली गेली आहे हेच गाडीच्या मालकाला बराच काळ कळणार नाही. निदान तत्काळ ध्यानात येता कामा नये. गाड्या चोरणारे वर्षानुवर्षे जिथे गाड्या बराच काळ उभ्या करायची सुविधा असते अशाच पार्किंग लॉट्सवर टेहळणी करत बसतात. कोणीतरी येऊन, गाडी उभी करून, शटल बसवर चढण्याची वाट बघायची की झाले. बस निघाली की गाडी चोरायची. पण आता परिस्थिती थोडी बदलायला लागली होती.

त्या उद्योगातले अनेक जण अजूनही तीच पद्धत वापरत असले, तरी कार्लटनला अनेक कारणांनी ती आवडत नसे. सर्वच तंत्रज्ञान झपाट्याने बदलत होते. बहुतेक गाड्यांच्या इलेक्ट्रिकल सिस्टिम्स इतक्या सुधारल्या होत्या की वायर्स जोडून गाडी सुरू करणे खास साधने असल्याशिवाय अशक्य बनले होते. कार्लटनकडे तशी साधने नव्हती. म्हणजे त्याला एखादी जुनी गाडीच शोधावी लागणार होती. आणि

तशी गाडी येईपर्यंत कुठल्या तरी दूरच्या पार्किंग लॉटमध्ये किती वेळ वाट बघावी लागेल ते सांगता येणार नव्हते. जसा जास्ती वेळ जात जाईल, तसा आधीच खूप वेळ उभी करून ठेवलेली गाडी चोरण्याचा मोह व्हायचा. आणि त्या मोहाला बळी पडले, तर गाडीचा मालक कुठल्याही क्षणी त्याची ट्रिप संपवून परत येण्याचा धोका होता.

पण अशा ठिकाणची गाडी त्याला चोरायची नव्हतीच. त्याचे सर्वांत महत्त्वाचे कारण होते तिथली सुरक्षा. फक्त गुप्तहेरांचेच काही अशा गाड्या चोरण्यावर लक्ष नसे, व्यावसायिक चोरांचेही असे. तेव्हा चोऱ्या होऊ नयेत यासाठी तिथली सुरक्षा यंत्रणा खूप काळजी घेत असे. थोडक्यात, अशा ठिकाणची गाडी चोरण्यात काही अर्थ नव्हता. आणि त्याहून चांगला पर्याय दिसत असला तर नक्कीच नाही.

मॅक्डोनल्डसमोरच्या पार्किंग लॉटमध्ये गाडी उभी करून कार्लटन त्याच्या वायरलेस इंटरनेटवर लॉग इन झाला. ब्राउजर उघडून त्याचे शोध शब्द- सर्च वर्ड्स- त्याने टाकले. एका सेकंदाच्या आतच त्या शब्दांसंबंधित माहिती आणि नकाशा त्याच्या संगणकाच्या पडद्यावर दिसायला लागला. त्याने सर्व सेवांच्या वेबसाइट्स चाळल्या आणि नकाशावरील रस्त्यांबद्दलची माहिती वापरून परीक्षण केले. पाचपैकी फक्त एका वेबसाइटवरील माहिती त्याच्या जवळच्या यादीवरील कसोट्यांशी तंतोतंत जुळली. आपला मार्ग आखून त्याने संगणक बंद केला आणि तो तिथून निघाला.

बँक्सची भेट झाल्यापासून त्याची एका बाबतीत पूर्ण खात्री पटली होती. ज्या कारस्थानात तो खेचला गेला होता, त्यातून फक्त बुद्धिमत्ता वापरून त्याची सुटका होणार नव्हती. त्या कारस्थानाची व्याप्ती फार प्रचंड होती. त्यातल्या अनेक गोष्टी त्याला कळत नव्हत्या किंवा त्यांची उत्तरे मिळत नव्हती. त्याला आणि त्याच्या समूहाला ज्यांनी नेस्तनाबूत करण्याचा चंग बांधला होता, ते अत्युच्च पातळीवरील लोकांवर दबाव टाकू शकत होते. त्यात त्यांचा किती स्वार्थ होता आणि ते नक्कीच काय करणार आहेत, याची त्याला कल्पना करता येत नसली, तरी त्यांना नक्कीच फारच मोठ्या घबाडाची अपेक्षा असणार. तेव्हा ती माणसे फार काळजी घेऊन वागणार होती.

त्यांचे जे काही उद्दिष्ट असेल त्याबाबत कामगिऱ्या हातात घेण्यातही त्यांचा दांडगा अनुभव होता. इतक्या प्रचंड प्रमाणात खोटे बोलण्याची, अनेक खून पाडायची त्यांची तयारी बघता, वॉशिंग्टन शहरात कामे कशी करून घ्यायची याची त्यांना खडान्खडा माहिती होती. त्या माणसांनी कधीतरी सरकारमध्येच उच्च पदांवर काम केले असणार.

इन्टेलिजन्स क्षेत्राशी, त्यातल्या वरिष्ठ अधिकाऱ्यांशी, सरकारच्या तीन महत्त्वाच्या

विभागांशीही त्यांची घसट असणार. सैन्य दलांशीही संबंध असणार.

दीर्घ काळ आणि अत्यंत खास असे प्रशिक्षण दिलेल्या माणसांनाच त्याच्या एजन्ट्सना ठार मारणे शक्य होते. कोणत्याही भाडोत्री खुन्यांना नाही. अशा खास माणसांची यादी बनवणे कार्लटनला कठीण नव्हते. ती बनवायला त्याने सुरुवातही केली होती. जगातल्या निवडक अशा सर्वोत्कृष्ट युनिट्समधूनच ती येऊ शकत होती. ब्रिटिश, एखादे वेळी रशियन्स, ऑस्ट्रेलियन्सही असू शकतील. इतकी अचूक निवड करून त्यांना पाठवले असेल, तर ते अत्यंत शिस्तबद्ध असणार आणि हा विचार बळावत असल्यानेच त्यांना सैन्य दलामधला अनुभव आहे, असे त्याला वाटत होते.

अमेरिकन स्पेशल फोर्सेसचा वापर झाला असावा, हा विचारही टाळता येत नव्हता. आणि तेच त्याला फार कठीण जात होते. स्पेशल फोर्सेसची जमात फार छोटी असते आणि आपापसात घनिष्ठ संबंध ठेवून असणारीही. स्पेशल फोर्सेसमधून बाहेर पडल्यानंतरच्या काळात कुमार्गाला लागलेल्यांच्याही त्या टोळ्या असू शकल्या असत्या. अमेरिकन स्पेशल फोर्सेसची माणसे अमेरिकन्सच्या जिवावर उठतील ही शक्यताच त्याला पटत नव्हती. पण सगळ्या बाजूंनी विचार केल्याशिवाय त्याला गत्यंतर नव्हते.

त्याच्या डोक्यात अनेक प्रश्नांची गर्दी झाली होती. त्या सगळ्या कारस्थानाची व्याप्ती बघता, तो देशाविरुद्ध रचलेला कटही असू शकत होता. नाहीतर इतका धोका कसा पत्करला गेला असता? सर्व काही पणाला कसे काय लावले गेले असते? ही शक्यता मनात ठेवूनच त्याने विचार करायला सुरुवात केली.

अशी कटकारस्थाने अस्तित्वात असतात याची कार्लटनला तरी नक्कीच माहिती होती. अशाच तऱ्हेचा एक कट त्याच्याच समूहाने तर हाणून पाडला होता. या कटाचा त्याच कारस्थानाशी संबंध असू शकेल? त्याच कटाचा हा भाग त्यांना त्या वेळी शोधून काढता आला नव्हता अशी स्थिती तर नव्हती ना?

आणि एकाएकी हेच खरे असू शकेल अशी भावना त्याच्या मनात निर्माण झाली. त्याच्या डोक्यात एक भलताच सूर उमटला आणि तो सर्व बाजूंनी पसरायला लागला.

दिसला साप की ठेच त्याचे डोके असे त्यांचे चालले होते. पण हे साप वेगवेगळे नसून, ग्रीक पुराणातील हाइड्राचीच ही वेगवेगळी डोकी नसतील ना?

कार्लटन आणि त्याच्या टीमने अनेक डोकी यशस्वीपणे ठेचल्यानेच या हाइड्राने आता स्वतःच आपला रोख त्यांच्याकडे वळवून हल्ला चढवला होता का? तो या दृष्टीने विचार करायला लागला आणि तोच विचार त्याच्या मनात पक्का व्हायला लागला. तो बरोबर विचार करत असेल तर त्याच्यापुढे दोन पर्याय होते.

या अंधारात दडलेल्या हाइड्राला बाहेर प्रकाशात येणे भाग पाडायचे, नाहीतर त्याचा माग काढत आत जाऊन त्याच्याशी दोन हात करायचे. त्याने कुठलाही मार्ग चोखाळला, तरी त्याच्या आयुष्यातील सर्वांत धोकादायक अशीच ही कामगिरी ठरणार होती. नंतर गाडी चालवत असताना त्याच्या डोक्यात हाइड्राचीच प्रतिमा होती. त्याच्या माणसांनी ठार केलेल्या सर्व सर्पांचा आपापसात काय संबंध होता?

रिचमंड शहराबाहेरची रिटायरमेंट कम्युनिटी- निवृत्त जीवन जगणाऱ्यांची वसाहत आल्यावर त्याचे विचार बदलले. शहराबाहेरचा थोडासा ग्रामीण भाग. मैलभर अंतरावर जंगल होते. अभयारण्य. त्याला ज्या ठिकाणी जायचे होते तिथून पुढे जात त्याने अभयारण्याच्या पार्किंग लॉटमध्ये गाडी उभी केली.

आपल्या चेरोकी जीपच्या टूलबॉक्समधून त्याने एक हातोडा, दोन स्क्रू-ड्रायव्हर्स, वायर कटर्स, रबर ग्लोव्ह्ज, स्लिम जिम- कुलपे उघडायची साधने – इलेक्ट्रिकल टेपची गुंडाळी इत्यादी गोष्टी बाहेर काढल्या आणि एका छोट्या बॅगमध्ये ठेवून तो जंगलामधून वसाहतीच्या दिशेने निघाला.

अनेक एकरांमध्ये पसरलेल्या या संकुलात वेगवेगळ्या तऱ्हेच्या इमारती होत्या. नादान मुले आपल्या वृद्ध आई-वडिलांना ज्या ठिकाणी आणून सोडून देत, अशा तऱ्हेचे नर्सिंग होम नव्हते हे. सुंदर तऱ्हेने बांधलेल्या इमारती होत्या. काळजीपूर्वक जोपासलेल्या हिरवळी होत्या. प्रवाशांना आकर्षित करणारे महागडे रिझॉर्ट्स वाटत होते.

व्हिला आणि कोन्डो यांच्यापासून आजारी लोकांना राहण्यासाठी मदत असणाऱ्या घरांपर्यंत सर्व काही होते. दोनशेहून जास्ती घरे होती. कार्लटनची खात्री होती की तो जे शोधत होता ते त्याला नक्की इथे सापडेल. शोध सुरू केल्यानंतर दहा मिनिटांच्या आत त्याला हवे होते ते सापडले. गाडी चालवता येईल या वयापासून मरेपर्यंत गाडी बाळगणे, याचा अर्थ होता कुठेही संचार करण्याचे पूर्ण स्वातंत्र्य. म्हणूनच वृद्ध होऊन गाडी चालवणे अशक्य बनले तरी अनेकांना आपली गाडी कुणाला देववत नाही. काहींच्या भावना आपल्या गाडीमध्ये अडकलेल्या असतात. काहींना आपण वृद्ध झालो आहोत, हेच पटत नसते. तेव्हा गाडी चालवणे कधीच बंद झाले असले, तरी त्यांच्या गाड्या घराबाहेर उभ्या केलेल्या असतातच. कार्लटनला माहीत होते की त्याची निवड चुकली नाही, तर आपली गाडी जाग्यावर नाही असे त्या गाडीच्या मालकाला कळेपर्यंत आणि त्याने पोलिसांना कळवेपर्यंत कितीतरी महिन्यांचा काळ जाऊ शकेल.

संकुलाबाहेरच्या उघड्या कारपोर्टवर उभ्या ठेवलेल्या गाड्यांच्या रांगांसमोरून जात असताना त्याला काचा थोड्याशा काळपट असलेली एक जुनी कॅडिलॅक गाडी दिसली. गाडीवर साचलेली धूळच सांगत होती की ती बराच काळ इथून हलवली

गेली नव्हती. त्याने तिच्यावर नजर टाकली. टायर्समधली हवा ठीक होती. लायसन्स प्लेट्सची कालमर्यादा संपली नव्हती. प्रश्न फक्त बॅटरीचा होता.

त्याने ड्रायव्हरच्या दरवाजाच्या रबरी सीलमध्ये स्लिमजिम घुसवले आणि खट् करून गाडीचे लॉक उघडले. दार उघडताच गाडीच्या आतला डोमलाइट लागला. बॅटरीमध्ये अजून, थोडाफार का होईना, पण जीव शिल्लक होता. आत शिरून त्याने डोमलाइट बंद केला आणि दार लावून घेतले. खिशातून पेनलाइट काढून गाडीच्या मालकाने आत कुठे जादाची चावी ठेवलेली आहे का बघितले. तशी चावी काही सापडली नाही.

दातांमध्ये पेनलाइट धरून त्याने चपट्या डोक्याचा स्क्रू-ड्रायव्हर इग्निशनमध्ये घुसवला. हळूच त्यावर हातोडी हाणून चावीसारखा फिरवायचा प्रयत्न केला. इग्निशन सिलिन्डरची वाट लागली, तरी अनेक जुन्या गाड्या अशा तऱ्हेने चालू होत. ही गाडी चालू झाली नाही. त्याने स्क्रू-ड्रायव्हर बाहेर काढला. दुसरे काहीतरी करून बघायला हवे.

स्टिअरिंग कॉलमभोवतालच्या प्लॅस्टिक पॅनेल्सचे स्क्रू त्याने फिलिप्स हेड वापरून काढले आणि प्लॅस्टिकची पॅनेल्स बाजूला केली. इग्निशन सिलिन्डर आणि आत जाणाऱ्या वायर्स दिसायला लागल्या.

खाली वाकून त्याने बॅटरीला आणि स्टार्टरला जोडलेल्या वायर्स शोधल्या. डिशवॉशर वापरतानाचे रबरी ग्लोव्ह्ज चढवून त्याने वायर कटर्स हातात घेतले आणि इग्निशन सिलिन्डरला जाणाऱ्या वायर्स कापल्या.

त्यांच्या टोकांवरचे आवरण काढून टाकून त्याने त्या एकत्र पिळून टाकल्या. मग स्टार्टरच्या वायर्स कापल्या. त्यांच्या टोकांवरची आवरणे काढताना शॉक बसू नये म्हणून त्यांना नुसत्या हातांनी स्पर्श करायचे टाळले.

मग त्या वायर्स दोन हातात धरून त्याने एकदा श्वास घेतला आणि त्यांची टोके एकमेकांवर टेकवली. प्रथम एकदा गुरगुरल्यासारखा आवाज आला आणि काही सेकंदांनी कॅडिलॅकचे दणकट इंजिन सुरू झाले.

वायर्स पुन्हा बाजूला घेऊन त्याने इलेक्ट्रिकल टेपचे तुकडे काढून त्यांची टोके गुंडाळून टाकली.

मग भराभर स्टिअरिंग कॉलमभोवतीचे पॅनेल्स बंद केले आणि आपली साधने ग्लोव्ह कम्पार्टमेंटमध्ये ठेवली. गाडी गिअरमध्ये टाकून तो त्या वसाहतीमधून बाहेर पडला.

अभयारण्याच्या पार्किंग लॉटमध्ये येऊन त्याने चेरोकीमध्ये ठेवलेले आपले सामान कॅडिलॅकच्या ट्रंकमध्ये टाकले आणि जीप फायर रोडवरून जरा दूर न्यायला सुरुवात केली. वर-खाली होणाऱ्या हेडलाइट्सच्या प्रकाशात त्याला एका ठिकाणी

झाडीमध्ये रिकामी जागा दिसली. तिथून जितके आत जाता येईल तितके आत जाऊन त्याने इंजिन बंद केले. चुकून कोणी त्या ठिकाणी धडपडलेच तर त्यांच्यासाठी त्याने एक चिठ्ठी लिहून ठेवली. हायकिंगला गेलो आहे. लवकरच परत येईन.

झाडीमधून बाहेर पडून, फायर रोडवरून चालत तो पुन्हा कॅडिलॅकपाशी पोहोचला. जंगलामधून बाहेर पडताना पुन्हा त्याला मनामध्ये हाइड्राची प्रतिमा दिसायला लागली. पुढे काय करायचे याचा त्याने विचार सुरू केला.

प्रकरण ४२

टेक्सास

बाहेरची दोन माणसे ठार झाली आहेत याची खात्री पटवून घेऊन मगच हॉर्वाथ हळूच गेस्टहाउसमध्ये शिरला. झोपायच्या खोलीच्या दिशेने त्याला वेदनांनी कळवळणाऱ्या माणसाचे आवाज येत होते. तो निकोलसचा आवाज नक्की नव्हता, हे लक्षात आल्यावर त्याला बरे वाटले.

थर्मल स्कोपमधून बघत, रायफल सज्ज ठेवत त्याने अर्धे अंतर पार केले असेल तर ड्रॅको हॉलमध्ये आला. आणि त्याने भुंकायला सुरुवात केली. त्याच्या तोंडामधून रक्त गळत होते आणि डोळे एखाद्या जंगली श्वापदाप्रमाणे चमकत होते. त्याला हॉर्वाथची ओळख पटल्याचे कोणतेही चिन्ह नव्हते. तो हल्ला करायच्याच तयारीत होता.

''सावकाश, सावकाश,'' हॉर्वाथ हळूच पुटपुटला, पण तो भुंकतच हळूहळू पुढे येत होता. हॉर्वाथला त्या कुत्र्याला दुखवायचे नव्हते, पण शक्य असेल तर आपण तिथे आल्याचे कुणाच्या लक्षात यावे अशीही त्याची इच्छा नव्हती.

खोलीमधून निकोलसचा आवाज आला आणि परिस्थिती पालटली. ''कोण आहे?'' त्याने ओरडून विचारले.

''रबर डकी,'' त्याने उत्तर दिले. कोण आहे अशा प्रश्नाला 'मी 'असे उत्तर द्यायचे नसते एवढे त्याला कळत होते.

त्या छोट्या माणसाने ओरडूनच रशियन भाषेत आज्ञा दिली. भुंकणे बंद करून कुत्रा झोपण्याच्या खोलीमध्ये परतला. त्याच्या मागोमाग आत जाता-जाता हॉर्वाथने पिस्तूल समोरच धरलेले होते.

दाराच्या चौकटीशी उभे राहून त्याने थर्मल स्कोप खाली घेतला. खोलीमधला

थोडासा प्रकाश हॉलमध्ये पडत होता. पुन्हा त्याला दुसऱ्या माणसाच्या ओरडण्याचे आवाज आले. ''तू ठीक आहेस ना?''

''हो,'' निकोलसने उत्तर दिले. ''आत आलास तरी चालेल.''

एकदा पटकन आतमध्ये डोकावून मगच त्याने दारात पाऊल टाकले. रक्तबंबाळ झालेला विशीतला एक तरुण माणूस जमिनीवर पडला होता. जवळच उभ्या असलेल्या आर्गोसच्या नाका-तोंडावरही रक्त दिसत होते. निकोलसच्या संगणकाच्या साधनसामग्रीचे तुकडे उडाले होते; पण मोडतोड झालेल्या लॅपटॉपमधून अजूनही आसपासचे दिसण्याइतका मंद प्रकाश बाहेर पडत होता.

निकोलसची छोटी एम-३ सबमशिनगन त्या जखमी माणसावर रोखलेली होती. ड्रॅको निकोलसच्या शेजारीच उभा होता. नीना कुठे दिसत नव्हती. तो तिच्याबद्दल विचारणार एवढ्यात न्हाणीघरामध्ये कोणीतरी ओकत असल्याचे आवाज त्याच्या कानावर आले.

खोलीत शिरून जमिनीवर रक्तस्राव होत पडलेल्या तरुणावर त्याने आपले पिस्तूल रोखले. कुत्र्यांनी त्याचे पार तुकडे उडवले होते. तो जिथे उभा होता तिथून त्याला तो तरुण जिवंत राहील असे वाटत नव्हते.

''तू ठीक आहेस ना?'' त्याने पुन्हा निकोलसला विचारले.

''नीनाला फार धक्का बसला आहे; पण आम्ही ठीक आहोत.''

हॉर्वाथने आपल्या खिशातून छोटे पॉइंट ४५ कॅलिबरचे पिस्तूल काढून त्याच्याकडे टाकले. ''हे, घे,'' तो म्हणाला. ''त्याच्यावर रोखून धर.''

जास्ती ताकदवर पिस्तूल हातात धरून निकोलसने हॉर्वाथने सांगितल्याप्रमाणे केले.

जमिनीवर पडलेल्या पोराजवळ आल्यावर त्याने निकोलसला आर्गोसला मागे बोलावण्याची खूण केली.

''अजिबात नाही. तो आम्हाला ठार मारायला आला होता. फाडून काढू दे कुत्र्यांनीच त्याला.''

हॉर्वाथने रोखूनच निकोलसकडे बघितले. ''कुत्र्यांना आवर. आज्ञा आहे माझी तशी.''

निकोलसने माघार घेऊन रशियन भाषेत आज्ञा देताच कुत्रे त्याच्या शेजारी जाऊन उभे राहिले.

त्या हल्लेखोराकडे बघून त्याने ठरवले की त्याला त्याच्या पिस्तुलाची गरज भासणार नाही. त्याने ते आपल्या पाठीशी जीन्स पँटमध्ये खोचून टाकले. वाकून त्या पोराला बिछान्याच्या कडेला बसते केले.

त्याची उडालेली वाताहत बघता फारच घाणेरडे काम ठरले ते. शेवटी एकदा

त्याला नीट बसवेपर्यंत हॉर्वाथचे हात त्याच्या रक्ताने माखले होते.

त्या पोराला फारच गंभीर जखमा झाल्या होत्या. चेहऱ्यावर लक्तरे लोंबत होती. कुत्र्यांनी त्याच्या सर्वांगाचेच फार लचके तोडले होते. त्याचा घसा तर एखाद्या हॅम्बर्गरसारखा दिसत होता. अजून त्याच्या घशातून आवाज बाहेर पडत होते याचेच हॉर्वाथला आश्चर्य वाटले. तो कण्हत होता. श्वास घेण्यासाठी धडपडत होता. तो अजून शुद्धीत होता हा मोठा चमत्कार होता.

"तुझी परिस्थिती खूपच बिकट आहे. माझ्याकडे प्रथमोपचाराची साधने आहेत. मी तुला जास्तीत जास्त मलमपट्टी करायचा प्रयत्न करेन, पण त्या आधी तू माझ्या काही प्रश्नांची उत्तरे देणे गरजेचे आहे. कोण आहेस तू? कुणी पाठवले तुला?"

त्या पोराच्या डोळ्यांमधली चमक नाहीशी झाली होती. नजर भरकटत होती. तो धापा टाकत होता. त्याला खोकला आला आणि त्याच्या तोंडातून चुळकाभर रक्त बाहेर आले.

"तो नाही उत्तरे देणारा तसा," निकोलस म्हणाला. "कुत्र्यांनाच सोडतो त्याच्यावर."

आर्गोस आणि ड्रॅको पुन्हा भुंकायला लागले.

"मला पुन्हा सांगायला लावू नकोस," हॉर्वाथ तडकूनच म्हणाला. "त्या कुत्र्यांना आवरून धर." तो पुन्हा कैद्याकडे वळला. "सर्व तुझ्यावर अवलंबून आहे. माझ्याकडे वेदनाशामक औषधेही आहेत. तुझी प्रकृती स्थिर करून आम्ही तुला रुग्णालयात घेऊन जाऊ शकतो. काय ते तुझ्यावर अवलंबून आहे. मला फक्त सांग की तू कोण आहेस आणि तुला कुणी पाठवले."

बाहेर मरून पडलेल्या त्याच्या दोस्तांप्रमाणेच त्याचाही पेहराव होता. पोलीस किंवा सैनिक वापरतात तशी अनेक खिसे असलेली ५११ पँट, टॅक्टिकल बूट. पाण्याच्या टाकीजवळ त्याने आणि त्याच्या मित्रांनी खून पाडलेल्या माणसांच्या अंगावरून उचललेल्या कपड्यांमधला, त्याच्या मापाला न येणारा स्वेटशर्ट. मनगटावर सैनिक वापरतात त्याच पद्धतीचे खास लष्करी पेशातल्या माणसांसाठीच बनवलेले अल्टिमीटर, बॅरोमीटर, कम्पास असणारे सन्टू घड्याळ. स्पेशल ऑपरेशन्स फोर्सेसची खास निवड. बारीक कापलेले काळे केस. दणकट शरीरयष्टी. परिस्थिती वेगळी असती, तर तो हॉर्वाथनेच शिकवून तरबेज बनवलेला आणि कधीतरी त्याच्या बरोबरीने लढलेला सील किंवा ग्रीन बिरेट असू शकला असता.

तो काहीतरी बोलेल म्हणून हॉर्वाथ थांबला, पण त्याने तोंडातून शब्द बाहेर काढला नाही. "माझ्याबरोबर काम केलेली सर्व माणसे उत्कृष्ट होती, देशभक्त होती आणि त्यांनी देशासाठी रक्त सांडले होते. सर्व मरण पावले आहेत. तुला ज्यांनी इथे पाठवले त्याच लोकांनी त्यांचा खून पाडला."

खूप वेदना होत असतानाही डोके वळवून त्याने हॉर्वाथकडे बघितले. त्याचे कण्हणे बंद झाले होते. डोळ्यांच्या बाहुल्या मोठ्या व्हायला लागल्या होत्या.

"त्यांनी जे काही तुला सांगितले असेल ते पूर्ण खोटे आहे," हॉर्वाथ म्हणाला. "त्यांनी फक्त तुझा उपयोग करून घेतला. हे इथेच थांबायला पाहिजे. तू मला मदत केलीस, तर आणखी कुणाचाही मृत्यू घडून येणार नाही."

काही क्षण थांबल्यावर त्या तरुणाने बोलायला तोंड उघडले तर फुप्फुसामधून हवा आत-बाहेर होताना त्याच्या तोंडातून घरघरच ऐकू यायला लागली. फाटलेल्या ओठांमधून बाहेर पडणारे शब्द इतक्या हळू आवाजात होते की ते ऐकण्यासाठी हॉर्वाथला मान खाली घ्यायला लागली.

"ब्रेमर," तो कसाबसा उद्गारला. "चक ब्रेमर."

हॉर्वाथ जेव्हा अध्यक्षांबरोबर राहणाऱ्या सीक्रेट सर्व्हिस तुकडीमध्ये काम करत होता त्या काळात हे नाव त्याने ऐकले होते, असे हॉर्वाथच्या मनात आले. व्हाइट हाउसबरोबर सहकार्याने काम करण्यासाठी संरक्षण खात्याने त्यांचा खास अधिकारी म्हणून त्या वेळी कर्नल चक ब्रेमरची नेमणूक केली होती. "तू कर्नल चक ब्रेमरबद्दल बोलतो आहेस का?"

उत्तर मिळाले नाही. तो तरुण भराभरा श्वास घेत होता आणि तो त्याला पुरत नव्हता.

हॉर्वाथने त्याच्या चेहऱ्याकडे बघत पुन्हा तोच प्रश्न विचारला. त्याला काही कळल्याचे वाटत नव्हते. काचेसारख्या डोळ्यांनी तो हॉर्वाथकडे बघत असतानाच त्याचा श्वास थांबला.

हॉर्वाथने त्याची नाडी बघितली. तो पोरगा मरण पावला होता.

प्रकरण ४३

साफसफाई करून सर्वकाही आवरता-आवरता निकोलस आणि हॉर्वाथ चर्चा करत होते. आपल्या देनालीमधून निघून जाण्यापूर्वी हॉर्वाथने निकोलसला स्पष्ट सूचना दिल्या होत्या. रविवारची सकाळ उजाडत होती. रँचवरचे बहुतेक कर्मचारी शनिवार रात्रीपासून दारू पिण्यासाठी अनेक बारना भेटी देत असावेत. त्याने मॅगी रोझला रँचवर पोहोचणाऱ्या रस्त्यावर घरापासून दूर अंतरावर वाट बघत थांबायला सांगितले होते. रँचवर गोळाबारी सुरू असताना कोणताही कर्मचारी तिथे अवचित यावा अशी त्याची इच्छा नव्हती. तो धोका आता टळला असला, तरी त्याला आता दुसरेच काम तिला सांगायचे होते.

तिचा ट्रक रस्ता सोडून बाजूला उभा होता. त्याने आपला ट्रक तिच्या ट्रकशेजारी अशा तऱ्हेने नेऊन उभा केला की ड्रायव्हर्सच्या जागी बसूनही त्यांना आपापसात समोरासमोर बोलता येईल.

तिने भराभरा प्रश्न विचारायला सुरुवात केली. "तू ठीक आहेस ना? बाकी सर्व जण ठीक आहेत ना?"

हॉर्वाथने खिडकीमधून हात बाहेर काढून तिच्या दंडावर ठेवला. "सर्व जण ठीक आहेत. तू काळजी करू नको."

मॅगीला घडलेल्या घटनांबद्दलच्या स्पष्टीकरणाची त्याच्याकडून अपेक्षा होती. पण तो त्याबद्दल काहीच बोलला नाही हे कळायलाही तिला क्षणभर वेळ लागला.

तिचा खूप गोंधळ उडाला आहे हे हॉर्वाथच्या ध्यानात आले. "मॅगी, मी काय सांगतो आहे ते नीट ऐक," तो म्हणाला. "तुला जितकी कमी माहिती असेल तितके बरे पडेल. ठीक आहे? रँचमध्ये घुसखोरी करणाऱ्यांचा प्रश्न आता उरलेला

नाही. आपण तो प्रकार तसाच विसरू या.''

''म्हणजे काय म्हणायचे आहे तुला?''

तो तिला दिलासा दिल्याप्रमाणे हसला. ''म्हणजे तू कशाचीही काळजी करू नको.''

मॅगीच्या डोक्यातला गोंधळ संपला नसला, तरी तिने मान डोलावली.

''ठीक आहे तर. आता तू ज्याचा संगणक वापरू शकशील असा कुणी आहे इथे? रँचशी अजिबात संबंध नसलेला?''

मनगटावरच्या घड्याळाकडे बघत ती उद्गारली, ''आहे असं वाटतं.''

हॉर्वाथने ट्रकमध्ये लिहिण्यासाठी एखादा कागद सापडतो का बघितले आणि पेनही. त्याने त्या वस्तू सापडल्यावर एका वेबचा पत्ता लिहिला. अनेक आकडेही लिहिले. तो कागद तिच्या हातात ठेवत त्याने तिने काय करायचे आहे ते सांगितले.

ऐकता-ऐकता मॅगी त्या कागदावरचे आकडे बघत होती. हॉर्वाथने पुन्हा आपल्या सूचनांची उजळणी केली. ''एवढेच?'' मॅगीने विचारले.

''तेवढेच,'' हॉर्वाथने उत्तर दिले. ''उत्तर मिळाल्यावर ते लिहून घेऊन रँचवरती परत ये.''

मॅगीने पुन्हा आपल्या घड्याळाकडे बघितले. ''तू मध्यरात्री कसली ऑर्डर देतो आहेस? माझ्या काही लक्षात येत नाही. ती घेण्यासाठी आत्ता तिथे कुणी असेल हे तरी तुला कसे कळणार?''

''ते असणार तिथे. तू काळजी नको करू.''

तिने खांदे उडवत मान डोलावली. ''बार आता बंद होतील. परत येणाऱ्या कर्मचाऱ्यांबद्दल काय करणार आहेस तू?''

''ते जोपर्यंत गेस्टहाउसवर फिरकत नाहीत तोपर्यंत सर्व ठीक राहील.''

''नाही फिरकणार. बार बंद झाले की ते त्यांच्या कुठल्या तरी कॅसिटामध्ये पीत बसतील. सकाळ होईपर्यंत त्यांच्यापैकी कुणीही परत येणार नाही.''

''आणि तुझे काम? तू कधी परत येशील?''

तिने क्षणभर विचार केला. ''शहराच्या अर्ध्या अंतरावर माझे काही मित्र राहतात. मला तिथे पोहोचायला साधारण वीस मिनिटे लागतील. परत यायलाही तेवढीच. आणि त्यांना उठवून तुझी ऑर्डर देण्यासाठी जो वेळ लागेल तेवढाच. मी त्यांना फोन करून नक्की आधी सूचना द्यायची नाही?''

हॉर्वाथने नकारार्थी मान हलवली. ''नाही. फोन वापरायचा नाही. खरं तर माझी इच्छा आहे की तू तुझ्या सेलफोनमधली बॅटरीही आत्ताच बाहेर काढावीस.''

मॅगीने अविश्वासाने मान डोलावली, पण त्याने सांगितल्याप्रमाणे केले. ''आभारी आहे,'' तो म्हणाला. ''दुसऱ्या कशासाठीही थांबू नको. तासाभरात भेटतोच तुला.''

तिच्या उत्तराची वाटही न बघता त्याने ट्रक सुरू केला आणि उलटा वळवून

तो रँचकडे निघाला.

रँचवर पोचल्यावर गाड्या उभ्या ठेवण्याच्या इमारतीमागे त्याने तो ट्रक उभा केला. त्याला घाईच करावी लागणार होती.

उंच अशा दरवाजामधून आत शिरले की स्टेनलेस स्टील टेबल्स, उंचावर यारीचे दोरखंड, प्राण्यांची कातडी सोलून काढून पुढले काम सुरू करण्यासाठी गॅम्ब्रेल सिस्टिम्स आणि पाणी वगैरे वाहून नेण्यासाठी काँक्रीटचा रुंद असा पाट होता. एका बाजूला आतमध्ये चालत जाता येईल असा फ्रीझर होता.

मारलेले प्राणी घेऊन जाण्यासाठी वापरण्याची ढकलगाडी त्याला दिसली. तिच्या मागच्या कपाटात प्राण्यांची कलेवरे ठेवता येतील अशा दणदणीत गेम बॅग्ज होत्या. त्याने खाटीक वापरतात तसा एक ॲप्रन आणि रबरी ग्लोव्ह्ज शोधले. बाहेर पडून त्याने त्या वस्तू देनालीमध्ये टाकल्या आणि तो गेस्टहाउसच्या दिशेने निघाला.

प्रथम तो मेपलच्या झाडांमध्ये थांबला. ठार झालेल्या नेमबाजाचे प्रेत अजून तिथेच पडले होते. प्रेताचे वजन जास्तीच भरते. हलवायला त्रास होतो. त्याला ट्रकही अगदी प्रेताजवळ नेता आला नव्हता. ॲप्रन चढवून, रबर ग्लोव्ह्ज घालून त्याने प्रेत एका गेम बॅगमध्ये घातले आणि ढकलगाडीमधून देनालीपर्यंत नेले.

खाली वाकून त्याने प्रेत भरलेली बॅग खांद्यावर टाकली, उभे राहून माल ठेवण्याच्या जागी ठेवली. गेस्टहाउसजवळची प्रेते हलवायलाही त्याला तसेच कष्ट उपसावे लागले. प्रत्येक प्रेताच्या जवळ ट्रक नेऊन, प्रेते गेम बॅग्जमध्ये भरून त्याने ती ट्रकमध्ये ठेवली. सर्व शस्त्रेही उचलली. आत्ता फक्त गेस्टहाउसच्या आतमध्ये असलेल्या प्रेताकडे बघावे लागणार होते.

आत पाऊल टाकल्यावर त्याला निकोलस आणि भीषण प्रकार बघितल्याने पोटातले सर्व बाहेर काढणारी नीनासुद्धा झोपायच्या खोलीमध्ये कामात दंग असलेली दिसली.

निकोलसची, थोडीफार तरी कामाला येईल असे वाटणारी, सामग्री गोळा करून त्यांनी भिंतीशी नीट रचून ठेवली होती. नाइट स्टँडजवळ जमीन स्वच्छ करण्याचे पोतेरे, बादली आणि त्यासाठी वापरायचे साबू आणि रसायने होती.

पण निकोलस आणि नीना यांनी शेवटच्या हल्लेखोराच्या प्रेताला हातसुद्धा लावला नव्हता. त्यांनी काही करावे अशी हॉर्वाथचीही अपेक्षा नव्हती. निकोलस फारच छोटा होता आणि नीना तशा तऱ्हेचे काम करूच शकणार नव्हती. तो मेला होता तसाच अजूनही होता. बिछान्याच्या कडेला टेकवून बसवलेला. त्यांच्यापैकी कुणीतरी त्याच्या अंगावर एक चादर टाकली होती. जिथून रक्त वाहात होते तिथे चादर त्याच्या अंगाला चिकटली होती.

''त्या प्रेताबद्दल... '' हॉर्वाथ चादर घातलेल्या प्रेताकडे बघताना दिसल्यावर निकोलसने बोलायला सुरुवात केली.

ग्लोव्ह घातलेला हात वर करत हॉर्वाथने त्याला थांबवले. "त्याची मी काळजी घेतो. बाकी जे काही करायचे असेल ते संपव तू."

"आणि माझ्या मोडतोड झालेल्या साधनसामग्रीचे काय करायचे?"

"सोडून दे. ज्यांच्याशिवाय चालणारच नाही अशाच वस्तू आपण घेऊन जाणार आहोत. मी मॅगीला बाकीच्या गोष्टींची विल्हेवाट लावायला सांगणार आहे. त्यामध्ये माग काढता येईल असे काही आहे?"

"नाही. आणि मी सगळ्या ड्राइव्ह्ज काढून घेतल्या आहेत."

"कॅरोलाइनची फ्लॅश ड्राइव्ह?"

त्या छोट्या माणसाने उजव्या बाजूच्या खिशावर हात ठेवला. "घेतली आहे."

न्हाणीघरामध्ये पाऊल टाकत त्याने नीनासाठी दार उघडून धरले." मी जास्तीत जास्त लवकर सर्व आवरतो. तुला एखादे वेळी इथेच थांबायला आवडेल."

काही काळ त्याला ती खोलीत का नको होती हे नीनाला सांगण्याची गरजच नव्हती. ग्लोव्ह्ज आणि खाटकाचा ॲप्रन चढवून तो आत आल्याक्षणी त्याच्या कामाची तिला जाणीव झाली होती.

तिने न्हाणीघरामध्ये पाऊल ठेवताच त्याने दार लावून घेतले आणि हॉलमध्ये सोडलेली चाकांची गाडी आत आणली.

"प्रेतांचे काय करणार आहेस तू?" निकोलसने विचारले.

"वेळ असता तर रँचच्या एका कोपऱ्यात नेऊन, खोलवर गाडून टाकून त्या खड्ड्यावर सिमेंटचा थरच ओतला असता."

"पण आपल्याला वेळ नाही दिसल्यावर?"

"पर्याय ब."

आता पर्याय ब काय होता हे निकोलसने विचारले नाही. गेम बॅगमध्ये हॉर्वाथ प्रेत भरत असताना तो बाजूला उभा राहिला. बॅग बंद करून हॉर्वाथने ती गाडीमध्ये टाकली. "घेऊन जाण्याचे सामान पुढल्या दारापर्यंत आणण्यासाठी नीनाची मदत घे," तो निकोलसला म्हणाला. "सर्व सामान बाहेर नेल्यावर इथली फरशी चकचकीत करा. रक्ताचा थेंबही कुठे दिसणार नाही याची काळजी घ्या."

छोटा माणूस धीराने सर्व करत असला, तरी त्यालाही मोठाच धक्का बसल्याचे हॉर्वाथला कळत होते. निकोलसने सर्व करतो मी अशा अर्थाने अंगठा वर करून हॉर्वाथला दाखवल्यावर चाकांच्या गाडीवरची प्रेताची बॅग ढकलत हॉर्वाथ तिथून नाहीसा झाला.

बाहेर पडल्यावर त्याने ती बॅग गाडीच्या ट्रंकमध्ये टाकली आणि तो गेस्टहाउसला परत आला. निकोलस आणि नीना स्टॉर्म केसेस घेऊन आले की हॉर्वाथ त्या उचलून गाडीच्या टपावर रचून ठेवत होता. हॅन्डल्समधून दोरी एकदा खेचून, त्या हलणार नाहीत याची खात्री करून घेऊन तो रिक्रिएशन इमारतीच्या दिशेने निघाला.

प्रकरण ४४

उजाडायला दोन तास असताना रँचवर घिरट्या घालणाऱ्या पिलॅटस पीसी-१२ टर्बो प्रॉप विमानाचा आवाज यायला लागला.

हॉर्वाथने देनालीचे दिवे लावले. मॅगीने स्विच दाबताच धावपट्टी प्रकाशमान झाली. मॅगी आणि हॉर्वाथने आधीच एकमेकांचा निरोप घेतला होता. पाण्याच्या टाकीजवळच्या प्रेतांबद्दल पोलिसांना कशा तऱ्हेने आणि काय सांगायचे हे हॉर्वाथने तिला व्यवस्थित समजावून सांगितले होते. तो विमानात सामान भरत असताना त्याला ती तिथे का हजर नको होती एवढे कळण्याइतकी ती सुज्ञ होती. तिच्या दृष्टीने तेच श्रेयस्कर होते.

पांढरे-निळे विमान धावपट्टीवर उतरले आणि धावपट्टीच्या टोकाजवळ वळून ते जिथे उभे होते तिथपर्यंत आले.

एकुलते एक इंजिन बंद झाले. मुख्य दरवाजा उघडताच शिडी खाली आली. पन्नाशीतला एक स्वच्छ दाढी केलेला माणूस दारात येऊन उभा राहिला.

त्याचे केस गडद तपकिरी रंगाचे होते. डेनिम शर्ट आणि खाकी पँट आणि बूट. धावपट्टीजवळ उभ्या असणाऱ्या सर्वांवर, रचलेल्या सामानावर, दोन प्रचंड कुत्र्यांवर नजर फिरवत त्याने हॉर्वाथकडे बघून हात हलवला.

हॉर्वाथनेही त्याला हात केला आणि पिळदार शरीराचा वैमानिक उतरत असताना तो त्याच्याकडे बघत बसला.

तो जवळ येताच हॉर्वाथने आपला हात पुढे केला. ''आल्याबद्दल धन्यवाद, माईक.''

वैमानिकाने त्याला घट्ट मिठी मारून वरच उचलले. ''अर्थातच आलो आहे. मी

नेहमी सांगितले होते तुला की मी येईन म्हणून. पण मध्यरात्री यावे लागेल असे वाटले नव्हते मला.'' त्याला सोडून तो मागे उभा राहिला आणि सर्वांकडे बघत म्हणाला, ''अरे देवा! काय प्रवासी आहेत आज!'' मग खाली वाकून त्याने निकोलसकडे बघितले. ''तुझे कसे काय चालले आहे? उड्डाणाला तयार?''

माईक स्ट्रीबर वेगळीच व्यक्ती होती. कधीही विनोद सांगायला तयार असणारा. परिस्थिती कशीही असली तरी त्यातही खुशी शोधणारा. सर्व चांगलेच होणार याची खात्री बाळगून आनंदी राहणारा. त्याच्या सहवासात कुणीही गंभीर राहूच शकत नसे.

त्याचा जन्म सान आन्तोनिओमध्ये झाला आणि तिथेच तो लहानाचा मोठा झाला. स्थापत्यशास्त्रातली पदवी मिळवल्यानंतर तो मरीन्समध्ये भरती झाला. त्याला हाणामारी करायची होती आणि विमाने उडवायची होती. सर्व तऱ्हेची विमाने उडवून झाल्यानंतर त्याला साक्षात्कार झाला की त्याला खरे तर विमाने उडवण्याची आवड नव्हती तर हेलिकॉप्टर्स उडवायची होती. एकदा मनात आल्यावर स्ट्रीबरने त्यातही स्वतःला झोकून दिले.

तो उत्कृष्ट हेलिकॉप्टर वैमानिक बनला. मरीन हेलिकॉप्टर स्क्वॉड्रन एक-एचएमएक्स–१मध्ये त्याची नेमणूक झाली. अध्यक्ष, उपाध्यक्ष, मंत्रिमंडळाचे सदस्य आणि इतर अतिमहत्त्वाच्या व्यक्तींची ने-आण करण्याची जबाबदारी या स्क्वॉड्रनवर असते. हॉर्वाथ जेव्हा अध्यक्षांच्या सीक्रेट सर्व्हिस डिटेलमध्ये होता, तेव्हा त्यांची भेट झाली होती आणि मैत्रीही.

मरीन्स आणि एचएमएक्स–१मधून निवृत्त झाल्यावर त्याने आपल्या पहिल्या प्रेमाकडे वळायचे ठरवले- यंत्रशास्त्र. त्याच्या मनात एक टॅक्टिकल फ्लॅशलाइटची कल्पना घोळत होती आणि तो खूप चांगला खपेल असे त्याला वाटत होते. त्याच्या स्वभावानुसार तन-मन-धन अर्पून तो त्याच्यामागे लागला आणि त्याने खूप नाव कमावले.

स्ट्रीबर फ्लॅशलाइट्सबरोबर त्याने नाना तऱ्हेचे चाकूही बनवायला सुरुवात केली. त्यांना सैन्य दलांमधून, पोलिसांकडून आणि सर्वसामान्य नागरिकांकडूनही खूप मागणी होती. ती मागणी पुरी करण्यासाठी माईकची फॅब्रिकेटिंग शॉप्स रात्रंदिवस काम करायला लागली. अमेरिकन सैनिक वेगवेगळ्या टाइम झोन्समधल्या देशांत जात होते. त्यांच्या वेबसाइट्सवर आणि इ-मेल्सवर दिवसाचे चोवीस तास त्याची माणसे लक्ष ठेवून असत. विक्रीनंतरच्या सेवेमध्येही तो फार तत्पर होता. त्याचा स्वभावच तसा होता. त्याचे उद्योग अत्यंत यशस्वी ठरत होते. हॉर्वाथला खात्री होती की त्याने मॅगीबरोबर पाठवलेला सांकेतिक संदेश नक्की माईककडे पोचेल. त्याने वापरलेले शब्द, आकड्यांसारखे भासणारे अक्षांश-रेखांश यांचा अर्थ मॅगीला कळला नसला, तरी माईकला ताबडतोब कळला.

“मग कुठे जायचे आहे आपण?” स्ट्रीबरने मजेत विचारले. हॉर्वाथ जसा काही त्याचे मोठे गिऱ्हाईक होता आणि त्याचे समाधान व्हावे म्हणून तो तत्पर होता.

हॉर्वाथने त्याला देनालीजवळ बोलावले आणि त्याला माल ठेवण्याच्या जागेत ठेवलेल्या गेम बॅग्ज दाखवल्या. “मला यांची वासलात लावायची आहे.”

आत काय आहे कळण्यासाठी त्या उघडून बघण्याची स्ट्रीबरला अजिबातच गरज नव्हती. “मी तुला एक विनोद सांगून जेव्हा म्हटले होते की कोणताही मित्र तुला एका ठिकाणाहून दुसऱ्या ठिकाणी जाण्यासाठी मदत करेल, पण सच्चा मित्र तुला एखादे प्रेतच हलवायला मदत करेल तेव्हा मी थट्टाच करत होतो, बरोबर?”

“मी तुला कधीही अडचणीत टाकणार नाही, माईक. पण आज यांनी काही माणसांना ठार मारून माझाही जीव घेण्याचा प्रयत्न केला होता. त्यांना अगदी योग्य तीच शिक्षा मिळालेली आहे.”

हॉर्वाथने सील्समध्ये काळ काढला होता आणि व्हाइट हाउस व सीक्रेट सर्व्हिसमधून बाहेर पडल्यानंतर तो काय करत होता याबद्दल माईक स्ट्रीबरला बरीच माहिती असल्याने तो उगीचच प्रश्न विचारत बसणार नव्हता. “हा तुझ्या अधिकृत पेशाचाच भाग आहे असे समजू मी?”

हॉर्वाथने मान डोलावली.

“ठीक आहे,” स्ट्रीबर म्हणाला. “तुझे हे खराब झालेले कपडे फेकून दिल्यानंतर मी आणखी काय करावे अशी अपेक्षा आहे तुझी?”

निकोलस, नीना आणि कुत्रे यांच्याकडे हात दाखवत हॉर्वाथ म्हणाला, “सध्यापुरती यांना राहण्यासाठी कुठल्या तरी सुरक्षित ठिकाणी तू जागा देऊ शकशील अशी मी आशा करतो आहे.”

“मला वाटते ते जमेल. आणि तुझे काय?”

“विमान उडवल्यावर सांगतो.”

माईकसाठी ही उत्तरे समाधानकारक होती. आपले प्रवासी, त्यांचे सामान आणि देनालीमधून हॉर्वाथने जे-जे काही आणले होते त्यांचा विचार करत, वजन कशा तऱ्हेने विभागून ठेवायचे आणि उड्डाण कसे करायचे ते स्ट्रीबर ठरवायला लागला.

हॉर्वाथने सुचवले की नीना आणि निकोलस यांना प्रथम कुत्रे घेऊन चढू द्यावे. मग तो आणि माईक कामाला लागतील.

वीस मिनिटांनी सर्व सामान विमानात चढवलेले होते. उड्डाणापूर्वीच्या चाचण्या स्ट्रीबरने घेतल्यावर हॉर्वाथ विमानात चढला आणि त्याने शिडी आत घेऊन केबिनचा दरवाजा बंद केला. निकोलस, नीना आणि कुत्रे यांची नीट सोय लागली आहे याची खात्री पटवून घेऊन तो कॉकपिटमध्ये जाऊन सहवैमानिकाच्या जागेवर बसला.

त्याने आपला हेडसेट चढवल्यावर स्ट्रीबरने विचारले, “तयार?”

"तयार," हॉर्वाथने उत्तर दिले.

काही मिनिटांनी विमान धावपट्टीच्या एका टोकाला उभे होते. माईकने विमानाच्या इंजिनाला शक्ती दिल्यावर विमानाचे प्रचंड इंजिन दणदणायला लागले. रेस सुरू होण्याच्या गेटजवळ एखाद्या जातिवंत घोड्यावर मांडी ठोकून बसल्याप्रमाणे हॉर्वाथला वाटत होते. विमान थरथरत होते. कधी एकदा जमीन सोडून आकाशात झेप घेतो, असे विमानाला वाटत असावे.

"निघू या," म्हणत स्ट्रीबरने ब्रेक्स सोडले. विमान धावपट्टीवरून निघाले.

वेग वाढत असताना हॉर्वाथचे लक्ष वेगवेगळ्या डायल्सवर होते. शेवटी एकदा स्ट्रीबरने योक मागे घेतला आणि विमानाने जमीन सोडली.

दक्षिणेला जात नंतर विमानाने पूर्व दिशा पकडली. महासागर त्या दिशेला होता.

ढग खूप उंचावर होते. त्यामुळे स्ट्रीबर व्हिएफआर किंवा व्हिज्युअल फ्लाइट रुल्स पाळत होता. याचा अर्थ त्याला निघण्यापूर्वी फ्लाइट प्लॅन- उड्डाणाचा नियोजित मार्ग- द्यावा लागला नव्हता आणि तो कुठे गेला होता याची कुठेही नोंद असणार नव्हती.

हॉर्वाथने नकाशा घेतला आणि मांडीवर ठेवला. अंधाराला सरावलेल्या त्याच्या नजरेत फरक होऊ नये म्हणून स्ट्रीबरने हॉर्वाथला एक लाल रंगाचा फिल्टर बसवलेला फ्लॅशलाइट दिला होता. तो वापरून नकाशावरच्या किनारपट्टीवर बोट फिरवत हॉर्वाथ स्ट्रीबरला अनेक प्रश्न विचारत होता.

"सर्व तुझ्यावर अवलंबून आहे," स्ट्रीबरने उत्तर दिले. "ही प्रेते कधी सापडावीत अशी तुझी इच्छा आहे?"

हॉर्वाथला तर त्यासाठी जास्तीत जास्त काळ जावा असे वाटत होते. म्हणजे शेवटी कधीतरी ती सापडली जाणार असतीलच तर. तेव्हा एकतर ती सरहद्दीजवळ दलदलीच्या साउथ बेमध्ये फेकायला हवी होती, नाहीतर गल्फ ऑफ मेक्सिकोमध्ये. हॉर्वाथला सागर प्रवाहांबद्दल विशेष माहिती नव्हती. तेव्हा सागरावर फेकली तर ती टेक्सासच्या किनाऱ्याला लागतील का मेक्सिकोच्या हे त्याला कळत नव्हते. कुठेही वाहत गेली तरी त्यांच्या मृत्यूंचा संबंध ड्रग कार्टेल्सशीच जोडला गेला असता. फरक एवढाच होता की अमेरिकन अधिकाऱ्यांनी थोडी औपचारिक चौकशी तरी केली असती, मेक्सिकन अधिकाऱ्यांनी तेवढेही केले नसते. साउथ बे, हॉर्वाथने ठरवून टाकले.

तो कशा तऱ्हेने तिथे जाणार आहे आणि हॉर्वाथ त्याचे काम सुरू करेल तेव्हा निकोलस, नीना आणि कुत्रे त्याला विमानातल्या कुठल्या भागात हवे आहेत त्याच्याबद्दल माईकने सूचना दिल्या. हॉर्वाथ पोटावर बांधलेला पट्टा सोडून विमानाच्या

मागच्या बाजूला गेला आणि त्याने सर्व बॅग्ज योग्य त्या ठिकाणी ठेवल्या.

माईकच्या सामानातून काही वस्तू उचलून त्याने एक पॅराशूटर्स वापरतात तसे पट्टे आणि दणकट बकल्स वापरून रिगर बेल्ट बनवला. त्याला विमानात गरजेएवढी हालचाल करता येईल याची काळजी घेऊन त्याने साखळी विमानाच्या आडव्या दांड्याला अडकवून टाकली. रँचवर असताना त्याने प्रत्येक प्रेताला वरपासून, आतडी कापून, खालपर्यंत छेद दिला होता. प्रेतांमधले वायू जाऊ देण्याचा तो एकच मार्ग होता. तसे केले नाही तर प्रेते फुगून पाण्यावर तरंगायला लागतात. त्या वेळी त्याच्या लक्षात आले होते की दोघांच्या अंगावर, स्पेनमधल्या हल्लेखोरांच्या अंगावर होते तसेच, ओबडधोबडपणे काढलेले टॅटूज होते.

मग त्याने प्रेते पुन्हा गेम बॅग्जमध्ये ठेवून, बॅग्जना बळकटी आणण्यासाठी डक्ट टेपने चिकटवून, नायलॉनच्या दणकट दोऱ्यांनी त्यांचे घोटे बांधून टाकून गाठी मारून टाकल्या होत्या.

रँचमधल्या व्यायामशाळेतून त्याने पंचेचाळीस पौंड वजन असलेल्या आठ प्लेट्स उचलल्या होत्या आणि त्याही आता विमानाच्या मागच्या भागात एकावर एक रचून ठेवल्या होत्या. त्याने प्रत्येक प्रेताच्या पायाच्या घोट्यांना नव्वद पौंडांचे वजन बांधून, प्रेतातून बाहेर पडलेले वायू निसटून जावेत म्हणून गेम बॅग्जना भोके पाडली. मग तो तयार आहे असा त्याने वैमानिकाला निरोप पाठवला.

विमान खाली आणून स्ट्रीबरने एक मोठा वळसा घेतला आणि विमान साउथ बेवर आणले. मग हॉर्वाथला मागचा दरवाजा उघडण्याची खूण केली.

वाऱ्याचा झोत आणि इंजिनाचा आवाज कान किटून टाकायला लागला. विमानामध्ये सागरावरली खारी हवा घुसायला लागली. हॉर्वाथ शेवटच्या सिग्नलची वाट बघत वैमानिकाकडे बघत होता. वीस सेकंदांनी माईकने केबिनच्या दिशेने आपला फ्लॅशलाइट रोखून दिव्याची भराभरा उघडझाप केली.

आणि हॉर्वाथने पहिले प्रेत विमानाबाहेर ढकलले.

प्रकरण ४५

ॲनापोलीस जंक्शन
मेरिलॅन्ड

माहिती म्हणजे ताकद आणि ताकद म्हणजे सत्ता. अगदी छोट्या-छोट्या माहितीच्या आधारावर क्रेग मिडलटनने अमाप सत्ता मिळवली होती. तो आणि एटीएसमधला त्याचा कंपू यांनी प्रत्येक गोष्टीवर ताबा मिळवला होता. पैसे, राजकारणी आणि गरज असेल तेव्हा लोकांच्या जगण्या-मरण्यावरसुद्धा. सर्व काही कायम आपल्याच नियंत्रणाखाली आहे याची मिडलटनला नेहमीच खात्री होती- नेहमीच, म्हणजे आत्तापर्यंत तरी.

कॅरोलाइन रोमेरोची भानगड निर्माण होईपर्यंत सर्व कसे व्यवस्थित चालले होते. स्वतःची माणसे तिच्यामागे पाठवण्याची चूक त्याने केली आणि सगळाच गोंधळ झाला. त्यांनी काम पार बिघडवून टाकले. रोमेरो मरण पावली आणि ते हार्ड ड्राइव्हही हस्तगत करू शकले नाहीत. तिने काय-काय शोधून काढले होते याची त्याला कल्पनाच नव्हती. पण काहीही करून ती हार्ड ड्राइव्ह परत मिळवायलाच हवी होती.

स्त्रियांची अंतर्वस्त्रे विकणाऱ्या लॅन्झ्यरी शॉपने रोमेरोच्या बहिणीला एक पार्सल पाठवले आहे हा एक मोठाच सुगावा लागला होता. पण हे शोधायला थोडा उशीरच झाला. ब्रेमरने तिच्यामागे खुनी टोळी धाडेपर्यंत ती नाहीशी झाली होती. मिडलटनला खात्री होती की, त्या दुकानातून फक्त कपडेच तिला पाठवले गेले नव्हते, तर कॅरोलाइनने तिच्याकडली फ्लॅश ड्राइव्हही बहिणीकडे पाठवली होती.

आणि नाहीसे कसे व्हायचे याच्या सूचनाही तिने दिल्या असाव्यात. नीना जेन्सनने तिचे अपार्टमेंट, तिची नोकरी, तिची क्रेडिट कार्ड्स, तिचा सेलफोन या सर्व गोष्टी मागे सोडल्या. कुठल्या मित्राशी किंवा कुटुंबाशीही संपर्क साधला नाही.

पण ब्रेमरच्या माणसांनी रँचवर नजर ठेवल्यावर तिने कार्लटनचा तो बुटका आणि स्कॉट हॉर्वाथ यांच्याशी संपर्क साधल्याचे कळले.

हे दोन वेगळेच प्रवाह कधी एकत्र येतील याची मिडलटनने स्वप्नातही कल्पना केली नव्हती. कॅरोलाइन हाच फक्त त्यांच्यामधला दुवा असू शकत होता. कधीतरी तिची आणि ट्रोलची ओळख झाली असणार. तिने फ्लॅश ड्राइव्ह आपल्या बहिणीला पाठवल्यानंतर तो बुटका हॅकर तिच्या मागे गेला होता आणि त्यानेच हॉर्वाथला टेक्सासमध्ये आणले असणार. सर्व जण सगळ्यांपासून फार अलिप्त राहू शकले होते, हे विशेष. रँच मॅनेजरने गूगलवर शोध घेतला नसता तर ते पार निसटूनच गेले असते.

हॉर्वाथच्या मागे दोन खुनी टोळ्या पाठवूनही त्यांना त्याला ठार करण्यात अपयश आले होते. या वेळी टेक्सासला टीम पाठवताना ब्रेमरने एका नेमबाजाचीही त्या घरावर नजर ठेवण्यासाठी नेमणूक केली होती. मिडलटनने तपशील विचारला होता, पण त्याहून जास्ती सांगण्यासारखे ब्रेमरकडेही काही नव्हते. ती टीम टेहळणी करून स्वतःच हल्ल्याची योजना आखणार होती. फ्लॅश ड्राइव्ह हातात येईपर्यंत त्या मुलीला ठार मारायचे नाही, हे त्यांना माहीत होते. फ्लॅश ड्राइव्ह मिळवण्यासाठी तिचा छळ करण्याची गरज पडली तर त्यांना तीही मुभा दिलेली होती. एकदा का फ्लॅश ड्राइव्ह हातात पडली की त्या तिघांनाही ठार मारायचे होते.

कामगिरी पार पाडल्यानंतर त्यांनी तिथून जास्तीत जास्त लांब पळ काढूनच ब्रेमरशी संपर्क साधायचा होता. मग तो त्यांना ड्राइव्हबद्दल सूचना देणार होता.

हल्ला सकाळ होण्यापूर्वी होणार होता. मिडलटनला रात्रभर झोप नव्हती. कॅरोलाइनच्या बहिणीने ती फ्लॅश ड्राइव्ह अगोदरच कुठेतरी लपवून ठेवली होती का, हे त्याला कळत नव्हते. पण त्याला त्याबाबत शंकाच होती. हॉर्वाथवरचा तिसरा हल्ला तरी यशस्वी होईल अशी तो आशा करत होता. पण रात्र उलटत चालली आणि ब्रेमरकडून काही कळले नाही तशी मिडलटनला भीती वाटायला लागली.

आणखी स्कॉच ओतून घेत असताना त्याच्या मनात दुसराच एक प्रश्न उभा राहिला. रीड कार्लटन. हा म्हातारा हेर फारच घातकी ठरला होता. त्याच्या घराला लावलेल्या भडकणाऱ्या आगीतून तो निसटला कसा, हे तर रहस्यच होते. आपल्या झोपायच्या खोलीमधून बाहेर पडण्यात तो यशस्वी ठरला, तर त्याच्यावर झडप घालण्यासाठी ब्रेमरची माणसे दबा धरून बसली होती. त्याच्या झोपण्याच्या खोलीचा खरे तर पार कडेकोट बंदोबस्त करून टाकला होता. ब्रेमरच्या माणसांना घरामधून कुणीही बाहेर पडताना दिसले नाही. तेव्हा प्रत्येकाने रीड कार्लटन आगीत जळून खाक झाला आहे असे गृहीत धरले होते. पण सर्व धूर नाहीसा झाला आणि त्याचा पत्ताच लागला नाही. तो पार नाहीसाच झाला होता.

त्याचा शोध घेण्यासाठी बोलोची सूचना देण्याची कल्पना त्याला आवडली असली, तरी ज्या माणसाला सर्वोत्कृष्ट एजन्ट्सनी प्रशिक्षण दिले होते आणि कित्येक दशके जो जगभरातल्या शत्रुराष्ट्रांमधूनही कायम निसटला होता त्याला शोधण्याइतके कर्तृत्व कुठल्या पोलीस अधिकाऱ्याकडे असेल याबद्दल तो साशंक होता.

कार्लटन आणि हॉर्वाथ दोघेही एकाच तऱ्हेची माणसे होती. दोघांनीही ब्रेमरच्या खुनी टोळ्यांना गुंगारा दिला होता. कार्लटनचा स्काइप अकाउंट ताब्यात घेऊन हॉर्वाथचा शोध घ्यायची कल्पना अत्यंत हुशारीचीच होती. पण आता मिडलटनला वाटायला लागले होते की तो म्हातारा हेर नक्की मेला आहे याची खात्री पटेपर्यंत त्यांनी थांबायला हवे होते. किंवा दोघांनाही सापळ्यात पकडण्यासाठी त्या स्काइप अकाउन्टचा उपयोग करायला हवा होता.

पण कार्लटन आगीत ठार झाला आहे याची त्यांना इतकी खात्री होती की स्काइपवर हॉर्वाथचे नाव आल्यावर ती संधी सोडणे, हा मूर्खपणाच ठरला असता.

आपल्या अभ्यासिकेमध्ये असलेल्या चामड्याच्या क्लब चेअरमध्ये मागे टेकत मिडलटन पेल्यातली व्हिस्की फिरवत बसला. सर्व विचारांवर काट मारून त्याने अगदी पहिल्यापासून प्रत्येक गोष्टीवर नव्याने विचार करायला सुरुवात केली. कॅरोलाइनने तिच्या बहिणीशी संपर्क साधला. बुटक्याने कार्लटनशी संपर्क साधण्याचा प्रयत्न करणाऱ्या हॉर्वाथशी संपर्क साधला. मग कार्लटनने कुणाशी संपर्क साधला असेल?

शवविच्छेदनाचा अहवाल मिळाल्यावर त्याने श्रोडरला तोच प्रश्न टाकला होता. आपत्कालीन परिस्थितीत कार्लटन त्याला सुरक्षित वाटेल अशा कुठल्या तरी जागी दडून बसला असेल तर ते समजण्यासारखे होते. मग त्याने त्याचे रक्षण करण्यात मदत होऊ शकेल अशा लोकांशी संपर्क साधला असेल. त्याचेच उत्कृष्ट एजन्ट्स.

श्रोडर शोध घेऊन थोड्याच वेळात परत आला होता. कार्लटनच्या सर्व एजन्ट्सच्या सेलफोन्सवर एटीएस लक्ष ठेवून होती. आग लावल्यानंतर चोवीस तासांच्या आत प्रत्येकाला एक टेक्स्ट मेसेज पाठवला गेला होता. स्टॉक अपडेट : ब्ल्यू पेट्रोलियम, ऑइल ॲन्ड ल्युब्रिकन्ट. हा योगायोग असूच शकत नव्हता. काहीतरी सांकेतिक भाषेतला संदेश असणार.

ज्या फोनवरून हा संदेश पाठवला होता तो अजूनही सिग्नल देत होता. श्रोडरने ॲरिझोनामधील एका ट्रक स्टॉपवर माग काढला होता. त्याने ॲरिझोना स्टेट पोलिसांना कळवल्यावर त्यांनी कार्लटनच्या शोधासाठी त्यांची युनिट्स पाठवली होती. मिडलटनला मात्र वाटत होते की नजरेमधून काहीतरी निसटते आहे.

सिग्नल येणारा फोन हलायला लागल्यावर श्रोडरने एफबीआय तज्ज्ञ असल्याची

बतावणी करून पोलिसांना तो सेलफोन नक्की कुठे आहे शोधण्यात मदत केली. तो कॅलिफोर्नियातील बेकर्सफिल्ड इथे निघालेला अठरा चाकी ट्रक निघाला. ड्रायव्हरची चौकशी चालू असताना इतर अधिकाऱ्यांनी ट्रकची झडती घेतल्यावर झिपलॉकच्या पिशवीत ठेवलेला सेलफोन ट्रकच्या खालच्या बाजूला चिकटवून ठेवलेला आढळला. कार्लटन हा हरामखोर माणूस फार हुशारच होता.

त्या फोनवरून नवीन काही कळणार नाही याची खात्री असूनही श्रोडरने तो पहिल्या प्रवासी वाहतुकीच्या विमानाने त्याच्याकडे पाठवला जाईल अशी व्यवस्था केली होती.

भलतीकडेच लक्ष वळवण्यासाठी केलेला हा तसा चांगला प्रयत्न होता. पण त्याचा दुसरा अर्थ होता, शेवटी तो फोन शोधला जाणार आहे हे कार्लटनला नक्कीच माहीत होते. त्याने तो फक्त एकदाच वापरून फेकून दिला होता. तेव्हा मिडलटनच्या मनात विचार आला की कार्लटन यानंतर काय करेल?

त्याने पुन्हा मनातल्या मनात घटनांची साखळी जुळवली. कॅरोलाइन – तिची बहीण – ट्रोल; ट्रोल – हॉर्वाथ; हॉर्वाथ – कार्लटन; कार्लटन – त्याचे एजन्ट. पण त्याच्या एजन्ट्सशी जर त्याला संपर्क साधता आला नाही तर त्याच्या यादीत पुढले नाव कुणाचे असेल? तो कुणाकडे मदत मागेल?

एक सेलफोन एकदाच वापरून त्याने तो पश्चिमेला जाणाऱ्या ट्रकखाली ठेवून दिला होता यापेक्षाही त्याच्याकडे तसा एक फोन होता याचाच अर्थ कार्लटन फार पुढला विचार करणारा होता, डावपेच आखण्यात तज्ज्ञ होता. मिडलटनला याचे आश्चर्य वाटले नाही. त्याच्यासारखे प्रशिक्षण मिळालेल्या माणसाकडून हीच अपेक्षा होती. ते त्याच्याशी संबंध आलेल्या सर्वांचा विचार करत असतील हे कार्लटनला माहीत होते. त्यालाही त्याच्या प्रश्नांची उत्तरे हवी होती आणि त्यासाठी कुणाच्या तरी मदतीचीच आवश्यकता होती. तेव्हा ज्याच्याशी त्याने संबंधच ठेवला नव्हता अशा कुणाकडे तरी तो जाईल किंवा- कॅरोलाइनप्रमाणेच- तिची बहीण, ट्रोल आणि हॉर्वाथ यांच्याप्रमाणे- त्याने कोणाशी तरी संपर्क साधायचा असा मार्ग शोधला होता की त्यामुळे एटीएसमध्ये धोक्याच्या घंटा खणखणायला लागल्या नव्हत्या.

आपल्या टेबलशी बसून त्याने व्हिस्कीचा पेला बाजूला ठेवला, संगणक सुरू केला. कार्लटनचे कुणाशी संबंध होते, त्याचे संबंध असणाऱ्यांचे पुढे कुणाशी संबंध होते, अशा तऱ्हेने त्याने एक परस्परसंबंध दर्शवणारे झाडच बनवले. त्याच्या फांद्या आणि इतरांचेही आपापसातले संबंध यांच्याकडे निदान शंभराव्या वेळी तो नजर टाकत होता. त्याची खात्री होती की उत्तर समोरच होते, पण त्याला ते दिसत नव्हते.

कार्लटनचा कुणावर विश्वास होता? त्याहून महत्त्वाचे म्हणजे त्याच्या सर्व एजन्ट्सना ठार मारले आहे कळल्यावर तो आपल्या आयुष्याची सुरक्षितता सोपवण्याइतका

विश्वास कुणावर ठेवेल? त्याचा कुठला शत्रू त्याच्या जिवावर उठला आहे हे माहीत नसताना तो मदतीसाठी कुणाकडे जाईल? त्याच्यासमोरचे कुटिल कोडे उलगडण्यासाठी त्याला मदत करू शकेल असा जर एकच माणूस असेल तर तो कोण असू शकेल?

कार्लटनच्या व्यावसायिक कारकिर्दीत त्याच्याशी संबंध आलेल्यांचे एक-एक नाव विचार करून मिडलटन सोडून देत होता. कार्लटनला वॉशिंग्टनमध्ये वजन असणाऱ्या, कुणालाही संशय न येता त्याच्यासाठी माहिती खणून काढू शकणाऱ्या स्थानिक माणसाची गरज होती. मिडलटनच्या मनात आता फार वेगळेच विचार घोळायला लागले. अशा तऱ्हेचा कोण माणूस असेल की ज्याचा विचारच मनात येणार नाही?

कार्लटनशी मतभेद असणारे त्याचे सहकारी? त्याच्या पेशामुळे त्याच्याशी थोडाफार संबंध आलेले कुणी? थोडीशी नावे समोर येत होती पण खूप नाहीत. तरीही मिडलटनने ती नावे लिहून ठेवली.

फाइल बंद करता करता त्याने एकदाच शेवटची नजर फिरवायची ठरवले. ज्याचा विचारच मनात आला नव्हता अशा कुठल्या माणसाकडे तर कार्लटन मदतीसाठी गेला नसेल ना? आणि हा विचार मनात येताच एक नाव त्याच्यासमोर आले. त्याच्या डोक्यात कुठेतरी घंटा खणखणली.

मिडलटनने हेडर हायलाइट केला. रीड कार्लटनच्या अनुभवी सल्लागाराचे फोल्डर उघडले. थॉमस – टॉमी – कार्व्हर बँक्स.

प्रकरण ४६

टेक्सास

माईक स्ट्रीबरला मातीत काम करायला, जमिनीशी संबंध राखून आपले हात खराब करायला आवडत असे. काहीतरी जमिनीतून उगवताना बघायला आवडे. अन्नपदार्थ जादूने ग्रोसरी स्टोअर्समध्ये येत नाहीत, असे त्याच्या मुलांना कळावे, अशी त्याची मनापासून इच्छा होती. त्याच्या आयुष्यात त्याने केलेल्या अनेक गोष्टींबरोबर त्याला एकदा शेती करून बघावी असे वाटले होते. तेव्हा योग्य ठिकाण सापडताच त्याने एक शेत विकत घेतले.

स्वतःचे विमान असलेला वैमानिक असल्याने तो कधीही सान आन्तोनिओहून आपल्या शेतावर येऊ शकत असे. ते त्याचे खास, स्वतःचे असे विश्रांतिस्थान होते. त्याबद्दल बाहेर कुठे विशेष बोलतही नसे. दोन-एकशे एकर शेतावर पाणीही भरपूर होते. त्याची पत्नी अँजेलासाठी तिथे घोडे होते. मुलांसाठी पोहण्याचा तलाव होता. आणि अर्थातच नेमबाजीचा सराव करण्यासाठी एक शूटिंग रेंज होती. याव्यतिरिक्त त्याने दुसरे काहीही केले नव्हते. शेत म्हणजे काही फोर सीझन्स नव्हते. साधेपणाने आयुष्य जगण्याची जागा होती.

त्याची नजर पडता क्षणी हॉर्वाथला ते आवडले. ते खूप दूरवर होते म्हणून नाही, तर माईकने शेतावर काम करण्यासाठी ज्यांची नेमणूक केली होती त्यांच्यामुळे.

तीनही तरुण मरीन्स अनुभवी होते. अफगाणिस्तान आणि इराक येथील लढायांमध्ये त्यांनी भाग घेतला होता. चिखलमातीच्या धावपट्टीवर विमान उतरवून त्याने ते त्यांच्याजवळ नेले, तेव्हा पांढरी सबर्बन आणि निळ्या फोर्ड सुपरड्युटी ट्रकशेजारी उभ्या असलेल्या मिसेस स्ट्रीबरबरोबर तेदेखील उभे होते. प्रत्येक जण जखमी झालेला होता, पण त्याबद्दल तक्रारीचा स्वर नव्हता.

हॉर्वाथ विमानातून उतरताच अँजेलाने त्याला मिठीच मारली. जवळ जवळ दोन वर्षांत त्यांची गाठभेट झाली नव्हती. ती तरुण होती, आनंदी आणि थट्टेखोर होती, दिसायलाही खूप सुंदर होती. सर्व दृष्टींनी माईकच्या वरचढ होती. संधी मिळाली की माईकला ते ऐकवायला हॉर्वाथ सोडत नसे. सर्वांत महत्त्वाची गोष्ट म्हणजे ती माईकसारखीच मोठ्या मनाची होती.

आगतस्वागत पार पडल्यावर तिने मागे वळून हॉर्वाथची तीन मरीन्सशी ओळख करून दिली. मॅट, जेसन आणि रायन; सर्व जण टेक्सासमधलेच होते. इराकमधल्या रामादीजवळ युद्धकाळात गस्त घालत असताना एका नेमबाजाने मॅटच्या डाव्या कानामागे गोळी घातली होती. जेसन आणि रायन अफगाणिस्तानातील हेलमंड प्रांतातील आयइडी स्फोटकांच्या वेगवेगळ्या हल्ल्यांमध्ये जखमी झाले होते. जेसनने आपला डावा हात गमावला होता आणि रायनने गुडघ्यांखालचे दोन्ही पाय. आता नागरी वेषात असले, तरी मरीन्सप्रमाणेच अभिमानाने ताठ उभे होते.

त्यांनी हॉर्वाथबरोबर हातमिळवणी केली आणि त्यांचे लक्ष विमानातून उतरणाऱ्या इतर जणांकडे गेले. जगाशी संपर्क तुटलेल्या शेतावर काम करत असल्याने नीना जेन्सनसारख्या तरुण आणि देखण्या स्त्रीकडे त्यांचे लक्ष जाणारच असे कुणाला वाटले असते तर ते साहजिकच होते. पण त्यांचे लक्ष निकोलस आणि त्याच्या प्रचंड कुत्र्यांवरच खिळले होते.

जवळच्याच मरीनच्या खांद्यावर बुक्का मारत अँजेलाने विचारले, "अशा तऱ्हेने कुणाकडे रोखून बघणे उद्धटपणाचे लक्षण आहे असे कुणी शिकवले नाही का तुम्हाला?"

"चूक झाली, मॅडम," तिघेही एकसाथ उच्चारले.

टेक्सास आतिथ्यशील प्रदेश म्हणून ओळखला जातो. टेक्सासमधल्या त्या स्त्रीने नीनाजवळ जाऊन स्वतःची ओळख करून दिली आणि मग वळून निकोलस शिडीच्या सर्व पायऱ्या उतरण्याआधीच त्याच्यापुढे हात करत म्हणाली, "फाइव्ह स्टार फार्ममध्ये स्वागत आहे, तुझे. मी अँजेला. माईकची बायको."

तिने कळून सवरून तसे केले होते का याची कल्पना नसली तरी पायऱ्यांवरून खाली उतरण्याआधीच तिने हात पुढे केला हे त्याला फार आवडले होते. त्यामुळे त्याच्याकडे बघताना तिला खाली वाकावे लागले नव्हते आणि तिच्याकडे बघण्यासाठी त्यालाही मान वर करावी लागली नव्हती. नजरेला नजर देत ते उभे होते. "मी निकोलस," तिचा हात हातात घेत तो म्हणाला. "तुला भेटून खूप आनंद झाला."

"प्रवास कसा काय झाला?" तिने सभ्यपणे चौकशी केली.

"फारच आरामात, आभारी आहे. विमानही फार छान आहे तुमचे. या आधी मी पिलॅटसमधून कधीही प्रवास केला नव्हता. आतमध्ये एका खासगी जेटसारख्या

सुखसोयी आहेत.''

अँजेला स्ट्रीबरने आपल्या ओठांवर बोट ठेवत त्याला आवाज हळू करायला सांगितले. ''ते दोन शब्द इथे वापरत नाही आम्ही.''

''खासगी जेट? का नाही?''

''कारण एक दिवस त्याने निवृत्त व्हावे अशी माझी इच्छा आहे. आता जेटच्या प्रेमात त्याने पडावे अशी माझी इच्छा नाही.''

निकोलसने समजल्याप्रमाणे मान डोलावली. ''खरंच हुशार आहेस तू. अनेक जण आहेत की जे त्यांची ओळख त्यांच्या चकचकीत मौल्यवान विमानांवरून करून देतात. पण माझी तुझ्या पतीशी जी थोडीफार ओळख झाली आहे त्यावरून तो त्यांच्यासारखा माणूस नाही.''

मिसेस स्ट्रीबरने त्याला डोळा घालत म्हटले, ''कोणताही माणूस कसा बदलेल सांगता येत नाही. विश्वास ठेव माझ्यावर.''

निकोलस हसतच उरलेल्या पायऱ्या खाली उतरला. तिने त्याचीही त्या तीन मरीन्सशी ओळख करून दिली. मग तो नीनाजवळ येऊन उभा राहिला.

मरीन्सनी विमानामधून सर्व सामान उतरवून ते सुपरड्युटी पिक-अप ट्रकमध्ये भरण्यासाठी हॉर्वाथ आणि माईकला मदत केली. अँजेलाने निकोलस आणि नीना यांना सबर्बनमध्ये बसायला सांगितले. कुत्र्यांना आत चढवल्यावर सर्व जण रँच हाउसच्या दिशेने निघाले.

मिसेस् स्ट्रीबरने कॉफी बनवायला घेतली. सर्व जण स्वयंपाकघरामध्ये शिरल्यावर तिने कप्स ठेवलेल्या कपाटाकडे बोट दाखवले. निकोलस आणि नीनाने कुत्र्यांची व्यवस्था लावून न्याहारी बनवण्यासाठी मदत करायची तयारी दर्शवली. अँजेलाने सभ्यपणे नकार देत इतरांबरोबर स्वयंपाकघरामधल्या टेबलशी बसायला सांगितले. ओव्हनमध्ये ताजी बिस्किटे भाजली जात होती. तिने डुकराचे मांस – बेकन, पातळ नळीत भरलेले चटकदार मांस – सॉसेजेस, उकडलेली अंडी वगैरे पदार्थ बनवायला घेतले.

ग्रामीण न्याहारीचे वास दरवळायला लागले. कॉफीचा कप घेऊन माईक खाली बसला. येताना त्याने आणि हॉर्वाथने बरीच चर्चा केली होती. सुरक्षा हा पहिला महत्त्वाचा मुद्दा होता. त्यांना परवानगी देईपर्यंत यापुढे बाहेरच्या जगाशी कुठल्याही तऱ्हेने संबंध ठेवायचा नाही अशी माईकने सर्वांना जाणीव करून दिली. त्याप्रमाणे मित्रांना, कुटुंबांना इ-मेल्स किंवा टेक्स्ट मेसेजेस पाठवायला सांगितले. त्यामध्ये पुढले काही दिवस ते का संपर्क साधू शकणार नाहीत ते कळवायलाही सांगितले. एकदा सर्व इ-मेल्स आणि टेक्स्ट मेसेजेस पाठवल्यावर त्याने सर्वांचे फोन अत्यंत सभ्यपणे विनंती करून ताब्यात घेतले. त्याचा त्यांच्यावर पूर्ण विश्वास होता, पण

लढा कुणाशी आहे याची त्यांना कल्पना करणेच शक्य नव्हते. हॉर्वाथने परिस्थितीची जाणीव माईकला करून दिल्यावर तोसुद्धा हबकला होता, नंतर पश्चात्ताप करत बसण्यापेक्षा आधीच सुरक्षित राहण्याची काळजी घेतलेली बरी.

न्याहारीनंतर सर्वांना आपापले लॅपटॉप्स बंकहाउसमधून घेऊन येण्याची त्याची विनंतीही त्यांनी बिनतक्रार मान्य केली. ऑपरेशनल सिक्युरिटी- कामगिरीवर असताना घेण्याची दक्षता- हा काय प्रकार असतो ते त्यांना पूर्णपणे माहीत होते. आणि तसाच विचार केला तर माईक त्यांचा कमांडिंग ऑफिसरच होता. त्याची प्रत्येक आज्ञा ते पाळणार होते. खरे तर येणाऱ्या धोक्याच्या शक्यतेची जाणीवच त्यांना उत्तेजित करत असावी, असे हॉर्वाथला त्यांच्याकडे बघताना वाटत होते.

त्यानंतर गार्ड ड्यूटीच्या- पहारा देण्याच्या- पाळ्याच त्याने आखून दिल्या. अँजेला आणि सान आन्तोनिओहून गाडी घेऊन इकडे यायला निघालेला त्याचा मुलगा यांची पाळीदेखील लावलेली होती. त्यांची तरुण धाकटी मुलगी चाप खेचू शकत असली, तरी फारच लहान असल्याने तिला गार्ड ड्यूटी दिली नव्हती. माईक आणि अँजेलाची मोठी मुलगी कुणाशीही टक्कर द्यायला समर्थ होती, पण ती दूर शाळेत होती.

निकोलसने तयारी दाखवली; पण हॉर्वाथने त्याला पूर्ण लक्ष कॅरोलाइनच्या फ्लॅश ड्राइव्हवर केंद्रित करायला सांगितले. जी मिळेल ती माहिती शोधायलाच हवी होती. नीनाला बंदुकींची काही माहितीच नव्हती. तेव्हा तिला गार्ड ड्यूटी देता येणारच नव्हती. इतर खूप कामे तिलाच करावी लागणार आहेत, अशी अँजेला स्ट्रीबरने तिची समजूत घातली.

माईकने सांगितले की तो हॉर्वाथला दुसरीकडे हलवणार आहे आणि पहारा देण्याची त्याची पाळी येईपर्यंत तो परत येईल.

सर्वांनी समोर आलेल्या न्याहारीचा व्यवस्थित समाचार घेतला. त्यानंतर मिसेस् स्ट्रीबरने निकोलस आणि नीनाची घरामध्ये राहण्याची व्यवस्था करून दिली. मरीन्स आसपासची संरक्षण व्यवस्था उभी करायला गेले आणि माईकने हॉर्वाथला आपल्या एका धान्याच्या कोठाराकडे नेले.

आतमध्ये कॉंक्रीट पॅडला बोल्ट्सनी बसवलेला एक आरमॅग आर्म्स व्हॉल्ट होता. उच्च दर्जाच्या पोलादापासून बनवलेल्या कन्टेनरसारखाच तो दिसत होता. माईकने खिशामधून किल्ल्यांचा एक जुडगा काढला, दार उघडले आणि दिवे लावले. आतमध्ये एक छोटे शस्त्रागारच होते.

रॅक्सवर अनेक तऱ्हेच्या रायफल्स, शॉटगन्स, पिस्तुले, सबगन्स, लेझरची साधने ओळीने मांडून ठेवली होती. सप्रेसर्स होते, नळ्यांवर लावायचे वेगवेगळे स्कोप होते, सुरे होते, दुर्बिणी होत्या, शिरस्त्राणे, प्लेट कॅरिअर्स, बंदुकीच्या

गोळ्यांना दाद न देणारी जाकिटे आणि अर्थातच स्ट्रीबर फ्लॅशलाइट्सही होते. वेगवेगळ्या कॅलिबरच्या हजारो गोळ्या भरलेले डबेही होते.

हॉर्वाथने एकदा सर्वत्र नजर फिरवत आपल्या मित्राकडे बघितले. "हे काय? आरपीजा- रॉकेट प्रॉपेल्ड ग्रेनेड्स नाहीत?"

माईकने मान हलवली. "खरा सील आहेस. सर्व पार उद्ध्वस्त करायचीच इच्छा असते."

काहींच्या बाबतीत ते खरे असले तरी हॉर्वाथ वेगळ्या विचारांचा माणूस होता. विवक्षित कामासाठी विवक्षित शस्त्रच पाहिजे. प्रश्न असा असतो की काही वेळा रणधुमाळीत सापडेपर्यंत आपल्याकडे कुठले शस्त्र असायला हवे होते ते कळलेलेच नसते. तोपर्यंत परत जाऊन ते आणायला फार उशीर झालेला असतो. अनेक वेगवेगळ्या परिस्थितीत सापडले जाण्याची शक्यता गृहीत धरून सर्वत्र वापरता येण्यासारख्या शस्त्रांची निवड करणे फार महत्त्वाचे असते.

"हे तर तू अजून पाहिलेही नसशील," आतमध्ये येण्याची खूण करत माईक हॉर्वाथला म्हणाला. "आत्ताच विकत घेतले आहे."

त्याने एक मोठी ब्रीफकेस उचलून टेबलवर ठेवली. "ही लार्ू टॅक्टिकलची नवीन टेकडाउन रायफल," तो ब्रीफकेस उघडत म्हणाला. आतमध्ये लांब नळीच्या अत्यंत उच्च प्रतीच्या रायफलचे सुटे भाग व्यवस्थित पॅक करून ठेवले होते. "लक्ष दे आता."

माईकने भराभरा रायफलचे भाग जोडले, नळीवर सप्रेसर बसवला आणि मोठा स्कोपही जोडला. सर्व फक्त साठ सेकंदांत.

"नेम धरण्यासाठी काहीही करायची आवश्यकता नाही. जोडली की सातशे यार्ड अंतरावरून वापरायला सज्ज. तेवढ्या अंतरासाठी अगदी अचूक. आहे की नाही अप्रतिम रायफल?"

"कॅलिबर? पॉइंट ३०८?" हॉर्वाथने विचारले.

"बरोबर. आणि सर्व भाग पटापट तसेच वेगळेही करता येतात. हवी तिथे घेऊन जायची, जोडायची, गोळी हाणायची, वेगळी करायची आणि परत फिरायचे. कुणाला काही पत्ताही लागणार नाही."

आश्चर्यकारक रायफल होती खरीच. "मी ती उसनी घेऊ शकतो?"

स्ट्रीबरने सर्व व्हॉल्टच्या दिशेनेच हात दाखवला. "या ठिकाणी असणारे काहीही तू घेऊन जाऊ शकतोस."

हॉर्वाथला प्रत्येक तऱ्हेचे एक शस्त्र उचलायची इच्छा होती; पण ते तर शक्यच नव्हते. त्याला काळजीपूर्वक निवड करावी लागणार होती. अत्यंत धोकादायक प्रदेशामध्ये तो एकटाच जाणार होता. नंतर त्याला कुठलीच वस्तू मिळू शकणार

नव्हती. कुणाची मदत होऊ शकणार नव्हती. त्याला फक्त एकच गोष्ट घडू नये अशी इच्छा होती- नंतर विचार करून इच्छा करायची की या साधनाऐवजी दुसरे साधन आणले असते तर बरे झाले असते. पण कितीही काळजीपूर्वक आखणी केली तरी त्याला कळत होते की मर्फीच्या नियमातला तो मर्फी नक्की हजर होणार होता. जिथे-जिथे चूक होईल असे वाटत असते तिथे-तिथे ती झाल्याशिवाय राहत नाही. कोणत्याही योजनेची आखणी करताना अनपेक्षित ते नक्की घडणार अशीच अपेक्षा ठेवावी लागते.

कुठल्या परिस्थितीशी सामना करायचा आहे हे ध्यानात घेऊन त्याने निवड करायला सुरुवात केली. त्याच्या सरावाची आणि सहज लपवता येण्यासारखी साधने निवडून ती टेबलवर ठेवायला सुरुवात केली. नंतर त्यातली अर्धी पुन्हा रॅक्सवर त्यांच्या जागी ठेवून दिली. उरलेली जादा गोळ्यांसह त्याच्या कॅमलबॅकमध्ये भरली.

"एवढेच पाहिजे तुला?" स्ट्रीबरने विचारले. "खात्री आहे तुझी? मी आणखी काही शस्त्रे सुचवू शकेन बहुधा."

हॉर्वाथने नकारार्थी मान हलवली. "एवढेच पुरे."

"ठीक आहे. मी हे सर्व बंद करतो आणि विमानात इंधन भरून ते तयार ठेवतो. अँजेला किंवा दुसरे कुणीतरी तुला गाडीतून धावपट्टीवर आणून सोडेल. पंचेचाळीस मिनिटे?"

"आभारी आहे, माईक. मी धावपट्टीवर भेटतो तुला," हॉर्वाथने उत्तर दिले. त्याने लाऱ्हू टॅक्टिकल रायफल असणारी ब्रीफकेस उचलली आणि पॅक खांद्यावर टाकला.

फार्महाउसवर परत आल्यावर त्याने काही मिनिटे निकोलसबरोबर चर्चा केली. म्हातारबुवांकडून काही कळले आहे का बघण्यासाठी त्याला डेटिंग साइट तपासायची होती, पण स्ट्रीबरच्या जागेवरून नाही. निकोलसचेही तेच मत पडले. स्काइपचा वापर केल्यानेच हॉर्वाथची स्पेनमधली जागा त्यांना अचूक कळली होती याची त्यांना खात्री होती. एटीएस गुप्तपणे स्काइप अकाउंटचा शोध लावण्यात यशस्वी ठरली होती असे निकोलसला वाटत असले, तरी हॉर्वाथला भलतीच भीती वाटत होती.

कोणीतरी रीड कार्लटनला गाठले होते आणि त्याचा छळ करून संपर्क साधण्याच्या सर्व पद्धती, माहितीची देवाणघेवाण करण्याचे विशिष्ट क्रम मिळवले असावेत या विचाराने हॉर्वाथ धास्तावला होता. तो माणूस किंवा ती माणसे या क्षणालासुद्धा तो डेटिंग साइटवर दिसतो का यासाठी डेटिंग साइट चाळत असण्याची शक्यता होती. मग थ्री पीक्स रँचचा पत्ता तरी खुनी टोळीला कसा लागला असेल याचा विचार त्याच्या मनात आला.

तिथे असताना निकोलसने इंटरनेटचा वापर अत्यंत काळजीपूर्वक केला होता, पण एटीएसकडे असणारे तंत्रज्ञानच अत्यंत पुढारलेले होते. त्यांनी त्याचा शोध कसा लावला हे कळत नव्हते. इंटरनेटवर त्यांनी केलेली एखादी कृतीही त्यांना त्या लोकांसमोर उघडे पाडत असेल ही शक्यताच गृहीत धरायला हवी होती. पण कॅरोलाइनच्या पेन ड्राइव्हवरील तपास आणि अभ्यास निकोलसने चालूच ठेवायचा होता. त्याच्या पलीकडे काही नाही. स्ट्रीबरचा घरात जोडलेला फोनदेखील वापरायचा नाही. नीना आणि निकोलस यांनी बाहेरच्या जगाशी असलेला संबंध पार तोडून टाकायचा. आपत्कालीन परिस्थिती उद्‌भवली तरी माईकमार्फतच त्याच्याशी संपर्क साधायचा.

''खूप काळानंतर मला आज पार दुबळा झाल्यासारखे वाटते आहे,'' निकोलसने आपल्या मित्राला हळूच म्हटले.

''तू दुबळा नाहीस,'' हॉर्वाथ म्हणाला. ''तू कॅरोलाइनच्या ड्राइव्हवर काम करत राहणार आहेस. ते लोक नक्की काय करणार आहेत ते कळल्याशिवाय आपण त्यांना थांबवू शकत नाही. उत्तर त्या ड्राइव्हवरच आहे कुठे तरी. शोध ते.''

निकोलसच्या छोट्या पॉइंट ४५ पिस्तुलाकडे बोट दाखवत तो म्हणाला, ''आणि यात नेहमी गोळ्या भरलेल्या असू देत. कायम स्वतःबरोबर बाळग. सर्वत्र नजर ठेव. लक्षात आले?''

तो छोटा माणूस हसला आणि म्हणाला, ''आलं लक्षात.''

त्यानंतर दोघेही एकमेकांशी काही बोलले नाहीत. निकोलसने पुढे पाऊल टाकत आजपर्यंत कधीही न केलेली गोष्ट केली. हॉर्वाथला वाकायला सांगून घट्ट मिठी मारली. आपला हा मित्र पुन्हा आपल्याला कधी दिसणारसुद्धा नाही अशी काहीतरी भावना त्याच्या मनात निर्माण होत होती.

प्रकरण ४७

उत्तर कॅरोलायना

उत्तर कॅरोलायनामध्ये जाणे हे एकतर खूप चांगले ठरणार होते किंवा खूप वाईट तरी.

फोर्ट ब्रॅगमधल्या त्याच्या नेहमीच्या प्रवाशांना माईक जेव्हा भेटायला येत असे तेव्हा तो नेहमी मूर काउंटी विमानतळावर उतरत असे. मैत्रीपूर्ण वागणूक मिळे. कर्मचारी नसत्या चौकशा करत नसत. टॉवरही नव्हता. अमेरिकेच्या सर्वोत्तम अशा दहशतवादविरोधी युनिटसाठी अगदी योग्य असा विमानतळ.

फर्स्ट स्पेशल फोर्सेस ऑपरेशनल डिटॅचमेंट- डेल्टा किंवा डेल्टा फोर्स, कॉम्बॅट ॲप्लिकेशन्स ग्रुपचे (सीएजी) – किंवा त्यांच्या सदस्यांसाठी फक्त युनिट- यांचे मुख्यालय फोर्ट ब्रॅगच्या कुठल्या तरी कोपऱ्यात होते. पण भोवती सुरक्षा कुंपणे उभारलेली होती आणि तारांची भेंडोळीही होती. कुंपणामागे असाच या मुख्यालयाचा उल्लेख केला जाई. तिथे जगामधले सर्वोत्तम योद्धे बनवण्यासाठी अत्यंत खडतर असे प्रशिक्षण दिले जाई.

ओलिसांची सुटका, दहशतवाद्यांशी लढा, बंडाळी, अधिकृतपणे शिरकाव करता न येण्यासारख्या किंवा राजकीयदृष्ट्या अत्यंत संवेदनशील शत्रूप्रदेशात छापे अशा वेगवेगळ्या गुप्त कामगिऱ्या पार पाडण्यात या फोर्सचे सदस्य सर्वोत्कृष्ट असत. यामुळेच हॉर्वाथच्या मनात येत होते की उत्तर कॅरोलायनात येणे जिवावर बेतणारेही ठरू शकेल. कर्नल चक ब्रेमर जर सैन्य दलांमधल्याच सदस्यांचा उपयोग खुनी टोळ्या पाठवण्यासाठी करत असेल तर, त्याचा संबंध युनिटशी असण्याशी दाट शक्यता होती.

पण या युनिटकडे खास असे दुसरेही काहीतरी होते. त्याचा विचार करूनच

इथे येण्याचा धोका हॉर्वाथने पत्करला होता. पार पाडलेल्या यशस्वी कामगिऱ्यांवर संतुष्ट न राहता आपली क्षमता वाढवण्यासाठी नवनवीन, प्राणघातक, जास्ती कार्यक्षम असे मार्ग चोखाळत असताना कित्येक वर्षांपूर्वी डेल्टाने एक अत्यंत बेदिली निर्माण करू शकेल असा, पण विचाराने फार पुढल्या काळातला, एक प्रश्न विचारला होता– स्त्री सदस्यांना प्रशिक्षण देऊन त्यांना कामगिऱ्यांवर का धाडू नये?

अत्यंत उत्कृष्ट कल्पना होती. स्त्रियांकडे लक्ष वेधले जाते आणि जेव्हा वेधले जाते तेव्हा ते फार वेगळ्याच पद्धतीचे असते. पुरुषांना मज्जाव असणाऱ्या ठिकाणी त्यांचे स्वागत होते आणि पुरुष ज्यांच्या वाटेलाही जाणार नाहीत अशा अनेक गोष्टी दडपून करून त्या सुटून येऊ शकतात. दरवाजावर लाथ मारून डोक्यात गोळी घालणाऱ्या किंवा कुणाला बेड्या घालून गाडीच्या ट्रंकमध्ये कोंबणाऱ्या स्त्रियांचे विचार वाईट माणसांच्याही मनात येत नाहीत. त्यांची तशी अपेक्षाच नसते.

डेल्टा फोर्स सैन्य दलाच्या ज्या स्पेशल ऑपरेशन्स कमांडच्या आधिपत्याखाली होता, त्यांच्याच संमतीने त्यांच्या काही सदस्यांनी द अथेना प्रोजेक्ट या नावाच्या फक्त स्त्रियांची टीम असणाऱ्या गटासाठी स्त्रिया निवडण्याची कामगिरी स्वीकारली.

अत्यंत बुद्धिमान, आत्मविश्वासपूर्ण, अत्याधुनिक पद्धतीने वागणाऱ्या आणि राहणाऱ्या, परकीय संस्कृतींमध्ये मिसळून नाहीशा होऊ शकतील अशा, खेळात आणि शारीरिक कौशल्यातही तरबेज असणाऱ्या, प्रतिस्पर्ध्यांवर मात करायची जिद्द बाळगणाऱ्या, हार मानायची तयारी नसणाऱ्या, कणखर मनाच्या आणि कुठल्याही टोकाला जाऊन विजय मिळवण्याची दुर्दम्य इच्छाशक्ती असणाऱ्या स्त्रियाच त्यांना निवडायच्या होत्या. संपूर्ण यश हा ज्यांच्या डीएनएचा अविभाज्य घटकच असेल अशा आणि देखण्याही.

कोण कसे दिसते यावर अवलंबून इतरांच्या प्रतिक्रिया होत असतात. स्त्री एजन्ट्स दिसायला सुंदर असतील, तर त्या मिळवू शकणाऱ्या गोष्टींना अंतच नसतो. केवळ त्यांच्या सहवासासाठी पुरुष पूर्वी कधीही न वागल्याप्रमाणे वागतात आणि माहिती मिळवण्यासाठी स्त्री एजन्ट्सच्या संधी विस्तारतात. थोडक्यात, देखण्या स्त्रिया दिसल्या की बहुतेक सर्व पुरुष त्यांना ओळखण्यात चूक करतात आणि नको ते करून बसतात.

यांची भरती करण्यासाठी नेमलेल्या सदस्यांनी ट्रायथलॉन्स – पोहणे, सायकल चालवणे, धावणे – हिवाळी आणि उन्हाळी खेळांच्या स्पर्धा, विद्यापीठे, ऑलिम्पिकसाठी प्रशिक्षण देणाऱ्या संस्था, शारीरिक कौशल्यांच्या स्पर्धा बघायला सुरुवात केली. अनेक व्यावसायिक कंपन्यांची नावेही त्यासाठी वापरली. अशाच एका ठिकाणाला आज हॉर्वाथ भेट द्यायला आला होता.

विमानात इंधन भरायची व्यवस्था करून माईक स्ट्रीबरने एफबीओची पांढरी

शेव्ही ॲस्ट्रो व्हॅन मिळवली आणि ते दोघे शहरात पोचले.

"हातांची आणि नखांची निगा राखण्यासाठी विमानाने एवढे लांब जायचे?'' हॉर्वाथ कॅमलबॅकमध्ये लपवलेले झिग झॉवर पिस्तूल बाहेर काढून आपल्या पाठीशी पॅंटमध्ये खोचत असताना बघत माईक म्हणाला. "अँजेला आयुष्यभर मला हे ऐकवत राहणार आहे.''

उड्डाण सुरू झाल्यावर अर्ध्या तासाने हॉर्वाथने वेगळ्या ठिकाणी जाण्याचे ठरवले होते. आणि माईकने मार्ग बदलला होता. पॅरिसमध्ये रायली टर्नर हीच खरे लक्ष्य होती, की त्याच्यावर केलेल्या हल्ल्यात तिचा नाहक बळी गेला होता, हे कळण्याचा हॉर्वाथला कुठलाच मार्ग नव्हता. कार्लटन समूहासाठी अथेना प्रोजेक्टमधल्या एजन्ट्सनी कामगिऱ्या पार पाडल्या असल्या, तरी ती रीड कार्लटनची कर्मचारी नव्हती. गरज म्हणून त्याला कामगिऱ्यांसाठी ती उपलब्ध करून दिली जात होती. त्यांचा गट इतक्या गुप्तपणे कार्य करत असे की, त्यांच्याशी संपर्क साधण्यासाठी त्याच्याकडे काही माहिती नव्हती. त्यांचे इ-मेल ॲड्रेसेस फक्त होते. आणि ते व्हर्जिनियामध्ये बंदोबस्तात ठेवलेल्या त्याच्या लॅपटॉपवरच होते. तेव्हा रायलीच्या बाबतीत काय घडले आहे हे तर तो त्यांना सांगू शकला नव्हताच; पण त्यांची नावे ब्लॅक लिस्टवर असू शकतील, असा धोक्याचा इशाराही त्यांना देऊ शकत नव्हता.

फायेटव्हील शहराच्या मध्यवर्ती भागाजवळ एक स्ट्रिप मॉल होता आणि तिथे युनिटच्या निवृत्त झालेल्या एका सदस्याच्या पत्नीच्या मालकीचे 'नेल सॅलॉन' होते. डेल्टा आणि अथेना प्रोजेक्ट सुरू झाल्यावर जेव्हा सैन्य दलांच्या बाहेरही शोध सुरू झाला, तेव्हा अनेक होतकरू उमेदवार या सॅलॉनमध्ये येऊन गेले होते. तळाबाहेर कुठे गुप्त मसलती करायच्या झाल्या, तर त्यासाठीही या सॅलॉनचा वापर केला गेला होता. नेल सॅलॉनमध्ये शिरणाऱ्या किंवा त्यातून बाहेर पडणाऱ्या मुलींकडे दुसऱ्यांदा कुणीही बघत नाही. आणि मुख्य म्हणजे आठवड्यातले सातही दिवस ते उघडे असते.

गाडी कुठे उभी करायची हे माईक स्ट्रीबरला सांगून आणि कुणावर नजर ठेवायची हे त्याला समजावून हॉर्वाथने माईकचीच एक बेसबॉलची टोपी डोक्यावर ठेवून कपाळावर खालपर्यंत ओढून घेतली. व्हॅनमधून बाहेर पडून आणि पार्किंग लॉट पार करून तो सॅलॉनमध्ये शिरला. सॅलॉन भरलेले होते. प्रतीक्षा करत थांबायच्या जागेमध्ये- वेटिंग एरिया- एकही खुर्ची रिकामी नव्हती. डॅन मॅक्ग्रीव्ही आणि त्याची पत्नी यांचा व्यवसाय भरभराटीला आलेला दिसत होता.

"हॅलो,'' रोखपालाच्या जागेवर बसलेली मुलगी म्हणाली, "वेळ ठरवून आला आहेस?''

"खरं तर मी इथे डॅनला भेटायला आलो आहे. आहे तो?''

मुलीने फोन उचलून विस्तारित क्रमांकाचे बटण दाबले. "कोण भेटायला आले आहे म्हणून सांगू?"

"परदेशात राहणाऱ्या आमच्या दोघांच्या एका मित्राने मी इथे आलो तर त्याची भेट घ्यावी असे सुचवले होते."

मॅक्ग्रीव्ही काय करतो किंवा पूर्वी त्याने काय केले होते याची थोडीफार कल्पना त्या मुलीला असावी; कारण तिला हे उत्तर समाधानकारक वाटले. एका एजन्टने आपले मित्र असणाऱ्या दुसऱ्या एजन्ट्सना ते त्याच्या शहरात गेले तर त्यांनी त्याच्या मित्राची भेट घ्यावी सांगणे अगदी साहजिक असे. हॉर्वाथ हा काही अशा तऱ्हेने तिथे आलेला आणि गूढपणे त्याचे स्वागत करणाऱ्या स्त्रीला आपली ओळख करून देणारा पहिलाच माणूस नसावा.

तो बघू शकत नसला तरी सीसीटीव्ही कॅमेरे या दुकानात बसवलेले असणार, याची त्याला खात्री होती. तेव्हा कोणत्याही कॅमेऱ्यात त्याचा चेहरा स्पष्टपणे न दिसण्यासाठी तो जास्तीत जास्त प्रयत्न करत होता. तिच्याकडे पाठ करून, काउंटरला टेकून तो काचेमधून सहजच बघावे त्याप्रमाणे प्रतीक्षा विभागाकडे बघत बसला.

निरोप देऊन त्या मुलीने फोन खाली ठेवला. "येईलच तो एवढ्यात."

हॉर्वाथने तिचे आभार मानले. तिचे पैसे देण्यासाठी जवळ आलेल्या स्त्रीला जागा करून देण्यासाठी तो दूर सरकला. काही क्षणातच डॅन मॅक्ग्रीव्ही तिथे आला.

चाळिशीतला दणकट माणूस होता. हॉर्वाथहून उंचीला दोन-एक इंच कमी. तपकिरी केस. कानांवर जरा पांढरे पडलेले. खळगा पडलेली हनुवटी. त्याच्याकडे बघता क्षणी हॉर्वाथला जाणवले की त्याला आधीच हॉर्वाथबद्दल संशय आला आहे.

"मी काय मदत करू शकतो तुला?"

सहज भेटायला आलेल्या मित्राच्या मित्राचे स्वागत कुणी अशा शब्दांनी करत नाही.

"हॅलो, डॅन," हात पुढे करत हॉर्वाथ म्हणाला. "केव्हिन कर्क."

त्याने क्षणभरच हात मिळवला. "मी काय करू शकतो तुझ्यासाठी?"

"आपल्या दोघांचाही मित्र असणाऱ्या मित्राने मी या शहरात आलो तर तुझी भेट घ्यावी असे सुचवले होते."

"कोण?"

"आपण बोलू शकू अशी कमी गर्दी असणारी जागा आहे?"

आगाऊ वेळ न ठरवता कुणी भेटायला आलेले मॅक्ग्रीव्हीला आवडत नव्हते, हे तर स्पष्टच दिसत होते. "आधी त्या मित्राचे नाव का नाही सांगत मला?" त्याने विचारले.

हॉर्वाथने त्याच्या नजरेला नजर देत उत्तर दिले, ''टर्नर, रायली टर्नर.''

''ऐकले नाही त्याच्याबद्दल कधी,'' तो म्हणाला. पण क्षणभर तरी त्याच्या चेहऱ्यावरचे भाव नक्की पालटले होते.

''तो तो नाही; ती आहे, पण ते तुला आधीच ठाऊक आहे म्हणा. मला जे सांगायचे आहे ते तुला नक्की ऐकायचे असणार. पाच मिनिटे पुरतील मला.

सॅलॉनच्या मागच्या दिशेने अंगठा दाखवत मॅकग्रीव्ही म्हणाला, ''आपण माझ्या कार्यालयात बोलू. आणि तुला पाच नाही तर फक्त तीन मिनिटे वेळ मी देणार आहे.''

प्रकरण ४८

मॅक्ग्रीव्हीने त्याच्या टेबलसमोरच्या खुर्चीकडे बोट दाखवत हॉर्वाथला बसून घ्यायला सांगितले. "तुझा तीन मिनिटांचा वेळ आता सुरू होतो आहे."

हॉर्वाथने सरळ मुद्द्यालाच हात घातला. "सहा दिवसांपूर्वी पॅरिसमध्ये रायली टर्नरचा गोळ्या घालून खून झाला."

"क्षणभर समजू या की रायली टर्नर कोण आहे ते मला माहीत आहे आणि तुझे बोलणे मला ऐकायचे आहे. पण मी तुझ्यावर का विश्वास ठेवावा?"

"कारण मी तिथे हजर होतो," हॉर्वाथ म्हणाला. रायलीचे नाव घेताना पुन्हा क्षणभर मॅक्ग्रीव्हीच्या चेहऱ्यात फरक पडला होता.

"तू गोळ्या घातल्यास तिला?"

"नाही, पण गोळ्या घालणाऱ्या खुन्यांना मी ठार मारले."

"खुन्यांना?"

"हो," हॉर्वाथ मान डोलावत म्हणाला. "चौघे जण. भाडोत्री खुनी टोळी."

"भाडोत्री खुन्यांच्या टोळीने तिला ठार मारले हे तू नुसते ओळखले नाहीस, तर त्या चौघांनाही तू ठार मारू शकलास?"

"हो."

"तुझे नाव केव्हिन कर्क नाही, आहे तसे?"

"नाही."

"आणि तू कोण आहेस ते तू मला सांगणारही नाहीस. सांगणार आहेस?"

हॉर्वाथने नकारार्थी मान हलवली. "पण माझे सांकेतिक नाव आहे नॉर्समॅन. कसे वाटते?"

“ऐकले नाही तुझ्याबद्दल कधी,” मॅक्ग्रीव्ही म्हणाला.

हॉर्वाथला हीच प्रतिक्रिया अपेक्षित होती. त्याने खिशातून माईक स्ट्रीबरचा सेलफोन काढला. त्यातले सिमकार्ड काढून टाकले होते. त्याच्या मेमरी कार्डऐवजी हॉर्वाथने पॅरिसमध्ये वापरलेले कार्ड आत घातले होते. रायलीच्या फोटोवर क्लिक करून त्याने सेलफोन मॅक्ग्रीव्हीच्या हातात ठेवला.

“जीझस,” त्याच्या तोंडातून आपोआप शब्द बाहेर पडला होता. तिला ओळखत नसण्याची बतावणी संपली होती. “कोणी केले हे?”

“तूच ते सांगू शकशील अशी माझी आशा आहे,” हॉर्वाथने उत्तर दिले. सेल फोनच्या स्क्रीनवर बोट ठेवत त्याने ते बाजूला सरकवले आणि पुढला फोटो स्क्रीनवर आणला. “माझ्याकडे चारही खुन्यांचे फोटो आहेत.”

मॅक्ग्रीव्हीने प्रत्येक फोटो बघितला. मागे जाऊन पुन्हा प्रत्येक फोटो बघितला. त्याने कुणाला ओळखले असलेच, तर ते दडवून ठेवण्यात तो नक्कीच हुशार होता. फोन परत देत तो म्हणाला, “वाईट वाटते मला, पण मी तुला मदत करू शकत नाही.”

“मला वाटते तू नक्कीच मदत करू शकशील. मला गरज आहे तुझ्या मदतीची.”

“इथे यायचे, हे फोटो दाखवायचे आणि माझी मदत मागायची? मला तुझ्या धारिष्ट्याचीच कमाल वाटते.”

“आले लक्षात,” हॉर्वाथ म्हणाला. “तू मला ओळखत नाहीस, पण तू रायली टर्नरला नक्कीच ओळखत होतास.”

तो माणूस विरोध करणार होता, पण हॉर्वाथने हात वर करून त्याला थांबवले. “आता नोंदच ठेवायची झाली, तर मी म्हणेन तू कशाचीही कबुली दिलेली नाहीस. मी माझे स्वतःचे निष्कर्ष काढतो आहे. तूही तेच करायची गरज आहे.”

“कोणत्या तऱ्हेचे निष्कर्ष?”

“तू दिलेला तीन मिनिटांचा अवधी संपला असूनही मी अजून इथेच आहे. तेव्हा माझी कल्पना आहे की मी सांगितलेल्या घटना खऱ्याखुऱ्या घडल्या आहेत असे तुला वाटायला लागलेले आहे. तुला अजून एवढेच कळत नाही की मी चांगल्या माणसांपैकी एक आहे का वाईट माणसांपैकी एक.”

मॅक्ग्रीव्ही हसला. “आणि आता तू मला सांगणार असशील की तू चांगल्या माणसांपैकी एक आहेस आणि मी तुझ्यावर विश्वास ठेवायला हरकत नाही.”

“नाही,” हॉर्वाथ म्हणाला. आणि त्याने अथेना टीमच्या दुसऱ्या एका सदस्याचे नाव घेतले. “ग्रेचेन केसी सांगेल तुला तसे.”

तत्क्षणी मॅक्ग्रीव्हीच्या चेहऱ्यावरचे हसू नाहीसे झाले. “कोण आहेस तरी कोण तू?”

"माझे सांकेतिक नाव मी तुला आधीच सांगितले आहे. केसीशी बोल. ती भेटली नाही तर ज्यूली एरिकशान, मेगन ऱ्होड्स किंवा अलेक्स कूपरशी."

कोणीतरी जवळून त्याला लोखंडी गजाने हाणले असावे असा मॅक्ग्रीव्हीचा चेहरा झाला. त्याच्यासमोर बसलेल्या माणसाने धडाधडा अमेरिकेच्या लष्करी इतिहासात अत्यंत गुप्तपणे सुरू केलेल्या प्रोग्रॅममधील चार एजन्ट्सची नावे घेतली होती.

"मी त्यांच्यापैकी कुणालाच ओळखत नाही आणि ओळखत असलो तरी मी तुला तसे का सांगावे? तू तर तुझे खरे नावही मला सांगत नाहीस."

"त्याला कारणही तसेच आहे," हॉर्वाथने उत्तर दिले. "रायली टर्नरच्या हत्येला जो जबाबदार आहे तो आता मला ठार करण्याच्या प्रयत्नात आहे. केसी, एरिकशान, ऱ्होड्स आणि कूपर यांची नावेही त्याच्या यादीत असण्याची शक्यता मला दिसते आहे. म्हणूनच मला त्यांच्याशी बोलायचे आहे."

खुर्चीत मागे रेलून त्या माणसाने मोठ्याने श्वास सोडला. त्याच्या डोक्यात विचारचक्रे सुरू झाली होती.

"तू काय विचार करतो आहेस ते कळते मला," हॉर्वाथ म्हणाला.

भुवई उंचावून मॅक्ग्रीव्ही म्हणाला, "ओ! खरं की काय? मग काय विचार करतो आहे मी?"

"तू काय निर्णय घ्यायचा हे ठरवतो आहेस. व्यावसायिकपणे विचार केला, तर तू फोन उचलून युनिटमधल्या कुणाशी तरी बोलायला हवेस. ते मला कळते आहे. खरं तर मी वाईट कामासाठी इथे आलो आहे आणि माझ्यापासून धोका आहे असे तू गृहीत धरणे आवश्यक आहे. पण तुला कुणाचा विश्वासघातही करायचा नाही. पण हे असे कधी घडत नसते. आपण नेहमीच एकमेकांची काळजी घेतो."

"आपण?"

हॉर्वाथने मान डोलावली. "त्या स्त्रियांबरोबर मी अनेक कामगिऱ्या पार पाडल्या आहेत. त्या मला ओळखतात. त्या माझ्याबद्दल खात्री देतील. तू त्यांच्यापैकी कोणाही एकाशी संपर्क साधायचा आहेस, तिला माझे वर्णन ऐकवायचे आहे, माझे सांकेतिक नाव सांगायचे आहे. नाहीतर मला फोन दे. सर्व ठीक होईल; पण तसे करणे म्हणजे कामाची पद्धतच बदलणे होईल. अधिकारपदांची साखळी मोडून माझ्यासारख्या अनोळखी माणसावर मेहेरबानी केल्यासारखे होईल."

"बरोबर. फारच मोठी मेहेरबानी ठरेल ती. आणि मी तर अनोळखी माणसांसाठी छोटीशी मेहेरबानीही करत नाही."

"माझ्या बाबतीत अपवाद करणार आहेस तू."

"का?"

हॉर्वाथने शेवटचे नाव बोलायची तयारी केली. त्याचे लक्ष मॅक्ग्रीव्हीच्या चेहऱ्यावर खिळले होते. "उन्हाळ्यामध्ये एक भयंकर दहशतवादी गट उद्ध्वस्त करण्यासाठी अथेना प्रोजेक्टच्या सदस्यांची नेमणूक झाली होती. त्यांच्या आत्मघातकी बॉम्बर्सना घेरल्यावर त्यांच्यापैकी एकाने स्वतःच्या शरीराला बांधलेल्या स्फोटकांचा स्फोट घडवून आणला होता. सर्वत्र दगडमाती उडत असताना तो ज्या इमारतीबाहेर उभा होता ती इमारत कोसळायला लागली."

आपले हात पुढे करून त्याने ते मॅक्ग्रीव्हीसमोर धरले. "या हातांनी मी निकी रॉड्रिग्जला ॲमस्टरडॅममधल्या त्या इमारतीच्या ढिगाऱ्यामधून बाहेर काढत असताना आणि तिच्या छातीत एक धातूचा तुकडा घुसला असतानासुद्धा ती आणखी कुणाला तरी खेचत होती."

मॅक्ग्रीव्हीने आपल्या नाकाच्या टोकाला चिमटा घेत विचारले, "आणि त्यानंतर तू कुठे गेलास?"

"त्या दहशतवादी गटाच्या मागोमागच अमेरिकेत पोचलो."

"नक्की कुठे?"

"शिकागो."

"आणि ही सर्व माहिती मी उच्चपदस्थांकडे घेऊन जाऊ नये असे का वाटते तुला?" मॅक्ग्रीव्हीने विचारले. "तुझी कथा खरी ठरली तर ते तुला ज्याच्याशी बोलायचे असेल त्याच्याशी तुझी गाठ घालून देतील. तुला मदत करू शकतील ते. मला हे सांगायलाच हवे त्यांना."

तो आता आपण सांगेल तेच करणार याची हॉर्वाथला खात्री पटली. त्याला पूर्णपणे त्याच्या बाजूला वळवायचाच प्रश्न होता. मॅक्ग्रीव्हीला फक्त पटण्यासारखे कारण द्यायला हवे होते. त्याने तेच केले. "तू समजा तसा फोन केलास आणि अशा प्रतिक्रियांची साखळी सुरू झाली, की त्यामुळे केसी आणि इतरांचा जीव जास्तीच धोक्यात येईल तर काय होईल? पुढले पाऊल कुठले असावे ते त्यांनाच ठरवू देणे योग्य नाही का?"

प्रकरण ४९

डॅन मॅक्ग्रीव्हीने केसी आणि ऱ्होड्स यांना ताबडतोब इकडे या असा तीन शब्दांचा एक टेक्स्ट मेसेज एकाच वेळी पाठवून दिला. विसाव्या मिनिटाला त्या त्याच्या कार्यालयाच्या दारात हजर होत्या.

मेगन ऱ्होड्सचे लक्ष प्रथम हॉर्वाथकडे गेले. "कोण आले आहे बघ," ती उत्साहाने म्हणाली आणि तिचे लक्ष हॉर्वाथच्या चेहऱ्याकडे गेले. पण त्याच्या चेहऱ्यावरचे भाव बघताच ती एकदम गप्प बसली.

काहीतरी नको ती गोष्ट घडली आहे हे ग्रेचेन केसीच्याही तत्काळ ध्यानात आले. "तू काय करतो आहेस इथे?"

"रायली."

मॅक्ग्रीव्हीला पूर्ण ओळख पटली. खासगीत बोलता यावे म्हणून त्याने त्यांना आपल्या कार्यालयात बसायला सांगितले. हॉर्वाथ यावर काय बोलणार आहे कळल्याप्रमाणे आधीच हात वर करून तो म्हणाला, "कुठल्या तरी क्षणी सत्तेत असणाऱ्या लोकांना काय घडले ते समजण्याची गरज आहे. मी एवढेच म्हणेन की लवकरात लवकर ते झाले तर बरे. बाकी मी तुम्हा तिघांच्या निर्णयावर सोपवतो."

"काय झाले?" केसीने विचारले. "रायली ठीक आहे ना? कुठे आहे ती?"

ग्रेचेन केसी, जिला तिच्या टीमचे सदस्य ग्रेच म्हणत, टेक्सासच्या पूर्व भागात वाढली होती. टेक्सास ए ॲन्ड एममध्ये कायद्याचे प्राथमिक शिक्षण तिने घेतले होते. आई थोडीफार यशस्वी कलाकार होती. वडील आर्मी रेंजर होते. तिला हातात रायफल धरता यायला लागल्या दिवसापासून त्यांनी तिला रायफल चालवण्याचे शिक्षण दिले होते. हायस्कूलमध्ये तिला क्रॉस कंट्री रेसेसची आवड होती आणि

नेमबाजीत तर ती तरबेजच होती. ती जगामधली एक उत्कृष्ट बायॲथलीट- स्कीईंग आणि रायफल शूटिंगमध्ये तरबेज- बनली. एका हेज फंड मॅनेजरच्या प्रेमात पडल्यावर ती न्यू यॉर्कला आली. तिचे खेळ सुटले. तिने एनवाययूमधून कायद्याची पदवी मिळवली. पण नंतर तिचे लग्न मोडले आणि ती टेक्सासला परतली. तिने पुन्हा तिच्या आवडत्या स्पर्धांमध्ये भाग घ्यायला सुरुवात केली. आठ- एक महिनेच झाले असतील आणि डेल्टा फोर्समध्ये भरती करणाऱ्या अधिकाऱ्याच्या नजरेत आली. त्याने जो प्रस्ताव तिच्यासमोर मांडला तो ती नाकारणे शक्यच नव्हते.

तिचे बदामी रंगाचे केस खांद्यांपर्यंत रुळत असत. डोळे हिरवे; उंची साडेपाच फूट. खोलीतल्या दोन मुलींमधली बुटकी मुलगी असली तरी तिच्या नेतृत्वगुणांबद्दल दुमत नव्हते. म्हणूनच अथेनामध्ये चौघा जणांच्या टीमची ती लीडर होती.

मेगन ऱ्होड्स सरळ सरळ अमेरिकन मुलगी. फिकट तपकिरी रंगाचे केस आणि निळे डोळे. ती फार लहान असतानाच तिची आई गेली. पोलीस असणाऱ्या तिच्या वडिलांबरोबर शिकागोच्या उपनगरात ती लहानाची मोठी झाली.

ती इलिनॉय विद्यापीठात गेली. उत्कृष्ट पोहायला शिकली. स्वीडिश किंवा नॉर्वेजियन दिसणाऱ्या उभट चेहऱ्यामुळे आणि पाच फूट अकरा इंच उंचीमुळे तिला व्हायकिंग प्रिन्सेस असे टोपणनाव पडले होते. डेल्टा फोर्समध्ये येईपर्यंत ते नाव तिला चिकटले होते. तिला ओळखणाऱ्या सर्वांना हे टोपणनाव आवडायचे. पूर्णतः व्हायकिंग्जसारखीच दिसत असली, तरी राजकुमारी म्हणावी असा अंशही तिच्यात नव्हता. गरज असेल तेव्हा ती अत्यंत थंडपणे कुणाचाही जीव घेऊ शकत असे. कुठलीही कामगिरी पार पाडताना बिकट परिस्थितीत अडकली तरी तक्रार करत नसे. तिच्या टीममधल्या केसीप्रमाणेच ती तिशीतली होती. धडधाकट आणि देखणीही.

मॅक्ग्रीव्हीच्या कार्यालयात बोलत असताना हॉर्वाथ फार अस्वस्थ बनला. तिथे चोरून ऐकण्याची साधने बसवलेली असण्याची शक्यता नाकारता येत नव्हती. खात्री नाही तोपर्यंत तो वाईटच गृहीत धरत असे.

आपली काळजी व्यक्त करत त्याने विचारले, "आपण बोलू शकू अशी दुसरी एखादी जागा आहे का?

नेल सॅलॉनबाहेर हॉर्वाथने मेमरी कार्ड्सची अदलाबदल करून माईक स्ट्रीबरचा सेलफोन त्याला परत दिला. स्ट्रीबरने दोन देखण्या पण अत्यंत गंभीर चेहऱ्याच्या स्त्रियांवर नीट नजर टाकली, पण तो काही बोलला नाही. हा व्यवसायाचा भाग आहे एवढे त्याला कळत होते.

फोर्ट ब्रॅगमध्ये आणि आसपासही स्ट्रीबरची अनेक गिऱ्हाइके होती, ज्यांना तो भेटू शकला असता. काय करायचे ते ठरल्यावर मला फोन कर, असे त्याने

हॉर्वाथला सांगितले. हॉर्वाथने त्याचे आभार मानले. स्ट्रीबर व्हॅन घेऊन तिथून निघून गेल्यावर हॉर्वाथ केसी आणि ऱ्होड्स यांच्या गाडीजवळ गेला.

पंधरा मिनिटांनी ते केसीच्या घराच्या बैठकीच्या खोलीत बसले होते. स्वयंपाकघरामधून परत येऊन त्याच्या हातात बिअर ठेवत ऱ्होड्स म्हणाली, "तुला बिअरची खरंच गरज आहे असे वाटते मला."

बाटली हातात घेऊन त्याने झाकण फिरवून उघडले आणि घडलेली प्रत्येक गोष्ट या दोन स्त्रियांना सांगायला सुरुवात केली. केसीने फोटोंबद्दल विचारल्यावर त्याने आपल्या खिशातून मायक्रो एसडी कार्ड काढून तिच्या हातात ठेवले.

तिने तिच्या फोनमध्ये ते सरकवून घातल्यावर ऱ्होड्सही वाकून फोटो बघायला लागली. फोटो बघताच त्या फार अस्वस्थ बनल्या.

"हे कोणी केले असेल याची काहीच कल्पना करता येत नाही आपल्याला?"

हॉर्वाथने मान हलवली. "नाही. या खुनी टोळ्या ज्याने पाठवल्या असण्याची शक्यता आहे अशा माणसाचे नाव फक्त मला कळले आहे. कर्नल चक ब्रेमर."

"सैन्यात आहे?"

"माझ्या माहितीप्रमाणे आहे. मी अध्यक्षांच्या सीक्रेट सर्व्हिस डिटेलमध्ये असताना व्हाइट हाउस आणि नॅशनल सिक्युरिटी कौन्सिल यांच्या कामात एकसूत्रता आणण्यासाठी डिपार्टमेंट ऑफ डिफेन्सने त्याची संपर्क अधिकारी म्हणून नेमणूक केली होती."

"त्या वेळी तो अशा खुनी टोळ्या पाठवत होता?"

"आम्ही काही मित्र नव्हतो."

"तेव्हा रायलीवरच हल्ला झाला होता, का चुकीच्या वेळी ती चुकीच्या ठिकाणी होती हे आपल्याला माहीत नाही," केसी म्हणाली.

हॉर्वाथने तिच्याकडे बघितले. "तू कूपर आणि एरिकशान यांच्याशी बोलली आहेस?"

"कालच रात्री बोलले होते. ज्यूली एरिकशान रजेवर आहे. हवाई बेटांवर आपल्या कुटुंबीयांची भेट घ्यायला गेली आहे. कूपर मेक्सिकोमध्ये आहे. तिचे प्रशिक्षण चालू आहे."

"आणि रॉड्रिग्ज?"

"अजून सुधारते आहे, पण ठीक आहे."

"तुमच्या टीमच्या दुसऱ्या कुणावर जर हल्ला झाला नसेल तर रायली माझ्यामुळेच ठार झाली आहे."

"तुम्ही दोघे पॅरिसमध्ये करत तरी काय होतात?" ऱ्होड्सने विचारले.

"कार्लटनसाठी इस्राईलशी संबंध राखणारा कोणीतरी आहे तिथे. त्याला काही

माहिती देण्यासाठी कार्लटनने मला तिकडे पाठवले होते. भेटीनंतर त्या इस्रायलीने माझ्या हातात एक कागद ठेवला. त्यावर कार्लटनच्या हस्ताक्षरात पॅरिसमधल्या एका सुरक्षित घराचा पत्ता होता. मी त्या इमारतीजवळ गेलो तेव्हा कार्लटनने अपार्टमेंटचा नंबरही टेक्स्ट केला. मी बेल दाबली. इमारतीचे दार उघडले. वर गेलो. रायलीने अपार्टमेंटचे दार उघडताक्षणी गोळीबार सुरू झाला.''

''ती तिथे का आली होती ठाऊक आहे तुला?''

''विचारण्याची संधीही नाही मिळाली.''

आपल्या फोनमधून एसडी कार्ड काढून तिने ते हॉर्वाथच्या हातात ठेवले. ''रीड कार्लटन सध्या कुठे आहे? त्याच्याशी संपर्क साधण्याचा काही मार्ग आहे तुझ्याकडे?''

''आहे. पण तो सुरक्षित आहे याची खात्री नाही. इतर सर्व गोष्टी लक्षात घेता मला वाटते की त्याच्यावरही नजर ठेवलेली असणार.''

''एटीएस?''

हॉर्वाथने मान डोलावली.

''म्हणजे कार्लटन जिवंत आहे की नाही हे तर आपल्याला कळू शकत नाहीच, पण या सगळ्यामागचा सूत्रधार कोण आहे हेदेखील आपल्याला माहीत नाही.''

''बरोबर. काही कल्पनाच नाही.''

केसीने तिच्या टीमच्या सदस्याकडे बघितले, मग हॉर्वाथकडे. ''या क्षणी आपल्या प्रश्नांची उत्तरे देऊ शकेल असा एकच माणूस आपल्या डोळ्यांसमोर आहे. मला वाटते चक ब्रेमरची भेट घेतलीच पाहिजे आपण.''

''खरं आहे,'' हॉर्वाथ म्हणाला. ''पण त्या आधी थोडी पूर्वतयारीही करायला हवी.''

प्रकरण ५०

व्हर्जिनिया

रीड कार्लटनला ठाऊक होते की तो तिथे जास्ती राहू शकणार नाही. एखादा दिवस. किंवा फार तर दोन. खरा तर तोदेखील जास्तीच काळ ठरला असता. तो एक फरारी गुन्हेगार होता. त्याला एकाच ठिकाणी राहून चालणार नाही. तसा राहिला तर त्याचा शोध लागलाच असता.

उत्तरेकडे जाता जाता तो झोपेच्या अधीन झालेल्या लॅन्कॅस्टर काउंटींच्या वेगवेगळ्या शहरांमधून पुढे जात होता. उन्हाळ्याच्या सुटीत मौजमजा करण्यासाठी चेसापीकजवळच्या या भागात आलेल्या प्रवाशांची गर्दी आता नाहीशी झाली होती. सुट्ट्यांचा काळ संपल्याने अनेक दुकाने बंद झाली होती. अमेरिका सोडून इतर देशांचे खाद्य पदार्थ विकणाऱ्या एथनिक ग्रोसरीमधून त्याने थोडी खरेदी केली. काउंटरमागे उभ्या असणाऱ्या माणसाचे गिऱ्हाइकांकडे विशेष लक्षच नव्हते. छपरावर लावलेल्या टीव्ही डिशद्वारा प्रसारित होणारी घरगुती विषयांवरील एक परकीय मालिका तो बघत होता. कुठेही कॅमेरे बसवलेले दिसत नव्हते. कार्लटनने रोख पैसे दिले.

भाड्याच्या घरी जाण्याचे वळण त्याला आठवत होते तिथेच होते. तीन-एक वर्षांपूर्वी त्याच्या एका मैत्रिणीने मित्र आणि कुटुंबाबरोबर राहण्यासाठी इथे भाड्याने घर घेतले होते. आठवड्याच्या अखेरीस तिला भेटण्यासाठी तो वॉशिंग्टनहून तासभर गाडी चालवत आला होता. तो जसा काही कालच येऊन गेला होता असे त्याला वाटत होते.

जुलैचा महिना होता. रॅपहॅनॉक काउंटीमधली घरे लाल, पांढऱ्या, निळ्या रंगांनी सुशोभित केली होती. नॉर्मन रॉकवेलच्या नवीन चित्राप्रमाणेच ती घरे दिसत होती. नजर पोहोचेल तिथपर्यंत अमेरिकेचे झेंडे फडकताना दिसत होते.

हवा गरम होती. व्हर्जिनिया राज्य. तेव्हा उन्हाळाच होता. आधीच्या दहा वर्षांच्या काळात खाल्ले नसेल इतके आईस्क्रीम आणि पॉप्सिकल्स त्याने त्या वेळी खाल्ले होते. आठवड्याच्या शेवटच्या दिवसातल्या त्या भेटींच्या वेळी आपण कोण आहोत याचा विचारच तो करत नसे. सर्व विसरून जात असे. एकच वर्तमानपत्र विकत घेत असे. तिथले स्थानिक गॅझेट. त्या गॅझेटमध्ये परेड्स, आतषबाजी, पॅनकेक्सची न्याहारी यांचे वेळापत्रक असे. घरामध्ये टेलीव्हिजनसुद्धा नव्हता. कित्येक वर्षांत तो असा आरामात राहिला नव्हता.

घराचा पिवळा रंग, सर्व बाजूंनी असलेले पोर्च आणि खिडक्यांच्या पांढऱ्या रंगाच्या झडपा बघताच त्याच्या मनात आठवणींनी गर्दी केली. त्या आठवणी काढत बसायला आता त्याला वेळ नव्हता. आजूबाजूने, आवाज न करता चक्कर मारत, आतमध्ये कुणीही नाही याची त्याने खात्री केली. प्रॉपर्टीची सुरक्षा ज्या कंपनीच्या व्यवस्थेखाली आह, अशा अर्थाचे स्टिकर्स खिडक्यांवर लावले होते ती कंपनी तर अस्तित्वातच नव्हती. हॉलवेच्या दाराच्या मुठीवर मॅनेजमेंट कंपनीच्या किल्ल्यांचा एक खोका होता. त्याच्याकडे दुर्लक्ष करून त्याने आपल्या जाकिटाच्या खिशामधून कुलूप उघडायची साधने काढून दार उघडले आणि आत पाऊल टाकले. सुटीचा काळ संपल्यानंतर बंद केल्याप्रमाणे ते स्वच्छ आणि रिकामे होते. स्वयंपाकघरामध्ये जाऊन त्याने रेफ्रिजरेटर बघितला. रिकामा होता. प्लगही काढून ठेवलेला. यानंतर बराच काळ हे घर वापरण्याचा कुणाचा इरादा दिसत नव्हता.

कार्लटन गराजमध्ये गेला. उन्हाळ्यात वापरण्यात येणारी खेळणी एका भिंतीशी व्यवस्थित लावून ठेवली होती. दुसऱ्या भिंतीशी कचरा टाकण्याचे प्लॅस्टिकचे डबे, हिरवळ सपाट करणारा लॉनमोअर, वाळक्या पानांचा वगैरे कचरा गोळा करणारा आणि जमीन सपाट करणारा रेक आणि इतर उपयुक्त साधने नीटपणे टेकवून ठेवली होती. कोळशांनी भरलेले अर्धे पोते आणि मांसाचे तुकडे भाजण्यासाठी ॲल्युमिनियमची जाळी होती.

गराजचे दार उघडून त्याने कॅडिलॅक आत घेतली. सीटवरच्या ग्रोसरीच्या पिशव्या, ट्रंकमधल्या वस्तू वगैरे घेऊन त्याने गराजचा दरवाजा बंद केला आणि तो घरात परतला.

साध्यासुध्या जेवणाचा आस्वाद घेत त्याने जुन्या स्टोव्हवर कॉफी गरम केली. मग स्वयंपाकघरामधल्या टेबलशी बसून त्याने कागदाचे पॅड घेतले आणि यादी बनवायला सुरुवात केली.

त्याच्या संघटनेच्या आरंभापासून त्याने आणि त्याच्या समूहाने पार पाडलेल्या कामगिऱ्या त्याने लिहिल्या. त्यांचा आपापसातला संबंध, त्याचे परिणाम, संबंध आलेली प्रत्येक परकीय आणि स्वकीय एजन्सी, कामगिऱ्या पार पाडत असताना

त्यांना ज्या एजन्सींनी सहकार्य दिले होते, ज्यांना टाळून ते पुढे गेले होते त्यांची नावे, सर्व काही लिहिले. बघता बघता त्याच्या टेबलवर कागदांची चळत उभी राहिली आणि तो इतका थकला की, त्याचे डोके ठणकायला लागले. त्याच्या मनातल्या हाइड्राला अनेक नवीन डोकी फुटली होती. त्याला कुठल्याच एका डोक्यावर लक्ष केंद्रित करता येईना.

टेबलपासून दूर सरकून तो उभा राहिला. बैठकीच्या खोलीत गेला. शेकोटीवरच्या फळीवर त्याला आठवत होत्या त्याप्रमाणे विविध रंगांतल्या शिडांच्या लाकडी जहाजांचा ताफा होता. त्याने निळ्या रंगाचे जहाज उचलले. मैत्रिणीच्या नातवाने जहाज पाडल्याने जहाजाचे शीड त्या वेळी मोडले होते.

अत्यंत मौल्यवान अशी प्राचीन वस्तू आपण मोडल्याने आपल्यावर मोठे संकट कोसळणार आहे या भीतीनेच तो पोरगा भयंकर घाबरला होता, हे कार्लटनला आजही आठवले.

कार्लटनने ते जहाज दुरुस्त करता येईल याबद्दल त्याची नुसती खात्री पटवली नाही, तर आपण दोघांनी ते दुरुस्त करू या आणि हे इतरांना समजायचे कारण नाही, ते आपल्या दोघांमधलेच गुपित राहील असे सांगेपर्यंत त्याचे रडणे थांबले नव्हते. गुप्ततेमध्ये खूप ताकद असते.

एखादे गुपित सर्वांपासून दडवून ठेवल्याने माणसे जशी दुखावतात तशी ती गुपितात सहभागी करून घेतल्याने जवळही येतात. पण एखादे गुपित कुणाला सांगायचे आणि त्यातला कितीसा भाग सांगायचा हे काम फार काळजीपूर्वक करावे लागते. बेंजामिन फ्रॅन्कलिनच्या बाबतीत अनेक चुटके सांगितले जातात. आजच्या त्याच्या परिस्थितीत त्याला त्याच्या एका चुटक्याची प्रकर्षाने आठवण झाली. पुअर रिचर्ड्स ऑल्मनॅकमध्ये– हवामानाचा अंदाज, भरती-ओहोटीच्या, सूर्योदय-सूर्यास्ताच्या, पेरणीच्या वगैरे वेळा दाखवणारी दिनदर्शिका– अशीच एक धोक्याची सूचना दिलेली आहे. तीन माणसेही गुपित राखू शकतील, जर त्यातली दोन मरण पावलेली असली तर.

तो अशाच तऱ्हेच्या जगात वावरत होता जिथले चलनी नाणे होते गुप्तता. खोटेपणा, फसवणूक, अर्धसत्ये यांनीच हे जग भरलेले होते. त्या जगामधल्या काही जणांना कुणावरच विश्वास टाकता येत नाही, पण ती माणसे जास्ती काळ टिकत नाहीत. कायम सावध राहण्याची गरज असली, तरी कधीतरी मुक्तपणे वागता यायला पाहिजे. दिवसाचे चोवीस तास आणि आठवड्याचे सात दिवस कुणीही कोड रेडमध्ये सततच्या आणीबाणीच्या परिस्थितीमध्ये आयुष्य काढू शकत नाही; कधीतरी इतरांना जवळ येऊ द्यायला पाहिजे.

कार्लटनने जहाज पुन्हा फळीवर ठेवून दिले. त्या जहाजाचे गुपित आजही

शाबूत होते. त्याला पुन्हा फ्रॅन्कलिनच्या शब्दांची आठवण झाली.

गुपित काय आहे याचीच कल्पना नसतानाही त्याला बहुधा एक गुपित कळलेले होते. आणि ते गुपित गुपितच राहावे या हेतूने कुणीतरी त्याचा आणि त्याच्या माणसांचा खून पाडायला निघाले होते. त्याचा संबंध कुठेतरी देशद्रोहाशी असावा. तेव्हा नक्की आरोप तरी काय आहे याचा तो विचार करायला लागला.

देशाची सुरक्षा धोक्यात येते आहे अशा तऱ्हेच्या देशद्रोहाचा आरोप ठेवता आला, तर त्या आरोपाचा पुनर्विचार अत्यंत गुप्तपणे केला जातो. सजा फर्मावणाऱ्यांची नावे कळत नाहीत आणि सर्वसामान्य जनतेपर्यंत कुठलाच तपशील सहसा पोहोचत नाही.

तशा तऱ्हेचा आरोप झाला, तर त्या माणसाचे नाव किल-लिस्टमध्ये येऊ शकते. ज्या झपाट्याने देशाची सुरक्षा धोक्यात येऊ शकत असेल त्याच झपाट्याने सजा फर्मावली जाते. कार्लटनच्या मनामधले विचार याच ठिकाणी येऊन थांबायला लागले. त्याच्या मागे जे कुणी लागले होते त्याने देशद्रोहाचा अत्यंत धोकादायक आरोप ठेवून अत्यंत वेगाने त्याला आणि त्याच्या एजन्ट्सना मृत्यूची सजा देववली होती.

ज्या कुणाला तो ठार केला जावा अशी इच्छा होती त्याला तो आणि त्याचे एजन्ट यांना ठार मारणे किती कठीण आहे, याची कल्पना होती. त्यासाठी असाधारण असे प्रशिक्षण दिलेली माणसे आणि अत्यंत गुप्तता राखलेली माहिती मिळवणे आवश्यक होते.

पण कार्लटन आणि त्याच्या माणसांना ठार मारण्याची कुणाला आणि का गरज भासली होती? का?

खून आणि खुनाला प्रवृत्त करणारी कारणे केन आणि एबलच्या काळापासून अस्तित्वात आहेत. त्याच्या मनात आले ते पहिले कारण म्हणजे तो आणि त्याचे एजन्ट्स यांना जे कळायलाच नको ते समजले आहे आणि म्हणून कुणीतरी त्यांची तोंडे कायमची बंद करायची आज्ञा दिलेली आहे. पण जितक्या पटकन त्याच्या मनात हा विचार आला, तितक्याच पटकन त्याने तो मनातून काढूनही टाकला. तो आपल्या एजन्ट्सना त्यांचे काम पार पाडण्यासाठी जितकी कमीत कमी माहिती गरजेची असेल, तेवढीच देत आला होता. खूप प्रयत्न करूनही त्याच्या सर्व एजन्ट्सना माहीत असणारा कुठलाही तपशील किंवा अत्यंत गुप्त अशी माहिती त्याच्या डोळ्यांसमोर येतच नव्हती की ज्यामुळे त्या सर्वांपासून कुणाला धोका निर्माण व्हावा.

मग वेगळेच कुठले कारण असेल? टॉमी बँक्स म्हणत होता ते बरोबर असेल? हा सुडाचा प्रकार असेल? पुन्हा एकदा कार्लटनने आपल्या मनात या

शक्यतेचा सर्व बाजूंनी विचार केला.

शक्य होते. कार्लटन समूह त्यांचे काम उत्तम तऱ्हेने करत होता, फारच उत्तम तऱ्हेने. सीआयएमध्ये आणि त्यांच्यामध्ये यामुळे हेवेदावेही निर्माण झाले होते. पण एजन्सी त्यांना ठार मारायला निघाली नसती. त्यांची कार्यपद्धती वेगळी होती. त्याचा काटा काढायचा असता, तर त्यांनी पुन्हापुन्हा प्रसारमाध्यमांकडे त्याला अडचणीत आणणाऱ्या गोष्टी फोडल्या असत्या. त्याला काँग्रेससमोर चौकशीला सामोरे जायला लावले असते. कार्लटन समूहाने स्वतःचेच नियम कसे बनवले आहेत आणि त्यांच्यावर कुणाचेच कसे नियंत्रण राहिलेले नाही, हे आरडाओरडा करून सांगितले असते. लँग्लेमधल्या सत्ताधीशांनी कार्लटनच्या डिफेन्स डिपार्टमेंटमधल्या मित्रांनाच लक्ष्य बनवून त्यांना जाहीरपणे इतक्या अडचणीत आणले असते की त्यांनी स्वतःच कार्लटन समूहाबरोबरचे सर्व संबंध तोडून टाकले असते.

सीआयए अशाच तऱ्हेने वागली असती. पण एजन्सी त्यांच्या जिवावर उठली नसेल तर? दुसरेच कुणी त्यांच्यामागे लागले असेल तर?

तो स्वयंपाकघरामध्ये परतला. कॉफीचा कप भरून पुन्हा आपल्या टिपण्या बघायला लागला आणि त्याच्या मनातला गोंधळ वाढला. त्यांच्या कामात ढवळाढवळ होते आहे म्हणून कुठलीही इन्टेलिजन्स एजन्सी त्यांच्या समूहाचे अस्तित्व संपवायला निघाली नसेल, तर मग फारच थोडे पर्याय त्याच्यापुढे उरत होते.

कार्लटन आणि त्याच्या एजन्ट्सनी फक्त अमेरिकेच्या शत्रूंनाच त्यांचे लक्ष्य बनवले होते. बहुतेक जण इस्लामिक दहशतवादी होते. कार्लटन समूहाला ओळखणारा आणि अमेरिकेकडूनच त्यांचा नाश करवून घेण्याइतके वजन असणारा मुस्लिमांचा दबाव गट कुठे अस्तित्वात असेल यावर विश्वास ठेवणे ही गोष्ट अशक्य कोटीतली होती. मग तो कशाचा तरी विचार करायला विसरतो आहे का?

कार्लटन समूहाने दहशतवाद्यांचे दोन गट उद्ध्वस्त केले होते. एक युरोपमधला आणि एक अमेरिकेतलाच, पण त्या आधी कित्येक अमेरिकन माणसांचे खून पाडण्यात ते यशस्वी ठरले होते. फारच रक्तरंजित कामगिऱ्या ठरल्या होत्या.

पण अफवा अशी होती की, हे हल्ले म्हणजे तर केवळ सुरुवात होती. फारच महाभयंकर हल्ले तर पुढे होणार होते. झालेले हल्ले म्हणजे त्सुनामीपूर्वी खाडीतले पाणी नाहीसे होण्याचा प्रकार आहे आणि पुढले हल्ले, येऊ घातलेल्या त्सुनामीप्रमाणे विनाशकारक असणार आहेत, असे कुणीतरी म्हटले होते.

कार्लटनच्या एजन्ट्सनी शोधून काढले होते की सर्व हल्ले 'सर्वंकष युद्ध' या मास्टर प्लॅनचा भाग आहेत. आत्मघातकी बॉम्बर्सनी केलेले हल्ले अमेरिकेला नामोहरम करण्यासाठी झाले होते. भविष्यकाळात घडणारे हल्ले इतके भयानक विध्वंसक आणि अपार मनुष्यहानी घडवून आणणारे असतील की अमेरिकन्स

सुव्यवस्थेसाठी लाचार बनतील आणि त्याच्या मोबदल्यात व्यक्तिगत स्वातंत्र्यच गमावून बसतील.

ज्या व्यक्तीने हे भीषण कारस्थान रचले होते त्याला ठार मारण्यात आले होते. कटात सामील असणाऱ्या इतरांनाही गजाआड केले होते. या कारस्थानाचा बीमोड झाला आहे असे वाटत होते. हा कॅन्सर पूर्णपणे कापून टाकला आहे अशीच समजूत झाली होती. पण तो तसा कापला गेला नसेल तर? आज जे घडत होते ते त्याचा सूड उगवण्यासाठीच होत असेल तर? म्हणजे कारस्थान रचणाऱ्याला ठार मारलेले असूनही, अनेक जणांना खडी फोडायला पाठवलेले असूनही एखादा त्यांच्या हातातून निसटला होता की काय?

कार्लटनला तसे वाटत तरी नव्हते. सर्व काही योजनेप्रमाणे घडवून आणणाऱ्या कटामधल्या क्रमांक दोनच्या माणसाची कसून चौकशी झाली होती. प्रतिकार करण्याची त्याची ताकद नष्ट झाल्यावर त्याने प्रत्येक बारीकसारीक तपशील सांगितला होता. पण कार्लटन कोणतीही शक्यता न नाकारता योग्य ते उत्तर मिळेपर्यंत शोध घेतच राहणार होता.

विचार करता करता यापूर्वी त्याने जी शक्यता नाकारली होती तीच शक्यता, त्याचा खूप विश्वास नसला तरी, पुन्हा त्याच्या मनासमोर आली. कुठे तरी दुसरेच कारस्थान रचले जात होते आणि कोणत्या तरी तऱ्हेने ते तडीला नेण्यात कार्लटन समूहाचा अडथळा येत होता.

हा विचार त्याच्या मनाला काही केल्या स्वीकारायला खूप कठीण पडत होते. अमेरिकेच्या इन्टेलिजन्स सर्व्हिसेस आणि पोलीस दलांची अफाट कार्यक्षमता लक्षात घेता अमेरिकेविरुद्ध भीषण कारस्थान रचणाऱ्यांना त्यांचीच जास्ती काळजी करण्याची आवश्यकता होती, कार्लटन समूहासारख्या संघटनेची नाही, पण तरीही एक चिंता त्याला होतीच. तो आणि त्याचे एजन्ट यांना देशद्रोहासारख्या खोट्याच गुन्ह्यात अडकवायचे, त्यांना ठार मारण्यासाठी खुनी टोळ्या धाडायच्या आणि पोलीस खात्यातर्फेच देशभरात त्यांचा शोध घेण्यासाठी परिपत्रक जारी करायचे हे सर्व अमेरिकन सरकारतर्फेच केले जात होते. तसे असेल तर त्याचा एकच अर्थ होऊ शकत होता– हिंसाचाराने बंड करून देशात सत्ता हस्तगत करण्याचेच कारस्थान रचले जात होते आणि म्हणूनच कटवाल्यांना कार्लटन समूहाचा धोका वाटत होता.

बंडाळीच माजण्याची परिस्थिती असेल, तर देशामध्ये अभूतपूर्व गोंधळाची परिस्थिती उद्भवेल. एफबीआय आणि सीआयएवर ते कोणत्या तऱ्हेने दबाव आणतील माहीत नसले तरी या कारस्थानाप्रमाणे देशामध्ये घडणाऱ्या अनेक घटनांची व्याप्ती वाढत जात असताना या दोन्ही एजन्सींना ते सहज गुंडाळून ठेवू शकतील आणि त्या काही करू शकायच्या आतच त्यांचा हेतू साध्य झालेला

असेल. अशा परिस्थितीत कार्लटन समूह एकच वाइल्ड कार्ड असेल. आपल्या कामगिऱ्या पार पाडण्यासाठी त्यांना कधीच अडथळा येऊ शकत नव्हता. डिपार्टमेंट ऑफ डिफेन्सकडून एक संदेश आला की इतर कोणीही उचलू शकणार नाहीत अशी पावले उचलण्याइतका कार्लटन समूह सामर्थ्यवान होता. कार्लटन अत्यंत झपाट्याने आणि कार्यक्षमतेने अमेरिकेच्या शत्रूंवर घाला घालू शकत होता.

तो जितका जितका अशा तऱ्हेच्या परिस्थितीवर विचार करायला लागला, तसा त्याला विश्वास वाटायला लागला की हीच शक्यता असू शकेल. त्यांनी गेल्या वेळी जो कट उद्ध्वस्त केला होता त्याचे ध्येयही अमेरिकेचे स्वातंत्र्य आणि सार्वभौमत्व नष्ट करणे हेच होते. साध्या शब्दांत सांगायचे तर जगामधल्या अनेकांना वाटत होते की अमेरिकेची ताकद हा एक त्यांच्या मार्गातला अडथळा होता आणि कोणत्याही तऱ्हेने ती पार उडवून लावणे गरजेचे आहे.

त्याच्याकडे चित्राच्या कोड्याचे सर्व तुकडे नसले, तरी अचानक जे तुकडे हाताला लागले होते ते जुळायला लागले होते.

तेव्हा पुढली पावले उचलताना विरुद्ध निष्कर्ष काढण्याइतकी माहिती जोपर्यंत उपलब्ध होत नाही तोपर्यंत तो गृहीत धरणार होता की सरकारमधलाच कुठला तरी अंतस्थ गट सरकारविरुद्ध उठाव करण्याचा कट रचत होता आणि देशाला फार गंभीर धोक्याला तोंड द्यावे लागणार होते. कार्लटनकडे एखादी टीम आता असली किंवा नसली तरीही तो हे कटकारस्थान कोणी रचले आहे ते शोधून काढणार होता आणि सर्व काही थांबवणार होता.

प्रकरण ५१

मेरिलॅन्ड

"हा! बघितलेस?" इ-मेल वाचता वाचता मिडलटन उद्‌गारला. "आपण बँक्सवर लक्ष ठेवायला पाहिजे, असे सांगितले होते मी तुला."

श्रोडरला खरोखरच आश्चर्य वाटले होते. "तुला कसे कळले की कार्लटन त्याच्याकडेच जाईल म्हणून?"

"अनेक वर्षे माहिती क्षेत्रात काढल्यावर मी माणसांना ओळखायला शिकलो आहे."

"हा इ-मेल अकाउंट तसा दुर्बोध आहे. स्पष्ट काहीच नाही त्यात," तो तरुण म्हणाला. "तो कार्लटनचाच आहे याची खात्री आहे तुला?"

"नक्की त्याचाच आहे," संगणकासमोरून त्याला बाजूला सारत मिडलटनने माउस स्वतःच्या ताब्यात घेतला. तीन वेळा क्लिक केल्यावर त्या अकाउंटला आलेल्या आणि त्याच अकाउंटवरून पाठवलेल्या इ-मेल्सचा आलेख समोर आला.

"हा नॉर्वेमधला रनबॉक्स-डॉट-कॉम पद्धतीचा इ-मेल अकाउंट आहे. त्यांना वाटले असेल आपण तो शोधून काढू शकणार नाही. तो खूप वेळा वापरलेलाही नाही. पण वापरणाऱ्यांचे परस्परांमधले संबंध बघ. कार्लटनचा संबंध आलेल्या व्यक्तींचे जे एक झाड आपण बनवले आहे, फक्त त्याच व्यक्तींचा या अकाउंटशी संबंध आहे."

"पण बँक्सला पाठवलेल्या या मेसेजचा अर्थ कळत नाही."

"तुला अजून खूप शिकावे लागणार आहे," मिडलटनने त्याच्याकडे बघत म्हटले. "त्याने भेटायची विनंती केली आहे. बँक्सला सांगण्यासारखे काहीतरी त्याच्याकडे आहे."

श्रोडरचे डोळे विस्फारले. "तो फ्लॅश ड्राइव्हबद्दल बोलतो आहे असे वाटते तुला?"

"मला तसले काहीही माहीत नाही. पण त्याच्याकडे काहीही असले तरी ते आपल्याला हवे आहे."

"आणि त्याच्याकडे हॉर्वाथच असला तर? आपल्याला तोच हवा आहे?"

मिडलटनने श्रोडरवर त्याचा हातच उचलला होता, पण त्याने कसाबसा स्वतःवर ताबा राखला. चक ब्रेमर अजूनही मान्य करायला तयार नसला, तरी टेक्सासला खुनी टोळी पाठवून बारा तास उलटून गेले होते. कुणाकडून काही कळले नव्हते. तीन वेळेला हॉर्वाथला ठार मारण्यासाठी चक ब्रेमरने खुनी टोळ्या पाठवूनही त्याचा प्रत्येक प्रयत्न अयशस्वीच ठरला होता. पेन्टॅगॉनमधल्या एससीआयएफमध्ये तो आणि कर्नल जवळ जवळ हाणामारीवरच आले होते.

पण श्रोडरचा मुद्दा बरोबर होता. समजा कार्लटनबरोबर हॉर्वाथच असला किंवा तो कुठे आहे याबद्दलची माहिती असली तर? त्याहूनही महत्त्वाचे म्हणजे कॅरोलाइन रोमेरोची फ्लॅश ड्राइव्ह शेवटी कार्लटनकडेच पोहोचली असली तर? स्वतःच्या नावावरचा कलंक दूर करण्यासाठी बँक्सचा वापर करून सर्वकाही उघडकीस आणण्याची कल्पना कार्लटनच्या मनात आली असली तर?

यातली प्रत्येक गोष्ट शक्य होती. बँक्स आणि कार्लटन यांच्यामधली भेट कशा तऱ्हेने हाताळायची हादेखील एक मोठा प्रश्नच होता. लपवाछपवीच्या खेळात मिडलटन तरबेज नव्हता. तसाच विचार केला तर ब्रेमरही नव्हता.

कसे ते कळत नसले तरी सर्व खुनी टोळ्यांचा वास हॉर्वाथला मैलभर अंतरावरून लागला होता. आता त्याच्या बाबतीत त्यालाच काहीतरी करणे भाग होते.

"हॉर्वाथचा कुठे संबंध आला तर त्याची काळजी आता मी घेईन," मिडलटनने उत्तर दिले. "आत्ता, या क्षणी बँक्स कुठे आहे ते ठाऊक आहे आपल्याला?"

श्रोडरने माउसकडे बघितले. मिडलटनने तो श्रोडरच्या ताब्यात दिला. त्याने पडद्यावर दुसरेच चित्र आणले. "घरीच असावा असे दिसते तरी आहे."

"मी कुणाला तरी त्याच्यावर लक्ष द्यायला पाठवतो. तू त्याच्या संदेशांवर लक्ष ठेव. ज्या क्षणी कार्लटन त्याला भेटण्याची वेळ आणि जागा ठरवेल त्या क्षणी ते मला कळव."

मिडलटन आपल्या कार्यालयात परत आला तेव्हा त्याचा सुरक्षाप्रमुख मार्टिन व्हिन्यॉन त्याची वाट बघत खुर्चीत बसला होता. त्याच्या सफेद, जवळ जवळ पारदर्शकच असणाऱ्या कातडीखालच्या निळ्या रंगाच्या रक्तवाहिन्या खोलीच्या दुसऱ्या बाजूला असतानासुद्धा मिडलटनच्या लक्षात आल्या.

खोली पार करून मिडलटन आपल्या टेबलशी बसला, तेव्हा त्याने कसेबसे आपल्या चेहऱ्यावर उसने का होईना, पण हसू आणले. तो इतक्या आरामात तिथे बसलेला बघूनच मिडलटनला संताप आला होता.

व्हिन्यॉनने गालातल्या गालात हसावे तसे ओठ दुमडले. परिणाम वेगळाच झाला. त्याच्या चेहऱ्यावर तुच्छता दिसली.

आपली मान हलवूनच मिडलटनने दरवाजाकडे त्याचे लक्ष वेधले. मुद्दामच उघडा ठेवलेला दरवाजा त्याला बंद करायला सांगितले.

अगदी खालच्या पातळीवर येऊन कोण मोठा आहे आणि कोण लहान आहे हे दाखवण्याचाच प्रकार होता तो. क्षणभर सुरक्षाप्रमुखाने मिडलटनकडे रोखूनच बघितले आणि मग खुर्चीवरून उठून त्याची आज्ञा पाळली.

खुर्चीवरून उठण्यासाठी व्हिन्यॉनने आपले हात खाली टेकवले नाहीत, हे मिडलटनच्या लक्षात आले. पन्नाशीतला असला तरी व्हिन्यॉन चांगला दणकट होता.

व्हिन्यॉन परत येऊन खुर्चीत बसता क्षणी मिडलटनने विचारले, "मी ब्याऐंशी वर्षांच्या एका म्हाताऱ्यावर तुला पाळत ठेवायला सांगितली, तर काहीही गोंधळ न घालता तू ते काम करू शकशील असे वाटते तुला?"

"बोलण्यातल्या कुठल्या भागाबद्दल बोलतो आहेस तू? त्याच्यावर पाळत ठेवण्याबद्दल बोलतो आहेस का मला तसे विचारल्याबद्दल?"

होता, अजून तरी थोडासा स्वाभिमान या फिकुटलेल्या कातडीच्या माणसामध्ये शिल्लक होता. त्याला व्हिन्यॉनची अजिबात पर्वा नसली, तरी मिडलटनच्या चेहऱ्यावर हसू उमटले. खरेखुरे हसू उमटले.

"दोन्ही."

"तुला नक्की काय हवे आहे?"

मिडलटनने बोलायला सुरुवात केली आणि बोलता बोलता व्हिन्यॉनच्या हातात दोन फोल्डर्स ठेवले. एक फोल्डर थॉमस बँक्सबद्दलचा होता, दुसरा रीड कार्लटनबद्दलचा. मिडलटन प्रत्येक गोष्ट तपशीलवार सांगत असताना व्हिन्यॉन फोल्डरची पाने उलटत होता.

बोलणे संपल्यावर आपल्या सुरक्षाप्रमुखाकडे बघत त्याने विचारले, "हे सर्व गुप्त कसे ठेवायचे?"

"सरळ आहे. कमीत कमी माणसांचा संबंध येऊ द्यायचा."

"अर्थातच, पण आपण कमी म्हणजे किती माणसांबद्दल बोलतो आहोत?"

व्हिन्यॉनने विचार केला. "आता फारच थोडी. तो गाडी घेऊन निघाला, तर त्याचा पाठलाग करण्यासाठी दोन माणसे गाडीमध्ये तयार ठेवायची. दोन माणसे

एक चौक अंतर पुढे ठेवायची. तो चालत तिकडे निघाला, तर त्याच्या मागे जाण्यासाठी.''

''गाडीत बसलेली माणसेच पायी पाठलाग का करू शकणार नाहीत?''

''एक चौक अंतर पार करून तो तिकडेच उभ्या ठेवलेल्या गाडीत चढला तर? त्याने टॅक्सीला हात करून ती थांबवली तर? गाडीतली टीम कोणत्याही क्षणी निघायला सज्ज हवी.''

अशा तऱ्हेच्या हालचालींचा विचार मिडलटनला करता येत नव्हता हे सत्य असले तरी त्याची कुणी जाणीव करून दिली की त्याला ते आवडत नसे. ''ठीक आहे. दोन टीम्स. त्यांच्याहून जास्ती नाहीत. आणि मला खात्री करून घ्यायची आहे का, तू ज्या माणसांचा वापर करणार आहेस ती पूर्ण विश्वसनीय आहेत.''

व्हिन्यॉनने बराच काळ मिडलटनबरोबर काढला असल्याने मिडलटनने ज्या तऱ्हेने विश्वसनीय असा शब्द उच्चारला होता त्याचा खरा अर्थ त्याच्या बरोबर ध्यानात आला.

विषय बदलायच्या आधी तो म्हणाला, ''मी त्याची खात्री पटवून घेईन. आपण जर कार्लटन आणि बँक्स यांना एकत्र पकडू शकलो तर ...''

''जर?'' त्याचे बोलणे तोडत मिडलटन उद्गारला.

''जेव्हा आपण कार्लटन आणि बँक्स यांना एकत्र पकडू तेव्हा त्यांची चौकशी कुठे करायची इच्छा आहे तुझी?''

या प्रश्नाचा जास्त विचार करायची त्याला आवश्यकताच नव्हती. ''रोमेरोसाठी तयार ठेवलेली जागा आहे अजून?''

''सामग्री हलवली असली, तरी जागेचा वापर करता येईल.''

''मग तीच जागा वापर,'' असे म्हणत मिडलटन उठला. बैठक संपली होती. ''आम्ही आमच्याकडून सर्व माहिती मिळवत आहोत. तुझ्या कामाशी संबंधित माहिती तुला देऊच.''

मांडीवरची फोल्डर्स उचलत व्हिन्यॉनही उठला. ''शेवटचा एक प्रश्न.''

''कुठला?''

''हा स्कॉट हॉर्वाथ दिसलाच, तर आम्ही काय करायचे?''

मिडलटनने एक क्षणही विचार करण्यात घालवला नाही. हॉर्वाथचे नुसते नाव कानावर पडताच तो ताठरला आणि दात-ओठ खात म्हणाला, ''तत्काळ ठार करा त्याला.''

प्रकरण ५२

व्हर्जिनिया
सोमवार

वॉशिंग्टनपासून तीस मैलांवर असणारा मनासासमधला हॅरी. पी. डेव्हिड फिल्ड हा एक छोटासा विमानतळ होता. डल्लास किंवा रेगन नॅशनल या विमानतळांपेक्षा नजर ठेवण्याची खूप कमी साधने असणारा. आत जाण्यासाठी आणि बाहेर पडण्यासाठीही विशेष त्रास व्हायचा नाही. वॉशिंग्टनमध्ये काम असले की माईक स्ट्रीबर याच विमानतळाचा वापर करत असे. त्यांच्या लॉगबुक्समध्ये त्याच्या शेपटीवरचा क्रमांक, ज्याला एन-क्रमांक म्हणत तो, आढळला तर त्यात विशेष काही नव्हते.

त्याने विमानात इंधन भरण्याची व्यवस्था केली आणि तो हर्ट्झची भाड्याची गाडी निवडायला गेला. उपलब्ध असणाऱ्या गाड्यांवर नजर फिरवून त्याने कागदपत्रांवर स्वतःचे नाव लिहिले आणि एक काळी शेव्ही सबर्बन गाडी घेऊन तो निघाला.

हॉर्वाथ, केसी आणि ऱ्होड्स यांना गाडीमध्ये घेऊन, भाड्याने गाड्या देणाऱ्या कंपन्यांची कार्यालये आणि फिक्स्ड बेस ऑपरेटर किंवा एफबीओ या नावाने ओळखल्या जाणाऱ्या खासगी वैमानिकांच्या कामाच्या इमारतीमधून दिसणार नाही अशा ठिकाणी स्ट्रीबरने गाडी उभी केली. हॉर्वाथने एसयूव्हीच्या लायसन्स प्लेट्स काढून टाकल्या. विशेष सुरक्षा नसणाऱ्या हर्ट्झच्या एका छोट्या लॉटमधून दुसऱ्याच एका काळ्या सबर्बन गाडीच्या प्लेट्स काढून घेऊन तो पाच मिनिटांनी परत आला आणि त्या प्लेट्स त्याने आपल्या गाडीवर लावल्या. थोड्या काळापुरतीची बनवाबनवी, पण माईकचे नाव प्रॉमिस किंवा टिप किंवा दुसऱ्या कुठल्याही डेटाबेस स्क्रीनिंग सिस्टिममधून बघितले जात असेल, तर लायसन्स प्लेट्सचा संबंध भाड्याच्या करारपत्राशी लागला असता. आत्ता ज्या प्लेट्स गाडीवर लावल्या होत्या, त्यांच्याशी

नाही. कोणत्याही कारणांनी पोलीस तपास करत असतील तर तो हर्ट्झच्या मालकीच्या काळ्या सबर्बनशी येऊन थांबला असता. आजपर्यंत वाहनाची ओळख पटवण्यासाठी तो क्रमांक पडताळून बघणारा पोलीस त्याने कधीही बघितलेला नव्हता.

त्यांनी स्ट्रीबरला मनासासच्या उपनगरात सोडले. तो काही तास तिथे वेळ घालवून टॅक्सी कॅब घेऊन विमानतळावर परत गेला असता आणि विमानाने टेक्सासला गेला असता.

आदल्या दिवसाची दुपार आणि संध्याकाळचाही बराचसा वेळ हॉर्वाथने केसी आणि ऱ्होड्स यांच्याबरोबर कर्नल चार्ल्स ब्रेमर याची माहिती गोळा करण्यात घालवला होता. डिपार्टमेंट ऑफ डिफेन्सची कोणतीही संकेतस्थळे वापरता येणे शक्य नव्हते. संगणकाच्या त्यांच्या सर्व सिस्टिम्समध्ये त्याच्या नावाकडे लक्ष असणार याबाबत हॉर्वाथच्या मनात शंका नव्हती. केसी किंवा ऱ्होड्स यांनी शोध घेतला असता, तरी ते माग काढत त्यांच्यापर्यंत पोहोचलेच असते. हा धोका स्वीकारायची हॉर्वाथची अजिबातच तयारी नव्हती. उघड उघड माहिती पुरवू शकतील अशा साधनांकडेच लक्ष पुरवायला हवे होते.

त्यांनी शोध सुरू केला आणि त्यांच्या लक्षात आले की स्वतःबद्दलची खासगी माहिती दडवून ठेवण्याच्या बाबतीत ब्रेमर फार हुशारीने वागला होता. कुठल्याही फेसबुकमध्ये त्याचा फोननंबर नव्हता, पत्ता नव्हता. वर्तमानपत्रात कधी कुठल्या लेखांमध्ये त्याचा उल्लेख नव्हता. झाबासर्च वापरायचा मनात आलेला विचार हॉर्वाथने सोडून दिला. कोणत्याही व्यक्ती झाबावर त्यांचे नाव टाकले गेल्यास त्यांना धोक्याचे इशारे मिळतील अशा तऱ्हेने ई-मेल्स ठेवू शकतात.

पण तरी प्रत्येक प्रसिद्ध लष्करी संकेतस्थळावर ते शोध घेत राहिले. निरनिराळ्या उद्योगांच्या नेटवर्किंग साइट लिन्क्ड-इनवरही त्यांनी तपास केला. ब्रेमरच्या बाबतीत एवढीशीही माहिती कुठे नव्हती.

हॉर्वाथ निराश व्हायला लागलेला असताना केसीला कुठला तरी सुगावा लागला. व्हर्जिनियामधील फ्रेडरिक्सबर्ग ॲकॅडमी नावाच्या एका छोट्या शाळेल्या ५,००० ते १०,००० डॉलर्सपर्यंतच्या देणग्या दिलेल्यांचे आभार मानून त्यांची एक यादी दिली होती. त्या यादीत एक नाव होते श्री. व सौ. सी. ब्रेमर.

तो ते शोधत असलेला चार्ल्स ब्रेमर असेल? शक्य होते. थोडेसे वेगळे नाव होते तरी जगामधल्या कुठल्याही सी. ब्रेमरपैकी तो एक असू शकला असता. हॉर्वाथ ब्रेमरला विशेष ओळखत नव्हता. तो फ्रेडरिक्सबर्ग ॲकॅडमीचा माजी विद्यार्थी होता का आणि त्याला एखादे मूल किंवा मुले होती का याची त्याला काहीही कल्पना नव्हती. शाळेचे संकेतस्थळ बघताना त्यांना प्रथम एक आशेचा किरण दिसला.

एका पानावर फ्रेडरिक्सबर्ग ॲकॅडमी कॅम्पसचा फोटो आणि त्यावर छान वळणदार अक्षरांमध्ये मुलांच्या माता-पित्यांचे कौतुकोद्गार घातले होते. त्यात पेट्रिशिया ब्रेमर हे एक नाव होते. तिची छोटी मुलगी कुठल्या वर्गात शिकते आहे ही माहिती होती. तेव्हा ती आणि जो कोणी श्री. ब्रेमर होता तो फ्रेडरिक्सबर्ग ॲकॅडमी ज्युनिअरमधील त्या मुलीचे पालक होते. शोध आता जरा मर्यादित झाला.

त्यांना आढळले की मिस् मॉली एलिन ब्रेमर फील्ड हॉकीची खेळाडू होती आणि तिचा फेसबुक अकाउंटही होता. त्याच पानावर ब्रेमर कुटुंबाच्या घराचा, त्यांच्या गाड्यांचा आणि मॉली ब्रेमरच्या आई-वडिलांचा एक फोटोही होता.

तो फोटो बघता क्षणी हॉर्वाथ उद्गारला, ''तोच तो. तो चक ब्रेमरच आहे.''

मॉली आणि तिच्या मित्र-मैत्रिणींमधल्या संदेशांची देवाणघेवाण वाचताना त्यांच्या लक्षात आले की दुसऱ्या दिवशी दुपारी मिस् मॉलीच्या टीमचा फील्ड हॉकीचा एक महत्त्वाचा सामना होता. सामना जिंकण्याबरोबरच तिने दुसरी एक इच्छाही व्यक्त केली होती. तिचा डॅड या वेळी तरी त्याचे वचन पाळेल आणि या सामन्याला यायला उशीर करणार नाही. हॉर्वाथने काही सुचवायच्या आतच केसीने उपग्रहावरून घेतलेली छायाचित्रे बघत कर्नल ब्रेमर या सामन्यासाठी येताना आणि जाताना कोणकोणते रस्ते वापरू शकेल ते बघायला सुरुवात केली.

नंतरची संध्याकाळ त्यांनी योजना आखण्यात घालवली. त्याला इंटरनेटवर जी शेवटची गोष्ट करण्याची गरज होती ती त्याने दुसऱ्या दिवशी निघण्यापूर्वी करण्याचे ठरवले. स्ट्रीबर आपले विमान सज्ज ठेवायच्या तयारीला लागलेला असताना केसी हॉर्वाथला गाडीने फायेटव्हीलमधील फेडेक्सच्या कार्यालयात घेऊन गेली. तो आत गेल्यावर पार्किंग लॉटमध्ये त्याची वाट बघत थांबली.

माग काढता येऊ नये म्हणून ऱ्होड्सने तिच्या मित्राच्या मित्राकडून मिळवलेले ५० डॉलर्सचे डेबिट कार्ड देऊन हॉर्वाथ नेटवर म्हातारबुवांनी बनवलेल्या एका डेटिंग साइटवर गेला. फारच कठीण परिस्थितीतच ही साइट वापरायची होती. बहुतेक सर्व ॲनलिस्ट्स पुरुष असतात. पुरुषांचा सहवास मागणाऱ्या पुरुषांच्या जाहिराती चाळणे त्यांना अजिबात आवडत नाही. कार्लटनने म्हणून तिथेच त्यांच्या जाहिराती ठेवाव्यात असे सुचवले होते.

वाईटात वाईट बातमीला तोंड देण्याची मनाची तयारी करून हॉर्वाथ जाहिराती बघायला लागला. आपण मृत्युलेखांवर नजर टाकत चाललो आहोत अशी काही तरी विचित्र भावना त्याच्या मनात निर्माण होत होती.

कार्लटन काही त्याचा फक्त प्रशिक्षक आणि सल्लागार नव्हता; तो त्याच्या वडिलांसारखा त्याला प्रिय होता आणि या आयुष्यात त्याने एका वडिलांना या आधीच गमावले होते.

फार दुःखदायकच शोध होता. शेवटच्या जाहिरातींकडे भराभरा वळू या असा मोह होत असतानाच एका जाहिरातीने अचानक त्याचे लक्ष वेधून घेतले.

काही सेकंद त्याच्या डोळ्यांची उघडझापही थांबली. श्वास थांबला. आपल्या हृदयाचे ठोकेसुद्धा बंद झाले असावेत असे त्याला वाटले.

ती कार्लटनचीच जाहिरात होती. वादच नाही. चार दिवसांपूर्वी दिलेली. पॅरिसमध्ये त्याच्यावर हल्ला झाल्यानंतर दोन दिवसांनी आणि स्पेनमध्ये त्याच्यावर हल्ला होण्यापूर्वी एक दिवस आधीची. म्हातारबुवांचीच असायला हवी. सांकेतिक आणि गुप्त शब्दांमध्ये काहीही चूक नव्हती. त्याचा कितीही यातनामय छळ केला असता, तरी फक्त त्यांच्या दोघांमध्येच अस्तित्वात असलेले अंतिम सांकेतिक शब्द तो उघड करेल याच्यावर हॉर्वाथला विश्वास ठेवायचा नव्हता.

पण तरीही हॉर्वाथला काळजी वाटत होती. ज्या दिवशी तो कार्लटनबरोबर स्काइपवर बोलतो आहे अशी त्याची समजूत होती, त्याच दिवशी ही जाहिरात दिली गेली होती. अर्थ तरी काय काढायचा यातून? तो सर्वच गोष्टींचा पुन्हा नव्याने विचार करायला लागला. त्याला सर्व संशयास्पद वाटायला लागले. त्याला आणि म्हातारबुवांना अशा शंका-कुशंका अमेरिकेच्या शत्रूंच्या मनात निर्माण करायला आवडत असत. आज तो स्वतःच तशा परिस्थितीत सापडल्यावर त्याला ते अजिबात आवडले नाही.

कार्लटन त्याच्या जाहिरातीमधून परिस्थिती किती वाईट आहे हे तीन पातळ्यांवर दाखवू शकत असे. एक्स, वाय आणि झेड. झेड म्हणजे कोळसा. भयानक वाईट परिस्थिती. तो संपूर्णतः हरला होता आणि हॉर्वाथने त्याला शोधायचा किंवा त्याच्याशी संपर्क साधायचा कुठलाही प्रयत्न करू नये. पण कार्लटनने त्या अर्थाचा संदेश दिला नव्हता. त्याने परिस्थिती अत्यंत कठीण आहे असे दर्शवणारे वाय हे अक्षर निवडले होते. तो ठीक आहे आणि पुन्हा टीम बनवण्याचा प्रयत्न करतो आहे. हॉर्वाथने ठरवले की सध्या तेच खरे मानू या म्हणून.

पुरुषांनी इतर पुरुषांना पाठवलेल्या जाहिरातींप्रमाणेच शब्द वापरत त्याने काळजीपूर्वक एक छोटे उत्तर तयार केले.

तुझ्या जाहिरातीमुळे खूपच उल्हास वाटतो आहे. कामासाठी शहरात येतो आहे. भेटायला आवडेल.

मग तो संदेश हॉर्वाथकडूनच आलेला आहे याबाबत कार्लटनची खात्री पटावी म्हणून त्याने त्यांनी दोघांनी एकत्र विचार करून ठरवलेली वाक्ये पुढे टाकली.

रात्री जेवणच घेऊ या. पण सुशी नको. फक्त मांसच खातो मी.

हॉर्वाथ डेटिंग साइटवरून लॉग आउट झाला. संगणक बंद करून फेडेक्सच्या कार्यालयाबाहेर पडला.

हॉर्वाथ गाडीत बसत असताना ग्रेचेन केसीने विचारले, "काही बातमी?"

क्षणभर विचार करून हॉर्वाथ तिच्याकडे वळला आणि हळूच हसत म्हणाला, "निदान चार दिवसांपूर्वी तरी तो जिवंत होता."

केसीच्या चेहऱ्यावर मोठेच हसू उमटले. "उत्कृष्ट बातमी आहे. खुनी टोळीच्या हल्ल्यामधून तो निसटला असेल, तर तो आता कुणाच्या नजरेसही पडणे अशक्य आहे. त्याच्यासारख्या माणसाचा माग काढणे त्यांना जमणारच नाही."

"तुझे म्हणणे खरे ठरेल अशीच आशा आहे माझी," हॉर्वाथ म्हणाला.

या सगळ्याला आता दहा तास उलटून गेले होते. ते व्हर्जिनियात होते. सबर्बनच्या सामान ठेवण्याच्या ठिकाणी हॉर्वाथ आडवा झाला होता. केसी तिच्या शर्टाची वरची एक दोन बटणे उघडी टाकत होती. काम सुरू करण्याची वेळ झाली होती.

प्रकरण ५३

पेन्टॅगॉनपासून त्याच्या मुलीच्या फील्ड हॉकीच्या सामन्याला ब्रेमर जात असेल, तेव्हा फक्त त्याचा पाठलाग करण्यासाठी एक गाडी ठेवण्याइतकी माणसेच नसल्याने त्यांनी त्यांचा सापळा रचण्यासाठी सर्वोत्कृष्ट जागा कुठली ठरेल यावर बराच खल केला होता.

ऱ्होड्सने सुचवले होते की पार्किंग एरियामध्ये थांबून त्याला पकडावे. या सूचनेशी हॉर्वाथ सहमत नव्हता. फ्रेडरिक्सबर्ग ॲकॅडमी असलेल्या शहरात हा सामना नसला, तरी कुणीतरी पालक मंडळी ब्रेमरला ओळखत असण्याची दाट शक्यता होती. पार्किंग लॉटमध्ये येऊन, पुन्हा गाडी वळवून, अनोळखी माणसाबरोबर तो जाताना दिसला तर धोक्याच्या घंटा घणघणायला लागल्या असत्या किंवा कुणीतरी मिसेस ब्रेमरशी काहीतरी बोलायची शक्यताही होती. हॉर्वाथला तर ती जागेवरून उठावी असेही वाटत नव्हते.

ऱ्होड्सचा एक मुद्दा तरी त्याला पटला. मॉलीच्या फेसबुक पोस्टवरून दिसत होते की तिचे वडील तिच्या प्रत्येक सामन्याला यायला उशीर करत. तो आजही तसाच उशिरा येईल अशी शक्यता होती. तेव्हा पार्किंग एरियात पालक भेटतील याची काळजी करण्याचे तसे कारण नव्हते.

पण हॉर्वाथ स्वतः हायस्कूलमध्ये असताना खेळ खेळत असे. त्याला माहीत होते की मुलांच्या सामन्यांना उशिरा पोचणारे ब्रेमरसारखे इतरही पालक नेहमी असतात. ब्रेमर तसा एकच पालक असेल असे समजण्यात अर्थ नव्हता. पार्किंग एरियामध्ये ब्रेमरवर झडप घालण्यात अर्थ नव्हता. अनेक बाबतींत गडबड होऊ शकली असती. पण तो घाईघाईने मुलीचा सामना बघायला निघालेला असेल ही

गोष्ट मात्र त्यांच्या पथ्यावर पडण्यासारखी होती.

तो घाईत असेल तर त्याच्या कार्यालयापासून सर्वांत जवळचा मार्ग धरेल. त्याचे सर्व लक्ष सामन्याच्या ठिकाणी लवकरात लवकर पोहोचण्यावर केंद्रित झालेले असेल आणि आजूबाजूला काय चालले आहे हे तो बघणारही नाही.

दुसऱ्या कोणत्याही परिस्थितीत गाडी थांबवून तो बाहेर पडत असतानाच त्याच्या गाडीजवळ आपली गाडी न्यायची, डोक्यावर बुरखा टाकून त्याला खेचत सबर्बनमध्ये नेऊन बसवायचे, ही त्याला कुणाच्या नकळत पळवण्याची सर्वांत जलद आणि परिणामकारक रीत ठरली असती. आज त्यांना तेवढे जलद आणि कुणाच्या लक्षात न येता काम करणे जमलेही नसते. पण जोपर्यंत हेतू साध्य होईल तोपर्यंत कुठलाही मार्ग परिणामकारक ठरेल, असे म्हणता आले असते.

जिथे सामना होणार होता त्याच्या आसपासच्या भागाची पाहणी करून त्यांनी ऱ्होड्सला या कामगिरीमधली तिची भूमिका पार पाडण्यासाठी गाडीतून खाली उतरवले. केसी आणि हॉर्वाथ यांनी त्यांना गरज पडेल अशा दुसऱ्या दोन जागांचीही टेहळणी केली. मग ते परत हायवेवर आणि हायवेवरून बाहेर पडण्यासाठी जो एक्झिट ब्रेमर घेईल अशी त्यांना खात्री होती, त्या एक्झिटच्या दिशेने निघाले.

हॉर्वाथने गाडीचे इंजिन बंद करताच, ब्रेमरचे नाव ऐकल्यापासून केसीने ज्या मुद्द्यावर वाद सुरू केला होता, त्याबाबत पुन्हा बोलणे सुरू केले.

"आम्ही तुझ्या या योजनेप्रमाणेच नक्की काम करायला तयार आहोत, असे तुला का वाटावे तेच कळत नाही मला."

"फक्त अशाच तऱ्हेने काम होते, ग्रेच," हॉर्वाथने उत्तर दिले.

"खोटं आहे हे."

ती का रागावली होती ते त्याला कळत होते. वेगळ्या परिस्थितीत त्याचेही एखादे वेळी तेच मत पडले असते. "आणि ऱ्होड्स ..." त्याने विषय बदलला.

तो कशाच्या संदर्भात बोलतो आहे ते तिला कळले. "ती तिचे काम करेल. तिला ते आवडणार नाही, पण तरीही ती करेल."

"या बाबतीत तुम्हाला माझ्यावर विश्वास टाकायला हवा."

"तुझ्यावर विश्वास असणे आणि तू आम्हाला जे करायला सांगतो आहेस ते आम्हाला आवडणे, या दोन गोष्टी भिन्न आहेत."

"कळते मला," हॉर्वाथ म्हणाला. त्याला खरोखरच ते कळत होते. त्याला केसीबद्दल आदर होता. अत्यंत निपुण होती आणि कामगिऱ्या यशस्वीपणे पार पाडण्यातही तरबेज होती. हे सर्व खरे असूनही किंवा एखादे वेळी त्यामुळेच त्याला तिच्यावर लक्ष ठेवणे भाग होते. तिने जर त्याने ठरवल्यापेक्षा वेगळा विचार केला तर एखाद्या परिस्थितीत आपण घेतलेला निर्णयच योग्य आहे, असे एखाद्या एजन्टने

समजून त्याप्रमाणे वागण्याची ही काही पहिलीच वेळ ठरली नसती. हॉर्वाथ स्वतःच तसा किती वेळा वागला होता, हे त्याचे त्यालाच सांगता आले नसते.

त्याने विषय बदलला आणि मग ते गप्पा मारत बसले. केसीने बरोबर आणलेल्या अनेक नवीन सेलफोन्सपैकी एक एकदाही न वापरलेला सेल फोन थरथरायला लागला आणि अनेक मेसेजेस आणि त्यासोबत जोडलेली चित्रे फोनवर आली. स्क्रोल करून संदेश वाचून आणि चित्रे बघून तिने फोन हॉर्वाथच्या हातात ठेवला. मॉली आणि तिची आई पोहोचल्या होत्या. ऱ्होड्सने फक्त त्यांचेच नाहीत, तर त्यांच्या वाहनाचेही फोटो घेतले होते. अजून तरी सर्व काही ठरवल्याप्रमाणे घडत होते. त्याने घड्याळाकडे नजर टाकली. तयार राहण्याची वेळ आलीच होती.

वायरलेस एन्ट्री फॉब काढून त्याने चावी इग्निशनमध्येच ठेवली. तो आणि केसी गाडीबाहेर पडले. पुढल्या बम्परवरची लायसन्स प्लेट काढून ते मागे आले. हॅच उघडायला किती वेळ लागतो याची त्याने चाचणी घेतली आणि सामान ठेवण्याच्या जागी उडी मारली. केसी दार खाडकन बंद करून मागे उभी राहिल्यावर त्याने फॉब वापरून आतून दार उघडते की नाही बघितले. समाधान झाल्यावर त्याने केसीला खूण केली आणि ती ड्रायव्हरच्या सीटवर बसली.

ते जिथे थांबले होते तिथून हायवेकडे बघण्यात जरा अडचणच येत होती. चक ब्रेमरची गाडी ओळखून त्याच्या मागोमाग निघायचे तर खूप कमी वेळ मिळणार होता. केसीने एकदा बाजूच्या आरशात बघितले आपला शर्ट ठाकठीक केला.

"गोड हसायचे आणि त्याचे लक्ष वेधून घ्यायचे याची तुला पुन्हा आठवण करून द्यायची गरज नाही ना?" त्याने आतूनच विचारले. तो तिच्या नजरेआडच होता.

"आजपर्यंत मला भेटलेल्या इतर पुरुषांसारखाच तो असेल, तर त्याचे लक्ष फक्त माझ्या हसण्यावरच खिळून राहणार नाही, हे नक्की."

"चांगला मुद्दा आहे," हॉर्वाथ म्हणाला. "आणि वेगाबद्दल ध्यानात ठेव. ठीक आहे?"

"आजपर्यंत तुझ्याशिवाय कशी जगले असेन मी?" ती रागावूनच म्हणाली. "एअरबॅग्ज खाडकन बाहेर न येता जास्तीत जास्त किती वेगाने जाता येते, ते माहीत आहे मला."

"बरं. पण क्षणभर आधी सूचना दे म्हणजे मी धक्का सहन करायला तयार राहीन."

"प्रयत्न करेन लक्षात ठेवायचा."

डोके हलवत हॉर्वाथ हसला. काय करायचे आणि काय लक्षात ठेवायचे हे सांगितलेले तिला आवडायचे नाही. तिला दोष देण्यात काही अर्थ नव्हता म्हणा,

तोही तसाच होता. तो काहीतरी बोलायला तोंड उघडत होता एवढ्यात ती म्हणाली, "मला तुझे काही ऐकू येत नाही. माझे रस्त्यावर लक्ष आहे."

हॉर्वाथ पुन्हा हसला आणि गप्प बसून वाट बघत थांबला. दहा मिनिटांनी केसी म्हणाली, "दिसली गाडी." शेजारच्या सीटवर दुर्बीण टाकून तिने इंजिन सुरू केले.

त्याला सामान ठेवण्याच्या जागी थांबायला आवडलेले नव्हते. तो गाडी चालवत असता, तरच चांगले होते. पण कल्पना त्याचीच होती आणि त्यांनी ठरवलेली योजना अमलात आणण्याच्या दृष्टीने योग्यच होती. पण सर्व गोष्टी शंभर टक्के आपल्या ताब्यात नाहीत या भावनेनेच तो अस्वस्थ होता. "लक्षात ठेव. वेगावर लक्ष दे. दणक्यासाठी कधी तयार राहायचे त्याची सूचना दे."

"मागच्या सीटवर बसून गाडी चालवण्याबाबत सूचना देण्यापेक्षा वाईट काय असते माहीत आहे?"

"मला एवढेच सुचवायचे आहे की तुझी मौल्यवान ठेव मागे आहे हे तू विसरू नकोस."

"तू बघू शकत नाहीस हे कळते आहे मला," तिने उत्तर दिले. "पण मी बघते आहे ना नीट?"त्याने काही बोलायच्या आत ती पुढे उद्गारली, "तो एक्झिट घेतो आहे आता."

"नक्की तोच आहे ना?"

"तयार राहा."

काही सेकंद वेळ गेला. ब्रेमरची गाडी एक्झिट रॅम्पवरून पुढे आली आणि उजवीकडे वळली. "तोच आहे. आता आपल्याच ताब्यात असणार आहे." गाडी सुरू करून ती त्याच्या गाडीच्या मागोमाग निघाली.

व्हर्जिनियाच्या ग्रामीण उपनगरांमधल्या या रहदारीच्या रस्त्यावर आजूबाजूला जाड जाड बुंध्यांची झाडे, गवताची कुरणे आणि मध्येच घरेही होती. ते किती वेगात चालले होते याचा विचार करत हॉर्वाथ ते कुठे असतील आणि हल्ल्याची नियोजित जागा किती लांब असेल याचा अंदाज घ्यायचा प्रयत्न करत होता. केसीला विचारायचा मोह त्याला होत होता, पण त्याने तो टाळला. तिला गाडी चालवण्यावर पूर्ण लक्ष द्यायला हवे होते. तेव्हा तो प्रश्न त्याने स्वतःशीच ठेवला. ती गाडीचा वेग वाढवतच होती आणि तो होता त्या जागेवरूनही त्याला कळत होते की ती वेगमर्यादेवरच्या वेगाने गाडी चालवत होती.

"काय चालले आहे काय?" शेवटी त्याला विचारल्याशिवाय राहवले नाही.

"डॅडीला आपल्या छोट्या मुलीला या वेळी निराश करायचे नाही बहुधा."

"किती वेगाने जातो आहोत आपण?"

"तुला खरं तर ते कळायला नको आहे," तिने उत्तर दिले. "त्याची गाडी

चालवण्याची पद्धत बघता थांबायची खूण आली तरी तो गाडी थांबवू शकेल की नाही मला समजत नाही. पिट करू का त्याला?''

बोली भाषेत पिट म्हणजे पिटमन मनूव्हर. एक डावपेच. आपल्या गाडीचा पुढला चतुर्थांश भाग पुढल्या गाडीच्या मागच्या बाजूच्या कडेच्या चतुर्थांश भागावर अशा दणक्यात आदळायचा की ती गाडी गर्रकन फिरायलाच पाहिजे. अत्यंत परिणामकारक डावपेच असला, तरी पुढली गाडी जर झाडावर आदळली, समोरून येणाऱ्या गाड्यांमध्येच घुसली किंवा खड्ड्यात पडून उलटली तर त्या गाडीच्या ड्रायव्हरच्या प्राणावरच बेतायचे. हॉर्वाथला हा धोका पत्करायचा नव्हता. ''अजिबात नको,'' तो म्हणाला.

''मग काय करू मी? तो तर गाडीचा वेग कमी करायलाच तयार नाही.''

''थांबणार तो.''

''मला नाही वाटत तसे. थांबायची खूण दिसायला लागली आहे. आणि मला ती दिसत असेल तर त्यालाही ती दिसत असणारच.''

''आपल्या गाड्यांमध्ये अंतर किती आहे?''

''मध्ये सहा-एक गाड्या घुसू शकतील,'' केसीने उत्तर दिले.

''वेगमर्यादेवर गाडी चालवली म्हणून वाहतूक पोलिसाकडून दंडाची पावती मिळवण्याचा धोका तो पत्करणार नाही. तो कॅलिफोर्निया स्टॉप घेईल म्हणजे वेग कमी करेल, डावीकडे बघेल, उजवीकडे बघेल आणि पुन्हा झटक्यात वेगात निघेल. त्याने पुन्हा ॲक्सिलरेटरवर पाय दाबायच्या आत तू त्याला धडक द्यायची गरज आहे.''

''करते प्रयत्न.''

सीट्सच्या तिसऱ्या रांगेला चिकटून हॉर्वाथ बसणाऱ्या दणक्याला तोंड द्यायला तयार झाला. चौकामध्ये योग्य क्षणी पोहोचणे गरजेचे होते. ज्या वेगाने ब्रेमर गाडी हाणत होता, त्याचा अंदाज घेणे खूप कठीण आहे हे हॉर्वाथच्याही ध्यानात येत होते.

केसीने पुन्हा एकदा वेगात फार मोठा फेरफार करताच ॲन्टिलॉक ब्रेक लागले. पाच सेकंदांनी ॲक्सिलरेटरवर पाय दाबत ती ओरडली, ''तयार!''

प्रकरण ५४

हॉर्वाथने म्हटले होते तसेच कर्नल चक ब्रेमरने केले. 'थांबा' हे चिन्ह जवळ आल्यावर तो क्षणभर दोन्ही बाजूंना बघण्यासाठी थांबला होता. ग्रेचेन केसीनेही हॉर्वाथने सांगितल्याप्रमाणेच केले. तिने तिचा दणका अगदी योग्य क्षणी दिला.

चौकात शिरता-शिरता एसयूव्ही ब्रेमरच्या गाडीवर मागून आदळली. दणका बसताच त्याच्या गाडीच्या ट्रंकचे झाकण खाडकन उघडले असले, तरी केसीचेही कौतुकच करायला हवे होते. तिने इतक्या जोरातही आपली गाडी ब्रेमरच्या गाडीवर आदळली नव्हती की ज्यामुळे तिच्या गाडीतल्या एअरबॅग्ज उघडतील.

ब्रेकवर पाय दाबल्यावर ब्रेमरची गाडी रस्त्याच्या मध्यावरच उभी राहिली.

"त्याच्या ट्रंकचे झाकण उघडले आहे," एसयूव्ही पार्क करता-करता केसी उद्गारली. "तो बाहेर पडतो आहे. आपल्या दिशेने येणारी दुसरी कुठलीही गाडी मला दिसत नाही."

"ठीक आहे," हॉर्वाथ म्हणाला.

तिने आपल्या गाडीचे दार उघडल्याचा आवाज ऐकताच त्याने मनातल्या मनात पाच आकडे मोजले आणि एसयूव्हीचा मागचा दरवाजा उघडण्यासाठी बटण दाबले.

त्याच्या जागेमधून बाहेर पडायच्या आधीच त्याला ब्रेमरचा आरडाओरडा ऐकू आला.

"मूर्खा ! काय झाले तुला? मेलो असतो ना मी!" गाडीतून उडी घेता घेता तो किंचाळत होता. तो कुणावर ओरडतो आहे हे ध्यानात येताच तत्काळ त्याच्या आवाजात फरक पडला.

"तू ठीक आहेस ना? अरे देवा! खूप वाईट वाटते आहे मला," केसी

म्हणाली. "बोल, बोल तू ठीक आहेस म्हणून. मी काय विचार करत होते ते कळत नाही. मी माझ्या मुलीच्या फील्ड हॉकीच्या सामन्यासाठी निघाले आहे. फोन वाजला. मला आता कळते आहे की तो तसाच वाजू द्यायला हवा होता. पण ..."

ब्रेमरने तिचे बोलणे थांबवण्यासाठी आपले दोन्ही हात समोर धरले. "मी ठीक आहे. मी जे बोललो त्याचेही मला वाईट वाटते. मला वाटते आपण दोघेही एकाच सामन्यासाठी निघालो आहोत आणि आपल्याला दोघांनाही उशीर झालेला आहे."

केसी त्याला त्याच्या गाडीच्या मागच्या बाजूला भेटली होती. गाडीचे किती नुकसान झाले आहे ते ती बघते आहे अशा थाटात ती मुद्दामच वाकून बघत होती. त्याची नजर आपल्या वक्षस्थळांवर आहे हे तिला जाणवत होते. "तुझ्या गाडीच्या बम्परची तर मी खरोखरच पार वाट लावलेली दिसते."

"खात्री आहे तुझी तशी?" त्याने विचारले.

"वाईटच अवस्था दिसते. मला वाटते एकमेकांची माहिती घ्यावी लागेल आपल्याला," ताठ उभे राहून ती म्हणाली.

ब्रेमरने आपली नजर तिच्या वक्षस्थळांवरून वळवली आणि चेहऱ्यावर रोखली. "मलाही तसेच वाटते. गाडीतून पेन आणतो मी."

तो गाडीमधून पेन घेऊन वळला आणि थिजल्यासारखा उभा राहिला.

"मला वाटत नाही तुला त्याची गरज आहे," हळूच त्याच्या मागोमाग गाडीजवळ पोहोचलेला हॉर्वाथ आपल्या हातामधले पिस्तूल त्याच्या चेहऱ्यावर रोखत म्हणाला. "हात मागे घे तुझे."

"तू आहेस तर," ब्रेमरच्या तोंडातून कसेबसे शब्द बाहेर पडले.

"तुला तुझी मुलगी आणि बायको पुन्हा दिसावीत असे वाटत असेल, तर आत्ताच्या आत्ता तुझे हात मागे घे."

कर्नलने आपले हात मागे धरल्यावर केसीने आपल्या खिशामधून फ्लेक्स कफ्स काढून त्याची मनगटे घट्ट बांधून टाकली.

"अरे देवा! किती दुखते हे," तो म्हणाला.

"गप्प बस," हॉर्वाथ उद्गारला आणि त्याने खाडकन त्याच्या गाडीच्या ट्रंकचे झाकण खाली आदळले. पण तरीही ते पुन्हा तसेच उघडले.

"मी बघते त्याच्याकडे," केसी म्हणाली. "काळजी नको. पण निघायला हवे आपल्याला."

हॉर्वाथ ब्रेमरला घेऊन सबर्बनच्या मागच्या बाजूला गेला आणि त्याने त्याच्या डोक्यावर बुरखा चढवून त्याला मागच्या बाजूला पोटावर झोपवले. त्याच्या पायाचे घोटे बांधून पाय गुडघ्यांमध्ये वाकवून घोटे आणि मनगटेही दुसऱ्या दोरीने बांधून टाकली. नंतर त्याला कुशीवर वळवले. केसीला खूण केल्यावर तिने दुसऱ्या

फ्लेक्सी कफ्सने ब्रेमरच्या गाडीच्या ट्रंकचे झाकण खालच्या बाजूला बांधून टाकले.

त्यांनी पाहणी करून ठरवलेल्या जागी रस्त्यापासून दूर गाडी उभी केली. आता कुणाचेही त्यांच्याकडे लक्ष जाणार नव्हते. एक चाकू घेऊन त्याने घोटे आणि हातांना बांधलेली मधली दोरी कापून टाकली. त्याला पाय लांब करू दिले. उभे राहण्याची परवानगी देण्यापूर्वी हॉर्वाथने ब्रेमरला स्पष्ट शब्दांत धमकी दिली, ''मी कोण आहे ते तुला ठाऊक आहे, मी काय करू शकतो याचीदेखील तुला कल्पना आहे. तेव्हा फक्त मी सांगेन तेवढेच कर. मला राग येईल असे काहीही करू नकोस. राहा आता उभा.''

ब्रेमरने सर्व काही त्याप्रमाणे केले. ''काय चालले आहे हे?'' त्याने बुरख्याआडून विचारले. ''तुम्ही मला कुठे घेऊन जात आहात?''

''दिसेलच तुला,'' हॉर्वाथ म्हणाला आणि त्याने त्याला मागच्या बाजूने धक्का दिला. ''चल पुढे.''

दाट झाडीमधून तो त्याला एका छोट्याशा टेकडीसारख्या उंचवट्यावर घेऊन गेला. त्याचा बुरखा काढताच प्रकाशाला सरावायला त्याच्या डोळ्यांना थोडा वेळच लागला. ''अरे देवा!'' दूरवर चाललेला फील्ड हॉकीचा सामना बघत तो उद्‌गारला. ''काय करणार आहात तुम्ही?''

''ते तुझ्यावर अवलंबून आहे. तुला काही दिसते आहे तिकडे?'' जवळच एका ठिकाणी बोट करत हॉर्वाथने विचारले. ''शंभर-एक यार्डांवर? त्या मोठ्या खडकाच्या वरती?''

ब्रेमरने रोखूनच त्या दिशेने बघितले. त्याला कैदी बनवणारा माणूस कशाबद्दल बोलतो आहे हे तो समजून घ्यायचा प्रयत्न करत होता. ''बहुतेक दिसते आहे. का?''

ऱ्होड्सने आणलेल्या गार्मिन वॉकी-टॉकीपैकी एक वॉकी-टॉकी उचलून तोंडाशी धरत हॉर्वाथ म्हणाला, ''अ-एक?''

काही सेकंदात खडकावर ठेवलेला दुधाचा गॅलन खाडकन फुटला आणि पांढऱ्या शुभ्र दुधाच्या चिळकांड्या उडाल्या. माईक स्ट्रीबरने सप्रेसर बसवलेली ही नवीन रायफल दिली होती. तिच्यामधून गोळी झाडली गेल्यावर लक्षात येण्यासारखा आवाजही झाला नव्हता.

हॉर्वाथने सप्रेसर बसवलेली रायफल घेऊन जवळच कुठे तरी एक नेमबाज ठेवलेला आहे हे ध्यानात येताच कर्नल नखशिखान्त थरथरला.

रेडिओ मागच्या खिशात ठेवून हॉर्वाथने केसीचा सेलफोन बाहेर काढला आणि ब्रेमरला तीन फोटो दाखवले. पेट्रिशिया ब्रेमर, फील्ड हॉकीसाठी गणवेश चढवलेली मॉली ब्रेमर आणि ज्या गाडीमधून ते सामन्याला आले होते ती गाडी. ''आता आपण

काय करणार आहोत ते मी सांगतो. तू माझ्याशी खोटे बोललास किंवा मला नुसते वाटले की तू खोटे बोलतो आहेस, तर मी रेडिओ बाहेर काढून आज्ञा देईन आणि दोन गोळ्या सुटतील.''

''नको,'' तो म्हणाला. ''कृपा करून तसे करू नकोस.''

त्याच्याकडे पूर्ण दुर्लक्ष करून हॉर्वाथ पुढे बोलत राहिला. ''पहिली गोळी प्रेक्षकांच्या स्टॅन्ड्सच्या दिशेने सुटेल. गोळी डोक्यात बसून तुझी बायको मरेल. दुसरी गोळी तुझ्या मुलीवर बसेल; पण ती आयुष्यभर अपंग म्हणून जगेल. तिची आई मरण पावली आणि ती स्वतः पक्षाघाताने दुबळी बनली आहे याचे कारण तिच्या वडिलांनी स्वार्थीपणाने फक्त स्वतःचाच विचार केला; कुटुंबाचा नाही, हे तिला कळेल याचीही मी खात्री करून घेईन.''

''नको. कृपा कर माझ्यावर.''

''मग मी तुझी सर्व कटकारस्थाने उघडकीस आणेन आणि तुझ्या काळ्या कृत्यांबद्दल तुझ्यावर खटला भरला जाईल. आगीच्या वणव्यासारखी बातमी पसरेल. सगळी भानगड इतकी प्रचंड असेल की, व्हाइट हाउस किंवा डिपार्टमेंट ऑफ डिफेन्सही यातून वाचणार नाही. तेव्हा स्वतःची कातडी बचावण्यासाठी ते तुलाच जिवंतपणी भाजून काढतील. आगीत खाक होशील तू.

''खटला संपला की दुःखीकष्टी आयुष्य जगण्यासाठी ते तुला लीव्हनवर्थ किंवा अशाच कुठल्या तरी ठिकाणी बंदी बनवतील- म्हणजे मृत्युदंडाची शिक्षा मिळाली नाही तरच- आणि ती तर नुसती सुरुवातच असेल. त्या गजांआड प्रत्येक दिवशी तुला नरकयातना भोगाव्या लागतील याची तर मी खात्रीच पटवून घेईन. सिनेमांमध्ये तू जी काही दृश्ये बघितली असशील त्यांची तुझ्या नरकयातनांशी तुलनाच करता येणार नाही. इतके जण तुझे कौतुक करायला येतील की त्यांच्यासाठी तुझ्या कोठडीला फिरता दरवाजाच बसवावा लागेल. तुझे पुरुष पाहुणे सरळपणे वागतील हे बघण्यासाठी तुला एक सेक्रेटरीच नेमावी लागेल.''

''तू हे करू शकणार ...''

''मी काय करू शकणार नाही म्हणतो आहेस तू?'' हॉर्वाथ वसकन त्याच्या अंगावर खेकसला. '' तू जे काही केले आहेस त्याची सजा तुला भोगायला लावणार नाही? तू मला विरोध करूनच बघ ...'' हॉर्वाथ एक सणसणीत शिवी हासडतच म्हणाला. ''तू माझ्या मित्रांना ठार मारले आहेस आणि या क्षणी तुला ठार न करण्यासाठी मला स्वतःवर खूप ताबा ठेवावा लागतो आहे. आणि मी तुझ्या डोक्यात गोळी घालण्याबद्दल बोलत नाही. मी फार एकांड्या शेताडीत तुला खेचत नेणार आहे आणि महिनोगणती तुझा भयानक छळ करणार आहे. तुला कल्पनाही करता येणार नाही अशा यातना असतील त्या. या क्षणी गमावण्यासारखे माझ्यापाशी

काहीही राहिलेले नाही.

"याच्या उलट तुझ्याकडे गमावण्यासारखे खूपच आहे. मी तुला आयुष्यात मिळणार नाही अशी संधी देतो आहे. ती दवडू नकोस."

ब्रेमरकडे बघताच हॉर्वाथच्या लक्षात आले की स्टेपलरच्या पिनपेक्षा जास्ती धोकादायक अशा कशाचा त्याला अनुभवच नव्हता. कागद फिरवत बसवणारा नोकरशहा होता तो.

कुणाच्या मुलांचा, कुटुंबाचा असा वापर करणे हॉर्वाथला अजिबात आवडत नसे; पण कधीकधी तोच एक कार्यक्षम आणि सर्वांत जवळचा मार्ग असे. सुरुवातीलाच एखाद्याला इतके पार गर्भगळित करून टाकायचे की त्याला सरळ विचारही करता येणार नाही, तो मानसिकदृष्ट्या पार खचून जाईल, त्याच्या मनात भावनांचा कल्लोळ निर्माण होईल.

"तुला पाठवता येण्यासारख्या सर्वांना तू माझ्यामागे पाठवले होतेस. तू मला थांबवू शकला नाहीस. आता तू तुझ्या बायकोला ठार मारणार आहेस आणि मुलीला अपंग बनवणार आहेस की माझ्याशी सहकार्य करणार आहेस?

ब्रेमर वळून काही सेकंद दूरवर चालू असणाऱ्या फील्ड हॉकीच्या सामन्याकडे बघत बसला. मग परत हॉर्वाथकडे वळून त्याने मान डोलावली.

"तू मला ठार मारण्यासाठी माणसे पाठवली होतीस?"

"हो," ब्रेमरने उत्तर दिले.

ज्या प्रश्नांची उत्तरे त्याला आधीच माहिती होती ते प्रश्न विचारताना हॉर्वाथ ब्रेमरच्या चेहऱ्याकडे निरखून बघत होता. तो खोटे बोलायला लागला तर चेहऱ्यात काय फरक पडेल, असा विचार करत होता.

"त्यांनी मला कुठे-कुठे ठार मारायचा प्रयत्न केला होता?"

ब्रेमरने एक आवंढा गिळला. "पॅरिस, स्पेन, टेक्सास."

"पॅरिसचा हल्ला फक्त माझ्यावरच झाला होता?"

ब्रेमरने खांदे उडवले. "मुख्यतः तुझ्यावरच."

"याचा नक्की अर्थ मी काय घ्यायचा?"

"ती स्त्री तुझ्याबरोबर असणार हे आम्हाला ठाऊक असल्याने तुला ठार मारण्याची उत्कृष्ट संधी अपार्टमेंटमध्ये होती."

"म्हणून तुम्ही तिलाही ठार मारण्याची आज्ञा दिलीत?"

"हो. तिच्यापासून धोका होता."

"आणि मी ज्यांच्याबरोबर काम करत होतो त्यांनाही तू लक्ष्य बनवलेस," हॉर्वाथने म्हटले.

"हो."

“का?”

“कारण तुझे नाव यादीवर होते.”

त्या माणसाच्या आवाजातला फरक हॉर्वाथला जाणवला. कॅमेऱ्याचा फ्लॅश चमकून जावा इतका कमी वेळ चेहऱ्यावर एक भावना उलटून गेली. नक्कीच चूक होत नव्हती, कर्नल एकतर खोटे बोलत होता, नाहीतर काहीतरी लपवत होता.

“कोणत्या यादीबद्दल बोलतो आहेस तू?”

“ब्लॅक लिस्ट म्हणतात तिला. ती काही मी बनवत नाही. त्या यादीत कुणाचे नाव आले की पुढले मी बघतो.”

गोल गोल फिरत असणाऱ्या शार्क माशाप्रमाणे हॉर्वाथ चौकशी करत होता, माहिती काढून घेत होता. जितकी माहिती मिळत होती तितका सत्याच्या जवळ येत होता. फिरत बसण्याचे वर्तुळ लहान बनत होते.

पण आता पाण्यात रक्त मिसळायला लागले होते. ब्रेमरचे. त्याचे शेवटचे उत्तर खोटे होते; कारण चेहरा एक क्षणार्ध तरी बदलला होता. ज्याची चौकशी चालू असे तो माणूस खोटे बोलायला लागला की त्याला हाणून काढायची ऊर्मी आवरायला हॉर्वाथला स्वतःवरती खूपच ताबा राखावा लागत असे. शार्क माशाने टवका उडवण्यापेक्षा त्याचा नुसता पंख जवळच्या पाण्यावर दिसायला लागला की भीतीने पार गाळण उडते.

“कोण जबाबदार आहे या यादीला? कोण नावे घालू शकतात या यादीत?”

“ते मी तुला सांगू शकत नाही,” ब्रेमरने उत्तर दिले. “गुप्त माहिती आहे ती.”

हॉर्वाथ हसला. “तू आणि मी दोघेही गोपनीयतेच्या पलीकडे गेलेली माणसे आहोत, कर्नल. आणि मला असेही वाटते की तू आता मला फसवायचा प्रयत्न चालू केला आहेस. तू असे काही केलेस तर मी काय करणार आहे ते तुला सुरुवातीलाच सांगितले आहे.” वॉकी-टॉकी परत ओठांशी नेत हॉर्वाथ म्हणाला, “तो आपल्या प्रश्नांची उत्तरे देत नाही. दोघींनाही उडव तू.”

ब्रेमरने पाऊल पुढे टाकले. “थांब, थांब, सांगतो मी.”

हॉर्वाथने आपले पिस्तूल काढून ते ब्रेमरच्या कपाळावर रोखले. ब्रेमर एक पाऊल मागे सरकला. पुन्हा हातामधला रेडिओ वर करत हॉर्वाथ म्हणाला, “सध्या थांब. पुढील आज्ञा मिळायची वाट बघ.”

“नॅशनल सिक्युरिटीच्या अध्यक्षांच्या जवळच्या अशा माणसांचे एक पॅनेल असते. त्यात ॲटर्नी जनरलचाही समावेश असतो.

“माझे नाव त्या यादीत कुणी घातले?”

“तुझ्यावर देशद्रोहाचा आरोप होता.”

“मी तुला ते विचारलेले नाही,” हॉर्वाथ रागाने म्हणाला. ब्रेमरने पुन्हा उत्तर

द्यायची टाळाटाळ सुरू केली होती. ''माझे नाव त्या यादीत कुणी घातले?''

''माहीत नाही. त्या बैठकींना हजर राहाण्याइतक्या उच्च पदावर नाही मी. मला फक्त कारवाईसाठी यादी दिली जाते. मी खरं तेच सांगतो आहे. विश्वास ठेव माझ्यावर.''

''तू खोटे बोललास तर काय होईल याची कल्पना मी तुला आधीच दिली होती. हे टाळू शकला असतास तू.'' हॉर्वाथने पुन्हा रेडिओ वर उचलला. ''तुला गोळ्या मारायची परवानगी आहे. तयार झाल्यावर हाण गोळ्या.''

''जीझस! अरे देवा! नको!'' ब्रेमर याचना करायला लागला.

''देवाकडे तुझ्या कुटुंबाचा जीव वाचावा म्हणून प्रार्थना करायचा उद्धटपणा तुला करवतो तरी कसा? तूच त्यांचा जीव वाचवू शकत असताना तू ते केले नाहीस. तू जिवंत आहेस तोपर्यंत कधीही विसरू नकोस की तू खोटे बोलल्याने त्यांना जीव गमवावा लागला होता.''

डोळ्यांमधले अश्रू गालांवरून खाली ओघळायला लागलेले असताना ब्रेमर उद्गारला, ''मीच केले ते. मी तुझे नाव किल लिस्टमध्ये घातले. नेमबाजाला थांबव तुझ्या,''

''का?''

भीतीनेच ब्रेमरचे डोळे विस्फारले होते. ''कृपा कर आणि तुझ्या नेमबाजाला थांबव आधी. सगळं सांगतो मी तुला.''

''आत्ताच सांग.''

ब्रेमरचा आपल्या कानांवर विश्वास बसेना. त्याने हॉर्वाथवरची नजर काढून फील्ड हॉकीचा सामना चालू होता त्या दिशेने वळवली आणि परत हॉर्वाथकडे बघितले. ''क्रेग मिडलटन,'' तो गयावया करत म्हणाला. '' त्याला तुझे नाव त्या यादीत हवे होते.''

''ऐकले नाही त्याचे नाव कधी.''

''कृपा कर. आधी तुझ्या नेमबाजाला रेडिओवरून थांबायला सांग. मी भीक मागतो आहे तुझ्याकडे. तो ॲडॅप्टिव्ह टेक्नॉलॉजी सोल्युशन्स नावाची कंपनी चालवतो. या सर्व प्रकारामागे तो आहे. कृपा करून माझ्या मुलीला दुखवू नकोस. यात तिचा काहीही दोष नाही.''

प्रकरण ५५

ॲडॅप्टिव्ह टेक्नॉलॉजी सोल्युशन्स! या शब्दांमध्येच जादू होती. कॅरोलाइन रोमेरोच्या फ्लॅश ड्राइव्हवर निकोलसने त्याला जे दाखवले होते त्यातल्याच कंपनीचे नाव ब्रेमरने घेतले होते. हॉर्वाथची खात्री पटली की चक ब्रेमर खरेच बोलत होता.

पुढला पाऊण तास तो सबर्बनमध्ये त्याची चौकशी करत होता. सहकार्य देण्याच्या आपल्या नवीनच दिलेल्या वचनापासून त्याने ढळून चालणार नाही याची आठवण ब्रेमरला करून देण्यासाठीच ऱ्होड्सला तयार ठेवले होते; पण तशी गरजच पडली नाही. नळामधून धो धो पाणी वाहावे तशी ब्रेमरची स्थिती झाली होती.

त्याला कबुली द्यायची मनापासून इच्छा नव्हती, पण एकदा मिडलटनने त्याला सहभागी करून घेतल्यावर त्याच्यासाठी त्याने किती खुनी टोळ्या धाडल्या होत्या याची माहिती त्याने हॉर्वाथला सांगितली.

अत्यंत घृणास्पद कारणांनी सैन्य दलात गुन्हेगार ठरवलेल्यांमधून त्याने हिंसक गुन्हे करणाऱ्यांची खुनी टोळ्या पाठवताना कशी निवड केली, तो तपशील दिला. काही जण तर सैन्यात भरती होण्यापूर्वीही कुठल्या तरी गँग्जचे सभासद होते. स्पेनमधल्या आणि टेक्सासमधल्याही दोन हल्लेखोरांवर म्हणूनच त्याने टॅटूज बघितले होते.

त्याला ठार मारण्यासाठी पाठवलेल्या माणसांची पार्श्वभूमी कळल्यावर आपण सैन्य दलांमधील लोकांना ठार मारल्याची जी खंत हॉर्वाथला सारखी वाटत होती, ती नाहीशी झाली.

हॉर्वाथ प्रश्न विचारत असताना ब्रेमरने एक चांगली बातमीही दिली. रीड

कार्लटनवर झालेला पहिला हल्ला अयशस्वी ठरला होता आणि ब्रेमरच्या माहितीप्रमाणे तरी तो जिवंत होता आणि पार नाहीसा झाला होता.

टेक्सासमधल्या रँच मॅनेजरने गूगलवर शोध घेतल्यामुळे ट्रोल तिथे असावा अशी त्यांची खात्री पटली आणि म्हणून त्यांनी थ्री पीक्स रँचवर हल्ला चढवण्याचा निर्णय घेतल, असेही त्याने सांगितले. मॅगी रोझवर नजर असताना हॉर्वाथचे आगमनही त्यांच्या लक्षात आले आणि त्यांनी हल्ला चढवलाही.

ब्रेमरला माहीत होते की त्याची टीम मृत झाली होती आणि हॉर्वाथनेच त्यांना ठार मारले होते. पण आश्चर्य म्हणजे त्यांची प्रेते कुठे आहेत वगैरेबद्दल त्याने विचारलेही नाही. त्याच्या दृष्टीने ती माणसे नव्हतीच. मनॉपली हॉटेल्ससारख्या खेळण्याच्या पटावरची प्यादी होती. काही हरवली तर पुन्हा विकत घेता येतील. हृदयशून्य आणि नादान माणूस. आणि मुलीचा जीव वाचवण्यासाठी त्याने जितकी बडबड केली होती तितकी त्याच्या बायकोचा जीव वाचवण्यासाठी केली नव्हती, हेदेखील हॉर्वाथच्या लक्षात आले होते.

मिडलटनच्या इच्छेप्रमाणे त्याने किल लिस्टमध्ये फेरबदल करण्याचे कबूल केले. एटीएसच्या डायरेक्टरच्या आज्ञेप्रमाणे त्याने कुठल्या कामगिऱ्या पार पाडल्या होत्या विचारल्यावर, पाच वेळा तरी कोणत्याही तऱ्हेच्या कायदेशीर कार्यवाहीतून संपूर्ण मुक्तता मिळवण्यासाठी त्याने सौदा करायचा इतका आग्रह धरला की हॉर्वाथने पुन्हा रेडिओवरून मेगन ऱ्होड्सशी संपर्क साधला. ब्रेमरची पत्नी आणि मुलगी यांच्याबरोबर तिच्या टीममधल्या आणखी काही जणींनाही गोळ्या घालण्याची धमकी दिली.

मुलीच्या जिवाची काळजी करता करता तो इतक्या पटकन फक्त स्वतःचाच विचार करून आपला जीव कसा वाचेल याबद्दल बडबडायचा की, हॉर्वाथ चाटच पडायचा. मुलीचा जीव वाचवण्याचा दबाव जर ब्रेमरवर टाकता आला नसता तर बहुधा सहकार्य मिळवण्यासाठी त्याला यातना देऊनच खूप छळ करावा लागला असता. मिडलटन आणि त्याची ताकद याबद्दल त्याच्या मनात भयंकर भीती होती.

मिडलटनच्या संतापापासून हॉर्वाथ त्याचे रक्षण कसे करणार याबद्दल तो पुन्हापुन्हा विचारत होता. त्याच्या कुटुंबीयांना काहीही होऊ देणार नाही असे हॉर्वाथने त्याला वचन दिले असले तरी, त्याचा अर्थ मिडलटन त्याच्या जिवावर उठणार नाही असा नव्हता. हॉर्वाथ मिडलटनला ठार मारेल का, असा प्रश्न त्याने विचारल्यावर हॉर्वाथने विषय बदलला. त्याने स्पष्ट केले की ब्रेमरचा त्या प्रश्नाशी काहीही संबंध नाही. तो स्वतः जिवंत आहे याच्यातच त्याने समाधान मानावे.

आता त्याला ठार मारण्याची आज्ञा देण्यामागे कोण आहे कळल्यावर त्याने त्या मागची कारणे विचारायला सुरुवात केली. मिडलटनच्या म्हणण्याप्रमाणे अमेरिकेच्या

भूमीवर निश्चितपणे दहशतवादी हल्ले चढवण्याच्या योजना आखत असणाऱ्या एका परकीय शत्रूशी कार्लटन समूह सहकार्य करत होता.

"आणि हे त्याने तुला सांगितले, एफबीआयला नाही."

"कारण तुमच्या समूहाने सर्वच एजन्सीज इतक्या पोखरून टाकल्या आहेत की दुसरा कुठला पर्यायच नाही, असे तो म्हणाला."

"आणि तू त्याच्यावर विश्वास ठेवलास?" हॉर्वाथने विचारले. ब्रेमरच्या चेहऱ्याकडे बघताना तरी त्याचा यावर विश्वास बसल्यासारखे हॉर्वाथला वाटत नव्हते.

"मला दुसरे काही करण्यासारखे नव्हते."

त्याचा गळा एका कानापासून दुसऱ्या कानापर्यंत कापून टाकावा असे हॉर्वाथला वाटायला लागले. "तुला माणूस तरी का म्हणायचे कळत नाही मला. नीती नाही, कशाची चाड नाही. निष्पाप माणसांच्या रक्ताने हात बरबटले आहेत तुझे. या क्षणाला हातांनी तुझी मान पकडावी आणि मोडावी अशी इच्छा होते आहे मला.

"तू ज्या माणसांच्या मृत्यूला जबाबदार आहेस त्या माणसांनी जगाच्या कानाकोपऱ्यात जाऊन भयानक दुष्ट अशा सैतानांशी देशासाठी लढा दिला होता. देशभक्त होती ती. मिडलटन तुला खोटे सांगत होता. तुला माहीत होते की तो तुझ्याशी खोटे बोलतो आहे. आणि तरी फक्त स्वतःची कातडी वाचवण्यासाठी तू त्याचीच पाठराखण केलीस. अत्यंत तिरस्करणीय माणूस आहेस तू."

ब्रेमरने मान खाली घालायचा प्रयत्न करताच हॉर्वाथ संतापला. "मी तुझ्याशी बोलत असताना तू माझ्याकडे बघ. तुझे काळे थोबाड लपवायचा प्रयत्नही करू नकोस."

ब्रेमरने मान वर केल्यावर हॉर्वाथ बराच वेळ त्याच्यावर आगपाखड करत राहिला. मग स्वतःच्या रागावर ताबा मिळवून त्याने पुन्हा प्रश्न विचारायला सुरुवात केली. पण तो जितके प्रश्न विचारत होता तितकी ब्रेमरची उपयुक्तता संपल्याची त्याला जाणीव होत होती. कार्लटन समूहावर मिडलटन खोटेनाटे आरोप का करत होता ते त्याला माहीत नव्हते. डिजिटल पर्ल हार्बर हे शब्द तर त्याने ऐकलेच नव्हते; त्याचा अर्थ कळणे तर सोडाच.

पण मिडलटनला अडकवण्याबाबत त्याने एक नामी सूचना केली. कागद सरकवण्यात आयुष्य घालवणाऱ्या माणसाच्या मानाने तर फारच हुशारीची कल्पना. हॉर्वाथने त्याबद्दल एक-दोन प्रश्न विचारले, पण त्याच्या सूचनेकडे विशेष लक्ष दिले नाही.

त्याला सोडण्यापूर्वी हॉर्वाथने कर्नलला एक शेवटची धमकी दिली. "तू तुझी सर्वोत्कृष्ट माणसे माझ्यामागे पाठवली होतीस. त्यांच्यापैकी एकही जण जिवंत परत

जाऊ शकला नाही. तू माझे काहीही वाकडे करू शकत नाहीस. मी कुणाच्याच तावडीत सापडू शकणार नाही. मला अनेक मित्र आहेत. त्यांच्यामधले बरेच जण फक्त तुझ्यावर आणि तुझ्या कुटुंबावर नजर ठेवून असणार आहेत. तू तुझी दिनचर्या थोडीशी जरी बदललीस किंवा अचानक रजेवर गेलास, तर तुझ्या बाबतीत काय करायचे याबाबत संशयाला थोडीशीही जागा न ठेवणाऱ्या अगदी स्पष्ट सूचना त्यांना दिलेल्या आहेत.

''आपल्यामध्ये झालेल्या बोलण्याबद्दल तू कुठे तोंड उघडलेस, क्रेग मिडलटनशी संपर्क साधायचा प्रयत्न केलास, तर मी तुझी पत्नी आणि तुझी मुलगी यांच्याबाबतीत त्यांना ठार न करता त्यापेक्षाही वाईट गोष्टी घडवून आणेन. लैंगिक विकृती असणाऱ्या एखाद्या बेदुईनला मॉलीसारख्या तरुण मुलीला आपल्या जनानखान्यात ठेवायला नक्कीच आवडेल. तो तिचे जे काही करेल त्याचा व्हिडीओ तुला मिळेल याची मी स्वतः खात्री करून घेईन.''

पार हादरलेल्या ब्रेमरने वचन दिले की तो कुठेही, काहीही बोलणार नाही.

''आणि तुझी एखादी खुनी टोळी माझ्या मागावर येते आहे असा मला नुसता संशय जरी आला तर मी स्वतःच तुला आणि तुझ्या कुटुंबाला भेटण्यासाठी येईन. लक्षात आले ना?''

कर्नलने मान डोलावली. हॉर्वाथने त्याच्या हातांना आणि घोट्यांना बांधलेले प्लॅस्टिक फ्लेक्स कफ्स कापून त्याला ट्रकमधून बाहेर पडायला सांगितले. ब्रेमर आपल्या गाडीकडे परत जात असताना केसी बघत होती.

''त्याच्यावर विश्वास ठेवता येईल असे वाटते तुला?'' तिने विचारले.

त्याच्याकडे बघणाऱ्या हॉर्वाथने उत्तर दिले, ''नाही. पण आपल्याकडे दुसरा पर्यायही नाही.''

''त्याचे सर्व बोलणे ऐकत असताना मला त्याला गोळी घालण्याचा मोह होत होता. त्याने रायलीच्या बाबतीत जे केले ते बघता अजूनही तीच इच्छा होते आहे.''

''आणि मी तुला बहुधा थांबवू शकलो नसतो. का नाही गोळी घातलीस त्याला?''

''कारण त्याच्या बाबतीत कसे वागायचे हे तू मला सांगितले होतेस आणि माझा विश्वास आहे तुझ्यावर.''

अगदी प्रामाणिकपणे आणि स्वच्छ मनाने दिलेली कबुली. हॉर्वाथला आदरच वाटला तिच्याबद्दल.

''पण लक्षात ठेव,'' ती पुढे म्हणाली, ''हे प्रकरण संपल्यावर त्याला जिवंत राहू देईन असे मी त्याला वचन दिलेले नाही.''

''आले लक्षात.''

"आणि त्याबाबत मी आणि मेगनने काही करायचे ठरवलेच तरी ते तुझ्या लक्षात येईल असा अर्थ काढू शकते मी?"

क्षणभर तिच्या नजरेला नजर देत हॉर्वाथ उद्गारला, "तू काय करावेस किंवा करू नयेस हे मी तुला सांगू शकत नाही. त्याचा गळा घोटावा असे मलाही वाटते. अगदी खात्रीने; पण त्याला बायको आहे आणि मुलगीही."

"आणि तुझ्या कार्लटन समूहामधल्या ठार मारलेल्या एजन्ट्सबद्दल काय?" केसीने विचारले. "त्यातल्या किती जणांना बायका-मुले होती?"

"बहुतेक सर्वांना."

"तर मग?"

"तर मग मला वाटते की ब्रेमरला ठार न करता त्याला सजा भोगायला लावावी."

"आता तू काय नीतितत्त्वे सांगत बसणार आहेस?"

"असेनही," हॉर्वाथ म्हणाला. "खरं तर होच म्हणायला पाहिजे. कुठल्या तरी एका वळणावर कायद्याच्या तत्त्वांना धरून वागायला लागते. त्याने रायली आणि इतरांच्या बाबतीत जे केले आहे त्याचा बदला म्हणून त्याच्या डोक्याला पिस्तूल टेकवून जर आपण गोळी झाडली तर आपण काय विशेष चांगले करणार आहोत?"

"पण निदान न्याय दिल्यासारखे तरी होईल."

"तुझा विश्वास आहे याच्यावर?"

केसीनेच नजर वळवली. "या बाबतीत आता आणखी एक शब्दही उच्चारायची माझी इच्छा नाही."

वादावादी थांबवण्याचा सोईस्कर मार्ग तिने शोधला होता. पण हॉर्वाथही त्यावर काही बोलला नाही. तिला जे हवे होते तेच ती शेवटी करणार होती.

या क्षणी प्रश्न होता तो मिडलटनला गाठायचा आणि त्याने जे काही करायचे ठरवले होते ते थांबवण्याचा. ब्रेमरने मिडलटनबद्दल तरी बरी सूचना केली होती; पण तेच एखाद्या सापळ्यात अडकणार नाहीत याची खात्री कशी पटवून घ्यायची, हे हॉर्वाथला प्रथम शोधावे लागणार होते.

प्रकरण ५६

वॉशिंग्टन डीसी

गरज असलेली माणसे शोधण्याची कार्लटनला चिंता नव्हती. प्रश्न होता निदान त्यांना सांगितलेले काम पुरे होईपर्यंत तरी जास्ती दारू न ढोसता ती शुद्धीत कशी राहतील हा. टॉमी बँक्सबरोबर तीस-एक वर्षांपूर्वी अशीच एक कामगिरी त्यांनी हातात घेतलेली होती.

१९८०च्या काळात पश्चिमी देशांच्या अनेक इन्टेलिजन्स एजन्ट्सना बर्बोर जाकिटांवर लक्ष द्या असा सल्ला दिला जात असे. हिरव्या रंगाची ही ब्रिटिश जाकिटे त्या काळात खूप लोकप्रिय होती. कोणत्याही तऱ्हेच्या हवामानात वापरता येत; भपकेदार न वाटता अत्याधुनिक वाटत. खूप खिसे असल्याने नाना तऱ्हेची साधने त्यात ठेवता येत. हेरगिरीच्या क्षेत्रात काम करणाऱ्या एजन्ट्सना ती फारच पसंत होती. नवीन भरती केलेल्यांना सांगितलेले असे की कधी अडचणीत सापडलात तर ही जाकिटे घातलेल्या माणसांना शोधा. तुम्हाला मित्रच भेटण्याची जास्ती शक्यता असेल.

रशियन्सनी या सल्ल्याबद्दल ऐकले आणि बँकॉक ते बर्लिनपर्यंतच्या त्यांच्या एजन्ट्सना या जाकिटांमधल्या माणसांकडे लक्ष द्यायला सांगितले, अशीही अफवा होती. हे खरे होते का खोटे, का शीतयुद्धाच्या काळातला वेडेपणा याची बँक्सला पक्की खात्री नव्हती. तरी अशी जाकिटे वापरण्यात त्याला धोका दिसत नव्हता. त्याच्या योजनेला एखाद्या वेळी मदतच झाली असती.

लोखंडी पडद्याआड तो आणि कार्लटन एका अत्यंत संवेदनशील कामगिरीवर होते. अत्यंत उच्चपदस्थ असा एक हंगेरियन इन्टेलिजन्स एजन्ट देशत्याग करायला तयार झाला होता असे कळले होते. बुडापेस्टला त्याची गाठ घेण्यासाठी त्यांना

पाठवले होते. हे खरे आहे का आणि तो किती मौल्यवान माहिती देऊ शकेल याची खातरजमा करून घेऊन त्यांनी त्याला हंगेरीमधून बाहेर काढून ऑस्ट्रियात आणायचे होते. व्हिएन्नामध्ये त्याची पूर्ण चौकशी झाल्यावर मग त्याला विमानाने अमेरिकेला पाठवण्यात येणार होते.

दोघेही वेगवेगळे बुडापेस्टला पोचले आणि तरीही हंगेरीच्या गुप्तचर विभागाने त्यांच्यावर पाळत ठेवायला सुरुवात केली. मदतीला रशियन केजीबी होतेच. ते तिथे येणार आहेत याची जणू त्यांना आगाऊ सूचनाच मिळाली होती. बँक्स आणि कार्लटन या दोघांनाही वाटत होते की ते बहुधा सापळ्यात अडकणार आहेत. पण कामगिरी पुढे चालू ठेवण्याशिवाय त्यांना दुसरा पर्यायही नव्हता.

पाळतीवर असणाऱ्या टीम्सना झुकांडी देऊन पळण्याचे त्यांनी अनेक प्रयत्न केले; पण ते यशस्वी ठरले नाहीत. शेवटी बँक्सच्या ज्या युक्तीमुळे ते त्यांच्या प्रयत्नात सफल झाले, तीच युक्ती आता तीन दशकांनी वापरण्याचे कार्लटनने ठरवले होते. पण या वेळचा त्याचा उद्देश अगदी उलटा होता. त्यांच्या पाठलागावर असणाऱ्यांना त्यांना टाळायचे नव्हते, तर उघड्यावर आणायचे होते.

वॉशिंग्टन डीसीमधील युनियन स्टेशन सकाळ आणि संध्याकाळच्या गर्दीच्या वेळी प्रवाशांनी गजबजलेले असते. सकाळी कामावर येणाऱ्यांची गर्दी बाहेर पडत असते, तर संध्याकाळी कामे संपवून थकले-भागलेले लोक युनियन स्टेशनमध्ये गर्दी करून आत जात असतात. थोडे जण उत्साहात असले, तरी बहुतेक जण गर्दीबरोबर आपोआप आत गेल्यासारखे शिरत असतात.

त्यांचा गुरू आणि सल्लागार असणाऱ्या बँक्सवर नजर ठेवलेली असणार, हे गृहीत धरून कार्लटनने एक ई-मेलच बँक्सला पाठवली. पण त्याने खूप काळजी घेतली होती. सर्व काही मुद्दाम केले आहे न दाखवता विरुद्ध बाजूला कुतूहल निर्माण झाले पाहिजे, अशी त्याची इच्छा होती. शेवटी तो स्वतःचाच सापळा तर रचत होता. त्यांनी पळ काढावा अशी त्याची इच्छा नव्हती. सर्व काही त्यांच्याच मताप्रमाणे आपोआप घडते आहे अशी त्यांची कल्पना होणे आवश्यक होते.

आणि बँक्सला त्याच्या संदेशाचा अर्थ ध्यानात आला असेल अशी त्यालाही खात्री पटवून घ्यायची होती. त्या बाबतीत चिंता करायचे त्याला कारण नव्हते. बँक्सला तर बुडापेस्टची कामगिरी कालच झाल्याप्रमाणे लक्षात होती.

कार्लटनने बाल्टिमोर येथील बेघर लोकांच्या आश्रयस्थानात दोन माणसांना शोधले. दोघांनाही दोन-दोनशे डॉलर्सचा मोह पडला. कामही फार साधे दिसत होते. त्यांना स्वच्छ व्हायला लावून कार्लटनने त्यांना जेवण दिले. त्यांच्यासाठी कपडे विकत घेतले आणि गाडीमधून वॉशिंग्टनला आणले. त्यांना वेगवेगळ्या रस्त्यांवरून फिरवून त्यांच्याकडून नक्की काय अपेक्षा आहे, हे त्यांना समजावले.

मग बँक्सला निरोप देण्यासाठी संदेश ठेवण्याच्या ठिकाणी त्यांनाच पाठवले. नंतर तो त्यांना कॉफी प्यायला घेऊन गेला. बाल्टिमोरहून येताना घेतलेल्या व्हिस्कीच्या बाटलीमधली किती व्हिस्की कॉफीत ओतायची यावर कार्लटन लक्ष देत होता. कामगिरी सुरू होण्यापूर्वी त्यांनी अजून एकदा जेवावे अशी कार्लटनची इच्छा असली, तरी त्यांना जेवण नकोच होते. आत्तापर्यंत तरी ते धुंद झाले नाहीत हेच नशीब, असे कार्लटनला वाटत होते. आता काम करण्याएवढा वेळ त्यांना तसेच कसे ठेवायचे हा प्रश्न शिल्लक होता.

ठरलेल्या वेळी खोटी दाढी, हॅट, चष्मा आणि तो जाडा आहे दाखवण्यासाठी एकावर एक कपडे चढवून रीड कार्लटन युनियन स्टेशनमध्ये आपल्या जागी येऊन बसला.

ती दोन बेघर माणसे त्याच्या अपेक्षेपेक्षा जास्तीच विश्वसनीय निघाली आणि काही वेळाने आत आली. त्यांना उरलेले पैसे हवे होते आणि ते मिळवायचे तर काम पार पाडणे भाग होते.

तो ज्या ठिकाणी बसला होता तिथून यानंतर काय काय घडणार आहे हे स्पष्ट दिसू शकले असते. त्याला सर्वांत जास्ती काळजी कॅमेऱ्यांची होती. त्यांना शिकवल्याप्रमाणे ते चालले नाहीत किंवा एखाद्या कॅमेऱ्याने त्यांचे चेहरे व्यवस्थित बघितले, तर सुरू होण्यापूर्वीच योजना बारगळणार होती. अजूनपर्यंत तरी त्यांच्याकडून तालीम करून घेतल्याप्रमाणेच ते प्रत्येक गोष्ट करत होते. आता फक्त प्रमुख व्यक्ती येण्याचीच वाट बघायची होती.

सर्व दुपार बँक्सने त्याच्या पाठलागावर असणाऱ्यांपासून सुटका करून घेण्यात घालवली असणार. तो काही विसरला नसेल, नसणारच अशी कार्लटनची खात्रीच होती म्हणा. एक-दोन वेळेला त्यांच्यापासून सुटका करून घेतल्यावर, जणू काही त्यांच्याच हुशारीने त्यांनी पुन्हा बँक्सचा माग काढला होता, अशाच तऱ्हेने त्याने परत त्यांना मागे येऊ दिले असणार. अगदी शेवटच्या क्षणी निर्णय घेतल्याप्रमाणे बँक्स युनियन स्टेशनमध्ये शिरणार होता. त्यांच्याविरुद्ध उठलेल्यांना कुठलाही सापळा रचण्याची संधी त्याला द्यायची नव्हती. अशा तऱ्हेच्या खेळात पाठलागावर असणाऱ्यांना थोडीही उसंत देऊन उपयोगी नसते. कुठेही स्थिर म्हणून राहायचे नाही. सगळ्यांसाठीच आणि बँक्सचे वय लक्षात घेता, त्याच्यासाठी तर फारच खडतर असा दिवस असणार होता.

डोक्यावर ओर्विस हॅट, अंगावर बर्बोर ब्यूफोर्ड जाकीट आणि हातात खूप वापरलेली चामड्याची पिशवी घेऊन हा म्हातारा स्पायमास्टर गर्दीच्या युनियन स्टेशनमध्ये शिरला. ठरल्याप्रमाणे त्याने वेगवान असेला लाइनचे न्यू यॉर्कसाठीचे तिकीट विकत घेतले आणि इतर अनेकांप्रमाणे तो प्रसाधनगृहाच्या दिशेने निघाला.

गडद रंगांचे सूट आणि पिवळ्या तपकिरी रंगाचे रेनकोट चढवलेल्या त्याच्या मागे लागलेल्या दोघांना कार्लटनने लांबूनही सहज ओळखले. सैनिक कापतात तसे केस कमी कापलेले, रुंद छातीचे आणि धडधाकट असणारे. लेस बांधलेले, उत्कृष्ट तळ असणारे शूज. दिवसभर उभे राहण्याची सवय असणारी माणसे. त्यांच्याकडे लपवलेली पिस्तुले होती, हे त्याला कळत होते. उजव्या हाताचा वापर करणारी माणसे. पिस्तुले उजव्या बाजूला पाठीशी ठेवलेली असणार. सारखे आपल्या लक्ष्याकडे लक्ष देत आणि माना वळवून, आजूबाजूला लक्ष देत, एकाग्रपणे चालत होती. अत्यंत धोकादायक माणसे होती. ते काहीही करू शकतील याबाबत कार्लटनच्या मनात थोडीही शंका नव्हती. या सर्व गोष्टी काही सेकंदांच्या आत त्याच्या लक्षात आल्या होत्या. या खेळात त्याने आयुष्य काढले होते. माहिती मिळवून तत्काळ तिचे विश्लेषण करण्यात हातखंडा असल्यानेच अजूनही तो जिवंत होता.

त्यांच्याबद्दल खात्री पटल्यावर आणखी कोणी त्यांच्याबरोबर नाहीत ना, याची शहानिशा करण्यासाठी त्याने गर्दीवर नीट नजर फिरवली. दोन माणसे लक्षात आली असली, तरी आणखीही कोणी असण्याची शक्यता होती. बाहेर एका गाडीमध्ये आणखी एखादी टीम असेल? स्टेशनमध्ये असतील? या कामासाठी स्त्रियाही वापरत असतील? पोलिसांची मदत घेतली असेल? काहीही माहिती नाही अशाच प्रश्नांची यादी मैलभर लांब होती. आता काही प्रश्नांची उत्तरे मिळवण्याची वेळ झाली होती.

घड्याळाकडे बघून कार्लटन उठला. युनियन स्टेशनमधून बाहेर पडता येईल अशा दरवाजाच्या दिशेने निघाला. पुरुषांच्या प्रसाधनगृहामधून बाहेर येणारी बँक्सची हॅट आणि बर्बोर जाकीट त्याला दिसले. तसेच बर्बोर जाकीट घातलेला आणि बँक्सची चामड्याची पिशवी घेऊन येणारा दुसरा माणूस पहिल्या माणसाला भेटला. ट्रेन्च कोट्समधले दोघे त्यांच्या मागावर होतेच. पाठलाग करताना दुसऱ्या कुणालाही कार्लटनने अजून बघितले नव्हते.

बाहेर पडून ते दोघे स्टॅन्डच्या दिशेने निघाले. त्यांचा नंबर तिसरा होता. कार्लटन अजूनही खूप मागे होता. ट्रेन्च कोट चढवलेली माणसे स्टेशनबाहेर पडली. काय करावे याबाबत त्यांच्या मनात गोंधळ उडालेला दिसला. एकाने आपला हात वर करून ओठांजवळ नेताना कार्लटनने बघितले. शर्टाच्या बाहीच्या टोकाखाली लपवलेल्या मायक्रोफोनमध्ये तो बोलत होता. फक्त तेच दोघे मागावर नसणार ही कार्लटनची कल्पना खरी ठरलेली होती. आता रेडिओवर कोण बोलते आहे ते कळणे गरजेचे होते.

ट्रेन्च कोट्समधले दोघे गप्पा मारत असल्याप्रमाणे फूटपाथवर उभे राहिले.

त्यांचे लक्ष मात्र टॅक्सी स्टॅन्डवर रांगेमधून पुढे सरकणाऱ्या दोघांवर होते. निळी पांढरी टॅक्सी येऊन उभी राहिल्यावर बर्बोर जाकिटे घातलेले दोघे जण टॅक्सीत चढले.

टॅक्सी निघता क्षणी ट्रेन्च कोट घातलेली माणसे धावतच रस्त्यावर पोहोचली. एक काळ्या रंगाची शेव्ही सबर्बन गाडी वेगात येऊन त्यांच्यासमोरच ब्रेक लावून कर्णकर्कश आवाज करत उभी राहिली. त्यांना आत उड्या घेता येतील एवढाच काळ ती थांबली असली, तरी डोमलाइट लागताच कार्लटनला दिसले की आतमध्ये आणखी दोन माणसे बसलेली होती. एकाची पांढरीफटक कातडी आणि पांढरे पडत आलेले केसही त्याला दिसले. ट्रेन्च कोट घातलेले दोघे आतमध्ये चढताच ती वेगानेच टॅक्सीच्या मागे निघाली.

कार्लटनला या खेळात त्याच्याविरुद्ध किती जण आहेत याचा बऱ्यापैकी अंदाज आला होता. तो रस्त्यावर आला आणि रॉकेटप्रमाणे वाहतुकीत घुसलेली सबर्बन त्याला दिसली. पाठलागावर आणखी कुठल्या गाड्या दिसल्या नाहीत. फक्त चार जणांची टीम एका गाडीत आहे कळल्यावर त्याला विशेष चिंता वाटली नाही.

तो चालत एफ् आणि दुसऱ्या रस्त्याच्या नाक्यावर पोहोचला आणि एबनीझर कॉफीहाउसमध्ये शिरला. यूएसएस रोनाल्ड रेगनची टोपी चढवलेला आणि वाऱ्यापासून संरक्षण करणारा करड्या रंगाचा विन्डब्रेकर घातलेला एक माणूस कॉफीचे पैसेच देत होता. कार्लटन त्याच्याजवळ चालत येता येता त्याने विचारले, "काय झाले मग?''

"आत्तापर्यंत सर्व ठीक आहे.''

"छान!'' टॉमी बँक्स म्हणाला.

त्याने कपाभोवती उष्णतानिरोधक पट्टी चढवली आणि जाकिटाखालच्या पिस्तुलावर हात ठेवत म्हटले, "आता मजा उडवू या त्यांची.''

प्रकरण ५७

वॉशिंग्टनच्या प्रमुख बागा आणि स्मारके यांच्या जवळपास गाडी उभी करण्यासाठी जागा शोधणे हा भयानक वाईट अनुभव असतो. तेव्हा संपूर्ण वॉशिंग्टन मॉन्युमेंटचे प्रतिबिंब बघता येणारा रिफ्लेक्टिंग पूल आणि दुसऱ्या महायुद्धाचे स्मारक असणारे नॅशनल वर्ल्ड वॉर टु म्युझियमजवळच्या वेस्ट पोटोमॅक पार्कमध्ये कार्लटन चालत जाईल आणि बँक्स गाडीबरोबरच राहील असे त्यांनी ठरवले होते.

दोन बेघर माणसांना त्याने सूचना लिहिलेला एक कागद लिहूनच तो टॅक्सी ड्रायव्हरला द्यायला सांगितला होता. त्या मार्गाने टॅक्सी नेल्यावर कोणी पाठलागावर असेल तर त्यांना चुकवण्यासाठीच ते तशी गाडी नेत आहेत असा समज झाला असता. मगच ते ठरलेल्या ठिकाणी टॅक्सी घेऊन गेले असते. गाडीत खरोखर कार्लटन आणि बँक्स असते, तर त्यांनी मध्येच टॅक्सीतून उतरून दुसरी टॅक्सीच पकडली असती किंवा सार्वजनिक वाहतूक व्यवस्थेच्या दुसऱ्या वाहनांचाही उपयोग केला असता. पण त्याने पकडून आणलेल्या दोन माणसांना जे करता आले असते तेवढेच त्यांनी करावे असे कार्लटनला वाटत होते. दुपारभर त्याने त्या दोघांना इकडेतिकडे फिरवले होते. कुठल्या तरी मोठ्या कारस्थानात त्यांचा सहभाग आहे एवढे त्यांना कळत होते आणि नेमून दिलेले काम त्यांना पढवल्याप्रमाणे करण्यात त्यांचे लक्ष होते.

ते दोघे पार्कमध्ये पोहोचण्यापूर्वी त्यांची उरलेली रक्कम एका पाकिटात घालून कार्लटनने ते पाकीट पार्कमध्ये असलेल्या अनेक बाकांपैकी एका बाकाच्या खालच्या बाजूला चिकटवून बाकाच्या हाताला कोणत्याही दुकानात मिळणारी एक प्लास्टिकची पिशवी बांधून ठेवलेली होती. आता त्यांची वाट बघत बसण्याशिवाय त्याच्याकडे

दुसरे करण्यासारखे काहीच नव्हते.

टॅक्सीमधून उतरून ती माणसे फूटपाथवरून चालत निघाली. ते आपापसात हळूहळू बोलत होते. अंधार पडायला लागला होता.

कार्लटनने आपली खोटी दाढी काढून टाकली होती. हॅट आणि जाकीटही बदलले होते. सुरक्षित अंतरावरून तो त्यांच्याकडे बघत होता. कुणाकडे प्रथम वळायचे किंवा प्रथम काय करायचे हे ठरवणे म्हणजेही आव्हानच ठरत होते. पण नशीब असे की पाळतीवर असणाऱ्यांनीच त्याला निश्चित काय करायचे हे ठरवायला मदत केली.

या वेळी दोघांच्याऐवजी तिघे त्यांच्या मागोमाग आले. ट्रेन्च कोट घातलेली मध्यमवयीन माणसं, पांढऱ्या केसांचा माणूस दिसला नाही. तो गाडी डबलपार्क करून जवळच कुठे तरी तयार असणार. कार्लटनला घाईच करावी लागणार होती.

त्याने एक नवीन सेलफोन घेऊन टॉमी बँक्सला फोन केला, भराभर त्याला सूचना दिल्या आणि तो बंद करून खिशात टाकला. पुढले काम फारच हुशारीने करावे लागणार होते. टॉमी त्याचे काम करू शकेल की नाही याचीच त्याला चिंता पडली होती.

ट्रेन्च कोटमधल्या तीन माणसांचा तो विचारच करत नव्हता. ते मरणार होते. दुसरा मार्गच नव्हता. ही लढाई त्याने सुरू केलेली नव्हती, पण कुणीतरी ती त्याच्या घराच्या दारात आणून त्याच्या माणसांना ठार मारले होते. त्याला ठार मारण्याचाही प्रयत्न केला होता. आज रात्रीपासून तो सूड उगवायला सुरुवात करणार होता.

अंधार गडद व्हायला लागला. हवा थंड पडायला लागली. सहलीवर आलेले आणि फोटो घेण्यात दंगलेले पर्यटक आता आपापल्या हॉटेल्समध्ये परतायला लागले होते. कधी एकदा या थंडीतून बाहेर पडतो असे वाटत असल्याने ते वेळ काढत नव्हते, तर घाईने परतत होते. आसपासचे पर्यटक नाहीसे झाल्यावर आपले १९११ पिस्तूल काढून कार्लटनने त्याच्या नळीवर सप्रेसर बसवला. वॉशिंग्टन पोस्ट या वर्तमानपत्राच्या घडीत ते घालून उभा राहिला. फार जुनी पद्धत असली, तरी परिणामकारक होती. तेच महत्त्वाचे होते.

पिस्तूल बाहेर काढूनच झाडावे लागणार होते, नाहीतर गोळीवरचे आवरण नीट बाहेर फेकले गेले नसते. पण ते बाहेर निघाले की ट्रेन्च कोटमधल्या तिघांचा मृत्यू अटळ होता. प्रतिक्रियेला नेहमीच जास्ती वेळ लागतो.

ट्रेन्च कोट घातलेली माणसे सावधपणे बाकावर बसलेल्या बर्बोर जाकिटातल्या दोघांकडे जात असताना कार्लटन बघत होता. आपली फसवणूक झाल्याचे कळायला त्यांना वेळ लागला नाही.

ट्रेन्च कोट घातलेल्या दोघा जणांनी दोन बेघर माणसांना धरून उभे केल्यावर तिसऱ्या माणसाने आपल्या जाकिटाच्या खिशामधून बहुधा फोटो काढून ते समोरच्या माणसांच्या चेहऱ्याशी ताडून बघायला सुरुवात केली आणि खेळच संपला.

आपल्या शर्टच्या बाहीच्या टोकाला दडवलेल्या मायक्रोफोनमध्ये तो काय घडले ते बहुधा सांगायला लागला. त्याची नजर सगळीकडे फिरत होती. कार्लटन त्यांना न दिसू शकणाऱ्या जागी होता. त्या दोन बेघर माणसांना त्यांनी हाणायला सुरुवात केली. पोटात बुक्के लगावले, वाकल्यावर चेहऱ्यांवर आणि डोक्यांवर लाथा मारल्या. कार्लटनला मध्ये पडून त्यांना वाचवण्याची इच्छा असली तरी तो अजून काही करू शकत नव्हता.

शेवटी त्या माणसांना खेचतच ते सतराव्या रस्त्याच्या दिशेने निघाले. कार्लटनला फारच झपाट्याने पुढल्या हालचाली कराव्या लागणार होत्या.

धावतच निघताना त्याने पुन्हा सेल फोनवरून बँक्सला फोन केला. ते कुठल्या दिशेने निघाले आहेत ते सांगितले. फोन खिशात टाकल्यावर त्याने फोनवरचा संपर्क तोडला आहे की नाही हे त्याला आठवेना.

दुसऱ्या महायुद्धाच्या स्मारकाला वळसा घालून तो आता घाईघाईने फूटपाथवरून चालायला लागला. समोरून येणाऱ्या गाड्यांच्या प्रकाशातून तो सबर्बन शोधत होता. कुठल्याही क्षणाला ती येऊन पोहोचली असती.

दिवसातले शेवटचे पर्यटन स्थळ बघून पर्यटकांचा एक मोठा गट स्मारकामधून बाहेर पडून सतराव्या रस्त्यावर डबल पार्क करून उभ्या ठेवलेल्या बसेसकडे निघाला. त्यांच्यामध्येच मिसळून कार्लटनही निघाला. त्याचे डोळे पार्कमधल्या ज्या ठिकाणाहून ट्रेन्च कोटमधली माणसे बेघर माणसांना खेचत घेऊन आली असती त्या ठिकाणी खिळले होते.

ते गवतावरून येणार नसले, तर तिथूनच बाहेर पडले असते. तेव्हा चौथा माणूस; पांढरे केसवाला, बसेसच्या मागेच कुठे तरी सबर्बन घेऊन पोहोचणार होता; झालेही तसेच.

पर्यटकांनी बसेसमध्ये चढायला सुरुवात केली आणि कार्लटनला ट्रेन्च कोटमधील माणसे दिसली. रक्तबंबाळ झालेल्या बेघर माणसांना ते खेचतच रस्त्यावर आणत होते. सबर्बन कुठे आहे याची त्याला अजूनही कल्पना नव्हती. कोणत्याही क्षणी तोच उघड्यावर आला असता. तो पहिल्या बसच्या पलीकडे पोहोचला होता आणि उरलेले पर्यटक दुसऱ्या बसमध्ये चढण्यासाठी रांग लावून उभे राहायला लागले होते.

आणि अचानक सबर्बन वेगाने येऊन दुसऱ्या बसमागे उभी राहिली. ती नजरेला पडताच ट्रेन्च कोटमधली माणसे आपल्या कैद्यांना घाईनेच त्या गाडीच्या दिशेने

फरफटत न्यायला लागली.

त्या क्षणी कार्लटन पर्यटकांच्या एका गटामागून पुढे झाला आणि मुंडी खाली घालून वाकला. वर्तमानपत्रात गुंडाळलेले पिस्तूल अजूनही त्याच्या काखोटीलाच होते. पर्यटकांबद्दल काहीही कुतूहल नसलेला तो कुणीतरी माणूस असावा अशीच कुणाचीही कल्पना झाली असती.

ट्रेन्च कोट घातलेली माणसे अनुभवी होती, व्यावसायिक होती. कुठून धोका निर्माण होत नाही ना यावर ते लक्ष ठेवत होते. गाडीत बसण्याचा भागच कधीकधी कुठल्या तरी कामगिरीतली धोक्याची वेळ ठरू शकते याची त्यांना पूर्ण कल्पना होती. अजून पन्नास फूट, की संपेल सर्व असाच विचार ते करत होते. पण पंचवीस फूट अंतर राहिले असेल नसेल आणि सगळा गोंधळ उडाला.

कार्लटनचे वय, वाकून उभे राहण्याची त्याची ढब, थकलेला भासणारा चेहरा यांच्यामुळे त्याच्यापासून काही धोका आहे असे त्यांना वाटलेच नव्हते. ती त्यांची पहिली चूक ठरली. दुसरी चूक म्हणजे त्यांची पिस्तुले सहज काढता येतील अशी त्यांनी ठेवलेली नव्हती.

कार्लटनने उजव्या हाताने डाव्या काखेत वर्तमानपत्रात गुंडाळून ठेवलेले, सप्रेसर बसवलेले १९११ पिस्तूल बाहेर काढले आणि चाप खेचला.

पहिली गोळी उंचावरून उजवीकडे कुठे तरी नाहीशी झाली.

"पिस्तूल!" ट्रेन्च कोट घातलेल्यांपैकी एक जण ओरडला आणि त्याने बेघर माणसाचा हात सोडून आपले पिस्तूल काढण्यासाठी जाकिटाच्या आत हात घातला. दुसरी दोन माणसेही वळून आपली पिस्तुले बाहेर काढायला लागली.

कार्लटनने पुन्हा नेम धरून पहिल्या माणसावर गोळी मारली. ती त्या माणसाच्या खांद्यात घुसली. मग तो दुसऱ्या आणि तिसऱ्या माणसाकडे वळला.

दुसऱ्या माणसाच्या घशात गोळी घुसली. तिसऱ्या माणसावर झाडलेली गोळी त्याला लागली नाही, पण तो पिस्तूल बाहेर काढत असताना कार्लटनने पुन्हा नेम धरून झाडलेली गोळी त्याच्या डोक्यातच बसली आणि तो तत्काळ मरण पावला.

कार्लटन धावतच पहिल्या माणसाजवळ पोहोचला. त्याचा उजवा हात कामातून गेला होता आणि तो डाव्या हाताने आपले पिस्तूल काढायचा प्रयत्न करत होता. कार्लटनने त्याच्याही डोक्यात गोळी हाणली.

दोन बेघर माणसांना हे सर्व बघूनच जबरदस्त धक्का बसला होता. "निघा इथून," पार्कच्या दिशेने त्यांना ढकलत कार्लटन ओरडला. "जा! पळा!"

बसमध्ये चढणाऱ्या पर्यटकांनी किंचाळ्या मारतच पळ काढला होता. कार्लटनने सबर्बन गाडीकडे नजर टाकली. पांढऱ्या केसातला माणूस चाकावर डोके ठेवून पडला होता. दुसऱ्या बाजूला फुटलेल्या काचांमध्ये टॉमी बँक्स उभा होता. त्याच्या

एका हातात त्याचे पॉइंट ३५७ रिव्हॉल्व्हर होते. त्याच्याच दस्त्याने त्याने ड्रायव्हरच्या बाजूची काच फोडली होती. दुसऱ्या हातात कार्लटनने दिलेले टेझर एक्स-२ होते. त्यातून निघालेल्या दोन वायर्स ड्रायव्हरच्या छातीत घुसलेल्या दोन काटेरी खिळ्यांना जोडलेल्या होत्या.

"आपल्या गाडीमधल्या सर्व वस्तू काढून त्या या गाडीत टाक," बँक्सच्या हातामधून टेझर घेत कार्लटनने त्याला सांगितले. त्याने पुन्हा एकदा चाप खेचला. पांढऱ्या केसांचा माणूस आता एवढ्यात उठला नसता.

त्यांना फार तर एखादे मिनिट वेळ मिळणार होता. सबर्बनमधून ड्रायव्हरला खेचून बाहेर काढून कार्लटनने त्याचे हात त्याच्या पाठीशी खेचून मनगटे प्लॅस्टिक फ्लेक्स कफ्समध्ये अडकवून टाकली. आपल्या एसयूव्हीच्या मागे खेचत नेऊन हॅच उघडले आणि सामान ठेवण्याच्या जागी त्याला अर्धवट उचलून, अर्धवट ढकलून ठेवले. त्याच्या पायांचे घोटेही तसेच बांधून पाठीशी पाय आणि मनगटे जोडून टाकली. चेहरा खालच्या बाजूला करून तो आत पडला होता.

टॉमीने सामान हलवल्यावर कार्लटनने त्याला कैद्यावर लक्ष ठेवण्यासाठी टेझर घेऊन मागच्या बाजूला बसवले आणि स्वतः ड्रायव्हरच्या जागी बसून गाडी सुरू केली. टायडल बेसिन आणि इन्डिपेन्डन्स ॲव्हेन्यूच्या दिशेने तो निघाला. वॉशिंग्टनबाहेर पडेपर्यंत त्यांना कोणी पकडू नये अशी तो देवाची प्रार्थना करत होता.

प्रकरण ५८

ते कॅपिटॉल हिलच्या आसपासच्या भागामधल्या विटांच्या घरासमोरून गाडीतून जाताना तरी चक ब्रेमर आपल्या शब्दाला जागल्यासारखा वाटत होता. कर्ट श्रोडरच्या पाळतीवर ठेवलेल्या टीमचे अस्तित्व कुठे दिसत नव्हते. पुढला चौक पार केल्यावर कर्नलने सांगितलेल्या ठिकाणीच श्रोडरची गाडी उभी होती.

हॉर्वाथने आपल्या घड्याळावर नजर टाकली. "दहा मिनिटे," तो ऱ्होड्स आणि केसीला म्हणाला. तो आसपास फिरत, त्या भागाचा अंदाज घेत, गाडी कुठे उभी करावी अशा विचारात होता. दोघींनाही त्याच्याबरोबर घरात शिरायचे होते; पण एकीला ट्रकजवळ थांबणे भागच होते. श्रोडरने पळ काढायचा प्रयत्न केला, तर तिची गरज भासली असती. हॉर्वाथने ऱ्होड्सला बरोबर घेऊन जाण्याचे ठरवले. केसी बाहेर थांबली असती.

श्रोडरबद्दल त्याला जे जे आठवत होते ते ते ब्रेमरने त्यांना सांगितले होते. आज संध्याकाळी तो कुठे असेल तेदेखील. समोर फाइल नसतानाही त्याने जे सांगितले ते खूपच होते म्हणण्याशिवाय गत्यंतर नव्हते.

होम डेपोमध्ये निरनिराळ्या रंगांनी रंगवलेल्या चाकावर छोटे बाण फेकून आपल्या घराला कुठला रंग द्यायचा असे ठरवल्याप्रमाणे लाल, निळ्या, नारिंगी, हिरवट निळ्या, पांढऱ्या रंगांनी रंगवलेली रो हाउसेस दिसत होती. चमकदार पिवळा रंग आणि वेगवेगळ्या रंगांच्या काचा बसवलेल्या खिडक्या हे त्यांना हवे असणारे घर होते. हॉर्वाथला जर कुणी सांगितले असते की आत्ता ते सान हुआनमध्ये किंवा कॅरिबिअन बेटांवर आहेत, तर त्याने एखादे वेळी विश्वास ठेवला असता. सर्व घरांना मागे कुंपणांनी बंदिस्त असे छोटे अंगण होते. त्यांच्या पुढे त्यांच्या समोरच्या घरांचे

तसेच अंगण दिसले असते. हॉर्वाथने समजा मागच्या दरवाजाने शिरायचा विचार मनात आणला असता, तर थेट चौकापासून अनेक कुंपणांवरून उड्या मारूनच त्याला या घरामागे यावे लागले असते. कुणाचे तरी त्याच्याकडे लक्ष जाण्याचा किंवा पाळलेले कुत्रे मागे लागण्याचा मोठा धोका होता. तेव्हा त्याने सरळ पुढल्या दारानेच आत शिरण्याचे ठरवले. त्याच्या कल्पनेप्रमाणे कुणाचेही लक्ष गेले नसते.

केसीला बाहेर एसयूव्हीमध्ये नुसते थांबण्याची मुळीच इच्छा नव्हती हे त्याला माहीत होते. खणाखणी होण्याची शक्यता असणाऱ्या ठिकाणीच हजर राहण्याची तिची इच्छा असे. तेव्हा हॉर्वाथ तिला मुळीच दोष देत नव्हता. त्याचाही स्वभाव तसाच होता. पण स्वतः श्रोडर किंवा ज्या व्यक्तीला भेटण्यासाठी तो इथे आला होता ती व्यक्ती, या अंगापिंडाने कशा आहेत याची त्याला काही माहिती नव्हती. हाणामारीमध्ये केसी हार मानणार नाही, हेदेखील त्याला मान्य होते. पण ऱ्होड्स उंच आणि ताकदवान होती आणि प्रसंगी तिच्याहून मोठ्या व्यक्तीला भारी पडली असती. पण केसीने तक्रार केली नाही, ही जमेची बाजू होती. त्याची आवश्यकताही नव्हती म्हणा. त्याच्याबरोबर ती नाखुशीनेच काम करायला राजी झाली होती, हे कळत होते त्याला.

त्याला ठामपणे काय म्हणायचे ते लक्षात येत नव्हते, पण तिची वागणूक त्याला थोडी वेगळी भासत होती. ब्रेमरचा जीव घेतला नाही त्याच्याशी याचा संबंध होता का रायलीच्या मृत्यूबद्दल ती त्यालाच जबाबदार धरत होती, हे त्याला कळत नव्हते. पण अगदीच खरे सांगायचे तर तिला काय वाटते याची त्यालाही पर्वा नव्हती. फार मौल्यवान असे लक्ष्य घरामध्ये होते आणि त्यांना त्याला जिवंत बाहेर काढायचे होते. या कामगिरीवरच त्याचे लक्ष लागले होते.

आपापली शस्त्रे नीट बघून हॉर्वाथने एक दीर्घ श्वास घेतला. त्याने खूण करताच दोघे बाहेर पडले.

"लक्षात ठेव ...," त्याने बोलायला सुरुवात केली आणि केसीने त्याला अडवले.

"काही दिसले तर मी तुला सिग्नल द्यायचा. चांगली सूचना. आभारी आहे."

मान हलवत त्याने गाडीचे दार बंद केले आणि तो ऱ्होड्सबरोबर चालत निघाला.

रो हाउसच्या खालच्या आणि वरच्या मजल्यावरचे दिवे चालू होते. लाकडी पट्ट्यांची शटर्स बंद होती. "ठरलेल्या वेळी जायचे ना आत?"

"बहुतेक, बघू या काय नंतर होते ते." हॉर्वाथने घड्याळ बघितले.

घरासमोरच्या कुंपणाभोवती अगदी जवळ जवळ लावलेली झुडपे होती. मध्येच एक छोटे लोखंडी गेट होते. अरुंद फूटपाथपासून काँक्रीटच्या तीन पायऱ्या

चढल्यावर पंधरा फूट दूर असणाऱ्या पुढल्या दाराशी घेऊन जाणारी, बाजूला झाडे लावलेली छानशी वाट बनवलेली होती. "उत्कृष्ट," ऱ्होड्स म्हणाली. हॉर्वाथने ओठांवर बोट धरून तिला गप्प बसवले.

दाराशी पोचल्यावर त्याने केसीने उत्तर कॅरोलायनामधून आणलेली कुलपे उघडण्याची साधने बाहेर काढली आणि कुणी शेजारी बघतच असले तर तो काय करतो आहे हे त्यांना दिसणार नाही अशा तऱ्हेने ऱ्होड्सला उभे राहायला सांगितले. दाराला कान लावून तो काही सेकंद ऐकत बसला आणि मगच कुलपाकडे वळला.

त्याला लॉकपिक गनने काम करायची सवय होती; छोट्या छोट्या धातूच्या तुकड्यांनी नाही. त्याची गडबड उडायला लागल्यावर ऱ्होड्सने कुजबुजत विचारले, "काही मदत हवी?" हॉर्वाथने नकारार्थी मान हलवली.

काही सेकंदांनी क्लिक असा आवाज आला आणि कडी बाजूला सरकली. हॉर्वाथने सर्व साधने छोट्या चामड्याच्या पिशवीत भरली आणि खिशात टाकली. पुन्हा एकदा दाराला कान लावला.

आत जायची तयारी झाली आहे याची खात्री पटल्यावर त्याने ऱ्होड्सला खूण केली आणि हळूच दार आत लोटले.

वंगण लावलेल्या बिजागऱ्यांनी थोडाही आवाज केला नाही. हॉर्वाथ आणि ऱ्होड्स हळूच आत शिरले. पिस्तुले हातात घेऊन ते इकडेतिकडे बघत, प्रत्येक आवाजावर लक्ष ठेवत, घरातला प्रत्येक वास घेत स्तब्ध उभे राहिले.

जमीन लाकडी फळ्यांची होती आणि भिंती विटांच्या. प्राचीन पद्धतीची, फक्त दिखाऊ अशी शेकोटी होती. खोलीत गरम हवा खेळण्यासाठी इलेक्ट्रिक बेसबोर्ड हीटर्स होते. फर्निचरमध्ये खास असे काहीच नव्हते. कलाकुसरीच्या वस्तू भिंतीवर टांगलेल्या होत्या. कुणाचेही फोटो नव्हते, पुस्तके नव्हती. एखाद्या कंपनीने घेतलेली भाड्याची जागा वाटत होती.

आवाज न करता ते छोट्या जेवणघरामधून, स्नानगृहाजवळून स्वयंपाकघरामध्ये पोहोचले. पलीकडे मागच्या छोट्या अंगणाकडे घेऊन जाणारा दरवाजा होता. सिंकजवळ ठेवलेल्या वाइनच्या दोन पेल्यांकडे ऱ्होड्सने बोट दाखवले.

समोरच्या काउंटरवरच्या पुरुषाच्या पँटच्या पट्ट्याकडे हॉर्वाथने लक्ष वेधले. वरच्या मजल्यावरून भांडण चालल्यासारखे आवाज येत होते. एका पुरुषाने काहीतरी बोलण्याचा प्रयत्न करताच एका स्त्रीने खड्या आवाजात त्याला गप्प बसवले. हॉर्वाथने आपण वर जाऊ या, असे ऱ्होड्सला सुचवले.

ते जेवणघरामधून परत मागे बैठकीच्या खोलीत आले. लाकडी पायऱ्या हॉर्वाथला अजिबात आवडत नसत. आवाज न करायचा कितीही प्रयत्न केला, तरी एखादी लाकडी फळी अचानक आवाज करतेच. प्रत्येक पायरीच्या अगदी बाजूला

शरीराचा भार टाकत तो वरती निघाला. ऱ्होड्सलाही तशाच तऱ्हेने वर चढण्याची त्याने खूण केली. ते हळूहळू वरच्या मजल्यावर निघाले.

मधल्या चौकोनी जागेत पोहोचेपर्यंत जोरात भांडण चालू आहे अशा तऱ्हेचे आवाज कानावर पडायला लागले. पण बंद दाराआड भांडण चालू असावे. जी कोणी स्त्री ओरडत होती ती त्या पुरुषाला जीव नकोसा करत होती. मग कशावर तरी किंवा कुणावर तरी फटका हाणल्याचा आवाज आला. हॉर्वाथ थबकला, ऱ्होड्सकडे वळला आणि वर चढत राहू या, अशी त्याने तिला खूण केली.

पायऱ्या संपल्यावर एक हॉलवे होता. तिथून खालच्या बैठकीच्या खोलीवरती येणाऱ्या झोपण्याच्या खोलीमध्ये, न्हाणीघरामध्ये, मागच्या झोपण्याच्या खोलीमध्ये उघडणारी दारे दिसत होती. त्या शेवटच्या झोपण्याच्या खोलीमधूनच ओरडण्याचे आवाज येत होते.

हॉलवेमधून हॉर्वाथ हळूहळू पुढे निघाला. पिस्तूल हातात सज्ज होते. ऱ्होड्स तेच करत असणार हे समजण्यासाठी मागे नजर टाकण्याची त्याला आवश्यकता भासली नाही. आवाज न करता ते निघाले असताना दारापासून चार फुटांवरची फळी त्याचा भार पडताच करकरली.

तो तत्काळ गोठल्यासारखा उभा राहिला. आतून येणारा स्त्रीचा आवाज बंद झाला. तो माणूस काहीतरी बोलायचा प्रयत्न करत असताना तिने तोंड दाबल्याप्रमाणे त्याचाही आवाज बंद झाला.

हॉर्वाथ अगदी स्थिर उभा राहिला. मनातल्या मनात शिव्या घालत होता. काहीही विशेष नाही अशी तो पुरुष त्या स्त्रीची समजूत घालू शकेल याबद्दल त्याला शंकाच वाटत होती. पण ते आता त्यांना आश्चर्याचा धक्का देऊ शकणार नव्हते हे नक्की. झोपायच्या खोलीमध्ये दणकन घुसायचीच वेळ झाली होती.

प्रकरण ५९

दोन पावले पुढे टाकत हॉर्वाथने पाय वर केला आणि दारावर लाथ हाणली.

एखादी अंधारकोठडी वगैरे असेल अशी अपेक्षा असताना वेगळीच खोली समोर आली.

सुपरमॅक्स तुरुंग किंवा हॅनिबाल लेक्टरला बंद करून ठेवण्यासाठी असावी अशी लहानसर खोली होती. भिंतींवर आणि छतावर स्टेनलेस स्टीलचे पत्रे होते आणि काहीतरी अडकवता येईल अशा तऱ्हेचे हूक त्यांच्यावर ठोकलेले होते. जमीन कॉंक्रीटची होती आणि मध्यावर पाणी वाहून नेण्यासाठी असावा तसा चर होता. खिडकीदेखील स्टेनलेस स्टीलचा पत्रा ठोकूनच बंद केली होती. मध्ये अपारदर्शक ॲक्रिलिकने बंद केलेली छोटी फट होती. मागे कमी शक्तीचा फ्ल्यूअरेसन्ट बल्ब असावा. छतालाही तसाच एक दिवा होता. कोपऱ्यात एक पिंजरा होता. इतका छोटा की एखादा माणूस हात-पाय पोटाशी धरून बसला तरच तो आत मावू शकेल. या सर्व विचित्र प्रकारावर कडी करणारे असे दोघे जण खोलीत होते. एका भिंतीवर स्टेनलेस स्टीलची एक कॉट होती आणि शेजारी चाकांच्या स्टुलावर पन्नास-एक वर्षे वयाची उंच स्त्री बसलेली होती. तिने पोलिसाचा किंवा लष्करी वगैरे वाटेल असा काहीतरी गणवेश चढवला होता आणि तिच्याशेजारी एका ट्रेवरती भलतीच विचित्र आणि वर्णनही न करता येण्यासारखी छोटी-छोटी आयुधेही ठेवली होती. ती काय होती किंवा त्यांचा उपयोग काय होता हे जाणून घेण्याची हॉर्वाथला थोडीही इच्छा नव्हती.

समोरच्या कॉटवर साखळ्यांनी बांधून ठेवलेला एक माणूस होता. तिच्या हातात एक कात्री होती. बहुधा त्या कात्रीनेच तिने त्याच्या अंगावरची वस्त्रे कापून

काढली होती. ती कर्ट श्रोडरची अंतर्वस्त्रे कापत असतानाच हॉर्वाथने लाथ मारून खोलीचे दार उघडले होते.

पिस्तुले रोखूनच हॉर्वाथ आणि ऱ्होड्स आत घुसल्यावर ती ओरडली, "काय चालले आहे तुमचे? कोण समजता आहात तुम्ही स्वतःला?"

"गप्प बस," असे ओरडत हॉर्वाथने तिच्या हातामधली कात्री खेचून घेतली आणि ट्रे लाथेने उडवून दिला.

"लेखी हुकूम आहे ना? कारण मूर्ख पोलिसांच्या मागे लागायला माझ्या वकिलाला खूप आनंद होतो."

"एलिझाबेथ, तो माणूस सांगेल तेच कर तू," श्रोडर म्हणाला.

क्षणभर ती बिचकली. तिला काय उत्तर द्यावे तेच सुचेना. "काय?"

"ते पोलीस नाहीत."

"तुला कसे काय माहीत?"

"पहिले कारण म्हणजे त्यांच्या पिस्तुलांवर सप्रेसर्स बसवलेले आहेत आणि दुसरे कारण म्हणजे मी त्यांच्यापैकी एकाला ओळखतो. किंवा तो कोण आहे हे मला माहीत आहे असे म्हणणे जास्ती योग्य ठरेल."

"हे तुझ्यामुळे होते आहे तर?" त्या स्त्रीने विचारले. तिचा राग वाढायला लागला होता. "माझ्या व्यवसायाच्या ठिकाणी लोक घुसतात, दारावर लाथा हाणतात, माझ्याच डोक्यावर पिस्तूल रोखतात आणि मी शांतपणे सर्व सहन करायचे? मला नाही वाटत ते शक्य आहे म्हणून. काय चालले आहे ते मला कुणी सांगेल का? नाहीतर मी पोलिसांनाच बोलावणार आहे."

"इथून बाहेर काढ तिला," ऱ्होड्सकडे बघत हॉर्वाथ म्हणाला.

"बघतेच तू मला कशी बाहेर काढतेस ते," पिस्तूल कंबरेला खोचून ऱ्होड्स तिच्या दिशेने निघाल्यावर ती स्त्री म्हणाली.

"सरळपणे येणार का बळजबरीने, ते तुझ्यावर अवलंबून आहे," ऱ्होड्स म्हणाली.

ती स्त्री उपहासानेच हसली. "मी घाबरत नाही तुला."

"चुकीचे उत्तर," ऱ्होड्स म्हणाली आणि तिने तिच्या चेहऱ्यावर असा तडाखा हाणला की ती स्त्री स्टुलावरून खाली कोसळली.

तिला जबरदस्त धक्का देण्यासाठी मारलेला फटका होता तो, दुखापत करण्यासाठी नाही. ती जमिनीवर आडवी होते न होते तोच ऱ्होड्सने तिचे हात फ्लेक्स कफ्सने बांधूनही टाकले.

"ती तिचे तोंड बंद ठेवेल याची काळजी घे," असे सांगत हॉर्वाथने ट्रेमधून उडालेला तोंडावर दाबून बसवायचा रबरी गोळा पायानेच तिच्याकडे ढकलला.

तो तिच्या तोंडावर दाबून बसवून ऱ्होड्स तिला उचलून दाराकडे निघाली असताना हॉर्वाथ म्हणाला, "तिने इथे सीसीटीव्ही यंत्रणा बसवली आहे का आणि असलीच तर डीव्हीआर – डिजिटल व्हिडीओ रेकॉर्डर कुठे आहे ते विचारून घे तिला."

ऱ्होड्स मान डोलावत बाहेर पडली.

खोलीत आता फक्त श्रोडर आणि हॉर्वाथच होते.

हॉर्वाथने उलटा पडलेला ट्रे पुन्हा सरळ ठेवला. पिस्तूल पाठीशी पँटमध्ये खोचून ठेवले. आपल्या कोटाच्या खिशातल्या सर्व वस्तू काढून त्या ट्रेवरती व्यवस्थित लावून ठेवायला सुरुवात केली. एक चाकू, छोटी पकड, चकचकीत प्रकाशगोळे फेकणारे दोन फ्लेअर्स आणि एक छोटा हातोडा. त्या स्त्रीची कात्रीसुद्धा त्याने त्या वस्तूंच्या शेजारी ठेवली.

शांत राहण्याचा प्रयत्न करत तो तरुण उद्गारला, "त्यांची गरज नाही पडणार."

हॉर्वाथने त्याच्या बोलण्याकडे लक्षच दिले नाही.

"मी म्हटले की त्यांची काही गरज नाही पडणार."

हॉर्वाथने अंगामधला कोट काढला आणि कोपऱ्यात फेकला. शर्टच्या बाह्या वर सरकवल्या.

शांत राहणे त्या तरुणाला कठीण व्हायला लागले. "मी गंभीरपणे सांगतो आहे. तुला त्यांची गरज नाही."

हॉर्वाथने त्याला बांधलेल्या साखळ्या नीट तपासल्या. स्टूल आणि शेजारी ट्रे ठेवलेले बैठे टेबल सरकवून त्याच्याजवळ बसला.

"तुला मी काय बोलतो आहे ते ऐकू येत नाही का?" हॉर्वाथ सर्व वस्तूंवर पुन्हा नजर टाकत असताना याचनेच्या स्वरातच श्रोडर म्हणाला. "त्याची गरज नाही तुला."

"खरंच?" हॉर्वाथने विचारले. त्याचे लक्ष अजून त्या आयुधांवरच खिळलेले होते. "का नाही गरज पडणार?"

"कारण मला यातना करून घ्यायच्या नाहीत."

सावकाशपणे खोलीभर दृष्टी फिरवत हॉर्वाथने त्याच्याकडे बघितले. "मला वाटले तुला तर आवडते ते."

त्याच्या बोलण्यातल्या उपरोध श्रोडरच्या लक्षात आल्याशिवाय राहिला नाही. "आपल्यातले बोलणे शांतपणे होणार नाही असे वाटायला लागले आहे मला."

"नाहीच होणार."

"तर मी साध्या शब्दांत सांगतो. माझ्या डोक्यात असे काहीही नाही की जे

काढून घेण्यासाठी मला यातना देण्याची तुला गरज भासावी. तुला जे हवे आहे ते मी तुला देता; पण कृपा करून मला दुखवू नकोस.''

हॉर्वाथला कट्टर जिहादींची चौकशी करण्याचा सराव होता. फक्त स्वतःचेच भले साधणाऱ्या स्वार्थी लोकांची चौकशी कशी करायची, हे तो विसरून गेला होता. विश्वास ठेवता येईल श्रोडरवर? कळायचे होते अजून.

''नाव काय तुझे?''

''कर्ट श्रोडर.''

''मी कोण आहे माहिती आहे तुला?''

''हो, स्कॉट हॉर्वाथ.''

''तू कुणासाठी काम करतोस?''

''ॲडॅप्टिव्ह टेक्नॉलॉजी सोल्यूशन्स या कंपनीसाठी काम करतो मी.''

''त्यातल्या नक्की कोणासाठी?''

''चीफ एक्झिक्युटिव्ह ऑफिसर, क्रेग मिडलटनसाठी.''

तो त्याच्याशी खोटे बोलतो आहे याचे कुठले चिन्ह त्याच्या चेहऱ्यावर दिसते का हे बघण्यासाठी हॉर्वाथचे त्याच्या चेहऱ्याकडे बारीक लक्ष होते. अजून तरी तो खरे बोलत असावा. तो तसाच खरे बोलत राहील तरच ठीक आहे याची त्याला जाणीव करून देण्याचा एक सरळ मार्ग होता. तो संगणक तज्ज्ञ होता. त्याचे व्यक्तिमत्त्व, त्याची ओळख, संगणकाच्या की-बोर्डवर नाचणाऱ्या त्याच्या हाताच्या बोटांशी निगडित होती.

हातात हातोडा उचलून तो हळूहळू म्हणाला, ''माणसाच्या हातात सत्तावीस हाडे असतात. तू पहिल्यांदा खोटे बोलशील तेव्हा तुझ्या उजव्या हातातली सर्व हाडे मी मोडून ठेवेन. दुसऱ्यांदा खोटे बोललास तर डाव्या हाताची. परत खोटे बोललास तर मी तुझी बोटे तरी तोडेन किंवा तुझे डोळे तरी फोडेन.''

श्रोडर भयंकर घाबरला. बोलताना त्याचा आवाजही थरथरायला लागला. ''पण मी खोटे बोलत नाही. खरे तेच सांगतो आहे.''

''कार्लटन समूहाला का लक्ष्य बनवण्यात आले ते सांग मला.''

''तुम्ही हल्ला चढवण्याची जी योजना आखली आहे त्यामुळे.''

''कुठला हल्ला?''

''माहीत नाही,'' श्रोडर म्हणाला. ''मला तपशील सांगितलेला नाही.''

''अमेरिकेवर चढवलेल्या दहशतवादी हल्ल्यांमागे कार्लटन समूह आहे असे कुणीतरी तुला सांगितले आणि तू विश्वास ठेवलास त्याच्यावर?''

''मला तसेच सांगितले होते. मी फक्त आज्ञा पाळत होतो.''

कमाल झाली. अविश्वसनीय वाटते. मानवी इतिहासात खून पाडण्याचे समर्थन

म्हणून हे कारण किती वेळा पुढे केले गेले आहे ते सांगताच येणार नाही.

"आणि यामध्ये तुझा सहभाग नक्की कुठल्या तऱ्हेचा होता?"

"कुठलाच नाही. मी काहीच केले..." त्याने विरोध दर्शवायला सुरुवात केली आणि हॉर्वाथने त्याच्या उजव्या हातावर हातोडा हाणला.

असहनीय वेदनांनी श्रोडर किंचाळला. त्याचे शरीर ताठरले. त्याने हात मागे घेण्याचा प्रयत्न केला, पण तो जखडून ठेवलेला होता.

"तू खोटे बोलत राहा आणि मी त्या हाताचे प्रत्येक हाड मोडेपर्यंत हातोडा हाणत राहीन," हॉर्वाथ त्याच्या कानाशी बोलला. "मग मी दुसऱ्या हाताकडे वळेन."

श्रोडरचे रडणे थांबेपर्यंत दोन मिनिटे हॉर्वाथ थांबला. त्याची रडत-भेकत चाललेली बडबड थांबवण्यासाठी आणि त्याचे पुन्हा नीट लक्ष वेधून घेण्यासाठी हॉर्वाथला त्याच्या कानाखाली आवाज काढावा लागला.

हॉर्वाथने पुन्हा तोच प्रश्न विचारला. "आणि यामध्ये तुझा सहभाग नक्की कुठल्या तऱ्हेचा होता?"

या वेळी श्रोडरने खरे तेच सांगितले. "मि...मि... मिडलटनने मला सर्व एजन्ट्सची मा...मा... माहिती काढून द्यायला सांगितली होती."

"आणि त्या फाइल्स खुनी टोळ्यांना दिल्या गेल्या?"

"हो. पण मी...मी...मी फक्त माझे काम करत होतो. आ...आ... आम्ही लोकांचा माग काढतो. शो...शो... शोधतो त्यांना. तेच आमचे का...का... काम आहे."

एखाद्या पिकलेल्या कलिंगडाप्रमाणे त्याचे डोके चिरडून टाकावे असे हॉर्वाथला वाटायला लागले. "हरामखोर माणसा, तू कित्येक निरपराधी माणसांना ठार मारायचे काम केले आहेस. तुझ्या या कीव करण्यासारख्या शरीरात जेवढी लायकी आहे तेवढी त्यांनी नुसत्या स्पर्श केलेल्या वस्तूंमध्ये आली असती. कार्लटन समूहामधल्या किती जणांच्या माहितीच्या फाइल्स बनवल्या होत्यास तू ?"

"स...स... सर्वांच्या."

"त्यांची पार्श्वभूमी, त्यांनी देशासाठी पार पाडलेल्या कामगिऱ्या, सर्व काही तुला कळलेले असताना तुला वाटलेच कसे की त्यातला प्रत्येक जण देशद्रोही आहे?"

"मी ...मी ...मी ..." त्याच्या तोंडातून शब्द फुटेना.

हॉर्वाथने पुन्हा हातोडा वर उचलला. "पुन्हा एकदा मी फक्त आज्ञा पाळत होतो असे शब्द तुझ्या तोंडातून बाहेर पडले ना, तर मी तुझे सर्व दात तुझ्या घशात घालेन. मला ज्यांच्याबद्दल आस्था होती अशा माणसांना तू ठार मारले आहेस. ठार

मारले आहेस.''

श्रोडरने कष्टांनीच ओठ मिटून ठेवले.

''हुशारीने वागलास,'' हॉर्वाथ म्हणाला आणि त्याने हातोडा ट्रेमध्ये टाकला. ''कॅरोलाइन रोमेरो कोण होती?''

श्रोडरला तोंड उघडायची भीती वाटत होती, पण उत्तर देणे भाग आहे हे त्याला कळत होते. ''ती...ती...'' त्याने बोलायचा प्रयत्न केला.

त्या माणसाच्या तोतरेपणाची हॉर्वाथला कल्पनाच नव्हती. या वेगाने चौकशी संपायला कित्येक आठवडे वेळ लागला असता. त्याच्यावर दया दाखवण्याची त्याला अजिबातच इच्छा नसली, तरी त्याला वाटणारी दहशत थोडी कमी केली नसती तर तो बोलूच शकणार नव्हता. ''कर्ट, तू एक दीर्घ श्वास घे,'' तो म्हणाला. कर्टने तसा श्वास घ्यायची वाट बघत तो थांबलाही. ''आता आणखी एकदा.''

श्रोडरने दुसऱ्यांदा मोठा श्वास घेतल्यावर हॉर्वाथने पुन्हा बोलायला सुरुवात केली. ''तू खोटे बोललास आणि तुझ्या हाताची हाडे मोडून घेतलीस. तू पुन्हा माझ्याशी खोटे बोलणार आहेस?''

श्रोडरने नकारार्थी मान हलवली.

''पुन्हा एकदा श्वास घे, शांत हो आणि सांग मला की कॅरोलाइन रोमेरो कोण आहे.''

''ती एटीएसमध्ये काम करत होती. ती मरण पावली आहे.''

''म्हणजे तिलाही ठार मारण्यात आले तर.''

''ती रस्त्यावर पळाली आणि एका गाडीखाली सापडली.''

''कारण एटीएसचे गुंड तिचा पाठलाग करत होते.''

श्रोडरने मान डोलावली.

''तिचा पाठलाग ते का करत होते माहीत आहे तुला?''

''ती एटीएसमधून माहिती चोरून कार्लटन समूहाला हल्ला चढवण्याच्या योजनेत मदत करत होती.''

मूर्ख माणूसच होता. ''कार्लटन समूह कुठलाही हल्ला वगैरे चढवणार नव्हता. एटीएस कशामध्ये गुंतली होती ते उघडकीला आणण्यासाठी कॅरोलाइन रोमेरोने माहिती चोरली होती. अमेरिकेवर हल्ला करण्याची योजना एटीएसने आखली आहे.''

''एटीएसने अमेरिकेवर हल्ला करण्याची योजना आखली आहे?''

''डिजिटल पर्ल हार्बरबद्दल तुला काय माहिती आहे?''

श्रोडर हॉर्वाथकडे बघतच बसला. ''अमेरिकेवर अत्यंत भीषण असा हा हल्ला होणार आहे. आमच्या अशिलांचे डिजिटल पर्ल हार्बर हल्ल्यापासून संरक्षण करणे

हा आमच्या कामाचा मोठा भाग आहे. सर्व नेटवर्क्स उद्ध्वस्त होऊन अमेरिकेचा कारभारच कोसळेल.''

''अमेरिकेच्या पायाभूत क्षेत्रातील सायबर तंत्रज्ञानाची कमजोर स्थळे माहीत असणाऱ्या एटीएसकडेच असा यशस्वी हल्ला चढवण्यासाठी सर्व अद्ययावत तंत्रज्ञान उपलब्ध आहे.''

''हो,'' श्रोडर उद्गारला. आता कुठे क्रेग मिडलटन कुठली योजना आखतो आहे याची थोडीफार कल्पना त्याला यायला लागली होती. ''पण का? का त्यांना तसे करायची इच्छा आहे?''

''कॅरोलाइन रोमेरोचा संबंध तिथेच येतो, पण आधी मला सांग की तू कुठले कपडे घालून घरी जाणार होतास?''

''त्या...त्या... ठिकाणी आहेत ते. का?''

''कारण आपण सर्वच जण गाडीतून थोडे भटकायला जाणार आहोत.''

प्रकरण ६०

व्हर्जिनियाचा ग्रामीण भाग

मोडकळीस आलेले शेतावरचे धान्याचे कोठार- बार्न- आणि त्याच्या माळ्यावरचे अपार्टमेंट एकाच माणसाने गेली पन्नास वर्षे भाड्याने घेतलेले होते. या काळात टॉमी बँक्स याबद्दल कुणाशीही बोलला नव्हता आणि कुणालाही त्याने इथे आणले नव्हते. म्हणजे आजच्या रात्रीपर्यंत तरी.

हे बार्न म्हणजे त्याच्या दृष्टीने एका तऱ्हेची विम्याची पॉलिसी होती. ते भाड्याने घेऊन कुणाशीही त्याबद्दल वाच्यता न करण्यामागे निश्चित असे धोरण होते. त्याने त्याच्या सर्व विद्यार्थ्यांना अशा तऱ्हेची गुंतवणूक करायला हवी असा कळकळीने सल्ला दिला होता. काही जणांनी त्याचे ऐकले आणि काही जणांनी नंतर दुर्लक्ष केले. लँग्लेच्या कार्यालयात टेबलवर बसून काम करण्याची वेळ आल्यावर किंवा कुटुंबाची जबाबदारी अंगावर पडल्यावर काही जणांनी बँकांमधली आपली खाती बंद केली आणि अशा तऱ्हेच्या कुठल्या तरी भाड्याने घेतलेल्या जागांच्या करारपत्रांचे नूतनीकरण केले नाही. कोणाच्याही आर्थिक परिस्थितीबद्दल बँक्सला काही म्हणायचे नव्हते, पण त्याच्या मते अशा तऱ्हेची जागा ठेवून देणे म्हणजे एक तटबंदी उभारल्यासारखे होते. आग विझवण्याचे साधन हाताशी असण्यासारखे किंवा सीटबेल्ट लावण्यासारखे होते. एखादे वेळी कधी गरजही पडली नसती, पण ज्या दिवशी पडेल त्या दिवशी खूप पुढला विचार करण्याची बुद्धी दिल्याबद्दल तुम्ही देवाचे आभार मानले असते. बँक्सच्या बाबतीत आज तो क्षण आला होता.

वॉशिंग्टनमधून सुखरूप बाहेर पडल्यावर त्यांनी गाडीचा माग लावता येईल अशी साधने निरुपयोगी केली होती. पांढऱ्या केसांच्या माणसाच्या सेलफोनचे सर्व भाग सुटे केले होते. मगच ते शेतावर आले होते.

त्यांनी सबर्बन बार्नमध्ये लपवली, पांढऱ्या केसांच्या माणसाला पायाच्या घोट्याला बांधलेल्या बंधनातून मुक्त केले, त्याच्या डोक्यावर बुरखा चढवला आणि गाडीतून खेचून अपार्टमेंटकडे नेणाऱ्या लाकडी पायऱ्या चढण्यासाठी प्रवृत्त केले. त्याने त्यांचे ऐकले नाही तर पुन्हा टेझर वापरण्याची धमकी दिली.

एका खुर्चीला हात-पाय जखडून बांधल्यावर कार्लटनने पकड वापरून त्याच्या अंगातले खिळे बाहेर काढले.

एका जुन्या टीव्हीशेजारी तितकाच जुना व्हीसीआर आणि कित्येक व्हीएचएस टेप्स होत्या. बँक्सला दुसऱ्या महायुद्धावरचे आणि वेस्टर्न- जुने हाणामारीचे- दुसऱ्या महायुद्धाचे चित्रपट खूप आवडत असत. कैद्याला दिलासा किंवा स्फूर्ती देणार नाही असा कुठला तरी आवाज कार्लटनला हवा होता. तेव्हा तो टेप्स बघत राहिला. त्याला क्रिलिक भाषेतील- पूर्व युरोपमध्ये आणि उत्तर आणि मध्य आशियात वापरात असणाऱ्या लिपीमधील असणारी एक टेप दिसली. शीतयुद्धाच्या काळातली असणार हा त्याचा अंदाज बरोबर ठरला. बँक्सच्या रशियन भाषेच्या ज्ञानाला गंज चढू न देणारी अशी ती टेप होती. संशोधन असेल, माहितीही असू शकेल, पण कार्लटनला चालणारी होती. कार्लटनने ती व्हीसीआरमध्ये घातली, टीव्ही लावला आणि आवाज मोठा केला.

टीव्हीच्या आवाजामध्ये त्यांचे आपापसातले बोलणे पांढऱ्या केसांच्या माणसाला ऐकू जाणार नाही याची खात्री पटल्यावर कार्लटन बँक्सबरोबर न्हाणीघरामध्ये उभा राहिला आणि तो काय करणार आहे ते त्याने बँक्सला समजावले.

बँक्सने एकच प्रश्न कार्लटनला विचारला- "बुरखा असू दे का काढू?"

"असू दे," कार्लटनने उत्तर दिले. "काही न दिसणे जास्ती परिणामकारक ठरते."

"दणकट माणूस दिसतो. मी जास्ती मदत करू शकणार नाही."

"मी जे करणार आहे ते खूप चांगले नसेल, पण उपयोग निश्चित होईल; काळजी नको."

"तू यात तरबेज आहेस, पीचेस. मी आपला तू सांगशील ते काम करेन."

सर्व काही ठरल्यावर ते कैद्यापाशी परत आले. एकाच खोलीचे अपार्टमेंट आणि तो तिथेच होता.

कार्लटनने मूठ आवळली आणि बुरखा असणाऱ्या माणसाच्या कानशिलावर एक जबरदस्त ठोसा हाणला.

"पहिला प्रश्न," त्याच्या कानात वेगवेगळे आवाज येत असताना त्या माणसाला ऐकू जावे म्हणून कार्लटन मोठ्याने ओरडला. "नाव काय तुझे आणि तुला कोणी पाठवले?"

पांढऱ्या केसांच्या माणसाने एक शिवी हासडली.

"पहिला तू," असे म्हणत कार्लटनने त्याच्या दोन पायात हात घालून त्याच्या गोट्या पिळवटल्या.

असह्य वेदनांनी कैदी जोराजोराने किंचाळायला लागला.

"तुला सर्व चेष्टा वाटते का गाढवा? मी दिवसभर हे करत राहू शकेन आणि जास्तीच वाईट तऱ्हेनेही," कार्लटन म्हणाला.

"नरकात जा तू."

"तू माझी निराशा नाही ना करणार? सुरुवातीलाच कुणी कच खाल्ली की आवडत नाही मला." मग बँक्सकडे वळून तो म्हणाला, "इस्त्री गरम कर."

बुरख्याखालून कैदी थुंकला आणि पुन्हा शिव्या द्यायला लागला.

"सूट चढवलेला असतानाच त्याला इस्त्री कशी करतात माहीत आहे?" कार्लटनने विचारले. "खूप वेळ वाचतो, पण जिवंतपणी जाळल्याच्या यातना होतात. आठवण झाली म्हणून विचारतो. पॉलिएस्टरचा- कृत्रिम धागे वापरून बनवलेल्या कापडाचा- सूट नाही ना तुझा? तो नेपामपेक्षाही घट्ट चिकटून राहतो शरीराला."

"मेलास तू. मी ठारच मारणार आहे तुला. ऐकू येते आहे ना?"

"तूच ऐक माझे. तुला कल्पनाही करता येणार नाही इतक्या माणसांना मी गाडून पार झालो आहे. तुला ठार मारताना मला काहीही वाटणार नाही. आणि एक गोष्ट ध्यानात ठेव. तू माझ्याशी बोलणार आहेस. तुझ्या बरोबरची माणसे मेली आहेत. तू कुठे आहेस ते कुणालाही ठाऊक नाही. तू इथून जिवंत बाहेर पडणार आहेस का त्या आधीच तुझे हृदय बंद पडणार आहे हे फक्त तुझ्यावर अवलंबून आहे. मला आणखी काही बोलायचे नाही."

"नरकात जा तू."

"ते एकदा बोलला आहेस तू," कार्लटन म्हणाला. मग तो बँक्सकडे वळला. "ती बादली आणि सिंकखालचे खोके घेऊन ये माझ्या मागोमाग."

कार्लटन कैद्याच्या खुर्चीमागे गेला आणि त्या दणकट कैद्यासह त्याने ती दाणकन मागच्या पायांवर वाकडी गेली आणि तो न्हाणीघराच्या दिशेने निघाला.

"तू मला मुळीच घाबरवू शकत नाहीस," कैदी बुरख्याआडूनच तिरस्काराने ओरडला.

"काळजी सोड," कार्लटन उद्गारला. "घाबरशीलच मला."

खोके आणि बादली घेऊन बँक्स न्हाणीघराबाहेरच उभा राहिला. कार्लटनने टबमध्ये पाऊल टाकले. शॉवरच्या दांड्याला जाड्या काळ्या दोरीने बांधलेला मोठा पिवळा साबण दोरीसकट घेऊन बाहेर पडला. पांढऱ्या केसवाल्या कैद्याच्या समोर

उभे राहून त्याने त्याला दणादण हाणायला सुरुवात केली.

कैदी दणकट होता खराच. पाचव्या-सहाव्या फटक्यापर्यंत त्याच्या तोंडातून आवाजही आला नाही. कार्लटनला पर्वाच नव्हती. तो त्याला हाणतच राहिला.

कार्लटनचा आपल्या मनावरच ताबा वगैरे सुटलेला नव्हता. आपण किती काळ हे करत राहायचे आहे याची त्याला पुरेपूर जाणीव होती. त्याने मारणे थांबवले तेव्हा कैद्याला भयंकर यातना होत होत्या.

"तुझे नाव काय आहे?" कार्लटनने विचारले.

कैद्याने उत्तर दिले नाही.

"तुझे नाव काय आहे?" कार्लटनने पुन्हा तोच प्रश्न विचारला.

पुन्हा पूर्वीचेच उत्तर आले, पण त्यात दम नव्हता.

"ठीक आहे," कार्लटन उत्तरला. "आता नवीन यातना. तयार राहा." त्याने बँक्सला खूण केली. "खोके घेऊन ये."

त्याने खुर्ची टबजवळ सरकवली. खाली बसला. पुन्हा एकदा खुर्चीचे मागचे पाय धरून त्याने तीनपर्यंत आकडे मोजले आणि प्रचंड हिसडा दिला. खुर्ची आता टबच्या काठावर आडवी झाली होती. कैद्याचा चेहरा छताच्या दिशेने होता. बँक्सने दोन खोके खुर्चीच्या पायांखाली सरकवल्यावर कार्लटनने खुर्ची सोडून दिली.

दमछाक झालेल्या कार्लटनने सिंकला टेकून क्षणभर विश्रांती घेतली. असले उद्योग करण्याचे वय राहिले नाही असे काहीतरी तो बोलणार होता, पण त्याच्या लक्षात आले की बँक्सकडून त्याला कुठल्याही तऱ्हेची सहानुभूती वगैरे मिळणार नव्हती. तेव्हा तो गप्प राहिला.

मग त्याने एका दांड्यावर अडकवलेला टॉवेल खेचला आणि बँक्सकडून बादली घेतली. काय करायचे ते टॉमीला सांगण्याची गरज नव्हती. त्याला सांगायला आवडायचे त्याप्रमाणे हा काही बँक्सचा पहिला रोडेओ नव्हता. तो म्हातारा झाला असला, त्याची ताकद थोडी कमी झाली असली तरी त्यांना गरज होती तितका वेळ तो हात-पाय बांधलेल्या दणकट माणसाचे डोके एका स्थितीत धरून त्याच्या तोंडावर टॉवेल दाबून धरू शकला असता.

बँक्सने पांढऱ्या केसांच्या माणसाच्या चेहऱ्यावर टॉवेल टाकला आणि कार्लटनने थंड पाण्याचा नळ सोडून बादली भरायला सुरुवात केली. पुढे काय घडणार आहे याचा कैद्याला अंदाज आला आणि तो जोर लावून सुटकेचा प्रयत्न करायला लागला.

बादली भरता भरता कार्लटन बँक्सला म्हणाला, "घट्ट पकडून धर त्याला." खुर्ची चांगली दणकट होती. प्लॅस्टिकच्या झिप-टाईजनी कैद्याला खुर्चीला जखडून टाकलेले होते. हा पांढरा केसवाला आपली सुटका करून घेऊ शकणार नव्हता.

पाऊण-एक बादली पाण्याने भरल्यावर कार्लटनने नळ बंद केला आणि वाकून त्याने कैद्याच्या कानात हळूहळू बोलायला सुरुवात केली. त्याची खेचाखेची बंद झाल्यावर कार्लटन क्षणभर थांबला आणि सिंगिंग इन द रेन या गाण्याच्या पहिल्या ओळी शिटीवर म्हणायला लागला. तत्काळ कैदी पुन्हा झटके देऊन सुटायचा प्रयत्न करायला लागला. शक्यता अशी होती की तो आता प्रश्नांची उत्तरे द्यायला तयार होता म्हणून, पण कार्लटनला कुठल्याही शक्यतेचा विचार करायचा नव्हता. त्याला खात्री हवी होती.

गाणे गुणगुणत कार्लटनने कैद्याच्या नाका-तोंडावर असलेल्या टॉवेलच्या भागावर हळूहळू पाणी ओतायला सुरुवात केली.

त्याची आधीची धडपड काहीच नव्हती म्हणण्याइतकी प्रचंड ओढाताण त्या पांढऱ्या केसवाल्या माणसाने आता सुरू केली. बँक्सने आपला जोर लावून टॉवेल घट्ट दाबून धरला होता. तो कैद्याला डोके हलवायलाही देत नव्हता.

शेवटी एकदा कार्लटनने पाणी ओतणे थांबवले. बँक्स ओला टॉवेल उचलून ताठ उभा राहिला.

तत्काळ डोके वळवून कैदी खोकायला लागला, श्वास घेण्यासाठी धडपडायला लागला. कार्लटनने पुन्हा बादली भरण्यासाठी नळ सोडला. या वेळी मात्र ती पूर्णपणे भरेपर्यंत तो थांबला. बादली भरून पाणी वाहायला लागल्याचा आवाज कैद्याच्या मनावर किती मानसिक परिणाम घडवू शकतो याची त्याला माहिती होती.

काही क्षणांनी त्याने पुन्हा नळ बंद केला. शिटी वाजवायला सुरुवात केली. बँक्सला खूण केली. त्याने ओला टॉवेल उचलला आणि तो त्या माणसाच्या चेहऱ्यावर दाबून धरायला तयार झाला. खोकला आवरत कैदी कसाबसा उद्गारला, ''व्हिन्यॉन ! माझे नाव मार्टिन व्हिन्यॉन.''

प्रकरण ६१

ॲनापोलीस जंक्शन
मेरिलॅन्ड

दुसऱ्या महायुद्धाच्या स्मारकाजवळच्या गोळीबाराची बातमी सर्व चॅनेल्सवर होती. मृत माणसांची ओळख पटेपर्यंत थांबण्याची मिडलटनला गरज नव्हती. ती माणसे कोण होती हे त्याला माहीतच होते. काळ्या सबर्बनमधल्या ज्या माणसाला खेचून दुसऱ्या गाडीमधून पळवून घेऊन जाताना साक्षीदारांनी बघितले होते तो मार्टिन व्हिन्यॉन मृतावस्थेत एखाद्या गटारामध्ये सापडेपर्यंत वाट बघण्याचेही त्याला कारण नव्हते. स्थानिक वाहतूक व्यवस्थेच्या कॅमेऱ्यांचे जे चित्रण त्याने बघितले होते, त्यावरून मिडलटनला काय घडले होते ते समजले होते.

पण चित्रण खूपच खराब होते. तेव्हा एसयूव्हीचा माग काढण्याचे प्रयत्न त्याने सुरू करेपर्यंत तिच्या सर्व जीपीएस यंत्रणा काम करेनाशा झाल्या होत्या. व्हिन्यॉनचा फोनही त्याला सुरू करता येत नव्हता. फ्लॉरिडामध्ये कुठे तरी शफलबोर्ड खेळत असायला हवे होते त्या, रीड कार्लटन आणि थॉमस बँक्स यांनी त्याच्या सुरक्षारक्षकांच्या टीममधल्या तिघांना ठार करून सुरक्षाप्रमुखालाच पळवून नेले होते आणि ते नाहीसेही झाले होते. मिडलटन खवळलाच होता.

या मिनिटाला ते 'पॉवडर'चे काय करत असतील याबद्दल त्याच्या मनात कुठल्याही भ्रामक कल्पना नव्हत्या. गरीब बिचारा. कितीही दणकट आणि कणखर असला तरी शेवटी व्हिन्यॉन तोंड उघडणार होता आणि मिडलटनच्या नावासकट सर्व काही लवकरच सांगून टाकणार होता. त्याला तत्काळ हालचाल सुरू करणे भाग होते.

त्याचा निर्णय झाला. आखलेल्या योजनेत अडथळे निर्माण होण्याची शक्यता

दिसायला लागली होती. त्याच्या सुरक्षारक्षकांवर दबा धरून केलेल्या हल्ल्यात हॉर्वाथचा हात होता का हे त्याला माहीत नसले, तरी त्याने काही फरक पडत नव्हता. त्याला स्वतःचा हल्ला सुरू करणे भाग होते. त्या हल्ल्यासाठीच तर सर्व चालू झाले होते.

त्याने आपला सेलफोन काढून श्रोडरला फोन लावायचा प्रयत्न केला. तो सरळ व्हॉइस मेलवर गेला. नेमक्या आजच्या रात्रीच श्रोडरला घरी पाठवण्याची बुद्धी त्याला झाली होती. आता तो कुठे असेल, काय करत असेल ते देवालाच माहीत. नुसत्या त्या विचाराने मिडलटनच्या अंगावर शहारे आले. श्रोडरचे वैयक्तिक आयुष्य उद्ध्वस्त झालेले नव्हते, तर किळसवाणेच होते.

त्याला हव्या असलेल्या फाइल्स त्याने एका पोर्टेबल ड्राइव्हवर कॉपी केल्या. कार्यालयातल्या तिजोरीतून उचललेली नोटांची पुडकी, ती ड्राइव्ह आणि लॅपटॉप या सर्व वस्तू त्याने आपल्या ब्रीफकेसमध्ये ठेवल्या. पुन्हा एकदा संगणकाकडे बघितले. तो जे काही आता करणार होता त्याचे काय परिणाम होतील याचे विचार त्याच्या मनात येत होते.

एकदा का हल्ला सुरू झाला की देशाच्या प्रत्येक कानाकोपऱ्यात भयानक गोंधळाची स्थिती निर्माण होणार होती. अगदी वॉशिंग्टनमध्येसुद्धा. त्याच्या बोर्डाच्या सदस्यांना ते माहीत होते. सर्व सदस्य आणि त्यांची कुटुंबीय मंडळी सुरक्षितपणे त्यांच्या ठरलेल्या ठिकाणी गोळा होणार होती. तिथे सर्व तऱ्हेच्या साधनसामग्रीचा भरपूर साठा आधीच करून ठेवला होता. देशभरात कुठेकुठे असणारी अनेकांची मुले, नातवंडेसुद्धा ते घेऊन येणार होते. फक्त तीच का वाचली याचे इतरांना पटण्यासारखे कारण त्यांना देता येणार होते. वॉलवर्थमध्ये सुरक्षित आणि आरामात राहून अमेरिकेतला गोंधळ ते लांबूनच बघत असताना कुणालाही संशय आला नसता. बोर्डाचे सर्व सदस्य आणि कुटुंबीय तिथे जाऊन राहणार आहेत हे कित्येक महिने आधीपासूनच जगजाहीर होते.

आता इतर कुणालाही न कळवता किंवा इतर कुणाचीही संमती न घेता मिडलटन एकट्यानेच ठरलेल्या तारखेआधी हल्ला चढवण्याचा निर्णय घ्यायला निघाला होता. बोर्डाचे सर्व सदस्य संतापणार होते. सर्व कुटुंब एकत्र आणण्यासाठी त्यांची धावपळ उडणार होती. संगणकाकडे बघत त्यांना हल्ल्याची आधीच कल्पना होती हे उघड न करता, तसा इतरांना संशयही येऊ न देता, सर्व जण आपापल्या कुटुंबीयांना कशा तऱ्हेने तत्काळ एकत्र आणू शकतील, असा विचार मिडलटनच्या मनात येत होता.

सर्व पर्यायांचा विचार करता करता भलताच संशय त्याच्या मनात आला. डायरेक्टर बोर्डाला हे पसंत पडले नाही तर.... ताबडतोब हल्ला चढवण्याला त्यांची

संमती मिळाली नाही तर.... त्यांना एखादा आठवडा- किंवा दोनसुद्धा, थांबायची इच्छा असेल तर.... सगळा अनर्थ घडला असता. ते तर त्याला अजिबातच होऊ द्यायचे नव्हते.

त्याने आणखी विचार केला आणि त्याला उत्तर सापडले. त्याला हवे ते करण्याचा एक मार्ग म्हणजे, हल्ला वेळेपूर्वी सुरू करायचा दोष त्याच्या माथी येणार नाही अशी काहीतरी तजवीज करायची. दुसऱ्या कुणाकडे बोट दाखवता आले तर हल्ला ठरवलेल्या तारखेआधी चढवता येईल. प्रथमपासूनच या हल्ल्याशी त्यांचा संबंध नाही अशी सर्वांची समजूत व्हावी म्हणून तर सर्व जनतेमध्ये कार्लटन समूहाचे नाव हळूहळू पुढे केले गेले होते. आता त्याला हल्ला चढवण्याची तारीख पुढे आणण्यासाठी एटीएसमधल्याच कुणावर तरी ती सर्व जबाबदारी ढकलून द्यायची होती. त्याच्याकडे तशी एक व्यक्ती होती. एवढेच नाही, तर त्याच्या डोक्यात तो जी कथा बनवत होता ती खोटी आहे असेही ती व्यक्ती म्हणू शकणार नव्हती. मृत माणसांच्या बाबतीत ती एक फार चांगली बाब असते. खरं तर मृत स्त्रियांच्या बाबतीत असेच म्हणायला हवे- त्या काहीही सांगत नाहीत.

त्याला फक्त एवढेच पटवायला लागले असते की, कॅरोलाइन रोमेरोने त्यांचा कट काय आहे ते तर शोधून काढलेच होते आणि तो उधळून लावण्यासाठी त्यांच्या हल्ल्याच्या पॅकेजमध्ये स्वतःचाच एक प्रोग्रॅम लपवला होता. असा काही आरोप केला, तर त्याचा खरेखोटेपणा पडताळून बघण्यासाठी स्वतः काही शोध घेण्याएवढी या तंत्रज्ञानाची ओळख बोर्डाच्या एकाही सदस्याला नव्हती. तिने असे केले आहे असे त्याने सांगितले, तर त्यांनी त्यावर विश्वास ठेवला असता.

तो त्यांना समजावेल की तिच्या मते तिने एक टाइम बॉम्बच त्यांच्या सॉफ्टवेअरमध्ये घुसवला होता. पण तो टाइम बॉम्ब नव्हता तर पेटत्या काड्या लावून ठेवलेली स्फोटके होती. एटीएसला थोपवण्याच्या प्रयत्नात तिने तो हल्ला उलट लवकरच होईल अशी परिस्थिती निर्माण केली होती. तो प्रोग्रॅमही अशा तऱ्हेने लिहिला होता की तो थांबवता येत नव्हता. बार्नमधून पळालेल्या घोड्याला परत आणण्याची सोयच नव्हती.

अप्रतिम कल्पना होती. मिडलटनच्या चेहऱ्यावर मोठे हसू उमटले. त्याने स्कॉच ओतून घेतली आणि स्वतःच्या टेबलशी बसून कॅरोलाइन रोमेरोचे वर्क-स्टेशन संगणकावर आणले. जुन्या तारखेचा थोडासा डिजिटल पुरावा त्याला निर्माण करायचा होता. हल्ला करण्याचा प्रोग्रॅम सुरू झाला की नंतर त्या प्रोग्रॅमने स्वतःचाच नाश केला असता. कॅरोलाइनचा ट्रोजन हॉर्स शोधायचा प्रयत्न करून त्याच्या म्हणण्याला कुणीही आव्हान देण्याचा प्रयत्न केला असता, तरी त्यांना संगणकावर काहीही आढळले नसते. नायट्रोग्लिसरिन तयार करणारा कारखाना

अपघाताने जळला, तर अवशेषात काहीही हाताला लागू शकत नाही- सगळ्याची वाफच झालेली असते.

तासाभराने त्याचे काम आटोपले. त्याने छोटे छोटे पुरावे खूप आतमध्ये दडवून ठेवले होते. त्यांचा बहुधा कधीही शोध लागला नसता. कशामुळेच फरक पडणार नव्हता म्हणा. हल्ला सुरू होतो आहे अशी सूचना त्याने बोर्डाला दिली की स्वतःला आणि स्वतःच्या कुटुंबीयांना व्हर्जिनियाच्या सुरक्षित इस्टेटीवर घेऊन जाण्याच्या गडबडीत त्यांना दुसरे काहीही सुचले नसते.

त्याने आणखी थोडी स्कॉच ओतून घेतली. काही ई-मेल्स पाठवले. काय बोलायचे त्याची मनातल्या मनात उजळणी केली. मग एक क्रिप्टो कार्ड टेबलवरच्या एसटीई फोनमध्ये सरकवून बोर्डाच्या पहिल्या सदस्याला फोन केला.

"ॲलन, मी क्रेग. थोडे बोलायचे होते."

प्रकरण ६२

वॉशिंग्टन डीसी

कर्ट श्रोडरची माळ्यावरची खोली- लॉफ्ट- कोलंबिया हाइट्समध्ये होती. कॅपिटॉल बिल्डिंगच्या जराशीच उत्तरेला. एखाद्या विशीतल्या अविवाहित तरुणाची जागा असावी तशीच. विटांच्या भिंती, गुळगुळीत न केलेल्या फळ्यांच्या तुळया, एक मोठा फ्लॅट-स्क्रीन टेलीव्हिजन, वेगवेगळ्या गेमिंग सिस्टिम्स, टच-स्क्रीन गेमिंग मशिन्स. जेवणासाठी टेबल मात्र नव्हते.

सोफा आणि इतर फर्निचर सरळ आयकिआ स्टोअरमधून उचलले असावे. झोपायच्या खोलीमधल्या चादरी, स्नानगृहामधले टॉवेल्सही तसेच. हॉर्वाथला संगणक आणि इतर साधनसामग्री दिसली नाही. मग श्रोडरने दुसरी एक छोटीशी झोपण्याची खोली उघडली.

दार आणि दाराची चौकट नेहमीसारखी दिसत असली, तरी ती पोलादाची होती. बाहेरची अस्वच्छता आत अजिबात नव्हती. चकचकीत राखलेली खोली. अर्धवट खाणे संपवलेला पुडा नाही, खाणे खाल्लेला वाडगा नाही, बिअरची रिकामी बाटली नाही की काढून फेकलेला अंगावरचा कपडा नाही. जशी काही आताच नवीन बनवलेली खोली.

निकेलच्या स्टॅन्ड्सवर एका शेजारी एक असलेले संगणकांचे मॉनिटर्स श्रोडरच्या काचेच्या टेबलभोवती तरंगत असल्याचा भास होत होता. निरनिराळ्या साधनांनी रॅक्स खच्चून भरलेली होती. नाना रंगांमधले दिवे उघडझाप करत होते. छोटे मिशन कंट्रोल असावे असा भास होत होता.

''कधीकधी मी घरूनही काम करतो,'' असे म्हणत श्रोडरने टेबलशी दुसरी एक खुर्ची ओढून हॉर्वाथला बसायला सांगितले. ऱ्होड्स आत शिरली आणि तिने

बर्फाचे खडे भरलेली पावाची रिकामी प्लॅस्टिकची पिशवी त्याच्याकडे फेकली. "एवढेच सापडले मला."

हॉर्वाथने पिशवी पकडली आणि श्रोडरच्या हातात ठेवली. त्याने ती आपल्या सुजलेल्या उजव्या हातावर ठेवली. डावा हात वापरून श्रोडर लॉग इन झाला आणि त्याने एटीएसच्या मुख्य संगणकात प्रवेश मिळवला. तेवढ्यात केसी तिच्यासाठी आणि ऱ्होड्ससाठी बसायला स्वयंपाकघरामधून एकेक स्टूल घेऊन आली.

श्रोडर एकदा लॉग-ऑन झाल्यावर संगणकाच्या पडद्यावर अनेक चिन्हे उमटली. डावीकडून दुसऱ्या चिन्हावर क्लिक केल्यावर एका हडकुळ्या, पोक आलेल्या माणसाचे चित्र दिसायला लागले. अणकुचीदार दात असलेला, दुष्ट दिसणारा विदूषक.

"ते काय आहे?" नाक उडवतच केसीने विचारले.

"हा मिडलटनचा मला दिसणारा अवतार. एकदम फिट्ट बसतो. हसरा बॉस."

हॉर्वाथने त्याला काम सुरू करायची खूण केली.

"करतो आहे, करतो आहे," म्हणत श्रोडरने आणखी काही पासवर्ड्स टाइप केले.

"तू त्याच्या संगणकात कसा काय प्रवेश मिळवलास? तो तर सुरक्षेच्या बाबतीत फारच सावध असतो."

"असतो, पण दिवसाला शंभर ई-मेल्स तर तो मला एकट्यालाच पाठवतो. तेव्हा एकदा उत्तर देताना माझ्या ई-मेलबरोबर मी स्वतःच तयार केलेला एक व्हायरस पाठवला. मी तो असा तयार केला होता की तो त्याला किंवा एखाद्या अगदी तज्ज्ञ व्यक्तीलासुद्धा सापडू नये. बाकीची हकिगत मी तुला गाडीत असतानाच सांगितली आहे."

त्याने सांगितले होते की माहिती गोळा करण्याचे मिडलटनला वेडच होते. मग ती स्वतःची असली तरीही. मिळेल ती माहिती तो घेत असे, तिचे विश्लेषण करत असे. मिडलटन या क्षणी कुठे असेल, केव्हा असेल, कुणाबरोबर असेल हे जर हॉर्वाथला कळून घ्यायचे असेल तर सर्वोत्तम मार्ग म्हणजे त्याचा प्लॅनर बघायचा. हॉर्वाथला सर्व काही माहिती मिळेल. अगदी सर्व काही.

"हे विचित्रच आहे," श्रोडर अचानक म्हणाला.

तो कशाकडे बघत होता ते हॉर्वाथने वाकून बघितले. "काय आहे हे?"

"दोन-एक तासांपूर्वी मिडलटनने त्याचा प्लॅनर पुसून टाकला आहे."

"पुसून टाकला?"

"हो. भविष्यकाळातल्या सर्व गाठीभेटी नाहीशा केल्या आहेत. अगदी पूर्णपणे."

"त्याने हे कशासाठी केले असेल?"

श्रोडरने खांदे उडवत उत्तर दिले, ''मला काही कल्पनाच करता येत नाही.''

''चुकीने झाले असेल?''

''मिडलटन चुका करत नाही. तो बॅकअप्सच्या बॅकअप्सचे बॅकअप्स घेणारा माणूस आहे.''

''मग तसेच काहीतरी कारण असायला हवे. त्याआधी काय करत होता तो?''

श्रोडरने पुन्हा डाव्या हाताच्या बोटांनी की-बोर्डवरची वेगवेगळी बटणे दाबली. मग तीन वेळा क्लिक केले. संगणकाच्या पडद्यावर आलेल्या क्रमवार माहितीवरून त्याने नजर फिरवली.

''काय आहे ते?'' हॉर्वाथने विचारले.

''माहीत नाही. मलासुद्धा शिरता येत नाही अशा भलत्याच ठिकाणी तो घुसला आहे; पण चमत्कारिक गोष्ट अशी आहे की, त्यासाठी त्याने कॅरोलाइन रोमेरोच्या वर्क-स्टेशनचा उपयोग केला आहे.''

''काय?''

श्रोडरने मान डोलावली. ''आणि मागच्या तारखा टाकून तिनेच हे सर्व तिच्या मृत्युपूर्वी केले आहे असा आभास निर्माण केला आहे.''

''तो अजूनही नक्कीच कशासाठी तरी तिचा उपयोग करून घेत आहे.''

''बरोबर.''

''प्रश्न असा आहे की त्यामागे त्याचा उद्देश काय आहे?'' हॉर्वाथने विचारले.

संगणकाच्या पडद्यावर आलेली क्रमवार माहिती बघत श्रोडरने कशावर तरी क्लिक केले. ''तू म्हणाला होतास की कॅरोलाइन रोमेरोने जी फ्लॅश ड्राइव्ह लपवूनच एटीएसमधून बाहेर काढली होती, तिच्यावर डिजिटल पर्ल हार्बर ठरेल असा जो हल्ला होणार आहे त्यासाठी काहीतरी सांकेतिक नाव वापरले होते म्हणून.''

''ब्ल्यू सॅन्ड,'' हॉर्वाथने उत्तर दिले. ''का?''

''कारण कॅरोलाइनने जो अंतर्गत शोध घेतला होता, त्यामध्ये त्याने हे नाव आता घुसडले आहे.''

''अंतर्गत म्हणजे एटीएसच्या सर्व्हर्सच्या शोधांबद्दल बोलतो आहेस तू?''

''बरोबर. तो वेबवर घेतलेला शोध नव्हता. आतल्या आत केलेलाच शोध होता.''

''पण ती तर आता मरण पावली आहे,'' ऱ्होड्स म्हणाली. ''तिने त्या आधी जे काही शोधले असेल त्यामुळे आज काय फरक पडतो?''

हॉर्वाथलाही तोच प्रश्न पडला होता. मिडलटन असा पुरावा निर्माण करत होता की कॅरोलाइन रोमेरोलाच फक्त हल्ल्याबद्दल माहिती नव्हती तर एटीएसलाही होती. का? कशासाठी?

या कोड्याचा उलगडा त्याला खरोखरच होत नव्हता. दुसऱ्याच कुणाला गुन्ह्यात अडकवायचे कारस्थान असेल तरच कोणी खोटा पुरावा निर्माण करतो. मिडलटन कुठल्या गुन्ह्यामध्ये तिला अडकवायला निघाला होता? हल्ला होणार आहे हे तिला माहीत होते एवढ्याच? ती जिवंत नसताना यामुळे काय साध्य होणार होते?

का त्या हल्ल्याला तीच कारणीभूत आहे असे त्याला दाखवायचे होते? छे! तसे नसणार. त्यासाठी त्याने कार्लटन समूहाला जबाबदार धरले होते. त्यांचा तर अगदी उघड उघड बळी दिला जात होता. शिवाय त्या हल्ल्याशी एटीएसला त्यांचा कुठल्याही तऱ्हेने संपर्कसुद्धा व्हावा अशी इच्छा नव्हती. कॅरोलाइन रोमेरोमुळेच जे काही घडते आहे असा त्यांना समज करून द्यायचा होता, त्याचा संबंध बाहेरच्या कुणाशी नव्हता. त्यांना आतल्याच कुणाची तरी तशी खात्री पटवून द्यायची होती.

काय कारण असेल ते? मिडलटन आणि एटीएसचे सर्वेसर्वा ज्या हल्ल्याची इतक्या आतुरतेने वाट बघत होते त्याची जबाबदारी ढकलण्यासाठी त्यांना आतलाच कुणी बळीचा बकरा बनवण्याची गरज तरी का पडावी? खरे तर तसा आरोप ठेवण्यासाठी त्यांना दुसऱ्या कोणाची आवश्यकताच का होती? जी व्यक्ती मृत झाली आहे आणि स्वतःचे निरपराधित्व सिद्ध करू शकत नाही, अशी व्यक्तीच का?

त्याला सुचणारे सर्वांत साधे कारण होते ते म्हणजे हल्ला अयशस्वी ठरणे. तेच असेल? मिडलटनचा विचार बदलल्याने तो स्वतःच त्याचा कट उद्‌ध्वस्त करून त्याची जबाबदारी कॅरोलाइनवर टाकणार होता? त्याबद्दल शंकाच होती त्याला. काहीतरी दुसरे कारण असणार.

कॅरोलाइन आणि निकोलस यांना समोर ठेवून हॉर्वाथ वेगवेगळ्या शक्यतांचा विचार करत होता; पण मिडलटन कॅरोलाइनला का पुढे करत होता ते त्याच्या अजिबात ध्यानात येत नव्हते. त्याने शेवटी नाद सोडला आणि श्रोडरला विचारले, "तेवढेच दिसले तुला का आणखी काही आहे?"

लॉगवर नजर टाकत तो म्हणाला, "त्यानंतर थोडा वेळ मिडलटनने काहीच केले नाही. फोन वगैरेही आला असेल त्याला. पण नंतर तो परत आला आणि त्याने तीन ई-मेल्स पाठवून संगणक बंद केला."

"त्या ई-मेल्स काढू शकशील तू?"

श्रोडरने मान डोलावली. पहिली ई-मेल पडद्यावर आली. "विषय आहे वॉलवर्थ. कंपनीच्या व्हर्जिनियातील कॉर्पोरेट विश्रांतिस्थानाचे नाव आहे ते. ती ई-मेल सिक्युरिटी शेड्यूलरकडे गेली आहे. सर्वांना लवकरात लवकर इस्टेटवर आणायला सांगितले आहे. दुसऱ्या ई-मेलचा विषयही वॉलवर्थच आहे. ती इस्टेट मॅनेजरला पाठवली आहे. बोर्डाची तातडीची बैठक बोलावली आहे आणि सर्व सदस्य आपापल्या

कुटुंबीयांसह ताबडतोब यायला सुरुवात करतील असे त्यात म्हटले आहे.''

''आणि तिसरी ई-मेल?''

श्रोडरने ती पडद्यावर आणली. ''ही शेवटची ई-मेल माझ्यासाठी आहे. विषय आहे, अरे मूर्खा. तो म्हणतो आहे त्याने मला फोन करायचा प्रयत्न केला, पण माझा फोन बंद होता. ही ई-मेल मिळताच मी एक बॅग भरून ताबडतोब व्हर्जिनियामधील इस्टेटवर पोहोचायचे आहे. त्याने पुढे म्हटले आहे, ''ताजा कलम – गप्प राहा – तू कुठे जातो आहेस ते कुणालाही सांगू नकोस. घाई कर.''

''तू या पूर्वी एखादी तरी रात्र त्या ठिकाणी घालवली आहेस?''

नकारार्थी मान हलवत श्रोडर उत्तरला, ''मी? नाही. ते फक्त बोर्डाच्या सदस्यांसाठी आहे.''

''आणि त्यांचे कुटुंबीय,'' हॉर्वाथ म्हणाला.

''वर्षातून एकदा, फक्त उन्हाळ्यातच, कुटुंबीय मंडळींना घेऊन ते तिकडे जातात. बोर्डाची बैठक असेल तेव्हा नाही. बैठकी फार खासगी असतात. आसपास मुले आणि नातवंडे यांची धावपळ त्यांना नको असते. त्यांच्या बायकांनासुद्धा यायची परवानगी नाही. काही कळत नाही मला. बोर्डाच्या तातडीच्या बैठकीसाठी ते कुटुंबीयांना घेऊन का येत आहेत?''

''कारण ते त्यांचा हल्ला चढवण्याच्या बेतात आहेत,'' केसी उद्गारली.

''कुटुंबीयांना वगैरे घेऊन ते खरे तर तीन आठवड्यांनी इस्टेटीवर जाणार होते,'' श्रोडर म्हणाला.

हॉर्वाथने त्याच्याकडे बघितले. ''मला तर वाटले होते की वर्षातून एकदा आणि फक्त उन्हाळ्यातच बोर्डाचे सदस्य कुटुंबीयांना घेऊन येतात म्हणून.''

''पण यंदा त्यांनी कुठला तरी सेमिनार वगैरे ठेवला आहे. त्यासाठी सर्व जण येणार होते. इस्टेटीवर तर सामानसुमान भरायलाही सुरुवात झाली आहे.''

''त्याच वेळी ते हल्ला चढवणार आहेत असे वाटते तुला?'' केसीने हॉर्वाथला विचारले.

हॉर्वाथने मान डोलावली.

''मग असे काय घडले की ज्यामुळे त्यांनी वेळापत्रक बदलले? कशाची एवढी भीती वाटली की त्यांनी तीन आठवडे आधीच हल्ला चढवण्याचे ठरवले?''

आपल्या हाताचे अंगठ्याजवळचे बोट वर करून हॉर्वाथने स्वतःच्या छातीवर टेकवले. ''मी.''

प्रकरण ६३

व्हर्जिनियाचा ग्रामीण भाग

मार्टिन व्हिन्यॉनला स्नानगृहामध्येच खुर्चीत जखडून ठेवून कार्लटनने त्याची चौकशी केली.

पांढऱ्याफटक कातडीच्या आणि पांढऱ्या केसांच्या त्या माणसाने दोरीने बांधलेल्या साबणाच्या वडीचे डोक्यावर आणि तोंडावर इतके फटके खाल्ले होते की त्याचे डोके आणि चेहरा सुजून तो हत्तीसारखा वाटायला लागला होता. तो बोलला तरी समजायला कठीण जात होते. त्याचे ओठ आणि एक डोळा सुजला होता. बरेच दात खिळखिळे झाले होते. तोंडातून, नाकातून आणि एका कानातून रक्त वाहत होते.

त्याला फारच परिणामकारक हाणले होते. पण पाण्याच्या उपायामुळेच शेवटी त्याची प्रतिकारशक्ती पार नष्ट झाली होती आणि त्याने मुकाट्याने तोंड उघडले होते. त्या उपायापुढे त्याची काही मात्रा चालली नव्हती. विरोध करणे शक्यच झाले नाही त्याला. आयुष्यात फार थोड्यावेळा तो कशालाही घाबरला असेल, पण त्या वेळी मात्र त्याच्या मनात प्रचंड दहशत निर्माण झाली होती. तो भयंकर घाबरला होता. थोडक्यात त्याला आयुष्यात पुन्हा कधीही तो प्रकार अनुभवण्याची इच्छा नव्हती.

टॉयलेट पेपरच्या दोन गुंडाळ्या कैद्याच्या नाकपुड्यांमध्ये खुपसून कार्लटनने प्रश्न विचारायला सुरुवात केली. कार्लटनने त्याला सांगितल्याप्रमाणे बँक्स जवळच, पण हॉलवेमध्ये इस्त्री गरम ठेवून उभा होता.

व्हिन्यॉन हा फक्त एक ठग होता, गुंड होता. त्याच्याकडे तशी खूप प्रश्नांची उत्तरे नव्हतीच. पण एका महत्त्वाच्या प्रश्नाचे उत्तर तो देऊ शकला. तो ज्यांच्यासाठी काम करत होता त्यांची नावे. कार्लटन आणि बँक्स या दोघांनीही क्रेग मिडलटन

आणि एटीएसबद्दल ऐकले होते. पण त्या माणसाशी त्यांची कधीच भेट झाली नव्हती.

कार्लटनच्या सुरक्षारक्षकांना कुणी ठार मारले होते आणि त्याला त्याच्याच घरात डांबून, घराला आग लावून, त्यालाही आगीत जाळून खाक करण्याचा प्रयत्न कुणी केला होता, हे त्याला सांगता आले नव्हते. व्हिन्यॉनने पुन्हापुन्हा शपथेवर सांगितले की तो किंवा त्याच्या माणसांचा यात हात नव्हता. एवढेच नाही, तर त्यांना त्याबद्दल काही माहितीही नव्हती. कार्लटनने त्याच्या बोलण्यावर विश्वास ठेवला.

कार्लटन समूहाच्या एजन्ट्सना कुणी ठार मारले याची त्याला कल्पना नाही असे त्याने सांगितल्यावरही कार्लटनचा त्याच्यावर विश्वास बसला. त्याची पार्श्वभूमी पॅरामिलिटरी असल्याचे त्याने मान्य केले, पण एटीएसच्या कॉर्पोरेट सिक्युरिटीचा प्रमुख, हेच त्याचे खरे काम होते.

कार्लटनने नंतर त्याला डझनावारी प्रश्न विचारले, पण त्याला नवीन काही माहिती मिळाली नाही. कंपनीच्या कामाचे खरे स्वरूप त्याला कळत नव्हते किंवा कार्लटन आणि त्याच्या माणसांना ठार मारण्याची मिडलटनची का इच्छा होती, याबद्दल त्या पांढऱ्या केसवाल्या माणसाला काहीही कल्पना नव्हती.

शेवटी कार्लटनने ठरवले की त्याला ज्याबद्दल माहिती आहे त्याच विषयाबद्दल त्याला प्रश्न विचारायचे आणि चुकून काही वेगळे कळते का बघायचे. त्याच्या कामाबद्दल विचारत विचारत कार्लटन शेवटी त्याच्या कैदेपर्यंत पोहोचला. मध्येच कार्लटनने त्याला थांबवले. तो आधी काय बोलला होता ते परत सांगायला लावले आणि विचारले, ''तू किती माणसांना ठार करायला आला होतास?''

''तीन,'' व्हिन्यॉनने उत्तर दिले.

''पण आम्ही तिघे नव्हतो. दोघेच होतो.''

पांढऱ्या केसवाल्या माणसाने मान डोलावली. ''मिडलटनला वाटत होते की तुम्ही एखादे वेळी तिसऱ्या माणसाशीही संपर्क साधाल म्हणून.''

''तिसरा माणूस? कोण तिसरा माणूस ?''

व्हिन्यॉन काही क्षण थांबला आणि त्याला नाव आठवले. ''हॉर्वाथ, स्कॉट हॉर्वाथ. एके काळी नेव्ही सील होता. मिडलटनने सांगितले होते की हॉर्वाथ दिसला, तर आम्ही त्याला तत्काळ ठार करायचे होते.''

तो जे ऐकत होता त्याच्यावर कार्लटनचा विश्वासच बसत नव्हता. गेला आठवडाभर हॉर्वाथ मेला आहे असे समजून तो दुःख करत होता. थोडीशीही आशा धरून तिचा चक्काचूर व्हावा अशी त्याची इच्छा नव्हती. आणि आता हे सर्व प्रकरण सुरू झाल्यापासून त्याला प्रथमच एक चांगली बातमी मिळाली होती. आपल्या

भावना काबूत ठेवायचा प्रयत्न करत त्याने विचारले, "हॉर्वाथ जिवंत आहे?"

मार्टिन व्हिन्यॉनने मान डोलावली. "मिडलटनच्या म्हणण्याप्रमाणे तो जिवंत आहे आणि अत्यंत धोकादायक माणूस आहे, एवढेच मला माहीत आहे."

"आणि मिडलटनला वाटत होते की तो आम्हाला वॉशिंग्टनमध्ये भेटेल म्हणून?"

व्हिन्यॉनने मान डोलावली.

स्नानगृहाबाहेर पडून कार्लटन स्वयंपाकघराच्या दिशेने निघाला आणि त्याने बँक्सला त्याच्यामागे येण्याची खूण केली.

"काय चांगली बातमी मिळाली आहे," तो वृद्ध माणूस म्हणाला.

"मला संगणक हवा आहे," कार्लटन म्हणाला. "आत्ताच्या आत्ता. तुझ्याकडे लॅपटॉप वगैरे आहे?"

बँक्सने नकारार्थी मान हलवली. "इथे काहीही नाही. कुणाच्या रडारवर यायचे नाही, याचा अर्थ विजेचा कमीत कमी वापर करायचा."

सिंकवरचे पडदे बाजूला सारत कार्लटनने शेताकडे बघितले. "तुझ्या मालकाचे काय? पलीकडे तर अंधारच दिसतो आहे."

"कारण तो सध्या इथे नाही."

"त्यांच्याकडे एखादे वेळी संगणक असेल आणि इंटरनेट कनेक्शनही. बरोबर?"

बँक्सने खांदे उडवले. "शक्य आहे. बघायला तरी नक्कीच हरकत नाही."

कार्लटन यावर काही बोलला नाही. तो दाराजवळ पोहोचता पोहोचता त्याचे लक्ष वेधण्यासाठी बँक्सने मोठ्याने हाका मारल्या. कार्लटन परत त्याच्याजवळ आल्यावर त्याने किल्ल्यांचा जुडगा त्याच्याकडे फेकला. "यातल्या एका किल्लीने त्याचे मागचे दार उघडते. आतमधल्या जिन्याच्या पायऱ्यांमागे बायकोची घरी काम करण्याची जागा आहे. संगणक असला तर तो तिथेच असणार."

त्याला कळायला हवे होते की टॉमीकडे त्याच्या घरमालकाच्या घराची चावी आणि घराच्या अंतर्भागाची माहितीही असणार. आजपर्यंत कार्लटनने त्याच्याइतका सर्वोत्तम फिल्ड एजन्ट बघितला नव्हता.

धडाधड पायऱ्या उतरून तो बार्नबाहेर पडला आणि गवतावरून घराकडे निघाला.

चार किल्ल्या घालून बघितल्यावर त्याला योग्य ती किल्ली मिळाली आणि तो घरात प्रवेश करू शकला. टॉमीने त्याला पायऱ्यांमागे बघण्याची सूचना केली होती ते बरे झाले कारण संगणक शोधण्यासाठी तिथे बघण्याचा विचार त्याच्या मनातच आला नसता. पण संगणक तिथेच सापडला.

टेबलखालची खुर्ची मागे सरकवून तो त्या छोट्या जागेत कसाबसा बसला

आणि त्याने संगणक सुरू केला. तो डेल कंपनीचा एक जुना संगणक होता. कार्लटनने संगणकावरील ब्राउझरही वापरायला सुरुवात केली.

आयर्न की-ड्राइव्ह बार्नमध्येच सोडून आल्याबद्दल त्याने स्वतःलाच दोष दिला. स्वतःचा पत्ता आणि स्थळ लपवण्यासाठी तिचा उपयोग होत असे. अर्थातच, तो एकच मार्ग नव्हता म्हणा. कार्लटनने बराच वेळ घालवून, निरनिराळ्या पद्धती वापरून स्वतःची ओळख दडवली आणि त्याचा माग काढणे अशक्य बनवले. मगच तो हॉर्वाथबरोबर त्याने ठरवलेल्या डेटिंग साइटवर गेला.

त्याच्या जाहिरातीवर क्लिक करताना तो श्वास घ्यायलाही विसरला. ते पान लोड व्हायला फार वेळ जात होता, पण शेवटी ते दिसायला लागले आणि अनेक उत्तरांमध्ये त्याला हॉर्वाथचे उत्तर आढळले. कार्लटनने मोठ्याने श्वास सोडून आनंदानेच टेबलवर इतक्या जोरात थाप मारली की मागचा बुलेटिन बोर्डही कोसळला.

त्याने तो उचलून पुन्हा नीट जागेवर लावला. पडद्यावर असलेल्या हॉर्वाथच्या ई-मेलवरच्या 'प्रायव्हेट चॅट'च्या खुणेवरती माउस क्लिक केला. हॉर्वाथला त्याच्याशी बोलायचे होते. मग कार्लटनने तो स्वतःच तिथे आहे या अर्थाचा सांकेतिक संदेश लिहिला. कळवले की तो स्वेच्छेने सर्व करतो आहे आणि त्याच्यावर कुणीही जबरदस्ती केलेली नाही. त्याच्याकडल्या शेवटच्या, न वापरलेल्या सेलफोनचा नंबरही त्याने हॉर्वाथला कळवला.

डेटिंग साइटवरून बाहेर पडून त्याने संगणक बंद केला, खुर्ची आत सरकवली आणि पायऱ्यांमागच्या छोट्या कार्यालयाचे दार बंद केले.

बार्नमध्ये चालत जाऊन त्याने सबर्बनच्या मागच्या बाजूला ठेवलेल्या बॅगमधून आपला फोन बाहेर काढला आणि सुरू केला.

आता फक्त वाट बघणे त्याच्या हातात होते.

प्रकरण ६४

वॉशिंग्टन डीसी

क्रेग मिडलटनला गाठण्यासाठी ब्रेमरने जेव्हा कर्ट श्रोडरचे नाव सुचवले होते तेव्हा हॉर्वाथच्या मनात लाखो विचार येऊन गेले. त्यातला पहिला विचार होता, ब्रेमर हा एक अत्यंत धूर्त आणि कपटी माणूस आहे. दुसरा होता, श्रोडरसारख्या संगणक तज्ज्ञाशी त्याच्या भाषेत बोलणे त्याला जमले नसते, पण त्याच्या टीममध्ये तसा एक माणूस होता- निकोलस.

माईक स्ट्रीबरच्या टेक्सासमधल्या फार्मवरून त्याला वॉशिंग्टनला नेण्यात धोका होता, फारच मोठा धोका होता. पण माहिती आणि अत्याधुनिक तंत्रज्ञानाची ओळख असणारा निकोलससारखा दुसरा माणूसच नव्हता. श्रोडरची पूर्ण चौकशी करताना त्याला तो जवळ हवा होता. आणि एटीएसने त्यांचा डिजिटल पर्ल हार्बर हा हल्ला चढवलाच, तरी तो त्याला जवळपास हवा होता.

जबरदस्त मानसिक धक्का बसलेल्या आणि भयंकर घाबरलेल्या ब्रेमरला त्याच्या मुलीचा फील्ड हॉकी गेम बघण्यासाठी त्यांनी बंधमुक्त करून सोडल्यावर हॉर्वाथने केसीकडला एक नवीन सेलफोन वापरून स्ट्रीबरला फोन केला. फार तर दोन तास आधीच तो टेक्सासला परत गेला असला, तरी त्याने हॉर्वाथला काळजी करू नकोस आणि तो निकोलसला पुढल्या स्ट्रीबर एअरलाइन्सच्या उड्डाणाने मनासासला पाठवेल अशी खात्री दिली.

विमानतळावर उतरल्यावर त्याने हॉर्वाथला टेक्स्ट मेसेज पाठवला. हॉर्वाथने ऱ्होड्सला सबर्बन गाडीमधून सर्वांना श्रोडरच्या अपार्टमेंटमध्ये घेऊन येण्यासाठी धाडले. डॉमिनेट्रिक्सच्या घराच्या कोपऱ्यावर त्यांनी श्रोडरची गाडी उभी केली होती. तेव्हा इमारतीच्या बेसमेंटमधून ते पार्किंग स्ट्रक्चरमध्ये जा-ये करू शकत होते आणि

त्यांची गाडी श्रोडरसाठी आरक्षित असलेल्या ठिकाणी उभीही करू शकत होते.

डॉमिनेट्रिक्स एलिझाबेथने त्यांच्यापुढे प्रश्नच उभा केला होता. डोक्याशी पिस्तूल टेकवून त्यांनी तिला तिच्या टाउनहाउसमधून आणले होते आणि तोंडात बोळा कोंबून ठेवले होते. ऱ्होड्स आणि केसी आळीपाळीने तिला न्हाणीघरामध्ये वगैरे घेऊन जात होत्या. पण मिडलटनच्या मागे लागताना त्याला त्यांची गरज भासणार होती. त्याने स्ट्रीबरला बोलावणे पाठवले, ते चांगले झाले होते. तो काही जणांना मदतीसाठी घेऊन येणार होता.

ऱ्होड्स, स्ट्रीबर, निकोलस, नीना आणि कुत्रे एलिव्हेटरमधून बाहेर पडल्यावर शहरामध्ये सर्कसच आल्यासारखे वाटले. साधनसामग्रीने भरलेल्या जड पेट्या ते ज्या तऱ्हेने हाताळत होते ते बघत असताना त्यांचे हालही त्याच्या लक्षात आले. श्रोडरला एक सेकंदही एकटे सोडण्याची हॉर्वाथची इच्छा नव्हती. तेव्हा त्याने पुन्हा त्याचे हात मागे घेऊन फ्लेक्स कफ्सने बांधून टाकले आणि इतर जण पोहोचल्यावर त्याच्या संगणकाच्या खोलीतून बाहेर खेचले. श्रोडर नीनाकडे बघून काही बोलला नाही, तरी त्याने ज्या तऱ्हेने तिच्यावर नजर फिरवली होती त्यामुळेच निकोलसचे माथे भडकले. त्याने सरळ त्याच्यासमोर उभे राहून, त्याचे लक्ष वेधण्यासाठी त्याच्या बुटांवर लाथ मारून, गाठ माझ्याशी आहे अशा तऱ्हेने त्याच्याकडे बघत म्हटले, ''ती माझी आहे.''

श्रोडर इतका आश्चर्यचकित झाला की त्याला काही बोलायचेही सुचले नाही. त्याने फक्त मान डोलावली.

निकोलस त्याचा मित्र होता, तेव्हा त्याची तो दुसऱ्यासमोर चेष्टा करणार नव्हता. हॉर्वाथने येणारे हसू दाबले, श्रोडरला केसीच्या ताब्यात दिले आणि निकोलसला आपल्या मागोमाग संगणकाच्या खोलीत येण्याची खूण केली.

हॉर्वाथने थोडक्यात आणि साध्या शब्दांत ब्रेमर, श्रोडर, मिडलटन सर्वांबद्दल सांगितले. मिळालेली माहिती दिली. निकोलस न बसता खोलीमधल्या साधनसामग्रीवर नजर फिरवत नीट ऐकत होता.

हॉर्वाथचे बोलणे संपल्यावर निकोलसने विचारलेला पहिला प्रश्न कॅरोलाइनबद्दलचा होता. ''तिच्या मृत्यूला ब्रेमरने पाठवलेली खुनी टोळी जबाबदार होती?''

''नाही. श्रोडर म्हणतो की ज्या दिवशी ती मरण पावली त्या दिवशी एटीएसची माणसे तिच्या मागे लागली होती. ती धावत रस्त्यावर आली, एका गाडीने तिला धडक दिली.''

निकोलस यावर काही बोलला नाही, पण त्या उत्तराने तेवढ्यापुरते तरी त्याचे समाधान झालेले असावे. ''नीना ही कॅरोलाइनची बहीण आहे हे श्रोडरला ठाऊक आहे?''

हॉर्वाथने नकारार्थी मान डोलावली.

"ठीक आहे. त्याला समजण्याची काही गरज नाही. आणि हल्ल्याबद्दल काय?"

"ब्रेमरला त्या बाबतीत काहीही माहिती नाही. श्रोडरलाही नाही. मिडलटन आणि त्याच्या अगदी जवळच्या कंपूने सर्व माहिती स्वतःजवळ दाबून ठेवली आहे."

"एखादे वेळी तेवढी घट्ट दाबून ठेवलेली नसेलही."

हॉर्वाथने त्याच्याकडे नीट बघितले. "तुला फ्लॅश ड्राइव्हवरून काही कळले आहे का?"

निकोलसने मान डोलावली. "द कम्युनिटी कॉम्प्रिहेन्सिव्ह नॅशनल सायबर इनिशिएटिव्ह डेटा सेंटर म्हणून काहीतरी आहे."

"आता हे काय आहे आणि?"

"आपण आत्ताच का असा जो प्रश्न विचारतो आहोत त्याचे ते उत्तर असावे, असे मला वाटते. डिजिटल पर्ल हार्बरचे बटण."

"तू काय म्हणतो आहेस ते माझ्या लक्षात येत नाही."

"द कम्युनिटी कॉम्प्रिहेन्सिव्ह नॅशनल सायबर इनिशिएटिव्ह डेटा सेंटर किंवा सीएनसीआय या संक्षिप्त नावाने किंवा त्याहूनही चांगल्या स्पाय सेंटर या टोपणनावाने ओळखले जाते. या सेंटरची स्थापना करण्यासाठी पार खोटी अशी वेगळीच कथा प्रसृत केली गेली होती. एनएसएकडे इतकी प्रचंड माहिती गोळा झाली होती की ती साठवण्याची, तिचे पृथक्करण करण्याची, फोर्ट मीडची क्षमताच नाहीशी व्हायला लागली आणि एक नवीन सेंटर निर्माण करण्याचीच गरज निर्माण झाली."

"एक सेकंद थांब," हॉर्वाथ म्हणाला. "नवीन साधनसामग्रीसह संपूर्ण नवीन डेटा सेंटर बांधायचे? तर मग सान आन्तोनिओसारख्या अनेक ठिकाणी त्यांनी सर्व्हर फार्म्स कशासाठी सुरू केले आहेत?"

"तुझ्या हिताच्या दृष्टीने तुला इतकी माहिती असणे जरा धोक्याचेच ठरू शकते. असे प्रश्न खरे तर तू विचारता कामा नयेस, पण तू म्हणतोस ते बरोबर आहे. एटीएसनेच एनएसएकरवी नवीन सेंटरसाठी दडपण आणले. एनएसएची फोर्ट मीड येथील क्षमता खरंच संपली आहे. वीजपुरवठाच कमी पडत असल्याने तिथे एखाद्या कृष्णविवरासारखी परिस्थिती निर्माण झाली आहे.

"चमत्कारिक गोष्ट अशी आहे की, त्यानंतर जिथे हे सेंटर बांधता येऊ शकेल अशा सदतीस जागांची त्यांनी एक यादी बनवली. प्रत्येक जागेला एक सांकेतिक नावही दिले. सॉल्ट लेक सिटीबाहेरच्या डोंगराळ वाळवंटी प्रदेशामधल्या कॅम्प विल्यम्स या जागेचे सांकेतिक नाव होते साइट ब्ल्यू."

“ब्ल्यू सॅन्ड!” हॉर्वाथ उद्‌गारला.

निकोलसने मान डोलावली. “आणि कोणत्या जागेची शेवटी सेंटर उभारण्यासाठी निवड झाली असेल असे वाटते तुला?”

“कॅम्प विल्यम्स. साइट ब्ल्यू.”

“अगदी बरोबर. त्या ठिकाणी एनएसएने दोन बिलियन डॉलर्स खर्च करून नवीन स्पाय सेंटरची उभारणी सुरू केली. माहितीचा साठा करण्यासाठी अत्याधुनिक तांत्रिक सुविधा, प्रशासकीय कार्यालये वगैरे असणाऱ्या स्पाय सेंटरचा विस्तार दहा लक्ष चौरस फूट जागेमध्ये पसरलेला आहे- यूएस कॅपिटॉलपेक्षा पाचपट जागा. त्या जागेत वीजनिर्मिती केंद्रे आणि बॅकअप जनरेटर्स आहेत. इंधन आणि पाणी यांचा प्रचंड साठा करून ठेवलेला आहे.

“कॅरोलाइनच्या टिपण्यांप्रमाणे सीएनसीआयचे माहिती गोळा करून ती साठवणे एवढेच काम नाही. सर्वांत महत्त्वाचे उद्दिष्ट आहे संपूर्ण नवीन अशी, पूर्णतः सरकारच्या ताब्यात राहणारी इंटरनेट सुविधा निर्माण करणे. तेव्हा आत्ताच का अशा तुझ्या प्रश्नाचे उत्तर आहे की एटीएस आता सज्ज आहे. सर्व तंत्रविज्ञान जागेवर आहे. बदल घडवून आणण्यासाठी आवश्यकता आहे ती...”

“आणीबाणीची परिस्थिती निर्माण करण्याची,” हॉर्वाथने वाक्य पुरे केले. “इतकी स्फोटक परिस्थिती की एटीएसची योजना समर्थनीय ठरेल.”

प्रकरण ६५

सर्व असे आहे तर, हॉर्वाथ विचार करत होता. कशा तऱ्हेची योजना आखून ते सर्व घडवून आणणार होते याला आत्ता महत्त्व नव्हते, तर ते काय करणार होते याला होते. त्याला सर्व उलगडा होत होता.

मुद्दामहून इंटरनेट सेवेचा बोजवारा उडवला की हाहाकार माजणार होता. आकाशात विमाने एकमेकांवर आदळली असती आणि भूमीवर आगगाड्या. वीजनिर्मिती ठप्प झाली असती आणि पुरवठाही. बँक्स आणि वित्तीय सेवा, सार्वजनिक आणि आपत्कालीन सेवा कोलमडल्या असत्या. इंधनाची, अन्नधान्याची, औषधांची वाहतूक थंडावली असती. कोट्यवधी नाही, तरी लाखो माणसे मरण पावली असती. सर्व समाजाची वाताहत उडत असताना क्रेग मिडलटन आणि एटीएसच्या डायरेक्टर बोर्डाचे सदस्य त्यांच्या सुरक्षित, सुसज्ज अशा व्हर्जिनियातील दोनशे एकरांच्या विश्रांतिस्थानात आरामात तो गोंधळ निस्तरण्याची वाट बघत थांबले असते. पण हॉर्वाथ यातले काहीही होऊ देणार नव्हता.

खराखुरा हल्ला थांबवण्यात तो यशस्वी झाला, तरी राजकीय क्षेत्रावर होणाऱ्या परिणामांचा नुसता अंदाज बांधणेही अशक्य होते. एटीएसचे बोर्ड ऑफ डायरेक्टर्स म्हणजे सरकारमधील अत्यंत शक्तिमान आणि मातब्बर व्यक्ती होत्या. राजकारणी लोकांशी कसे वागायचे, मुत्सद्देगिरीने कसे वावरायचे हे त्याला अजिबात कळत नव्हते. म्हातारबुवा त्यात तरबेज होते. तो त्याचा प्रांत होता. आणि त्याला कसली तरी आठवण झाली.

निकोलसकडे वळून त्याने सर्व मॉनिटर्सकडे बोट दाखवले. ''यांच्यापैकी एकावर तू मला इंटरनेट कनेक्शन उघडून देऊ शकतोस?''

श्रोडरच्या खुर्चीत बसून निकोलसने कामाला सुरुवात केली. काही सेकंदांनी म्हणाला, "मिळाले."

हॉर्वाथने त्याला हव्या असलेल्या वेबसाइटचे नाव निकोलसला सांगितले.

निकोलस थबकला आणि मागे वळून हॉर्वाथकडे बघत त्याने विचारले, "तू गंभीरपणेच बोलतो आहेस ना?"

"खूप मोठे स्पष्टीकरण द्यावे लागेल. कृपा करून मी सांगतो ते कर."

निकोलस पुन्हा संगणकाकडे वळला. ते पान संगणकावर आणून तो उठला आणि त्याने संगणक हॉर्वाथच्या ताब्यात दिला.

हॉर्वाथने माउसचा ताबा घेतला. जाहिराती क्लिक करायला सुरुवात केली आणि तो म्हातारबुवांच्या जाहिरातीपर्यंत आला. उत्तर मिळाले होते. त्याचा विश्वास बसेना. त्याला हॉर्वाथशी बोलायचे होते. हॉर्वाथ एकेका लिंकवर क्लिक करायला लागला.

शब्दांकडे बघताच त्याची शंभर टक्के खात्री पटली होती की ते त्याचेच शब्द होते. म्हातारबुवा जिवंत होते. त्याने एक फोन नंबरही दिला होता.

हॉर्वाथच्या लक्षात आले की एकदा वापरून आवश्यक तर फेकून द्यायच्या सेलफोनचा नंबरच कार्लटनने दिलेला असणार, पण एटीएसला हे आधीच माहीत असले तर? म्हातारबुवांना फोन केला आणि एटीएसने श्रोडरच्या या अपार्टमेंटमध्येच गुंड पाठवले तर?

खाली जाऊन, सबर्बन गाडीत बसून दुसरीकडेच कुठेतरी फोन करायला जाण्याचा विचार त्याच्या मनात आला. पण कोणी ऐकत असेल आणि त्याचा माग काढण्याच्या प्रयत्नातच असेल, तर ते बहुधा शहरात ठिकठिकाणी बसवलेल्या सीसीटीव्ही कॅमेऱ्यांचा उपयोग करून त्याची गाडी अचूक शोधतील आणि मागोमाग येतील.

पण श्रोडरने सांगितल्याप्रमाणे हॉर्वाथ आणि म्हातारबुवा यांचा ठावठिकाणा शोधण्याची कामगिरी मिडलटनने फक्त त्याच्यावरच सोपवली होती. एटीएसमध्ये दिवसाचे चोवीस तास माहितीची छाननी करत बसणाऱ्या संगणक तज्ज्ञांची फौज नव्हती.

श्रोडरचे म्हणणे पटणारे होते. मिडलटन एका कानाची गोष्ट दुसऱ्या कानाला न कळू देणारा माणूस होता. इतरांना जितकी कमीत कमी माहिती असेल तितके बरे. आणि श्रोडरने त्याची कार्यक्षमता सिद्ध केली होती. पॅरिस, स्पेन, टेक्सास करत तो हॉर्वाथच्या मागे-मागे आला होता- इतर एजन्ट्सचा शोधही त्यानेच लावला होता. मिडलटनला भीती वाटत होती की जास्ती माणसांवर काम सोपवले आणि प्रत्येकाला अगदी किमान माहिती दिली तरीही कुणीतरी त्याच्यापर्यंत येऊन ठेपण्याची

शक्यता होती. हॉर्वाथने फोन करण्याचा धोका पत्करण्याचे ठरवले.

तिसऱ्यांदा घंटा वाजताच कार्लटनने फोन उचलला. काही मिनिटे एकमेकांची ओळख पटवून घेण्यात घालवल्यावर कार्लटन उद्गारला, "तुझा आवाज ऐकून मला किती आनंद झाला आहे ते सांगताच येणार नाही."

"मलाही तितकाच आनंद झाला आहे. भेटायची गरज आहे. तुला बऱ्याच गोष्टी सांगायच्या आहेत."

"शहरात आहेस तू?"

"हो. तू?"

"नाही. मला स्वच्छ हवेची गरज आहे."

"चांगली कल्पना आहे. मीच येऊ का तुला भेटायला?"

म्हातारबुवांनी कबूल केले. फोन बंद करून त्याने पूर्ण तपशील पाठवून दिला.

दीड तासाने दोघे टॉमी बँक्सच्या बार्नमधल्या अपार्टमेंटपासून जवळच असलेल्या एका मद्यपानगृहाच्या पार्किंग लॉटमध्ये भेटले. कार्लटनने हॉर्वाथला मिठी मारत म्हटले, "मला वाटत होते की तू जिवंत नाहीस म्हणून."

"मलाही तसेच वाटत होते," हॉर्वाथ त्याला बिलगून म्हणाला. कार्लटन अजून जिवंत आहे दिसल्यावर त्याला झालेला आनंद त्याला शब्दांत व्यक्तच करता येत नव्हता, पण कार्लटनला सोडताच तो उद्गारला, "सर्व काही इतक्या झपाट्याने घडले की मी रायलीसाठी काही करू शकलो नाही."

म्हातारबुवांनी डोके हलवले. "त्या हरामखोरांना सर्व गोष्टींची किंमत मोजावीच लागणार आहे. आपल्याकडे जरा जास्ती माणसे असती तर खूप बरे झाले असते."

"आपणच फक्त दोघे आहोत असे नाही, पण," हॉर्वाथ म्हणाला आणि फ्लॅशलाइटच्या भिंगाभोवती हात धरून त्याने तो दूरवर रोखला आणि दोनदा दिव्याची उघडझाप केली.

अथेना टीमच्या दोघांना अर्धा मैल अंतरावर त्याने सोडले होते आणि त्या दोन बाजूंनी वळसा घेत तिथे पोचल्या. अंधारातून प्रथम केसी पुढे झाली. तिच्या मागोमाग ऱ्होड्स. तिच्या हातात नाइट व्हिजन स्कोप बसवलेल्या लाऱ्हू प्रीडॅट एआर रायफलची नायलॉनची केस होती. गरज पडली तर असावी असा विचार करून स्ट्रीबरने ती परत येताना बरोबर आणली होती.

त्या दोघींनी कार्लटनला कधी बघितलेही नव्हते. ओळख करून दिल्यावर त्याने सुचवले की पुढले बोलणे बार्नमधल्या अपार्टमेंटवर झालेले बरे. हॉर्वाथने संमती दिल्यावर ते दोन गाड्यांमधून निघाले.

कार्लटनने प्रथम गाडी रस्त्यावर घेतल्यावर सुरक्षित अंतर राखून हॉर्वाथ त्याच्या मागोमाग निघाला.

बँक्स पोटमाळ्यावर व्हिन्यॉनवर लक्ष ठेवत असताना, कार्लटनने फार्महाउसच्या स्वयंपाकघरामध्ये सर्वांसाठी कॉफी बनवली. टॉमी बँक्सने खात्री दिली की कसलीही काळजी करू नका. मालक ट्रिपवरून परत आल्यावर तो त्याची समजूत पटवेल.

हॉर्वाथने घडलेली प्रत्येक गोष्ट कार्लटनला सांगितली. मग कार्लटनची पाळी होती. प्रथम त्याने रायलीला पॅरिसमध्ये का पाठवले होते ते सांगितले. दहशतवादाला प्रोत्साहन दिल्यामुळे, महाविनाशकारी अस्त्रांची निर्मिती करून इतर देशांना धोका निर्माण केल्यामुळे, आर्थिक निर्बंध लादलेल्या देशांना एक फ्रेंच बँकर मदत करत होता आणि आता त्याने त्यांना शस्त्रास्त्रांची मदत करायलाही सुरुवात केली होती. पॅरिसमधल्या सीआयएए स्टेशनमधून बातम्या फुटत असल्याचा संशय असल्याने कार्लटनने त्याची टीम पाठवावी अशी विनंती करण्यात आली होती, पण रायली आणि हॉर्वाथला काही माहिती देण्याच्या आतच कत्तलीची रात्र सुरू झाली.

कार्लटनने त्यानंतर घडलेली प्रत्येक गोष्ट सांगितली. अर्थातच खास त्याच्या शैलीप्रमाणे हॉर्वाथला जो तपशील आवश्यक होता, तेवढाच त्याला सांगून बाकीचा स्वतःकडेच ठेवला. केसी आणि ऱ्होड्स तोंडातून शब्द न काढता गप्प बसून ऐकत होत्या.

मग एटीएसबद्दल आपापसात चर्चा झाल्यावर कार्लटन हॉर्वाथकडे बघून म्हणाला, ''राजकीय उलथापालथीबद्दल तू जे म्हणतो आहेस ते खरे आहे. फक्त आरोप करून उपयोग नाही. अपराध सिद्ध करता आला नाही, तर राजकारण्यांना खाली खेचता येणार नाही.''

''फ्लॅश ड्राइव्हवरच्या माहितीचे काय?''

''सर्व वाचले असले, तरी फक्त त्याच माहितीवर विश्वास ठेवण्याचा धोका मी पत्करणार नाही.''

''आणि कबुलीजबाबाबद्दल काय?'' हॉर्वाथने विचारले. ''आपल्याकडे व्हिन्यॉन आहे, श्रोडर आहे आणि ब्रेमरला आपण कधीही पकडू शकतो.''

''या सर्व प्रकारात त्या तिघांचेही आपण कधीतरी अपहरणच केले होते. त्यांच्यावर दोषारोप होईल म्हणून ते साक्ष द्यायला नाकारतील. कायदेशीर कारवाईबाबत कुठला तरी सौदा केला तरच ते तोंड उघडतील. त्यासाठी आपल्याला एकतर अध्यक्षांकडे जावे लागेल किंवा ॲटर्नी जनरलकडे. तेसुद्धा त्यांच्या अपराधांचा अत्यंत स्पष्ट आणि निश्चित असा पुरावा घेऊनच.''

''ते सर्व ठीक आहे, पण आपल्याकडे तेवढा वेळ नाही. हल्ला कोणत्याही क्षणी होऊ शकतो. आणि खरं सांगू? मला त्याच्या राजकीय परिणामांची काडीमात्र पर्वा नाही. मला फक्त हा हल्ला थोपवायचा आहे. आपण अध्यक्षांना किंवा डिपार्टमेंट ऑफ जस्टिसला कितीही पुरावे दिले, तरी या प्रकरणात गुंतलेल्या व्यक्ती

लक्षात घेता खालपासून वरपर्यंत आणि वरपासून खालपर्यंत पूर्ण चौकशी केल्याविना ते एक पाऊल उचलणार नाहीत.''

''थोडक्यात ते हे काम करण्यास असमर्थ आहेत.''

''असमर्थ म्हणता येत नाही. एक चुकीचे पाऊल किंवा एक चूक कुणाचेही आयुष्य बरबाद करू शकेल. अत्यंत काटेकोरपणा आणि सावधानता बाळगायला पाहिजे. पण तू म्हणतोस ते बरोबर आहे. सरकारी यंत्रणा हळूच काम करणार. कायद्याचा कीस पाडून प्रत्येक पाऊल उचलणार.''

''तेही वाईट नाही. ते जितका जास्ती पुरावा गोळा करतील तेवढे शेवटी चांगलेच ठरेल. मला फक्त तो घातपाती हल्ला सुरू होण्यापूर्वीच उधळून लावायचा आहे. बस्.''

म्हातारबुवांनी कॉफीचा आणखी एक घोट घेतला. सगळे गप्प होते. हॉलवेमधल्या भिंतीवर लावलेल्या रेग्युलेटर ग्रँडफादर घड्याळाची टिकटिक तेवढी ऐकू येत होती.

शेवटी कार्लटनने हॉर्वाथकडे बघून विचारले, ''तुला काय करायचे आहे?''

हॉर्वाथला विचार करायचीच गरज नव्हती. आपल्याला काय करायचे आहे हे त्याला पूर्ण माहिती होते. ''मला आत घुसायची इच्छा आहे. आज रात्री, आत्ताच.''

प्रकरण ६६

माईक स्ट्रीबर तर देवाच्या दूतासारखाच आला होता. त्याने स्वतःहून नवीन रायफल आणली होती आणि हॉर्वाथसाठी रात्री वापरण्यासाठी उपयोगी नाइट व्हिजनची साधने आणली होती. रीड कार्लटनला भेटण्यासाठी वॉशिंग्टनहून निघताना त्यांनी सबर्बनमध्ये जी सामग्री स्टॉर्म केसेसमध्ये भरून आणली होती, त्यांच्यात त्या रायफलचा आणि नाइट व्हिजनच्या साधनांचाही समावेश होता. अंधाऱ्या गाडीमधून एटीएसच्या इस्टेटीच्या उत्तरेकडल्या कोपऱ्यामधून प्रवास करताना हॉर्वाथ म्हणूनच स्ट्रीबरचे मनातल्या मनात खूप आभार मानत होता.

श्रोडरने त्याला आठवत होता त्याप्रमाणे इस्टेटीचा नकाशा बनवला असला, तरी खरी मदत सुरक्षारक्षकांच्या प्रमुख असणाऱ्या व्हिन्यॉनची झाली होती. त्याच्यासाठी त्याच्यावर खूपच दडपण आणावे लागले होते, धमक्याही द्याव्या लागल्या होत्या; पण तरीही बऱ्यापैकी हल्ला चढवण्याची तयारी त्यांना करता आली होती. धोका निर्माण होईल वाटणाऱ्या घुसखोरांशी ते कशा तऱ्हेने सामना करतील या माहितीबरोबर त्याने फार मोलाच्या आणि स्पष्ट सूचना दिल्या होत्या. इस्टेटीवरचा प्रत्येक सुरक्षारक्षक त्यांच्या कामात अत्यंत अनुभवी आणि प्रशिक्षित होता आणि शत्रुत्वाने घुसखोरी करणाऱ्यांना ठार मारण्याची मुभाही त्यांना दिलेली होती. हॉर्वाथ काही सायकलवरून मासिके विकायला येत नव्हता. तेव्हा तो पकडला गेला, तर त्याची गणना कुठल्या तऱ्हेच्या घुसखोरांत होईल याच्याबद्दल त्याच्या मनात संशयच नव्हता. तेव्हा त्यांच्या तावडीत न सापडणे, हेच महत्त्वाचे होते.

गाडीमधून पुढे जात असताना त्याच्या मनात रायलीचा विचार आला. ही वेळ तिच्याबद्दलचे विचार मनात आणण्याची नव्हती. हातात घेतलेल्या कामगिरीवर लक्ष

केंद्रित करायला हवे होते. त्याच्या मनातल्या खूप आतल्या, धुळीने भरलेल्या कोपऱ्यात, त्याने जी पोलादी पेटी ठेवली होती त्यात त्याने तिला पुन्हा बंद करून ठेवले. रायलीच्या मृत्यूचा स्वीकार करण्याची, सत्य परिस्थितीशी जुळवून घेण्याची वेळ कधीतरी आलीच असती, पण आत्ता नाही. त्याने आपले लक्ष त्याला सांगितल्या गेलेल्या एटीएसच्या बंदिस्त जागेच्या माहितीकडे वळवले.

इस्टेटीवर कुत्र्यांचा वापर होत नाही असे व्हिन्यॉनने सांगितल्यावर सुटका झाल्यासारखे हॉर्वाथला वाटले होते. पण श्रोडरने सांगितल्याप्रमाणे आणि व्हिन्यॉनने दुजोरा दिल्याप्रमाणे इस्टेटीवर कुणी घुसण्याचा प्रयत्न केला, तर ते कळण्यासाठी एका मागोमाग एक अनेक तऱ्हेच्या यंत्रणा कार्यान्वित केलेल्या होत्या. नशिबाने श्रोडरनेच त्यांची उभारणी केली होती आणि एकाच ठिकाणाहून त्यांच्यावर लक्ष ठेवता येत असे. वॉशिंग्टनमधल्या त्याच्या पोटमाळ्यावरच्या खोलीमधून निकोलस त्याच्या प्रत्येक हालचालीवर नजर ठेवत असताना श्रोडर त्यांच्यासाठी कुठल्याच तऱ्हेच्या यंत्रणांचे लक्ष नसणाऱ्या अगदी छोट्या-छोट्या सुरक्षित वाटा- डेड झोन्स- बनवत होता, ज्या वापरून हॉर्वाथ मुख्य इमारतीपर्यंत जाऊ शकला असता. इस्टेटीवर बहुधा सिग्नल्स मिळत नसताना, त्यांचे रेडिओ चालतील अशी व्यवस्थाही त्याने केली.

गस्त घालणारे पहिले रक्षक ज्या ठिकाणी दिसतील असे व्हिन्यॉनने सांगितले होते त्याच ठिकाणी त्याला ते दिसले. त्याने हळूच ऱ्होड्सला सावध केले. ''ओव्हरवॉच, मी नॉर्समॅन. ऐकू येते आहे?''

''ओव्हरवॉच, ऐकू येते आहे,'' तिने उत्तर दिले.

''माझ्या पूर्वेला पायी गस्त घालणारे दोन रक्षक दिसत आहेत. तू बघते आहेस त्यांना?''

''नाही दिसत, नॉर्समॅन. थांब जरा.''

काही सेकंदांनी त्याच्या कानावर लावलेल्या इअर-पीसमधून आवाज आला, ''नॉर्समॅन, आता मी बघू शकते त्यांना.''

माईक स्ट्रीबरने त्याची ताकदवान असा नाइट व्हिजन स्कोप बसवलेली एम-४ पद्धतीची रायफल आणली होती. हॉर्वाथला एकदम जाणीव झाली की, एटीएसने त्याच्यावर ज्या पद्धतीने हल्ला चढवला होता त्याच पद्धतीने तो आत्ता हल्ला चढवत होता. हा विचार मनात येताच त्याने ऱ्होड्सला तिच्यावरच कुणी दबा धरून टुटून पडणार नाही याची काळजी घ्यायला सांगितले.

ऱ्होड्स हॉर्वाथची पिछाडी सांभाळत असताना केसी पुढून येत होती. तिथेच राहायचे आणि हॉर्वाथला पळ काढायची गरज पडली तर त्याचा पाठलाग करणाऱ्यांचे लक्ष हॉर्वाथवरून दुसरीकडे वेधण्याची जबाबदारी तिच्यावर होती.

हल्ला चढवण्यासाठी उत्कृष्ट रात्र होती. खूप गारवा होता. ढग होते. वाऱ्यामुळे झाडांच्या फांद्या हलत होत्या. जमिनीवर पडलेली पाने सळसळत पुढे जात होती. पहाऱ्यावर असताना विचारशक्ती बधिर करणारी रात्र. वारा जितका जोराने वाहत असेल तितका कुठल्याही आवाजाचा संबंध वाऱ्याशीच जोडला जाईल अशी रात्र. वेगळेच तर्क करायला लावणारी रात्र. हॉर्वाथची खात्रीच होती तशी.

उघड्या जागेत जास्ती वेळ राहणे टाळण्यासाठी तो झाडीमधूनच जास्तीत जास्त हालचाल करत होता. पण मुख्य इमारतीभोवती काळजीपूर्वक बनवलेल्या मोठमोठ्या हिरवळींचे गालिचे होते. आजूबाजूच्या इमारतींच्या कोपऱ्याकोपऱ्याने आले, तरच थोडेफार लपून पुढे येता येणे शक्य होते. एटीएसलाही हे माहीत होते आणि त्याप्रमाणे त्यांनी सुरक्षा यंत्रणा उभारली होती. हॉर्वाथला त्यांनी त्यासाठी उभारलेल्या तंत्रज्ञानाची काळजी नव्हती, तर सुरक्षारक्षकांच्या संख्येची होती.

आजच्या परिस्थितीत त्याचा हल्ला अनपेक्षित असणार होता, ही बाब त्याच्या पथ्यावर पडणारी होती. सुरक्षारक्षकांना मिडलटनने शेवटच्या क्षणी इस्टेटीवर धाडले होते. त्यामुळे ते थकलेले असणार आणि वैतागलेलेही. पण याचा अर्थ ते धोकादायक नसतील, असा नव्हता. हॉर्वाथ इतरांपेक्षा फार मोठा काळ झोपेशिवाय काढू शकत असे. त्याला ते आवडले नाही, तरी इतरांना तो अत्यंत धोकादायक ठरू शकत असे. नेहमीपेक्षा थोडासा जास्तीच कारण त्याची मनःस्थिती बिघडलेली असे.

आणि दहशतवादीही त्याची मनःस्थिती फार बिघडवू शकत. मिडलटन आणि एटीएसशी संबंध असणारा प्रत्येक जण त्याच्या दृष्टीने दहशतवादी होता. बायका-मुले सोडली, तर आज या प्रॉपर्टीवर कुणीही निरपराध माणूस नव्हता. आजूबाजूंच्या इमारतींपासून शंभर यार्ड अंतरावर असणाऱ्या झाडीच्या कडेशी येताना त्याच्या मनात याच विचाराने घर केले होते.

तो जिथे दबून बसला होता तिथून त्याला गस्त घालणारे आणखी दोघे जण दिसले. त्याने पुन्हा ऱ्होड्सशी संपर्क साधला. ''ओव्हरवॉच, नॉर्समॅन बोलतो आहे. ऐकू येते आहे?''

''हो, नॉर्समॅन.''

''आणखी एक गस्तीपथक. युटिलिटी शेडच्या माझ्या बाजूला असलेले दोन रक्षक तुला दिसत आहेत?''

''हो. युटिलिटी शेडच्या उत्तरेला.''

''आणखी काही दिसते आहे?''

''नाही, नॉर्समॅन. पागेजवळ थोडी हालचाल दिसली होती. आणखी एखादे गस्तीपथकही असेल, पण ते पुढे गेले आहे. पुढे जाण्यासाठी तयार हो तू.''

"ठीक आहे," हॉर्वाथने उत्तर दिले. "तयार राहा."

त्याच्या हातात अचूकपणे गोळ्या झाडणारी, सप्रेसर बसवलेली आणि पॉइंट ५५६च्या गोळ्या झाडणारी ओबीआर रायफल होती. छोट्या नळीवर इ. ओ. टेक्-एक्स. पी. एस.३ होलोग्राफिक वेपन्स साइट होती आणि त्यामागे पी. व्ही. एस.१४ नाइट व्हिजन मोनोक्युलर. त्यामधून तो सर्वत्र नजर फिरवत होता. म्हणूनच पहिल्या दोन गस्तीपथकांचा शोध त्याला लागला होता. शांतपणे श्वास घेत त्याने पुन्हा स्कोपवरून सगळीकडे नजर फिरवली.

"ओव्हर वॉच, नॉर्समॅन बोलतो आहे. युटिलिटी शेडजवळच्या रक्षकांना उडवलेस तरी चालेल."

"ठीक आहे. नेम धरते आहे. तीन... दोन... एक..."

पहिल्या रक्षकाच्या डोक्यात गोळी बसली आणि मागोमाग दुसऱ्याच्याही. ते खाली कोसळायच्या आत हॉर्वाथने धाव घेतली.

शंभर यार्ड अंतर इतक्या वेगामध्ये आयुष्यात तो प्रथमच धावला असेल. युटिलिटी शेडच्या मागे खडी आणि धुळीवर थांबता थांबता तो घसरणारच होता.

कुठूनही धोका नाही याची खात्री पटवून घेण्यासाठी सर्व दिशेने नजर फिरवून त्याने त्या दोन्ही रक्षकांची प्रेते शेडच्या अगदी जवळ आणून ठेवली. आता ती इमारतीच्या सावलीत असल्यामुळे सहजपणे दिसू शकली नसती.

तो अशा ठिकाणी पोहोचला होता की जिथे ऱ्होड्सला त्याच्यावर नजर ठेवणे कठीण जाणार होते. अनेक बांधकामे आणि अस्ताव्यस्तपणे पसरलेल्या साधनसामग्रीमधून त्याला लपतछपत पुढे जावे लागणार असल्याने तो कायम ऱ्होड्सच्या दृष्टीच्या टप्प्यात राहू शकला नसता. घरात घुसण्यासाठी शेवटची धाव घेतानाच ती त्याला पुन्हा बघू शकली असती.

"नॉर्समॅन, ओव्हरवॉच बोलते आहे. तुला यश लाभो," त्याच्या कानात ऱ्होड्सचा आवाज आला, आणि तिने फोन बंद केला.

हॉर्वाथने एकदा मोठ्याने श्वास घेतला, बाहेर सोडला आणि आवाजांचा वेध घेत राहिला. वारा सुसाट सुटला होता. ते कुत्र्यांचा वापर करत नव्हते याचा त्याला खरा आनंद झाला. मैलभर अंतरावरून तो येत असतानाच त्यांना त्याचा वास लागला असता. आता तर त्याला घामही फुटायला लागला होता.

युटिलिटी शेडला पाठ घासतच तो कोपऱ्यापर्यंत सरकला. रायफल सज्ज ठेवून, मनातल्या मनात तीन आकडे मोजून, रायफल झाडायच्या तयारीत त्याने कोपऱ्यावरून वळून बघितले. कोणी नाही. घरामधून त्याला कोणी बघू नये म्हणून शेडचा आसरा घेत तो थोड्याशाच उंच अशा एका चढावर चढला. अजूनपर्यंत तरी सर्व ठीक होते.

शेड आणि पुढली इमारत यांच्यामध्ये चाळीस-एक यार्ड अंतर असणारा उघडा भाग होता. साधारण पंचवीस यार्ड अंतरावर एक गाडी उभी होती. एकदा नाइट व्हिजन स्कोपमधून बघत तो गाडीच्या दिशेने पळत सुटला.

पुन्हा खाडकन थांबून तो इंजिनमागच्या बाजूला दडून बसला. वाऱ्याशिवाय कुठलेही आवाज नव्हते.

गाडीपुढून वाकून बघत त्याने पुन्हा एकदा धाव घेतली.

पुढली इमारत म्हणजे घोड्यांची पागा होती आणि तिथेच ऱ्होड्सला काहीतरी हालचाल जाणवली होती. हॉर्वाथ पागेच्या मागच्या बाजूला गेला.

पुढे जाताना तो कशाला तरी अडखळून कोसळणारच होता. त्याने स्वतःला सावरले असेल-नसेल तर आपापसात बोलत दोन रक्षक पुढे झाले. हॉर्वाथला बघून त्यांनाही आश्चर्याचा धक्का बसला. ते त्या धक्क्यामधून सावरण्यापूर्वीच त्याने एका मागोमाग एक दोघांवरही गोळ्या झाडल्या.

"दोन रक्षक मेले आहेत,'' तो रेडिओवर कुजबुजला. पुढे घोड्यांना फिरवण्याचे मैदान होते. त्यानंतर घराकडेच धाव घ्यावी लागणार होती. मैदान पार करून तो सुखरूप गराजच्या मागे पोहोचला. आता फक्त शेवटची मोकळी जागा त्याला पार करायची होती. मुख्य घराकडे नेणाऱ्या या जागेला त्यांनी ब्रिज असे सांकेतिक नाव दिले होते.

"नॉर्समॅन बोलतो आहे. ऐकू येते आहे ओव्हरवॉच?''

"हो, नॉर्समॅन.''

"मी ब्रिज पार करायला तयार आहे. परिस्थिती कशी आहे?''

"सुरक्षारक्षकांचे पथक आताच पुढे गेले. ते परत येण्यापूर्वी उडव त्यांना.''

"ठीक आहे,'' हॉर्वाथने उत्तर दिले. "तयार!'' त्याने स्कोपमधून इकडेतिकडे बघितले, तीन वेळेला दीर्घ श्वास घेतला आणि म्हणाला, "निघालो.''

आणखी शंभर यार्डांचे किंवा थोडेसे जास्तीच अंतर धावायची तयारी करून त्याने घराच्या मागच्या दिशेने धाव घेतली.

त्याने अर्धे अंतर कापले असेल आणि त्याला डाव्या डोळ्याच्या कोपऱ्यामधून हालचाल जाणवली. आणखी दोन रक्षक तिथे उभे होते आणि तो वळून त्यांच्यावर गोळ्या झाडण्याच्या स्थितीतच नव्हता.

प्रकरण ६७

वळून त्याने काही करायच्या आतच रेडिओवरून ऱ्होड्सचा आवाज त्याच्या कानावर आला. ''एक मेला, दुसराही.'' आणि दोन्ही रक्षक खाली कोसळले.

ऱ्होड्स खरोखर अद्वितीय होती. तिचे त्याच्यावर पूर्ण लक्ष आहे अशी खात्री पटून तो घाईनेच पुढे झाला.

शेवटी जेव्हा तो घराजवळ पोहोचला तेव्हा त्याचा दम पार उखडला होता. त्याने घराशेजारी दबून बसून थोडा वेळ मोठ्या मोठ्याने श्वास घेतल्यावर त्याची हृदयाची धडधड कमी झाली. पण कोणत्याही क्षणी मागच्या दरवाजावर रोखलेली रायफलची नळी त्याने बाजूला घेतली नव्हती.

नाडीचे ठोके आणि श्वास पूर्वपदावर आल्यावर त्याने घरात शिरण्याची तयारी केली.

सगळे सुरक्षारक्षक स्वयंपाकघरामधून ये-जा करत असल्याने मागचे दार नेहमीच उघडे असते असे क्विन्यॉनने त्याला सांगितले होते. त्याने जवळ जाऊन हळूच मूठ फिरवली. दार खरोखरच उघडे होते. रेडिओवरून त्याने हळूच सांगितले, ''नॉर्समॅन घरामध्ये प्रवेश करतो आहे. तीन... दोन... एक.''

दार उघडून तो वाकूनच घरात घुसला. स्वयंपाकघरामधल्या टेबलजवळ दोन रक्षक बसले होते. तिसरा सिंकजवळ काहीतरी करत होता. त्याने खाड खाड प्रत्येकावर दोन गोळ्या झाडल्या; पण सिंकजवळ उभ्या असलेल्या रक्षकाच्या हातामधला कॉफीचा कप सिंकमध्ये पडून खळकन फुटला.

दुसऱ्या कुणी हा आवाज ऐकला असेल? छोट्या आवाजांकडेही त्याचे बारीक लक्ष असल्याने आणि त्याला मोठे आवाजच आवडत नसल्याने त्याला कॉफीचा

कप खळकन फुटल्याचा आवाज कर्णकटूच वाटला होता. मोठा आवाज! फारच मोठा आवाज. इथून निघायला हवे.

खोलीच्या पलीकडल्या बाजूला वरच्या मजल्यावरच्या झोपण्याच्या खोलीकडे घेऊन जाणाऱ्या पायऱ्या होत्या. साधारणपणे कोण कुठल्या खोल्यात राहते हे व्हिन्यॉनने सांगितले होते. सर्व खोल्यांना वाङ्मयांमधल्या व्यक्तींची नावे दिली होती, पण वर जाण्यापूर्वीच खालचा मजला सुरक्षित आहे याची हॉर्वाथला खात्री करून घ्यायची होती.

स्वयंपाकघरामधून जात त्याने न्याहारी करण्याची छोटी मोकळी जागा आणि शेजारची बटलरची खाणेपिणे बनवण्यासाठीचे सामानसुमान ठेवण्याची छोटीशी खोली बघितली. मग त्याने जेवणघरामध्ये पाऊल ठेवले. परत स्वयंपाकघरामध्ये जाऊन पुढल्या दाराशी जात असताना त्याला मागे आवाज आल्यासारखे वाटले.

जेवणघराच्या दाराशीच तो भिंतीला टेकून उभा राहिला. पावलांचे आवाज येत होते. हळूहळू, जपून, सावधानपणे उचलून टाकलेली पावले. स्वयंपाकघरामध्ये तीन सुरक्षारक्षक होते. हॉर्वाथची खात्री होती की कुठल्या तरी स्नानगृहामध्ये, चोरून सिगारेट ओढून परत येत असलेल्या चौथ्या रक्षकाच्याच पावलांचे हे आवाज येत होते म्हणून.

रायफल खांद्यावर अडकवून त्याने खंजीर बाहेर काढला.

ती व्यक्ती दारात पोहोचते न पोहोचते एवढ्यात त्याचे पिस्तूल बाजूला झटकत हॉर्वाथने त्याच्या घशात खंजीर खुपसला आणि तो डाव्या आणि उजव्या कानांपर्यंत खेचला.

त्याला हळूच खाली पडू देत त्याने खंजीर बाहेर काढला, त्याच्याच कपड्यावर पुसला आणि पुन्हा म्यानात ठेवला.

त्याने परत रायफल हातामध्ये घेतली. पत्ते खेळण्यासाठी टेबल्स असलेली खोली आणि मोठी लायब्ररी झपाट्याने पार करून तो बैठकीच्या खोलीत गेला. कोणाची चाहूल नव्हती. बैठकीच्या खोलीच्या विरुद्ध बाजूच्या दरवाजामधून प्रकाशाचा पट्टा आत येत होता. अत्यंत काळजीपूर्वक तो त्या दरवाजाच्या दिशेने निघाला.

सुसज्ज अशा अभ्यासिकेमध्ये भिंतीवरती पेंढा भरलेली प्राण्यांची डोकी टांगलेली होती. मोठी शेकोटी होती. क्रेग मिडलटन तिथे एका मोठ्या पाठीच्या खुर्चीत, कलाकुसरीने बनवलेल्या टेबलशी बसला होता. नाकावर चश्मा ठेवून समोरचे नकाशे बघत होता. शर्टाच्या बाह्या वरपर्यंत गुंडाळलेल्या होत्या आणि जाकीट व टाय काढून शेजारच्या टेबलवर फेकलेले होते. उजव्या हातामधल्या पेल्यामध्ये बहुधा स्कॉच ओतून घेतलेली होती. बर्फाचे खडेही टाकलेले होते.

खोलीत पाऊल टाकून हॉर्वाथ उद्गारला, ‘‘हलू नकोस.’’

मिडलटनने कागदपत्रांवरची नजर वर वळवली आणि त्याच्या चेहऱ्यावर हसू उमटले. ''कमाल आहे. शेवटी पर्वतच मोहम्मदाकडे आला की.''

''हलू नकोस याचा अर्थ तोंडही हलवू नकोस.''

हात जसा काही कापायला लागल्याप्रमाणे त्याने पेला हलवत बर्फाच्या खड्यांचा आवाज करायला सुरुवात केली.

''बोर्ड ऑफ डायरेक्टर्सपैकी आणखी कोण आहे घरात?''

''त्याआधी एखादा पेग घेणार का?''

हॉर्वाथने त्याच्या डोक्याच्या दोन्ही बाजूंनी एक-एक गोळी खुर्चीच्या पाठीत हाणली.

''चार,'' मिडलटनने उत्तर दिले. ''तासापूर्वी गाडीचा आवाज ऐकला होता. पाचवाही असू शकेल, पण मी जरा कामातच आहे.''

''अर्थातच! उभा राहा! तू माझ्याबरोबर येणार आहेस.''

त्याच्याकडे हसून बघत मिडलटन रेलूनच खुर्चीत बसला. ''आमच्या संघटनेत मी तुला एक उच्च पद देऊ शकतो; पण मला माहीत आहे की तू ते स्वीकारणार नाहीस. तुझ्यासारख्या वाकबगार माणसाचा खूप उपयोग होईल आम्हाला. जग बदलते आहे, झपाट्याने बदलते आहे. तुझ्यासारख्या माणसांना एकतर जुळवून घ्यायला पाहिजे किंवा पायाखाली तुडवले जाण्याची तयारी ठेवायला पाहिजे.''

हॉर्वाथने आणखी दोन गोळ्या त्याच्या गुडघ्यांजवळून टेबलात हाणल्या. ''मी उभे राहायला सांगितले होते तुला.''

घाईघाईने टेबलपासून दूर होत मिडलटनने पेल्यामधून एक मोठा घोट घेतला. ''आपण जिथे कुठे जाणार आहोत तिथे याचा भरपूर साठा असेल अशी आशा आहे माझी.'' पेला टेबलवर ठेवून तो हसला आणि त्याने विचारले, ''स्कॉच आवडते तुला, मिस्टर हॉर्वाथ? म्हणजे अगदी खरीखुरी उत्कृष्ट स्कॉच? मी उद्यासाठी एक खास बाटली राखून ठेवली आहे.''

हॉर्वाथ तोंड बंद कर असे त्याला सांगण्याच्या बेतात असताना पॉप असा आवाज होऊन दोन छोटेसे काटेरी खिळे त्याच्या दोन खांद्यात घुसले.

शरीराला विजेचा झटका बसताच त्याची हालचालच थंडावली आणि एखाद्या ओकच्या वृक्षाप्रमाणे तो धाडकन पुढे कोसळला. तोंड जमिनीवर आदळताच त्याच्या नाकातून रक्ताची धार लागली.

त्यांनी त्याला उलटे करून पाठीवर झोपवले. त्याचे पिस्तूल आणि रायफल काढून घेतली. त्याचे डोके पुन्हा ताळ्यावर आल्यावर काय चालले आहे याचा तो विचार करायला लागला. मिडलटनच्या शेजारीच हातात टेझर घेतलेला चक ब्रेमर दिसताच त्याला आश्चर्याचा धक्काच बसला.

"सगळी रात्र घालवावी लागली," ब्रेमर तुच्छतेनेच म्हणाला. "पण शेवटी तू इथेच येणार माहीत होते आम्हाला." मग त्याने पुन्हा एकदा टेझरचा चाप खेचला आणि तसाच धरून ठेवला. हॉर्वाथला त्याने बराच काळ विजेचा धक्का दिला होता.

हॉर्वाथ पुन्हा ताळ्यावर आल्यावर त्याने त्याच्या कुशीत एक सणसणीत लाथ मारली. "ही माझ्या बायकोला नेमबाजाचे लक्ष्य बनवण्यासाठी." हॉर्वाथला खूपच वेदना झाल्या, पण हनुवटीवर बसलेल्या आणि डोक्यापर्यंत वेदना पसरवणाऱ्या दुसऱ्या लाथेपेक्षा पहिली खूपच बरी होती असेच म्हणायची पाळी आली. "आणि ही माझ्या मुलीला लक्ष्य बनवलेस म्हणून. माझी मुलगी! हरामखोर कुठला."

ब्रेमरने पाऊल मागे घेतल्यावर मिडलटनने त्याच्याकडे बघितले. "थोडा काळ चक खरोखर तुझ्याच ताब्यात होता, पण शेवटी त्याने विचार केला की तुझाच काटा काढणे जास्ती श्रेयस्कर आहे. मी तर म्हणेन तो चांगला जुगार खेळला म्हणून. तुला नाही वाटत तसेच?"

हॉर्वाथने पर्शियन गालिच्यावर रक्ताची गुळणी टाकत आपला जबडा दोन्ही बाजूंनी हलवला.

"व्हिन्यॉन आणि श्रोडर तुझ्या ताब्यात असल्याने आम्ही विचार केला की तुला इथे येण्यापासून रोखण्यात काही अर्थ नाही. तुला सरळ आत येऊ देण्याची कल्पना खरी तर चकचीच होती. सुरक्षारक्षकांनी तुला पकडले तर ठीकच, नाहीतर आम्हाला वाटले की हे करायचे आणि ते आम्हाला करणे जमलेही. आता उरलेली छोटी-छोटी कामेही पुरी करून टाकतो."

मिडलटनने रायफलकडे बोट दाखवल्यावर ब्रेमरने चेंबरमध्ये एक गोळी आहे याची खात्री करून ती मिडलटनच्या हातात ठेवली.

त्याने ती एक-दोनदा वर-खाली करून दस्ता खांद्याला टेकवला. हॉर्वाथपासून दूर होत त्याने भिंतीवर टांगलेल्या वेगवेगळ्या डोक्यांवर नेम धरला. ब्रेमरच्या तोंडावर एका कानापासून दुसऱ्या कानापर्यंत पोचलेले कुत्सित हसू उमटले होते.

पण ज्या क्षणी मिडलटनने त्याच्याच डोक्यावर रायफल रोखली, त्या क्षणी त्याच्या चेहऱ्यावरचे हसू मावळले आणि मिडलटनने चाप खेचला.

ब्रेमरचे अर्धे डोकेच त्या गोळीने उडवून टाकले. लाल धुक्याचे वलय त्याच्या डोक्याभोवती हवेत तरंगायला लागले.

"छान!" मिडलटन चालत जाऊन टेझर उचलता उचलता म्हणाला. "फारच छान! आता उरलेली कामे. तू कर्ट श्रोडर आणि माझ्या सुरक्षा दलाचा प्रमुख मिस्टर व्हिन्यॉन यांना कुठे ठेवले आहेस?"

हॉर्वाथने वर बघितले. हसूनच मान डोलावली. तो आधीच दातांवर दात घट्ट दाबून धरायला लागला होता. पुढे काय होणार हे त्याला कळले होते.

चाप दाबून मिडलटनने हॉर्वाथला आणखी एक विजेचा झटका दिला.

हॉर्वाथचे शरीर लाकडासारखे ताठरले. पाठीचा कणा वाकायला लागला. शरीर जमिनीपासून वर उचलले गेले.

झटक्याचा परिणाम नाहीसा झाल्यावर मिडलटनने पुन्हा तोच प्रश्न विचारला.

''जा! मासेमारीच कर तू!'' हॉर्वाथने उत्तर दिले.

हे उत्तर ऐकून एटीएसच्या डायरेक्टरचे डोकेच फिरले. त्याने पुन्हा एकदा चाप खेचला. हॉर्वाथला अत्यंत यातना होत होत्या.

कुठल्या थरापर्यंत जाण्याची त्याची तयारी आहे दाखवण्यासाठी त्याने आणखी दोन वेळा तेच केले.

पार डोक्यात गेलेले हॉर्वाथचे डोळे पुन्हा खाली आल्यावर तो नीट बघण्याचा प्रयत्न करायला लागला. मिडलटनने वाकून त्याच्या कानाशी बोलून शेवटचा प्रयत्न केला. ''माझे ऐक, हरामखोर माणसा. मी तुला शेवटची संधी देतो आहे. यानंतर मी रायफल उचलणार आहे. तुझ्या दोन्ही गुडघ्यांमध्ये गोळ्या झाडूनच सुरुवात करेन. कुठे आहेत माझी माणसे? आणि त्याहून महत्त्वाचे म्हणजे बँक्स आणि कार्लटन कुठे आहेत?''

''इथेच आहेत गाढवा,'' दारातून आवाज आला.

मिडलटन वळला आणि कार्लटनने खास त्याच्यासाठी बनवलेल्या १९११ पिस्तुलामधून खाड खाड दोन गोळ्या त्याच्या डोक्यातच हाणल्या.

◆

उपसंहार

मंगळवार

कार्लटनची वॉशिंग्टनमधल्या बऱ्याच मातब्बर असामींशी ओळख असली, तरी अत्यंत कमी वेळात आणि गुप्तपणे एफबीआय, सीआयए, एनएसए आणि डीओडीच्या प्रमुखांना एकत्र एका खोलीत आणण्याचे काम टॉमी बँक्सनेच केले. हॉर्वाथची बैठकीला हजर राहण्याची अजिबात इच्छा नव्हती. का ते कार्लटनला माहीत होते. नीनाबरोबर वेळ घालवण्यासाठी टेक्सासला परत गेलेल्या निकोलसने आणि त्याने समजा काही प्रश्न असले तर सुरक्षित अशा यंत्रणेवर बोलण्यासाठी उपलब्ध राहावे, एवढीच विनंती कार्लटनने केली होती.

आणि प्रश्न तर अनेकच निघाले. एनएसएच्या डायरेक्टरकडेच बहुतेक प्रश्नांचा रोख होता. एनएसएनेच एटीएसच्या राक्षसी महत्त्वाकांक्षेला वेळीच आवर घातला नाही, असे इतर एजन्सींचे मत होते.

त्यांना बराच काळ ही खासगी कंपनी कशात गुंतली आहे याबद्दल संशयच येत होता आणि त्यांची वाईटात वाईट भीतीही खरी ठरली होती.

खोलीमध्ये दुसरे कुणी कर्मचारी नसल्याने एनएसएच्या डायरेक्टरला दुसऱ्या कुणाकडेच वळता येत नव्हते की त्यांना काही प्रश्न विचारता येत नव्हते. अर्थात, त्याने काहीच फरक पडला नसता. कार्लटनने एटीएसबद्दल सांगितलेल्या अर्ध्या गोष्टी जरी खऱ्या ठरल्या असत्या, आणि त्याला कुठलीच शंका नव्हती, तरी डायरेक्टर भलत्याच भानगडीत अडकला होता- मग एटीएसवर एनएसएचे किती नियंत्रण होते, हा प्रश्नच गौण ठरत होता. वॉशिंग्टनसारख्या शहरात जे दिसते तेच खरे समजले जाते.

यूटा डेटा सेंटर कुणाच्या नियंत्रणाखाली आहे या बाबतीत तर एटीएस आणि

एनएसए यांच्यात इतका गोंधळ होता की संपूर्ण चौकशी होईपर्यंत त्यांना ते बंद करणेच भाग होते. एटीएस नेमक्या कशा तऱ्हेने हल्ला करणार आहे हे कळले, तरच भविष्यकाळात पुन्हा तशी घटना घडू नये म्हणून दक्षता घेता आली असती.

एनएसएच्या डायरेक्टरची पुरी झाडाझडती घेतल्यावर इतरांनी पुढे कुठली पावले टाकावीत याचा विचार सुरू केला. सर्वप्रथम केसी आणि ऱ्होड्स यांची जबाबदारीतून मुक्तता करण्यासाठी एटीएसच्या इस्टेटीवर एक टीम पाठवण्याबद्दल एकमत झाले.

रीड कार्लटनच्या सूचनेप्रमाणे हे काम सीआयएवर सोपवण्यात आले. चक ब्रेमरच्या बाबतीत प्रसृत करण्यासाठी एक कथा बनवण्यात आली. तो खूप मोठ्या आर्थिक विवंचनेत होता. त्यात त्याची मुलगी पुढल्या वर्षी खर्चीक अशा एका आयव्ही लीग कॉलेजात प्रवेश घेणार होती. त्याचे इतर अनेक स्त्रियांबरोबरही विवाहबाह्य संबंध होते. जास्ती पैसे मिळवण्यासाठी डिफेन्स डिपार्टमेंटची नोकरी सोडून तो खासगी क्षेत्रात नोकरी पत्करणार होता. एटीएसमध्ये त्याला हवे तसे काम मिळणारही होते, पण कोणत्या तरी कारणाने सर्वच फिसकटले आणि डोके फिरून त्याने एटीएसच्या व्हर्जिनियाच्या ग्रामीण भागातल्या विश्रांतिस्थानातील अनेक सुरक्षारक्षक आणि कंपनीचा मॅनेजिंग डायरेक्टर मिडलटन यांना गोळ्या घालून ठार मारले. तिथे सापडलेल्या पुराव्यावरून मरण्यापूर्वी क्रेग मिडलटन एकतरी गोळी झाडू शकला होता आणि नेमक्या त्याच गोळीने ब्रेमरचा जीव घेतला होता.

केसी आणि ऱ्होड्स यांनी सांगितले की, बोर्ड ऑफ डायरेक्टर्सपैकी कुणीही अजून इस्टेटीवर आले नव्हते. इस्टेट ताब्यात असल्याने अनेक गोष्टी सोप्या झाल्या असत्या, पण त्यासाठी जलद हालचाली करणे भाग होते.

दुसरे पाऊल म्हणजे अध्यक्षांना कळवण्याची गरज होती. बैठकीला कोण हजर असावे हे ठरवणेच फार कठीण होते, पण सेंट्रल इन्टेलिजन्स एजन्सीच्या डायरेक्टरने अगदी सडेतोडपणे अध्यक्षांना सांगितले की ॲटर्नी जनरल आणि ट्रेझरी सेक्रेटरी यांच्याशिवाय इतर कुणालाही बैठकीला येण्याची परवानगी नसावी. चीफ ऑफ स्टाफ आणि इतर ज्या सल्लागारांना अध्यक्ष नेहमी बोलवत असत, त्यांना मज्जाव करण्यात आला. प्रसंग राष्ट्रीय आणीबाणीचा होता आणि कमीत कमी लोकच हजर असणे आवश्यक होते.

अध्यक्षांनीही सेंट्रल इन्टेलिजन्स एजन्सीच्या डायरेक्टरचा सल्ला तंतोतंत मानला हे विशेष. सीआयए, एनएसए, एफबीआय आणि डीओडीच्या प्रमुखांबरोबर रीड कार्लटन व्हाइट हाउसमध्ये आल्यावर अध्यक्षांनी सिच्युएशन रूममध्ये त्यांचे स्वागत केले, तेव्हा त्यांच्याबरोबर ट्रेझरी सेक्रेटरी आणि ॲटर्नी जनरल या दोन व्यक्तीच होत्या.

प्रथम पंधरा मिनिटे कार्लटन बोलला. मग एनएसए, एफबीआय, आणि सीआयएचे डायरेक्टर्स आणि शेवटी सेक्रेटरी ऑफ डिफेन्स बोलले. ॲटर्नी जनरल आणि ट्रेझरी सेक्रेटरी यांना त्यांचे बोलणे ऐकून जबरदस्त धक्का बसला. अध्यक्षांनाही तसाच धक्का बसला होता, पण त्यांनी आपला संयम सोडला नाही.

प्रत्येकाला बोलायची आणि प्रश्न विचारायची संधी दिल्यावर अध्यक्षांनी ही कथा बाहेर फुटल्यावर परिस्थिती नियंत्रणाखाली ठेवण्यासाठी काय करायचे ते विचारले. अमेरिकन जनमानसाला इतका धक्का बसेल की जनतेचा सरकारवरचा संपूर्ण विश्वासच ढासळेल अशी अध्यक्षांना भीती वाटत होती. त्यांना तर ती कथा पुरून टाकून त्यावर सिमेंट काँक्रीटचा थर पसरावा अशी इच्छा होती. इन्टेलिजन्स प्रमुखांनी सावधगिरीची सूचना दिली. त्यांनी ती दाबायचा प्रयत्न केला, तर एटीएस कशात गुंतली आहे हे सरकारला माहीत होते आणि त्यांच्या कृत्याला सरकारचा पाठिंबा होता, अशी समजूत होऊ शकली असती. ते खरे नव्हते. चुकून जरी तशा समजुतीचा लोकांवर पगडा बसला, तर परिस्थिती पार बिघडेल आणि ती पूर्वपदावर आणणे शक्य होणार नाही.

त्यांनी विनंती केली की अध्यक्षांनी प्रथम खोलवर चौकशी करण्याची आज्ञा द्यावी आणि पूर्ण चौकशी केल्यानंतर त्या बाबतीत काय करता येईल याबद्दल मार्गही सुचवावेत. अध्यक्षांनी संमती दिली.

मधल्या काळात एटीएसने केलेली सगळी लफडी बाहेर काढून त्या कंपनीची संपूर्ण मोडतोड करावी असे अध्यक्षांना वाटत होते. या सैतानी कंपनीच्या हृदयात पाचर ठोकायची अध्यक्षांना इच्छा होती. एटीएसचे आर्थिक रेकॉर्ड्स ताबडतोब उपलब्ध झाले, तर ते अग्रक्रमाने हे काम हाती घेतील असे त्यावर ट्रेझरी सेक्रेटरीने अध्यक्षांना सांगितले. ॲटर्नी जनरलने सांगितले की जस्टिस डिपार्टमेंट ट्रेझरीला हवी ती मदत देईल. प्रश्न एकच होता- सरकारच्या अनेक एजन्सीज आणि खात्यांना एटीएसनेच वेगवेगळ्या तांत्रिक प्रणाली बनवून दिल्या होत्या. कंपनीचा डोलारा कोसळल्यावर त्यांचे काय होईल?

एनएसएचा डायरेक्टर आणि सेक्रेटरी ऑफ डिफेन्स यांनी बाजूला जाऊन थोडासा विचारविनिमय केला. तेवढ्या वेळात अमेरिकन अध्यक्षांनी काँग्रेसमध्ये मांडण्यासाठी तीन विधेयकांची रूपरेषा कागदावर लिहिली. त्यावर त्यांच्या कर्मचाऱ्यांनी ताबडतोब काम सुरू करायचे होते.

(१) देशामध्ये आणीबाणीची परिस्थिती फक्त एकाच वर्षापुरती लागू करता येईल. तिचा कालावधी वाढवण्यासाठी काँग्रेसमध्ये दोन तृतीयांश मतांनी संमती मिळवणे आवश्यक ठरेल.

(२) लेखी हुकमांशिवाय चालू झालेली अमेरिकन नागरिकांवरची पाळत तत्काळ थांबवण्यात येईल. यापुढे योग्य तो न्यायालयीन आढावा आणि लेखी हुकमाशिवाय अमेरिकन नागरिकांवर पाळत ठेवल्यास तो देहान्ताची शिक्षा देण्यासारखा अपराध ठरेल.

(३) शेअर्सच्या भावी उलाढालींविषयीची गुप्त माहिती आधी मिळवून ते खरेदी करणे किंवा विकणे यांच्यावर प्रतिबंध आणण्यासाठी काँग्रेसचे सर्व सदस्य आणि संरक्षण, तंत्रज्ञान, इन्टेलिजन्स या सरकारी क्षेत्रात काम करत असलेले कर्मचारी यांना शेअर बाजारामध्ये गुंतवणूक करण्यास मनाई करण्यात येईल.

देशाच्या नेत्यांना अंधारात ठेवून चालू असलेल्या गोपनीय प्रोग्रॅम्सबद्दल अध्यक्ष चौथ्या कायद्याच्या विचारात असताना एनएसएचा डायरेक्टर आणि सेक्रेटरी ऑफ डिफेन्स परत जवळ आले आणि त्यांनी अध्यक्षांच्या प्रश्नांची उत्तरे दिली.

त्यांचे मत होते की एटीएस कंपनीचे तुकडे करून ती अनेक कंत्राटदारांना विकली तर अस्तित्वात असलेल्या करारांप्रमाणेच तांत्रिक प्रणाली चालू ठेवता येतील.

चर्चेचा रोख नंतर मिडलटन आणि त्याच्या कटामध्ये सामील असणाऱ्या सहकाऱ्यांकडे वळला. सध्या फक्त कर्ट श्रोडर आणि मार्टिन क्विन्यॉन हे दोघेच ताब्यात होते आणि त्यांच्यापैकी कुणालाच चढवण्यात येणारा हल्ला किंवा त्याची व्याप्ती यांच्याबद्दल काहीही कल्पना दिसत नव्हती. पण ते दोघे आणि एटीएसचे बहुतेक सर्व कर्मचारी यांनी अनेक कायद्यांचे उल्लंघन केल्यासारखे दिसत होते. कायदेशीर कारवाईचा प्रश्न निर्माण झाल्यावर सर्व जणांनी ॲटर्नी जनरलकडे बघितले.

या बाबतीत त्याच्या मनात आधीच विचारचक्रे सुरू झालेली असल्याने उत्तरे द्यायला त्याने विशेष वेळ घेतला नाही. एटीएसच्या सर्व कर्मचाऱ्यांवरचे खटले फेडरल कोर्ट्समध्ये चालवता येण्यासारखे होते. त्याला त्यांची काळजी नव्हती. मात्र कंपनीच्या डायरेक्टर बोर्डावरील पंधरा जण अत्यंत ताकदवर आणि मातब्बर अशा व्यक्ती असल्याने त्यांची जाहीर चौकशी करण्याने फार स्फोटक परिस्थिती उद्‌भवली असती. प्रसिद्ध आणि लोकांचा विश्वास संपादन केलेल्या या व्यक्तींनी स्वत:च्याच देशाविरुद्ध कट रचला होता ही माहिती बाहेर पडली, तर होणाऱ्या दूरगामी परिणामांची कल्पना करणेही अशक्य होते. अमेरिकन सरकारने शेवटी तो कट उघडकीला आणला आणि कटवाल्यांना अटकही केली तरी अमेरिकन जनतेच्या मनावर ज्या डागण्या उठतील, त्यांचे भविष्यकालीन परिणाम कसे असतील याचे भाकीत वर्तवणे अत्यंत कठीण होते.

अॅटर्नी जनरलने सांगितले की, पॅट्रिअट अॅक्ट आणि नॅशनल डिफेन्स ऑथरायझेशन यांचा आधार घेत बोर्डाच्या कोणत्याही किंवा सर्व सदस्यांना अमर्याद काळापर्यंत तुरुंगात डांबून ठेवता येईल किंवा लष्करी न्यायालयापुढेही उभे करता येईल; पण त्यापेक्षाही वेगळा असा एक पर्याय उपलब्ध होता. द ब्लॅक लिस्ट.

या यादीचा उल्लेख होताच ट्रेझरी सेक्रेटरीला विनंती करण्यात आली की, त्याने बाहेर जाऊन थांबावे. या यादीवरची चर्चा त्याच्या अधिकार क्षेत्राच्या बाहेरची होती.

खरे तर त्या वेळी सीआयएचा डायरेक्टर आणि सेक्रेटरी ऑफ डिफेन्स यांच्याशिवाय दुसरे कुणीही अध्यक्षांबरोबर त्या खोलीत असायला नको होते, पण अध्यक्षांनी कार्लटन आणि एफबीआय आणि एनएसएच्या डायरेक्टर्सना थांबवले होते. कॉन्फरन्स टेबलभोवती फिरत अध्यक्षांनी प्रत्येकाला ब्लॅक लिस्टचा उपयोग करावा का याबाबत पूर्ण विचार करून आपापले मत द्यायला सांगितले.

एफबीआयच्या डायरेक्टरने तीव्र आक्षेप घेतला. अमेरिकन सरकारने कायदेशीर मार्गांच्या बाहेर जाऊन अमेरिकन नागरिकांना लक्ष्य बनवून ठार मारावे ही कल्पनाच त्याला सहन होत नव्हती. अॅटर्नी जनरलने यावर म्हटले की यासाठी काहीतरी पद्धत आखून दिलेलीच होती; पण तिचा वापर कोर्टरूमबाहेर होत होता एवढेच.

तुमच्याविरुद्ध आरोप करणाऱ्यांसमोर उभे राहून त्यांचे खंडन करण्याचा आरोपींना अधिकार नसेल तर कोणतीही पद्धत कायदेशीर ठरूच शकत नाही आणि अमेरिकन स्वातंत्र्याची पायाभरणी करणाऱ्या फाउंडिंग फादर्सनाही असे करण्याची इच्छा नव्हती असा युक्तिवाद करून एफबीआयच्या डायरेक्टरने आपली मतभिन्नता प्रकट केली.

सीआयए व एनएसएचे डायरेक्टर्स आणि सेक्रेटरी ऑफ डिफेन्स यांचे मत मात्र एफबीआयमधील सहकाऱ्यासारखे नव्हते. एटीएसने अमेरिका उलथून पाडण्याचा कट रचला होता. त्यात अयशस्वी ठरल्यावर घटनेप्रमाणे सर्व अधिकार आणि संरक्षण मागण्याचा त्यांना हक्कच असू शकत नव्हता.

चर्चा चालूच राहिली आणि एफबीआयचा डायरेक्टरही आपल्या मताला चिकटून बसला. शेवटी अमेरिकन अध्यक्षांनी त्याचे आभार मानून त्यालाही रजा दिली.

ब्लॅक लिस्टचा वापर करण्याबद्दल अध्यक्षांनी सर्वांत शेवटी रीड कार्लटन याच्याशी चर्चा केली.

अगदी काळजीपूर्वक विचार करून त्याने आपले मत दिले. अध्यक्षांना दुसरा पर्याय नव्हता. तो अॅटर्नी जनरलशी सहमत होता. डायरेक्टर बोर्डाच्या सर्व सदस्यांना तुरुंगात ठेवणे, कोर्टामध्ये किंवा लष्करी ट्रायब्यूनलसमोर खटला उभा करणे म्हणजे प्रचंड सार्वजनिक तमाशाच झाला असता. आदराला प्राप्त ठरलेले अनेक मान्यवर

राजकीय नेते देशाविरुद्ध केलेल्या कटकारस्थानात सामील होते ही बातमी जर बाहेर फुटली... आणि ती तशी फुटल्याशिवाय राहिलीच नसती... तर भयानक दुष्परिणाम झाले असते. ब्लॅक लिस्टचाच उपयोग केल्याशिवाय गत्यंतर नव्हते. टेबलभोवती बसलेल्या प्रत्येकाने मान डोलावली.

एनएसएच्या डायरेक्टरने यावर वेगळाच मुद्दा उपस्थित केला. गुप्तपणे एकेकाचा काटा काढला गेला, तरी एखाद्या क्षणी त्या सर्वांच्यामधला समान दुवा कुणाच्या तरी लक्षात आला असता. अपघाती मृत्यूंची संख्या वाढली तरी ते संशयास्पद ठरले असते.

सीआयएच्या डायरेक्टरने कार्लटनकडे नजर टाकली. त्यावर कार्लटनने अध्यक्षांकडे नजर टाकत म्हटले, "खरे तर हे सर्व प्रकरण हाताळायचा दुसरा एक मार्गही आहे."

अट्ठेचाळीस तासांनी

ॲडॅप्टिव्ह टेक्नॉलॉजी सोल्यूशन्स या कंपनीच्या नावे रजिस्टर केलेल्या गल्फ स्ट्रीम जी-५५० बिझिनेस जेटने ठरावीक उंची गाठली आणि ते सागरावरून उड्डाण करायला लागले.

त्या विमानात पंधरा प्रवासी होते. प्रत्येकाला मार्टिन व्हिन्यॉनने फोन केला होता. प्रत्येक जण त्याला अनेक वर्षे ओळखत होता आणि सर्वांचा त्याच्यावर पूर्ण विश्वास होता. सुरक्षेची काळजी आहे सांगून त्याने प्रत्येकाबरोबरचे बोलणे थोडक्यात आटोपते घेतले होते.

रीड कार्लटन संभाषण ऐकत असताना मार्टिन व्हिन्यॉनने प्रत्येकाला दोन बातम्या दिल्या. पहिली बातमी म्हणजे मिडलटनने हल्ला थोपवला होता. हल्ला निश्चित होणार आहे असे सर्वांनी ऐकले होते. तरी प्रत्यक्षात तो झालाच नसल्याने व्हिन्यॉनचे म्हणणे त्यांना पटले. दुसऱ्या बातमीवर मग त्यांचा साहजिकच विश्वास बसला.

व्हिन्यॉनने सांगितले की कोणत्याही आकस्मिक घटनेला तोंड देण्यासाठी मिडलटनने एक योजना बनवली होती आणि बोर्डाच्या सर्व सदस्यांनी त्यावर विचार करणे आवश्यक आहे. व्हर्जिनिया इस्टेट हे एक गुन्हा घडलेले स्थळ असल्याने आणि कॉर्पोरेट मुख्यालयातही अनेक चौकशी अधिकारी ठाण मांडून बसलेले असल्याने व्हिन्यॉनने सर्व सदस्यांना कंपनीच्या ग्रँड केमन प्रॉपर्टीवर नेण्याची व्यवस्था केली आहे.

फ्लाइट अटेन्डन्टने दुसऱ्यांदा कॉकटेल्स पुरवल्यावर वैमानिकाने तिला आपल्या

कॉकपिटमध्ये बोलावले. आतमध्ये पाऊल टाकताच ग्रेचेन केसीने दरवाजा बंद करून लॉक लावले.

सीआयएच्या वैमानिकाने मुख्य केबिनमधला प्राणवायूचा पुरवठा कमी करायला सुरुवात केली. सहवैमानिकाच्या जागेवर बसलेल्या स्कॉट हॉर्वथिने केसीच्या हातात तिची साधनसामग्री दिली. कॉकपिटच्या अत्यंत छोट्या जागेत एक-एक करत तिघांनीही आपापले खास सूट चढवले. वैमानिकाने खूण करताच त्यांनी आपली हेल्मेट्स डोक्यावर चढवली आणि त्यांच्या मुखवट्याला प्राणवायूचा पुरवठा सुरू झाला. दहा मिनिटांनी त्यांनी कॉकपिटचा दरवाजा उघडला. ते उभे होते तिथूनच त्यांच्या लक्षात आले की प्राणवायूचा पुरवठा बंदच झाला होता. हॉर्वथ आणि केसी यांनी भराभर सर्व प्रवाशांची तपासणी केली. एटीएसच्या डायरेक्टर बोर्डाचा प्रत्येक सदस्य मरण पावला होता.

हॉर्वथ कॉकपिटमध्ये परतला आणि वैमानिकाकडे बघत त्याने उजव्या हाताचा अंगठा वर करून दाखवला. सीआयएचा एजन्ट असणाऱ्या वैमानिकाने विमान ऑटो-पायलटवर ठेवले. ते आता त्याच उंचीवर उडत राहिले असते. हॉर्वथ आणि केसी यांनी स्वतःच्या 'हाहो'साधनांची- हाय अल्टिट्यूड हाय ओपनिंग जंप्स- शेवटची तपासणी केली. वैमानिक मुख्य केबिनमध्ये आल्यावर त्यांनी त्याचीही साधने नीट बघितली.

हॉर्वथिने मनगटावरच्या संगणकाकडे बघत इतर दोघांना दोन मिनिटे राहिली आहेत अशी खूण केली. मग तो दार उघडण्यासाठी पुढे निघाला.

एक मिनिट राहिले असताना पुन्हा एकदा त्यांना खूण करत त्याने पुढल्या केबिनचे दार उघडले.

कॉकपिटमध्ये धोक्याच्या घंटा घणघणायला लागल्या. इंजिनातून बाहेर पडणाऱ्या वाऱ्याच्या झोतांचा आवाज त्यांच्या कानात घुमायला लागला. उरलेली सेकंद उलटी मोजत हॉर्वथिने उडी टाकण्याची सूचना दिली. प्रथम सीआयएच्या वैमानिकाने बाहेर उडी घेतली, त्यानंतर केसीने. केबिनवर एकदा शेवटची नजर फिरवून हॉर्वथिनेही उडी टाकली.

जेट तसेच सागरावर उडत राहणार होते. आणि खोल पाणी असणाऱ्या भागात कुठेतरी कोसळणार होते. वर्तमानपत्रात छापून येणार होते की एटीएसचे बोर्ड ऑफ डायरेक्टर्स आपला मॅनेजिंग डायरेक्टर गमावल्याच्या दुःखात असतानाच त्यांच्या लक्षात आले की त्याने कंपनीत फारच मोठी अफरातफर केली होती. ग्रँड केमन बेटांवर त्यांच्या बँकर्सबरोबरच्या आपत्कालीन बैठकीसाठी ते निघाले असतानाच त्यांचे विमान कोसळले होते. कुठलेच प्रेत कधीही मिळणार नव्हते.

हॉर्वथिने केसी आणि सीआयएच्या वैमानिकाला भर समुद्रावर ठरलेल्या ठिकाणी

उतरायला मदत केली. अमेरिकन नौदलाचे एक जहाज तिथे तयारच होते. रबरी झोडिॲक्सचा ताफाच त्यांना पाण्यातून उचलून बोटीवर नेण्यासाठी पुढे झाला.

जहाजावरून सिकोर्स्कि एस. एच. ६० एफ. सी. हॉक हेलिकॉप्टरने त्यांना की वेस्ट येथील नेव्हल एअर स्टेशनवर नेले. सीआयएच्या वैमानिकाने वॉशिंग्टनसाठी विमान पकडले. हॉर्वाथ आणि केसी यांनी वेगळाच बेत आखला होता.

ते की-वेस्टला आले तेव्हा त्यांच्यासाठी कपडे, रोख पैसे आणि मोटरपूलमधली एक गाडी तयारच होती. गाडीत बसून यूएस– मार्गावरून ते लिटल टॉर्च-कीच्या दिशेने निघाले. गाडीच्या काचा खाली घेतल्यावर सागराचाच वास गाडीभर दरवळत होता. उशीर झाल्याने ते थोडे काळजीत होते तरी जिमी बफेटचे गाणे रेडिओवर लागल्यावर ते खूश झाले. जशी काही रायली टर्नर त्यांच्यासाठी संदेश पाठवत होती.

डेल्टा फोर्समधल्या पुरुषांप्रमाणेच अथेना प्रोजेक्टमधल्या स्त्रियांनादेखील की वेस्टमधील अमेरिकन सैन्य दलाचा स्पेशल फोर्सेस कॉम्बॅट डायव्हर क्वालिफिकेशन कोर्स पुरा करावा लागत असे. डेल्टा फोर्स आणि स्पेशल फोर्सेसमधील पुरुष त्यांचा फावला वेळ की-वेस्टमधील छोट्या मद्यपानगृहात काढत, तर अथेना प्रोजेक्टमधील स्त्रिया लिटल टॉर्च-कीला येत.

लिटल टॉर्च-कीवरचे लिटल पाम आयलंड रिझॉर्ट ॲन्ड स्पा रायली टर्नरने शोधून काढले होते. सबंध जगातली ही तिची आवडती जागा होती असे तिने सांगूनच टाकले होते. तिला निरोप देण्यासाठी हॉर्वाथ आणि केसी यांनी म्हणूनच या जागेची निवड केली होती.

रजिस्टरमध्ये नावे दिल्यावर समोर समुद्रच दिसेल असे दोन बंगले त्यांना राहण्यासाठी दिले गेले. थोडासा वेळ होता. केसीने हॉर्वाथला विचारले, "काय घेऊ या आपण? मार्गारिटाज?"

हॉर्वाथने नकारार्थी मान हलवली. कॉफी टेबलवरून त्याने बर्फाचे खडे ठेवलेली छोटी बादली, शाम्पेनची बाटली आणि दोन काचेचे पेले उचलले. त्याने आधीच या गोष्टी मागवून ठेवल्या होत्या. "निरोप योग्य तऱ्हेनेच द्यायला पाहिजे," तो म्हणाला.

केसी हसली. नेतृत्वगुणांबद्दल अजून थोडे शिकायची गरज होती त्याला. हाताखालच्या लोकांना काय आवडेल हे अधूनमधून तरी प्रथम विचारावे की. काही वेळेला तिला याचा खूप राग आला होता. पण तो सर्वांचा विचार करायचा हेदेखील सत्यच होते. पॅरिसमध्ये जे घडले त्याला तोच जबाबदार आहे असे समजणे अन्याय्य होते, याचीही तिला जाणीव झाली होती. तिला माहीत होते की शक्य असते तर परत जाऊन एका सेकंदात त्याने रायलीची जागा घेतली असती. ती आता

त्याच्यावरचा राग सोडून त्याला क्षमा करायला तयार झाली होती.

त्याने बर्फाच्या खड्यांची बादली आणि शाम्पेन तिच्यासमोर धरल्यावर हसूनच ती उद्गारली, "उत्कृष्ट!"

ते बंगल्यासमोरच्या वाळूमधून चालत पुढे निघाले. सूर्य क्षितिजावर येता येता हॉर्वथने शाम्पेनच्या बाटलीचे बूच काढून दोन पेले भरले.

सूर्य समुद्राला टेकताच त्यांनी रायलीची आठवण काढून हळूहळू पण मोठा घोट घेतला. समोर समुद्र, मागे शाकारलेले बंगले, किनाऱ्यावर हळूहळू येऊन फुटणाऱ्या लाटा. रायलीला ही जागा एवढी का प्रिय होती हे त्यांना पटले. हॉर्वथने पुन्हा त्यांचे पेले भरले.

न बोलता तिथे शांतपणे बसून त्यांनी शाम्पेनची बाटली रिकामी केली. हॉर्वथने सहज वळून बघितले तर हॉटेलचे कर्मचारी छोट्या रेस्टॉरन्टकडे नेणाऱ्या अरुंद वाटेवरचे दिवे पेटवताना त्याला दिसले. "भूक लागली आहे?" त्याने विचारले.

डोळे मिटून आणि हात मागे वाळूत ठेवून बसलेल्या केसीने हसून विचारले, "शाम्पेन संपली सगळी?"

"अगदी सर्व."

"मिनिबारमध्ये अजून असेल?"

"असेल बहुतेक," हॉर्वथने उत्तर दिले. "मी जाऊन बघू का?"

केसीने मान डोलावली. तिचे डोळे अजूनही मिटलेलेच होते.

"आलोच जाऊन," उभे राहता राहता हॉर्वथ म्हणाला आणि वाळूवरून परत त्याच्या बंगल्याकडे निघाला.

दार उघडून त्याने आत पाऊल टाकले. दार तसेच उघडे होते. खोली पार करून त्याने छोटा रेफ्रिजरेटर उघडला. आत एक छोटी बाटली होती. तेवढी पुरली नसती. ते खास व्यक्तीचा निरोप घेत होते. मोठीच बाटली हवी होती.

नाइट स्टॅन्डजवळ जाऊन त्याने रूम सर्व्हिसशी संपर्क साधण्यासाठी फोन उचलला. नंबर फिरवायच्या आधीच त्याला दारात कोणीतरी आल्यासारखे वाटले. सागरावरून येणाऱ्या वाऱ्याने पडदे आत उडायला लागले. दारात केसी उभी होती.

"मी दुसरी बाटलीच मागवत होतो," तो म्हणाला.

"विसर ती," तिने उत्तर दिले.

"आणखी शाम्पेन नको तुला?"

शर्टाची बटणे काढत तिने तो खांद्यांवरून खाली पडू दिला. "नको, या क्षणी आपल्याला दोघांनाही दुसऱ्याच कशाची तरी गरज आहे."

◆